'ANITA GETS BAIL' या इंग्रजी पुस्तकाचा अनुवाद

अनिताला जामीन मिळतो

आपल्या न्यायालयांमध्ये काय चालले आहे?
त्या संदर्भात आपण काय करायला हवे आहे?

अरुण शौरी

अनुवाद
उदय भिडे

मेहता पब्लिशिंग हाऊस

✆ +91 020-24476924 / 24460313 / Mob. No. 9545000513
Email : production@mehtapublishinghouse.com
Website : www.mehtapublishinghouse.com

ANITA GETS BAIL by **ARUN SHOURIE**

Translated into Marathi Language by Uday Bhide

अनिताला जामीन मिळतो / अनुवादित अनुभवकथन

अनुवाद : उदय भिडे
Email : author@mehtapublishinghouse.com

मराठी अनुवादाचे व प्रकाशनाचे हक्क : मेहता पब्लिशिंग हाऊस, पुणे.

प्रकाशक : सुनील अनिल मेहता, मेहता पब्लिशिंग हाऊस,
१९४१, सदाशिव पेठ, माडीवाले कॉलनी, पुणे – ४११०३०.

मुद्रक : पार्कसन्स ग्राफिक्स

मुखपृष्ठ : मेहता पब्लिशिंग हाऊस

प्रथमावृत्ती : फेब्रुवारी, २०२०

किंमत : ₹ ४५०

P Book ISBN 9789353174354
E Book ISBN 9789353174361
E Books available on : amazonkindle Apple Books Google Play Books

---

यांच्या स्मृतींचे जागलेपण अनुभवताना...
सर्वश्री एच. एम. सीरवई, एन. ए. पालखीवाला, व्ही. एम. तारकुंडे,
के. जी. कन्नबिरन

तसेच या सर्वांसाठीदेखील
सर्वश्री फली एस. नरिमन, सोली जे. सोराबजी, राम जेठमलानी,
अशोक देसाई, अरविंद दातार, प्रशांत भूषण

योग्य माणसे ओळखीची असणे आणि योग्य माणसांचा सल्ला घेऊ शकणे
या गोष्टी माझ्या आयुष्यात वरदानच ठरल्या आहेत

प्रस्तावना

भोपाळ येथील नॅशनल ज्युडिशियल अकादमी आणि हैदराबाद येथील अकादमी ऑफ लीगल स्टडीज अ‍ॅन्ड रिसर्च येथील माझ्या दोन भाषणांमधून ज्या मुद्द्यांकडे लक्ष वेधण्याचा मी प्रयत्न केला होता त्यापैकी काही मुद्द्यांवर या छोटेखानी पुस्तकात सविस्तर विवेचन करण्यात आले आहे. या भाषणांसाठी मला आमंत्रित केल्याबद्दल मी या संस्थांचा अत्यंत आभारी आहे.

अलीकडच्या काळातील खटल्यांसंदर्भातील निकालांच्या उदाहरणांसह मुद्द्यांचे स्पष्टीकरण करण्यासाठी मला माझ्या वकीलमित्रांची मदत घ्यावी लागली. योग्य त्या निकालांकडे माझे लक्ष वेधल्याबद्दल मी अशोक देसाई, अरविंद दातार, प्रशांत भूषण आणि गीता ओबेराय यांचा विशेष ऋणी आहे. 'दी ट्रिब्यून'च्या सौरभ मलिकने आणि दी इंडियन एक्स्प्रेसच्या वरिंदर भाटियाने 'न्यायाधीशाच्या – दाराशी – रोख रक्कम' या खटल्याबाबत अत्यंत जलद गतीने मदत केली. त्यांचा मी अत्यंत आभारी आहे. या सगळ्यापेक्षा राहुल उन्नीकृष्णनच्या बाबतीत मी अधिकच ऋणाईत आहे : प्रसंगी आपली नोकरी पणाला लावूनदेखील त्याने केवळ माझ्या विनंतीवरून अगदी अल्पशा वेळात न्यायालयीन निकाल आणि आदेशांच्या प्रती मिळवून देण्यात मदत केली आहे.

काही प्रसंग आणि न्यायाधीशांच्या तोंडून निघालेले काही उद्‌गार इतके विलक्षण आहेत की ते तेवढे एखाददुसरे वाक्यच फक्त उद्‌धृत केले, तर वाचकांचा त्यावर विश्वासच बसणार नाही, अशी भीती मला वाटते. मी असे संदर्भरहित वाक्य उचलले नाही आणि मी एका विशिष्ट वैचारिकतेकडे लक्ष वेधण्याचा प्रयत्न करत आहे हे समजण्यासाठी मी त्या संदर्भातले अनेक परिच्छेदच उद्‌धृत केले आहेत. एक न्यायालयीन निकाल तर मी जसाच्या तसा उद्‌धृत केला आहे– इतका तो खिळवून टाकणारा आणि रसरशीत आहे. सर्वसामान्य वाचकांना हिमाचल प्रदेश राज्याच्या उच्च न्यायालयाची निकालपत्रे वाचण्याची फारशी सवय नसेल, याची कल्पना असल्याने मी करतो आहे ते बरोबरच असल्याची मला खात्री वाटते.

'फॉलिंग ओव्हर बॅकवर्ड्‌स : अ‍ॅन एसे अगेन्स्ट रिझर्व्हेशन्स अ‍ॅन्ड ज्युडिशियल पॉप्युलिझम' या माझ्या पुस्तकामधील उदाहरणांचा मी दोन ठिकाणी उल्लेख केला आहे. परंतु वाचकाच्या हे लक्षात येईल, की माझीच उदाहरणे देत असताना, त्यामागे स्वानुभवाचा भक्कम अधिकार उभा आहे.

ते पुस्तक आणि या पुस्तकाबरोबरच हार्पर कॉलिन्स संस्था पुन:प्रकाशित करत असलेले *'कोर्ट्‌स अ‍ॅन्ड देअर जजमेंट्‌स'* या पुस्तकांमध्ये इथे जाता जाता उल्लेख केलेल्या मुद्द्यांचा सांगोपांग विचार केला गेला आहे. सजग वाचक उत्तम वाचनानंदासाठी ही तिन्ही पुस्तके परस्परपूरक स्वरूपात वाचतील अशी प्रामाणिक आशा वाटते.

अनुक्रमणिका

जो आमचा नव्हताच त्या जमिनीच्या तुकड्यावर, आम्ही कधीच न बांधलेल्या घरासाठी

"साहेब, पोलीस आला आहे, बाईसाहेबांना बोलवा म्हणून सांगतोय"– काहीसा धावतच आलेला सुरक्षारक्षक सांगत होता : "एक पोलीस आलाय, आणि तो बाईसाहेबांची चौकशी करतोय." "पोलीस? आणि तो अनिताला बोलावतोय?" मी आश्चर्याने विचारले. आणि लगबगीने जिना उतरून खाली गेलो.

"अनिता शौरी इथेच राहतात का?"

"हो. माझी पत्नी आहे ती. आजारी असल्यामुळे वर झोपली आहे"– अनिताचा पार्किन्सनचा आजार जराही उसंत न घेता बळावत चालला होता; ती बऱ्याच वेळा पडलीदेखील होती, आणि आता तर तिला उभे राहणे, चालणे, इतकेच नाही तर जेवण्या-खाण्यासाठीदेखील दुसऱ्या कुणाची तरी मदत घ्यावी लागत होती.

"त्यांच्या नावाचे अटक वॉरन्ट आहे."

"अटक वॉरन्ट? अनितासाठी? पण तिने काय केलं आहे?"

"पाच वेळा समन्स चुकवलंय. जामीनपात्र वॉरन्टदेखील चुकवलं आहे. अ-जामीनपात्र वॉरन्टदेखील चुकवलं आहे. आणि आता त्यांना फरारी घोषित केलं गेलं आहे."

"एकही समन्स आलं नव्हतं. मुळात समन्स का पाठवली होती?" पूर्णपणे गोंधळून गेल्यामुळे मी विचारलं.

"ते मला माहीत नाही. माझं काम फक्त वॉरन्ट देण्याचं आहे. जर उद्या

सकाळी नऊ वाजता त्या न्यायालयात हजर झाल्या नाहीत तर पाच वर्षं कैदेची शिक्षा होईल.''

माझा माझ्या कानांवर विश्वासच बसत नव्हता. मला तर तिला ज्या न्यायालयात हजर राहावं लागेल ते कुठे आहे हेदेखील माहीत नव्हतं.

हा काय प्रकार आहे त्याचा काहीही अंदाज लावता येत नसल्याने वेड लागायची पाळी आल्यामुळे मी *'इंडियन एक्स्प्रेस'*च्या मुख्य संपादकपदावर असलेल्या शेखर गुप्ता या माझ्या मित्राला फोन केला. फरिदाबादमध्ये न्यायालयाशी संपर्क साधण्यासाठी मदत करू शकेल असा कोणी पत्रकार त्याच्या माहितीचा आहे का म्हणून त्याला विचारले. वृत्तपत्राच्या कायदे-नियमांच्या संदर्भातली कामे पाहणाऱ्या व्यवस्थापन विभागातल्या आपल्या एका सहकर्मचाऱ्याची शेखरने मला मदत करण्यासाठी योजना केली.

दुसऱ्या दिवशी मी जरा लवकरच घरातून बाहेर पडलो– फरिदाबाद आमच्या घरापासून तीस किलोमीटर दूर आहे; आम्हाला तर रस्तादेखील माहीत नव्हता; शिवाय सकाळच्या वेळातल्या वाहतूककोंडीचा प्रश्नदेखील होताच.

तिकडे जाता जाता मी ते अटक वॉरन्ट नीट वाचलं : ते जसंच्या तसं इथे उद्धृत करत आहे – एकतर त्या वॉरन्टमुळे माझा संतापाने कसा तिळपापड झाला ते तुम्हाला समजावं, आणि त्याचबरोबर त्यातील अलंकारिक भाषेचे मूल्य तुम्हाला थेटपणे कळावे असा दुहेरी हेतू त्यामागे आहे.

■ ■ ■

एमएस ४१२४ (वाचता येत नाही असा मजकूर)

याशिका, एचसीएस, प्रथम श्रेणी न्यायिक दंडाधिकारी-तथा-विशेष पर्यावरण न्यायालय, फरिदाबाद

फौजदारी खटला कार्यवाही नियमावलीतील कलम क्रमांक ८२ नुसार जाहीरनामा

राज्य सरकार विरुद्ध अनिता शौरी –[१]

पहिली खबर. खटला क्र.:३६३/०९

पर्यावरण संरक्षण कायदा कलम

पी. एस. : वाचता येत नाही.

---

१. अधोरेखित केलेले शब्द हाताने लिहिले होते. उर्वरित दस्तावेज छापील स्वरूपात होता.

हजेरी : २६.०८.१३ वेळ : सकाळी ९ वाजता

ज्याअर्थी अशी तक्रार करण्यात आली आहे, की श्री. अरुण शौरी यांच्या पत्नी सौ. अनिता शौरी, राहणार ए-३१, वेस्ट एंड, नवी दिल्ली, ११-००२१, यांनी पर्यावरण संरक्षण कायद्यांतर्गत शिक्षापात्र गुन्हा केला आहे, आणि त्यांच्या अटकेच्या आदेशावरील परताव्यानुसार असे दिसून येते की आरोपी व्यक्ती सापडत नाही आणि म्हणून मला असे समाधानपूर्वक दर्शविण्यात आले आहे की ही व्यक्ती फरारी आहे किंवा संदर्भित अटक आदेश त्यांच्यावर बजावला जाऊ नये म्हणून स्वतः लपून राहत आहे.

आता असे घोषित करण्यात येत आहे, की संदर्भित आरोपी सौ. अनिता शौरी, श्री. अरुण शौरी यांची पत्नी, यांनी संदर्भित तक्रारीस उत्तर देण्यासाठी दिनांक २६-८-१३ रोजी फरिदाबाद येथे उपस्थित राहणे अनिवार्य आहे.

दिनांक २-८-१३ रोजी माझी स्वाक्षरी आणि शिक्क्यासह देण्यात आले.

अंमलबजावणी हवालदारास — (स्वाक्षरी)
२६-८-१३ या निर्धारित तारखेस
आपला जबाब नोंदविण्यासाठी — न्यायिक अधिकारी
न्यायालयात हजर राहण्यास — विशेष पर्यावरण न्यायालय
निर्देशित करण्यात येत आहे — फरिदाबाद

९३४/८/८/१३

■ ■ ■

पर्यावरणाची गंभीर हानी होण्यासारखं कोणतं कृत्य अनिताच्या हातून घडलं असावं याचा मला काहीच अंदाज करता येत नव्हता.

शेखरचा सहकारी मला भेटला. त्याने मला योग्य त्या न्यायालयामध्ये नेलं. जमिनीपासून वरच्या पातळीवर असलेल्या एका मंचावर काहीशा करारी मुद्रेची एक महिला बसलेली होती. अनेक लोक आपापल्या विनवण्या एकाच वेळी तिच्यापुढे मांडायचा प्रयत्न करत होते. आणखी अनेक जण उभे तरी होते किंवा नुसतेच मागे-पुढे करत होते. बाहेर : गोंगाट, व्हरांड्याच्या दुसऱ्या टोकाला कुणाची तरी नावे पुकारली जात होती. शेखरच्या सहकाऱ्याने मला बसायला सांगितले, आणि अनिताचे नाव पुकारले जाण्याची वाट पहा असे म्हणाला.

शेवटी एकदाचे नाव पुकारले गेले. मी सर्वसामान्य माणसांपासून वेगळं करणाऱ्या कठड्यापाशी जाऊन उभा राहिलो. "तुम्ही कोण?" ज्या व्यक्तीच्या नावे अटकेचा आदेश काढण्यात आला आहे त्या अनिता शौरी यांचा पती असल्याचे मी स्पष्ट केले. "त्या इथे का उपस्थित नाहीत?" मी तिची अवस्था, पार्किन्सन या आजाराचे परिणाम यांविषयी सविस्तर निवेदन केले.

"पण मॅडम, तिच्या नावाने अटकेचा आदेश काढणे तुम्हाला आवश्यक का वाटले?"

"कारण यापूर्वी पाच वेळा या न्यायालयाने पाठवलेली समन्स घेण्याचे तुम्ही टाळले आहे."

"परंतु आम्हाला कोणतेच समन्स मिळालेले नाही. समन्स आलीच असती, तर त्या आदेशांचं आम्ही का बरं पालन केलं नसतं?"

"हो, होतं असं कधी कधी. म्हणजे आमची माणसं प्रत्यक्षात समन्स बजावण्याची तसदी घेत नाहीत आणि ती न घेताच समन्स देता आले नाही असा शेरा लिहून ठेवतात."

आम्ही समन्स घेणे कधीच टाळले नसते याची पुन्हा एकदा खात्री देत कुणीही समन्स देण्यासाठी कधीच आमच्याकडे आले नसल्याचीही मी त्यांना खात्री दिली.

या वेळेपर्यंत त्या बाईंचा सूरदेखील नरमाईचा झाला होता. त्यामुळे धाडस करून मी विचारलं, "परंतु मॅडम, मुळात आमच्यावर समन्स काढण्याची तरी तुम्हाला गरज का वाटली?"

"कारण तुम्ही अरवली येथे एक बेकायदेशीर फार्म हाउस बांधलं आहे."

"परंतु आम्ही कोणतंही फार्म हाउस कधीही बांधलं नाहीये."

"तुम्ही अशाप्रकारचं घर..."– असं बोलता बोलता त्यांच्या समोर असलेल्या फाइलकडे पाहत त्या म्हणाल्या – "अरवली रिट्रीट येथील प्लॉट क्र. फ–३५ वर बांधलेलं नाही?"

"मॅडम, आम्ही तिथे एक प्लॉट विकत घेतला होता. परंतु पुण्याजवळ घर बांधण्यासाठी पैसे हवे असल्यामुळे आम्ही तो विकून टाकला. त्या प्लॉटवर बांधकाम तर राहू द्याच, पण आम्ही एक सुट्टी वीटदेखील ठेवली नाही कधी."

"होय मॅडम, यांनी तो प्लॉट तर विकला होता. आणि म्हणूनच तो विकत घेणारी व्यक्तीदेखील आरोपी– आरोपी क्र.२ आहे, आणि ती व्यक्तीदेखील इथे हजर आहे."– माझ्या उजवीकडे उभ्या असलेल्या एका व्यक्तीने निर्देश केला. ते गृहस्थ म्हणजे पुढील काही महिन्यांदरम्यान ज्यांनी योग्य मार्गदर्शन करून आम्हाला भरपूर मदत केली ते सरकारी वकील होते.

"मॅडम, आम्ही तो प्लॉट विकला होता हे स्वत: सरकारी वकील मान्य करत

आहेत. आणि आम्ही साधी वीटदेखील तिथे नुसती ठेवलीदेखील नव्हती याची आम्ही तुम्हाला खात्री देतो. आणि हरियाणा प्रदूषण नियंत्रण मंडळाने त्यांच्या सर्वसामान्य कामकाजाच्या प्रथेनुसार वेळोवेळी आम्हाला पाठवलेल्या परिपत्रकी सूचनांना प्रतिसाद म्हणून लिहिलेल्या अनेक पत्रांमधून ही बाब मी त्यांच्या निदर्शनास आणून दिली आहे.''

''परंतु आता ही प्रक्रिया तर सुरू झाली आहे,'' त्या म्हणाल्या. ''हे सर्व मुद्दे तुम्ही तुमच्या प्रतिवादामध्ये नमूद करू शकता. असं असलं तरीही, अनिता शौरी यांना या न्यायालयासमोर हजर करावंच लागेल.''

मी जामीन मागावा असं कुणीतरी मला सुचवलं. मी तशी विनंती केली.

''परंतु मी जामीन मंजूर करायचा म्हटलं, तरीदेखील त्यांना इथे उपस्थित राहावं लागेलच.''

माझ्या पत्नीची अवस्था मी त्यांना स्पष्ट करून सांगितली, आणि तिला अक्षरश: उचलून आणावे लागेल हेदेखील सांगितले.

''पण कायदा हा असा आहे. जामीन हवा असलेली व्यक्ती स्वत: हजर असणे अनिवार्य आहे,'' असे म्हणून त्यांनी विषयाला पूर्णविराम दिला.

अनिताला त्यांच्यासमोर हजर करण्यासाठी त्यांनी मला पंधरा दिवसांची मुदत दिली.

मला एक फोन आला : या न्यायाधीशबाईंची बदली होण्याची शक्यता आहे, आणि त्यांच्या जागी येणाऱ्या न्यायाधीशांचे अशा बाबतीतले विचार कसे असतील याची आपल्याला काहीच कल्पना नाही, तेव्हा शक्य असेल, तर तुमच्या पत्नीला लवकरात लवकर घेऊन या.

तेव्हा मग २ सप्टेंबर २०१३ रोजी, दोघांनी अक्षरश: उचलून धरत अनिताला न्यायाधीशांसमोर 'उपस्थित' केलं. न्यायाधीशांसमोर जवळपास ओढतच आणून सादर करत असताना, न्यायाधीशबाईंच्या डोळ्यांनी – किंवा खरेतर, कायद्याच्या नजरेने – जिला आपणहून धड उभंदेखील राहणे शक्य नाही, पार्किन्सनच्या आजारामुळे जिची पावले कशीबशी, अडखळत, फरफटल्यासारखी पडताहेत, अशा स्त्रीवर कशा स्वरूपाचा आरोप लावला आहे – हे नक्कीच पाहिले असेल. नंतर न्यायाधीशबाईंनी नोंद केली,

> आरोपी क्र. १ या न्यायालयासमोर हजर झाल्यामुळे आणि त्याने जामिनासाठी अर्ज केला असल्याने सदर दावा विचारार्थ घेण्यात आला. ही एक तक्रारीची बाब असल्यामुळे कोठडी देण्याची आवश्यकता नाही, कारण आरोपीकडून कोणत्याही स्वरूपाची वसुली करावयाची नाही, तसेच उर्वरित आरोपीलादेखील

जामीन मंजूर झालेला आहे, त्यानुसार जामीनपत्र दाखल केल्यावर आणि रु.२५,०००/- ची जमानत दाखल केल्यावर आरोपी क्र.१ हीसदेखील जामीन मंजूर करण्यात येत आहे...

परंतु – आरोपीकडून काहीही वसूल करावयाचे नव्हते इत्यादी सर्व गोष्टी – सुरुवातीपासूनच स्पष्ट नव्हत्या का? जे काही केले गेले किंवा केले गेले नाही, त्या सगळ्या गोष्टींसाठी मी जबाबदार आहे, आणि न्यायालयास ज्या ज्या वेळेस माझ्या उपस्थितीची गरज भासेल त्या प्रत्येक वेळी हजर राहण्यास मी तयार असल्याची ग्वाही देऊन अनिताला व्यक्तिशः हजर राहण्यापासून सूट मिळावी अशी मी न्यायाधीशांना विनंती केली. जामीन आणि अशी सूट फक्त खटल्याच्या पुढच्या तारखेपर्यंतच देऊ शकते, कारण त्यांची बदली होण्याची शक्यता आहे असे न्यायाधीशबाईंनी सांगितले; तसेच त्यापुढील कार्यवाहीसंदर्भात या खटल्याचे कामकाज पाहणारे नवे न्यायाधीश त्यांना योग्य वाटेल तो निर्णय घेतील, असेही त्या म्हणाल्या. ('त्यांना बढती मिळत आहे,' कोणीतरी म्हणाले.) तरीदेखील कायमस्वरूपी सूट मिळण्यासाठी रीतसर अर्ज करावा लागणार होताच. अनिताची बाजू मांडणाऱ्या वकिलाने असा अर्ज तयारच ठेवला होता. (आदरणीय, वयस्कर दिसणारी ही व्यक्ती सरकारी वकिलांना गुरुस्थानी होती, आणि मी वकील म्हणून कुणाला नेमावे याबद्दल सल्ला घ्यायला गेलो असता सरकारी वकिलांनी स्वतःच मला त्यांचे नाव सुचवले होते : ते तसे मितभाषी होते, कारणपरत्वे न्यायालयात हजर राहत, परंतु जेव्हा केव्हा ते असत, तेव्हा त्यांच्या व्यक्तिमत्त्वाचा दबदबा जाणवत असे; आणि त्यांनी माझ्याकडून एक पैसादेखील कधी घेतला नाही.) न्यायाधीशांनी माझ्या अर्जाची नोंद केली, आणि पुढील कार्यवाहीबाबतचा आदेश सांगायला सुरुवात केली, 'अर्जाची प्रत विरुद्ध बाजूच्या वकिलास दिली. जबाब नोंदविण्यासाठी व अर्जावर विचार करण्यासाठी दिनांक ०४.१०.२०१३ निश्चित करण्यात येत आहे.'

आणि अशा प्रकारे अनिता आमच्या कुटुंबातली पहिली अशी व्यक्ती ठरली,

- जिची जामिनावर सुटका झाली
- जिने समन्स घेणे टाळले, जी तिला दिलीच गेली नाहीत
- समन्सदेखील कशाबद्दल, तर जे आम्ही कधी बांधलेच नव्हते अशा घराबद्दल बजावण्यात आले होते
- तेदेखील अशा प्लॉटवर जो आमच्या मालकीचा नव्हताच

निर्देशित केल्यानुसार ४ ऑक्टोबर २०१३ रोजी आम्ही अनिताला पुन्हा एकदा

न्यायालयासमोर हजर करायला घेऊन गेलो. पण सुनावणी झालीच नाही. एका पुसटशा रबर स्टॅम्पद्वारे न्यायालयाच्या कामकाजाची झालेली नोंद अशी आहे :

उपस्थित : कुणी नाही

दिनांक ०४-१०-२०१३ रोजी मी नै.र./प.र./वि.र./वै.र./[२] घेत असल्याने दावा आज विचारार्थ घेतला.

दावा वाचता येत नाही. १५-११-१३

दाव्यातील उभय पक्षांना / त्यांच्या वकिलांना यानुसार कळवण्यात यावे.

आणि खाली खरडलेला दिनांक '०४.१०.२०१३' असा वाटत असला, तरी न्यायाधीश महोदयांनी त्या अगोदरच्याच कोणत्या तरी दिवशी दावा विचारार्थ घेतला असावा हे उघड होते. काहीही असले, तरी आता अनिताला १५ नोव्हेंबर २०१३ रोजी न्यायालयात हजर करणे भाग होते. पण तो दिवस उजाडण्यापूर्वीच आम्हाला एक जोरदार धक्का बसला.

महासंकट

'साहेब, खाली या, ताबडतोब, ताबडतोब खाली या' – मी अभ्यासिकेत काम करत होतो; आवाज अनिताला मदत करणाऱ्या बाईचा होता, आणि तो जवळपास किंचाळल्यासारखाच होता. माझ्या लक्षात येतच होतं, त्याप्रमाणे अनिताचा पार्किन्सनचा आजार दिवसेंदिवस बळावत चालला होता. ती काही वेळा धडपडलीदेखील होती. या वेळीदेखील ती पडली असावी असं मला वाटलं. मी धावतच खाली गेलो. पण तिथं वेगळंच दृश्य होतं. अनिताला धाप लागली होती, तिला श्वास घ्यायला आणि सोडायलादेखील अतिशय कष्ट पडत होते. आणि या जगण्याच्या झटापटीने ती पुरती थकून गेली होती.

मी आमच्या घराजवळच्याच एका डॉक्टरांना फोन केला : "तिला तपासण्यासाठी तुम्ही घरी येऊ शकता का? तुम्ही येऊ शकत नसाल तर मी तिला तुमच्याकडे घेऊन येऊ का?" "मी तुमच्या घरी येणार नाही आणि तुम्हीही तिला माझ्याकडे आणू नका." डॉक्टर म्हणाले. "मला काहीतरी गंभीर प्रकार वाटतोय. तुम्ही तिला ताबडतोब हॉस्पिटलमध्ये घेऊन जा."

आम्ही घाईगडबडीने कारमध्ये बसलो. गंगाराम हॉस्पिटलमध्ये जाता जाता मी अनिताला तातडीने हॉस्पिटलमध्ये घेऊन येत असल्याचे कळवण्यासाठी एक

---

२. नैमित्तिक रजा/पगारी रजा/विशेष रजा/वैद्यकीय रजा

प्रख्यात सर्जन असलेल्या माझ्या मित्राला, समीरण नंदीला फोन केला. 'तिला आपत्कालीन सेवा विभागात घेऊन जा. मी तुम्हाला तिथेच भेटतो.' आम्ही हॉस्पिटलमध्ये पोहोचलो, तोपर्यंत तिच्यावर उपचार करणारी टीम तयार होऊन वाटच पाहत होती. तिच्या फुप्फुसात आंतरकीलन – रक्तवाहिन्यांमधील रक्ताच्या गुठळ्या फुप्फुसात शिरण्यामुळे अडथळे निर्माण होण्याचा त्रास – होत असल्याचे त्यांनी तत्काळ निदान केले. मग त्यांनी तिला ताबडतोब अतिदक्षता विभागात (आयसीयू) दाखल केले आणि उपचार सुरू केले.

ताबडतोब हॉस्पिटलमध्ये नेण्याचा डॉक्टरांचा निर्वाणीचा सल्ला, तत्काळ झालेले रोगनिदान, घेतली गेलेली काळजी आणि सर्व डॉक्टरांचे ज्ञान-कौशल्य, केवळ यामुळेच तिचा जीव वाचला हेच खरे.

हॉस्पिटलातल्या दहा दिवसांची, त्या भयंकर दहा दिवसांची तुलना २०१० साली आमच्या मुलाला, आदित्यला प्रचंड प्रमाणात झटके येण्याचा त्रास झाला होता त्यानंतरच्या दिवसांशीच करता येईल.

"मला तर मी आता मरणारच आहे असं दोनदा तरी वाटलं होतं," बरेच दिवस गेल्यानंतर अनिता मला म्हणाली होती.

परंतु आम्ही तिला पुन्हा घरी आणू शकलो होतो. आता पार्किन्सन्सच्या औषधांबरोबरच रक्त पातळ, प्रवाही ठेवण्याची औषधेदेखील घ्यायची होती, आणि थोड्या थोड्या दिवसांनी रक्ताच्या गुठळ्या होण्याचे प्रमाण आणि वारंवारता मोजण्याची चाचणी करणे आवश्यक झाले होते...[३]

यथावकाश, अगदी सावकाश, आम्ही या नव्या दिनक्रमात रुळलो. परंतु आता एक मोठा बदल घडला होता : आतापासून प्रत्येक क्षण आम्ही धोक्याच्या काठावर बसल्यासारखे झालो होतो. उदाहरणच द्यायचं, तर साध्या धडपडण्यानेदेखील अनिताचे हाड मोडण्याची शक्यता निर्माण झाली होती, किंवा त्यामुळे अंतर्गत रक्तस्राव होणे शक्य होते, आणि आता ती रक्त प्रवाही राहण्याची औषधे घेत असल्यामुळे, रक्त वाहण्यास प्रतिबंध करणे जास्तच कठीण असणार होते.

---

३. आयएनआर - आंतराष्ट्रीय सामान्यीकृत प्रमाण - रक्त गोठण्याचं व्यक्तिसापेक्ष प्रमाण. आयएनआर उच्चीचा असणे म्हणजे रक्त कमी प्रमाणत गोठणे. म्हणूनच रक्त गोठण्याची क्रिया होऊन पक्षाघातासारखा झटका येण्याची शक्यता असणाऱ्या व्यक्तीबाबत हे प्रमाण उच्चीचे राखावे लागते, कारण फुप्फुसातल्या आंतरकीलनाबरोबर अनिताची लढाई सुरूच होती.

न्यायालयातील पुढील कारवाई

१५ नोव्हेंबर – या निश्चित केलेल्या तारखेला मी अनिताला न्यायालयासमोर हजर राहण्यासाठी घेऊन जाण्याचा धोका पत्करणे सर्वथा अशक्य होते. न्यायालयाच्या कामकाजविषयक नोंदीमध्ये पुढीलप्रमाणे नमूद केले गेले :

'उपस्थित : दाव्याचे उभय पक्षकार
बार कौन्सिलच्या निवडणुकीच्या कामांमध्ये व्यग्र असल्याकारणाने दाव्याची सुनावणी पुढील तारखेपर्यंत स्थगित करण्याची उभय पक्षांनी विनंती केली. सुनावणी झाली. विनंतीनुसार पूर्वनिश्चित कारणासाठी, सुनावणी २८.०२.२०१४ (०७/१/१४' असा बदल हाती लिहून करण्यात आला.)
पर्यंत स्थगित करण्यात आली.'

हे अशक्य होतं, निदान यातलं सगळंच तरी शक्य नव्हतंच : कारण एकतर स्थगितीला मंजुरी देण्याच्या मी तरी विरोधातच होतो, त्यामुळे मी स्थगितीची विनंती करणे शक्य नव्हते. परंतु कायद्यावर बोट ठेवणाऱ्याला तो अधिकार होता, आणि तो चालवला गेला होता.

एक वेगळी टीप लिहून, न्यायाधीशांची या ठिकाणी बदली झाल्यानंतर या दाव्याची माहिती ते प्रथमच वाचत होते, आणि 'दैनंदिन सुनावण्यांसह, शक्य तितक्या लवकरात लवकर' हा दावा निकाली काढावा असा पंजाब आणि हरियाणाच्या उच्च न्यायालयाने दिलेला आदेशदेखील ते आत्ताच पाहत होते, असेही नमूद केले आहे. आणि म्हणून पूर्वनियोजित तारखेच्याच, म्हणजे ७ जानेवारी २०१४ याच दिवशी 'आरोपपत्र दाखल करण्यापूर्वीच्या पुरावा छाननी' साठी या दाव्याची सुनावणी व्हावी असे त्यांनी निर्देशित केले.

आमच्या वकिलाला न्यायालयापुढे सादर करावयाची गळ घालायचे ठरवलेल्या सर्व पुराव्यांची आणि त्यानुसार साक्षीदारांना विचारायच्या प्रश्नांचीदेखील यादीच तयार करून घेऊन मी त्या दिवशी न्यायालयात गेलो. पण त्याचा काहीही उपयोग झाला नाही. दाव्याची सुनावणी तर एक दिवस आधीच, म्हणजे ६ जानेवारी २०१४ रोजीच करून घेण्यात आल्याचे स्पष्ट झाले! ६ जानेवारी २०१४ च्या न्यायालयाच्या कामकाजाच्या नोंदी ठरावीक पद्धतीच्या, मोघम आणि पुसटशा दिसणाऱ्या रबर स्टॅम्पच्या छापात केलेल्या दिसतात.

उपस्थित : कुणी नाही

मी ०७.०१.२०१४ रोजी सुटी घेत असल्याने दावा आज विचारार्थ घेण्यात आला.

दावा सुनावणी पूर्वनिश्चित कारणासाठी २८-२-१४ पर्यंत स्थगित करण्यात आली आहे.

यानुसार उभय पक्षकार/ त्यांच्या वकिलांना याची माहिती देण्यात यावी.

रहस्यमयरीत्या हा दावा पुन्हा एकदा 'विचारार्थ' घेण्यात आला – पण एका आठवड्यापूर्वी निश्चित केलेल्या २८ फेब्रुवारी या दिवशी नव्हे. २१ फेब्रुवारी २०१४ च्या न्यायालयीन कार्यवाहीच्या नोंदी पुन्हा एकदा पुसटशा– या वेळी तर जवळपास वाचताच येणार नाही इतक्या पुसट दिसणाऱ्या रबर स्टॅम्पद्वारे करण्यात आलेल्या दिसतात.

उपस्थित : कुणी नाही

दावा आज विचारार्थ घेण्यात आला, कारण मी २८-२-२०१४ रोजी (कोणत्या प्रकारची रजा ते स्पष्ट होत नाही, फक्त 'नैमित्तिक' वर 'बरोबर' ची खूण दिसते.)

सी (वाचता येत नाही.) १५-४-१४

पा (वाचता येत नाही.) एड

यानुसार (वाचता येत नाही.)

अनिताला व्यक्तिश: न्यायालयात हजर राहण्यातून सूट मिळावी, अशी विनंती करणारा आमचा अर्ज सरतेशेवटी १५ फेब्रुवारी रोजी 'विचारार्थ' घेतला गेला. तुम्हाला आठवत असेल, की पहिल्या न्यायाधीशबाईंनी असे म्हटले होते, की त्यांची बदली होणार असल्याकारणाने त्या व्यक्तिश: हजर राहण्यातून द्यावयाची सूट आणि जामीन फक्त पुढील सुनावणीच्या तारखेपर्यंतच देतील, आणि त्यांनी 'प्रत विरुद्ध पक्षाच्या वकिलांना द्यावी. जबाब नोंदविणे आणि अर्जावर विचार करण्यासाठी ०४.१०.२०१३ रोजी सुनावणीस घेतला जाईल.' असेही नमूद केले होते. आणि त्यानंतर आपण पाहिले, की बार कौन्सिलची निवडणूक, नै.र./प.र./वि.र./वै.र.' असल्या नानाविध कारणांमुळे—दावा 'विचारार्थ' घेतला जाऊ शकला नाही.

दुसरीकडे असेही झाले होते, की एक नवे न्यायाधीश न्यायासनावर स्थानापन्न झाले होते. मी उपस्थित राहायला लागल्यानंतरचे हे तिसरे न्यायाधीश होते. खरेतर आमच्या खटल्याची सुनावणी घेत असलेले ते चौथे न्यायाधीश होते : कारण आमच्या विरुद्ध कसला तरी दावा चालवला जात असल्याची प्रत्यक्षात माहिती देऊन आम्हाला खडबडून जागे करणारा पोलीस अटकेचा आदेश घेऊन येण्यापूर्वीपासून

बऱ्याच घडामोडी घडल्या होत्या, असे आपल्याला दिसेल.

आम्हाला अनिताला पुन्हा न्यायालयात घेऊन जावं लागलं – कारण तुम्हाला आठवतच असेल, की न्यायप्रक्रियेनुसार न्यायालयासमोर हजर झाल्याशिवाय व्यक्तिश: हजर होण्यातून सूट देण्यासंबंधीचा तसेच जामीन देण्यासंबंधीचा निर्णयदेखील घेता येत नाही.

अनिताच्या त्या अवस्थेत तिला न्यायालयापर्यंतच्या प्रवासाच्या यातना भोगायला लावणे, त्यानंतरदेखील खरेतर झोपून राहणे आवश्यक असताना तिला न्यायालयामध्ये तिष्ठत बसायला लागणे आणि वर– 'पण कायदा हा असाच आहे,' हे ऐकायला लागणे, हे सगळं तुम्हालादेखील आठवत असेलच. इतके होईपर्यंत माझी सहनशीलता संपली होती. त्यामुळे तिचे नाव पुकारले गेले, तेव्हा तिला अजिबातच जमत नव्हतं तरीदेखील मी तिला तिच्या अडखळत्या पावलांनी, एका बाजूला झोक जात असतानादेखील कसेबसे चालवत थेट न्यायाधीश बसले होते त्या मंचापर्यंत घेऊन गेलो. न्यायाधीश सहृदय होते. तिची अवस्था पाहून ते म्हणाले, "अहो, राहूदे, त्यांना जिथे आहेत तिथेच बसू द्या." पण आता मी ऐकणार नव्हतो. मी तिला घट्ट धरून ओढत, ढकलतच कठड्यापर्यंत घेऊन गेलो. न्यायाधीशांनी व्यक्तिश: हजर राहण्यापासून सूट दिली. तिथे असलेल्या सगळ्यांना ऐकू जाईल इतक्या मोठ्या आवाजात मी करवादलो, "यामुळे तरी कायद्याची बूज राखली गेल्याचे स्पष्ट होईल."

कार्यवाहीची नोंद करण्यासाठी न्यायाधीशांनी सांगितले, "आरोपी क्र.१ ने केलेल्या कायमस्वरूपी सूट देण्याच्या विनंती अर्जावर विरुद्ध पक्षाने जबाब नोंदविलेला नाही. परंतु, तक्रारदाराच्या विद्वान वकिलांनी या विनंतीअर्जाबाबत कोणतीही हरकत उपस्थित केली नाही... हरकत उपस्थित केली नसल्याच्या तसेच वैद्यकीय कारणांस्तव, आरोपी क्र.१ यांस या न्यायालयासमोर हजर राहण्यातून पुढील आदेश निघेपर्यंत सूट देण्यात येत आहे..."

तुम्हाला आठवत असेल की, 'दैनंदिन सुनावण्यांसह, शक्य तितक्या लवकरात लवकर' हा दावा निकाली काढावा असा उच्च न्यायालयाने दिलेला आदेश लक्षात घेऊन पूर्वीच्या न्यायाधीशांनी 'आरोपपत्र दाखल करण्यापूर्वीच्या पुरावा छाननी'साठी ७ जानेवारी २०१४ ही तारीख निश्चित केली होती. सध्याची सुनावणी १५ एप्रिल २०१४ रोजी होत होती. न्यायालयात हजर राहण्यापासून सूट मिळण्याची विनंती न्यायाधीशांद्वारे स्वीकारली जाण्याव्यतिरिक्त पडद्यामागे आणखी काय घडत होतं त्याची कल्पना न्यायाधीशांच्या टिप्पणीतील शेवटच्या काही वाक्यांमधून येते : 'तक्रारदाराचा एकही साक्षीदार[४] हजर नाही. स्थगितीची विनंती प्राप्त झाली. त्यावर

४. तक्रारदाराचा साक्षीदार या दाव्यामध्ये हरियाणा प्रदूषण नियंत्रण महामंडळ.

सुनावणी झाली. विनंतीला मंजुरी दिली. आता 'तक्रारदाराच्या वतीने आरोपपत्र दाखल करण्यापूर्वीच्या पुरावा छाननी'साठीची सुनावणी १२-५-२०१४ रोजी घेतली जाईल.'

ही वारंवार घडणारी गोष्ट ठरणार होती : प्रामाणिक सरकारी अभियोक्ता हजर असणार, आम्ही, आरोपी, आणि आमचे काही वकील हजर असणार. परंतु अधिकृत साक्षीदार एकतर 'येण्याच्या वाटेवर' तरी असणार, नाहीतर 'येण्याच्या वाटेवर' सुद्धा नसणारच. आणि प्रत्यक्षात हजर झाल्यानंतर ते काय बोलले याचा तर विचारच न केलेला बरा.

१२ मे २०१४ ची नोंद अशी होती :

> 'आरोपपत्र दाखल करण्यापूर्वीच्या पुरावा छाननीसंदर्भात तक्रारदाराचा एक साक्षीदार हजर आहे आणि त्याची साक्ष घेण्यात आली. तक्रारदाराचा अन्य कोणताही साक्षीदार हजर नाही. स्थगितीची विनंती प्राप्त झाली. सुनावणी झाली. आता तक्रारदारातर्फे आरोपपत्र दाखल करण्यापूर्वीच्या उर्वरित पुरावा छाननीसंदर्भातली सुनावणी २६.५.२०१४ रोजी घेतली जाईल.'

२६ मे २०१४ ची नोंद अशी होती :

> '... आरोपपत्र दाखल करण्यापूर्वीचा कोणताही पुरावा उपलब्ध नाही. स्थगितीची विनंती प्राप्त झाली. सुनावणी झाली. आरोपपत्र दाखल करण्यापूर्वीच्या पुरावा छाननीसंदर्भातली सुनावणी ११.७.२०१४ रोजी घेतली जाईल.'

आणि ११ जुलै २०१४ रोजी :

'...तक्रारदाराचे दोन साक्षीदार उपस्थित होते आणि त्यांची साक्ष घेतली गेली. तक्रारदाराचे अन्य साक्षीदार हजर नाहीत. स्थगितीची विनंती प्राप्त झाली. सुनावणी झाली. मंजुरी दिली. आरोपपत्र दाखल करण्यापूर्वीच्या उर्वरित पुरावा छाननीसंदर्भातली सुनावणी २५.८.२०१४ रोजी घेतली जाईल.'

या प्रत्येक सुनावणीमध्ये तक्रारदाराच्या साक्षीदारांना तीन / चार साचेबद्ध प्रश्न विचारले जात आणि ते त्याची साचेबद्ध उत्तरे देत.

तर २५ ऑगस्ट २०१४ रोजी :

> 'तक्रारदाराचा एक साक्षीदार हजर आहे आणि त्याची साक्ष नोंदवली. तक्रारदाराचा अन्य कोणताही साक्षीदार हजर नाही. तक्रारदाराच्या विद्वान वकिलांनी आरोपपत्र दाखल करण्यापूर्वीच्या छाननीसाठीचे सर्व पुरावे एका अलाहिदा निवेदनाद्वारे सादर केले आहेत. आता आरोपपत्र दाखल करण्याबाबत निर्णय घेण्यासाठीची सुनावणी ०५.०९.२०१४ रोजी होईल.'

यानंतरच्या फेऱ्यामध्ये काय घडलं ते सांगण्यापूर्वी मी जरा दोन पावले मागे जाऊ इच्छितो.

पुनर्मुद्रित सूचना

१९८० च्या दशकातल्या उत्तरार्धात उशिरा कधीतरी, किंवा १९९०/९१ च्या सुरुवातीला अरवली हिल्स भागात एका विकसकाने रहिवासी वसाहतीसाठी लागणाऱ्या पायाभूत सुविधा उभारायला सुरुवात केली होती. शे-दोनशे लोकांप्रमाणे आम्हीदेखील तेथे एक जमिनीचा तुकडा विकत घेतला. या तुकड्यापाशी एक प्रवेशद्वार होते, आणि कुणाच्या तरी कल्पनेनुसार आजूबाजूच्या जमिनीच्या तुकड्यांमधील सीमा निश्चित करण्यासाठी एक काटेरी तारांचे कुंपणदेखील घातले गेले होते.

ऑगस्ट २००५ मध्ये हरियाणा राज्य प्रदूषण नियंत्रण मंडळाकडून आम्हाला एक 'कारणे दाखवा सूचना' प्राप्त झाली. सूचना काहीशा प्रमाणिकृत छापील स्वरूपाची होती. या सूचनेमध्ये मंडळाच्या परवानगीशिवाय करण्यास मनाई करण्यात आलेल्या अनेक कामांसंबंधीची अधिसूचना पर्यावरण आणि वन खात्यातर्फे ७ मे १९९२ रोजी जारी करण्यात आली असल्याचे नमूद करण्यात आले होते. अशा कामांमध्ये 'कोणताही नवा उद्योग स्थापन/विस्तारित/अद्ययावत करणे, खाणकामाच्या भाडेकराराच्या नूतनीकरणासह सर्व प्रकारचे नवे खाणकाम, झाडे कापणे, निवासी जागांचे संकुल उभारणे, फार्म हाउसेस बांधणे, शेड बांधणे, सामाजिक केंद्रे उभारणे, माहिती केंद्रे उभारणे तसेच अशा प्रकारच्या बांधकामाशी संबंधित अन्य कोणतीही कामे करणे (त्याच्याशी संबंधित किंवा अशा प्रकारच्या कोणत्याही भागात कोणत्याही प्रकारचे रस्ते बांधणे यासह)', विद्युतीकरण यांचा समावेश होता. अशा स्वरूपाच्या कोणत्याही कामासाठी ते काम करू इच्छिणाऱ्या व्यक्तीने संबंधित खात्याकडून पूर्वपरवानगी घेणे अनिवार्य केले होते.

टेकड्यांचे संरक्षण झाले पाहिजे, याबाबत दुमत असायचे काही कारणच नव्हते. अधिसूचना काढण्यामागच्या हेतूबद्दल भांडावे असे कोणाला वाटेल? मात्र

प्रत्यक्ष जागेवरील वस्तुस्थितीमुळे खरा प्रश्न निर्माण झाला होता. जारी केलेली अधिसूचना असो वा नसो, प्रत्यक्ष जागेवर खाणकाम चालू होते हे सगळ्यांनाच दिसत होते – तेथून खाणकाम करून काढलेल्या आणि दिवसाढवळ्या ट्रक भरभरून नेल्या जात असलेल्या गोष्टींबद्दल वर्तमानपत्रांमधून छायाचित्रांसह नित्यनेमाने बातम्या छापून येत होत्या.

अधिसूचनेबद्दल खरोखरच काही प्रश्न नव्हता. तसेच आमच्यापुरतं बोलायचं, तर आम्हाला एका छापील पत्रकाच्या स्वरूपात आलेल्या 'कारणे दाखवा सूचने'बाबतही काही प्रश्न नव्हता, अशा छापील सूचना यच्चयावत सगळ्यांनाच पाठवलेल्या असणार होत्या. तरीदेखील या सूचनेमुळे मी अस्वस्थ झालो आणि संतापलोदेखील, कारण ही सूचना 'प्राप्त माहितीनुसार आपण आपल्या फार्म हाउसचे/निवासी जागेचे/इमारतीचे बांधकाम, दिनांक ... ... च्या अरवली अधिसूचनेचा भंग करणाऱ्या स्वरूपात, नैसर्गिक डोंगरावर केले असल्याचे कळते' असे सगळ्या जगाला जाहीर करत होती. वास्तवात आम्ही काहीच बांधकाम केले नव्हते. सूचनेचा शेवट अशुभसूचक होता :

> ज्याअर्थी तुम्ही नैसर्गिक डोंगरावर बांधकामाची कामे करून अरवली अधिसूचनेचा भंग केला आहे, त्याअर्थी पर्यावरण संरक्षण अधिनियम १९८६ नुसार तुमच्यावर कारवाई का करण्यात येऊ नये (याप्रकारे). या कारणे दाखवा सूचनेला १५ दिवसांच्या आत जबाब देण्यास तुम्हास निर्देशित करण्यात येत आहे, अन्यथा या संदर्भात तुमचे काहीही म्हणणे नसल्याचे गृहीत धरले जाईल आणि कोणतीही सूचना दिल्याशिवाय कारवाई केली जाईल तसेच तुमच्याविरुद्ध कायदेशीर कारवाई सुरू करण्यात येईल.

उत्तरादाखल अनिता आणि मी लिहिले : संदर्भित प्लॉटमध्ये आम्ही काहीही बांधकाम केलेले नाही. आमच्याकडून अधिक माहिती सादर केली जाणे अपेक्षित असल्यास, आम्ही आपणासमक्ष हजर राहू...

त्यानंतर यावर आम्हाला काहीही विचारले गेले नाही.

दोन वर्षांनंतर ऑगस्ट २००७ मध्ये आम्हाला आणखी एक छापील स्वरूपाचे पत्र मिळाले. जमिनीच्या प्रत्येक खरेदीदारासाठी तयार केले असावे असे ते पत्र पाहून वाटत होते. छापील मजकुरात फक्त तीन ठिकाणी मोकळ्या जागांच्या ठिकाणी हाताने काहीतरी लिहिले होते – आणि ती प्रत्येक जागा अधोरेखित केलेली होती. या पत्राद्वारे दिनांक १८-०८-०५ च्या कारणे दाखवा सूचनेसंदर्भातला आमचा जबाब त्यांना मिळाला असल्याची पोहोच दिली होती. तसेच आमच्या जबाबात

नमूद केलेल्या मुद्द्यांच्या पुष्टीकरणासाठी पुढील माहिती सादर करावयाचे निर्देशित केले होते : (एक) तुम्हाला कोणता प्लॉट देण्यात आला होता; (दोन) कोणत्या प्लॉटसंदर्भात सब-रजिस्ट्रारकडे खरेदी/हस्तांतरण करार नोंदणीकृत करण्यात आला होता; (तीन) वीज महामंडळाकडून तुम्ही कोणत्या प्लॉटवर वीजजोडणी करून घेतली; (चार) कोणत्या प्लॉटवर ट्यूब वेल प्रस्थापित केली; (पाच) असल्यास, इमारत बांधणीच्या नकाशाला पात्र प्राधिकरणाची मंजुरी मिळण्यासंदर्भातील तपशील; (सहा) 'असल्यास, जमिनीच्या वापरात बदल करण्यासंबंधी/ शहर आणि नगर नियोजन विभागाकडून/स्थानिक व्यवस्थापनाकडून मिळवलेल्या परवानगीचा' तपशील.

पुन्हा एकदा : १५ दिवसांच्या आत उत्तर द्या, नाहीतर...

आम्ही ताबडतोब उत्तर पाठवले :

१. प्लॉट आम्हाला दिल्याची तारीख : ३१.१२.९०
२. सब-रजिस्ट्रारकडे खरेदी/हस्तांतरण करार नोंदणी झाल्याची तारीख : ३१.१०.०७
३. कोणत्याही स्वरूपाची वीजजोडणी घेतली नाही
४. कोणत्याही स्वरूपाची ट्यूब वेल उभारली नाही
५. कोणताही इमारत बांधकाम आराखडा मंजुरीसाठी सादर केला नाही
६. जमिनीच्या वापरात बदल करण्यासाठी कोणतीही परवानगी मागितलेली नाही

अधिक माहितीची अपेक्षा असल्यास आम्ही पुन्हा एकदा व्यक्तिशः हजर राहून माहिती देण्याची तयारी दर्शवली.

ही होती नोव्हेंबर २००७ मधली गोष्ट. तोपर्यंत प्रकृती अस्वास्थ्यामुळे अनिताला दिल्लीतल्या थंडीला तोंड देणे अधिकच कठीण होत चालले होते. त्याच सुमारास पुणे शहरापलीकडे एक नवे 'शहर' वसवले जात असल्याची योजना असल्याची एका मित्राने आम्हाला माहिती दिली. अनिता आणि आमच्या मुलासाठी ते फारच चांगले ठरेल, असा आम्ही विचार केला. पण तिथे घर बांधायला पैसा उभा करायचा, तर अरवली रिट्रीटमधला प्लॉट विकणे गरजेचे होते.

मग २७ मार्च २००८ रोजी आम्ही तो प्लॉट विकला.

परंतु प्रत्यक्ष जागेवरची वस्तुस्थिती काय होती याकडे कोणीही लक्ष देत नव्हते. आम्हाला आणखी एक कारणे दाखवा सूचना मिळाली. हरियाणा प्रदूषण नियंत्रण मंडळाच्या प्रमुखांना फोन करून मी त्यांना घटनाक्रम स्पष्ट करून सांगितला : विशेषतः आम्ही तिथे कोणतेही बांधकाम केले नसल्याचे सांगितले, आणि वस्तुतः

तो प्लॉट आम्ही दुसऱ्या व्यक्तीला विकला असल्याचेही सांगितले. ते म्हणाले, की हे प्रकरण हाताळणारे अधिकारी नशिबाने त्यांच्या समोरच बसले आहेत, तेव्हा ते त्यांना फोन देतील, आणि मी थेट त्यांनाच सर्व गोष्टी स्पष्ट करून सांगाव्या. मग त्या अधिकाऱ्याच्या माहितीसाठी मी पुन्हा एकदा तारखांसहित वस्तुस्थिती सांगणाऱ्या घटनांची क्रमवार उजळणी केली. त्यांचे समाधान झाले असावे. आम्ही प्लॉट विकला तेव्हाचे खरेदीखत त्यांना पाठवण्याची त्यांनी मला विनंती केली.

मी तसे केले. हे झाले जानेवारी २००९ मध्ये.

परिणाम शून्यच होता. कारण जुलै २०१४ मध्ये आम्हाला आणखी एक छापील कारणे दाखवा सूचना प्राप्त झाली :

प्रति,
श्रीमती अनिता शौरी,
..

किंवा
ज्या व्यक्तीस लागू आहे अशा व्यक्तीस,

ज्याअर्थी माझ्या असे निदर्शनास आणून देण्यात आले आहे, की तुम्ही वसती करण्याच्या उद्देशाने (प्लॉट क्र.एफ-३५) बेकायदेशीररीत्या एका फार्महाउसचे बांधकाम केले आहे ...

त्याअर्थी तुम्हास यापुढे कोणत्याही स्वरूपाचा नियमभंग करण्यास प्रतिबंध करण्याचा तसेच सात दिवसांच्या आत माझ्या कार्यालयामध्ये हजर राहण्याचा आदेश देण्यात येत आहे; तसेच नियमभंग केलेली जमीन जिथे आहे तिथेच पूर्वस्थितीत आणून देण्याचा आदेश तुमच्यावर का काढण्यात येऊ नये, अथवा जिथे आहे तिथेच त्याच्या मूळ स्थितीत परिवर्तित करून देण्याचा किंवा संदर्भित कायद्यातील तसेच नियमावलीतील तरतुदींचे पालन होईल अशा स्वरूपात जिथे आहे तिथेच परिवर्तित करून देण्याचा आदेश का देऊ नये; याची कारणे दाखवण्याचा आदेश देण्यात येत आहे (याप्रकारे),

मी तत्काळ दुसऱ्या दिवशीच लिहिलेल्या उत्तरात सगळी वस्तुस्थिती पुन्हा सांगितली. २००५ सालापासून आम्ही याच ठरावीक प्रश्नांना उत्तरे पाठवत असल्याचेही मी निदर्शनास आणून दिले; तसेच याकडे कुणीही नीट लक्षच दिलेले नाही, उलट विशेष पर्यावरण न्यायालय, फरिदाबाद, येथे एक दावा दाखल करण्यात आला आहे; आणि हा दावा म्हणजे केवळ मनस्ताप देण्यासाठी चालवलेला कोर्टकज्जाचा

खेळ आहे असेही नमूद केले.

काहीच उत्तर आले नाही.

बऱ्याच काळानंतर न्यायालयीन कामकाजाच्या नोंदी माझ्या हाती आल्यानंतर असे दिसून आले, की वास्तविक पाहता, कारणे दाखवा सूचनांना वस्तुस्थिती विषद करणारी उत्तरे पाठवून आवश्यक ते सर्व काही आम्ही करत होतो अशा समजुतीखाली आम्ही जेव्हा होतो, तेव्हा आणि त्यापूर्वीपासूनच बराच काळ या संदर्भातली न्यायालयीन प्रक्रिया चालू होती हे आमच्या गावीही नव्हते.

३१ ऑक्टोबर २००७ रोजी तो प्लॉट अनिताच्या नावावर नोंदविला गेला होता. आणि आम्ही तो प्लॉट २७ मार्च २००८ रोजी विकला होता.

आम्ही बेकायदेशीरपणे एक फार्महाउस बांधले असल्याची तक्रार २८ ऑक्टोबर २००९ रोजी दाखल करण्यात आली होती. न्यायालयीन कामकाजाच्या नोंदीमध्ये अनिताच्या नावाने फेब्रुवारी २०१० मध्ये समन्स काढले गेल्याची नोंद होती. तसेच जामीनपात्र वॉरन्ट त्याच वर्षाच्या नोव्हेंबरमध्ये काढले होते : 'आरोपीला पाठवण्यात आलेल्या सूचनांची पोचपावती पुनर्प्राप्त झाली नाही,' त्यामुळे जामीनपात्र वॉरन्ट काढले गेले. आणि त्यानंतरच्या त्या वेळच्या न्यायाधीशांनी काढलेल्या आदेशात तक्रारीत नमूद केलेल्या सर्व आरोपांचा उल्लेख होता. त्यानंतर फेब्रुवारी २०११ मध्ये : 'उर्वरित आरोपींवरील जामीनपात्र वॉरन्ट्सची पोचपावती पुनर्प्राप्त झाली नाही. २५.५.११ च्या सुनावणीस हजर राहण्यासाठी उर्वरित आरोपींच्या नावे नवी जामीनपात्र वॉरन्ट्स काढण्यात यावी.'

त्या दिवसाकरिता, तोच झिजलेला रबर स्टॅम्प होता आणि तारीख होती २४ मे २०११ :

उपस्थित : कुणी नाही
मी २५/५/११ रोजी नै.र./प.र./वि.र./वै.र. घेत असल्याने
दावा आज विचारार्थ घेतला.
एक नवे न्यायाधीश आले.
उच्च न्यायालयाच्या आदेशाच्या प्रतीक्षेत.

४ मे२०१२ ची कार्यवाही... २८ मे २०१२ ची कार्यवाही : आरोपी क्र.२ (ज्याने आमच्याकडून प्लॉट विकत घेतला तो सदगृहस्थ) हजर... म्हणजे आता न्यायव्यवस्थेला हे ज्ञात झाले असणार, की प्लॉटवर आमची मालकीदेखील नव्हती.

पुढील कार्यवाही : अनिता न्यायालयात हजर असण्याची खातरजमा करण्यासाठी जामीनपात्र वॉरन्ट काढणे.

३ ऑक्टोबर २०१२ ची कार्यवाही : '...आरोपपत्र दाखल करण्यापूर्वीच्या पुरावा-छाननीसाठी तक्रारदारातर्फे अनवधानाने सुनावणीची तारीख निश्चित केली गेली, तथापि, आरोपी क्र.१ आजपर्यंत न्यायालयात हजर झालेली नाही. आता ती व्यक्ती ३०.१०.२०१२ रोजी न्यायालयात हजर राहण्याची खातरजमा होण्यासाठी संबंधित पोलीस चौकीतील स्टेशन हाउस ऑफिसरद्वारे अटक वॉरन्ट पाठवण्यात यावे.'

२८ फेब्रुवारी २०१३ रोजीदेखील अशाच स्वरूपाची नोंद – म्हणजे अनिता न्यायालयात हजर नाही, म्हणून पुन्हा एकदा अ-जामीनपात्र वॉरन्ट काढण्यात यावे. आणि असेच पुन्हा २३ मार्च २०१३, १३ मे २०१३ आणि ३० मे २०१३ रोजीदेखील...

आणि हे सर्व होत असताना, तक्रारदार, हरियाणा प्रदूषण नियंत्रण मंडळ तसेच ते न्यायालय, या सगळ्यांनी आमच्याशी म्हणून जो पत्रव्यवहार केला गेला, आणि ती समन्स आणि वॉरन्ट्स ज्या त्यांच्याकडे नोंद असलेल्या आमच्या पत्त्यावर पाठवली गेली असे दाखवले गेले, त्याच आमच्या राहत्या घरात – आमच्यापासून फक्त ३० किलोमीटरवर असलेल्या ठिकाणावरून आमच्यावर कोसळण्याच्या तयारीत असलेल्या दरडीची पुसटशी जाणीवदेखील नसलेले आम्ही - राहत होतो.

शेवटी, ८ जुलै २०१३ रोजी अशी नोंद झाली :

> आरोपी क्र.१ वर काढण्यात आलेली वॉरन्ट्स आरोपीवर बजावली गेल्याच्या किंवा न गेल्याच्या नोंदीसह न्यायालयास पुनर्प्राप्त झाली नाहीत. संदर्भित नोंदी पाहिल्यावर (याप्रकारे) असे दिसते की मागील अनेक सुनावण्यांच्या तारखांसंबंधींची आरोपी क्र.१ वर काढलेली वॉरन्ट्स बजावली न जाताच न्यायालयाकडे परत आली आहेत किंवा परत आलीच नाहीत. यावरून आरोपी ती घेण्याचे टाळत असल्याचे स्पष्ट होत आहे आणि (याप्रकारे) सर्वसामान्य प्रक्रियेद्वारे त्याच्या न्यायालयात हजर राहण्याची खातरजमा करता येत नाही; आणि म्हणून २६.८.२०१३ रोजी त्याने हजर राहावे याची खातरजमा करण्यासाठी फौजदारी प्रक्रिया संहिता, कलम क्र.८२ अंतर्गत फरारनामा घोषित करण्यात यावा. हा फरारनामा प्रसिद्ध झाल्याबाबतचे निवेदन सादर करण्यासाठी उल्लेखित तारखेस फरारनाम्याची अंमलबजावणी करणाऱ्या पोलीस अधिकाऱ्यानेदेखील न्यायालयात हजर राहावे.

आणि अशा प्रकारे अनिता एक कायद्याने घोषित 'फरारी' व्यक्ती ठरली.

‘तुमच्या विरुद्धचा हा दावा रद्द करायचा असता तर...’

मी प्रत्येक तारखेला इमानेइतबारे न्यायालयात उपस्थित राहत असे. एकुणात असंख्य वेळच्या सुनावण्या आणि स्थगितीनंतरच्या सुनावण्यांदरम्यान न्यायालयात चार शासकीय कर्मचाऱ्यांची ‘तपासणी’ झाली. म्हणजे, त्यांना काही साचेबद्ध प्रश्न विचारले गेले – ‘ही तीच अधिसूचना आहे का...?’, ‘गावाच्या दप्तरी असलेली नोंद हीच आहे का...?’ ‘तुम्ही तपास केला का...?’ – आणि ते लोक साचेबद्ध उत्तरे देत.

अत्यंत ढिसाळपणे आणि ठोकळेबाज पद्धतीने चाललेली असली तरी या सगळ्या देवाणघेवाणीतून माझ्या दृष्टीने महत्त्वाच्या असलेल्या ज्या पाच मुद्द्यांची नोंद केली गेली ते असे :

- गावाच्या दप्तरातील नोंदीनुसार तो प्लॉट ३१ ऑक्टोबर २००७ रोजी आमच्या नावावर नोंदलेला होता, आणि तो आरोपी क्र. २ ला २७ मार्च २००८ रोजी विकला गेला होता हे सिद्ध होत होते.
- ज्याचा वारंवार ‘फार्महाउस’ म्हणून उल्लेख केला जात होता ती प्रत्यक्षात एक अगदी छोटी – कुणीही सुरक्षारक्षकाला राहण्यापुरती बांधावी अशी खोली होती.
- संबंधित खात्याच्या नियमांनुसार प्रत्यक्ष जागेची नियमित काळानंतर तपासणी केली जाणे आवश्यक होते. प्रत्यक्षात फक्त एक ‘तपासणी’ केली असल्याचे दिसत होते. ज्या व्यक्तीने ‘तपासणी’ केली असे म्हटले गेले होते त्या व्यक्तीने शपथपूर्वक दिलेल्या साक्षीत असे म्हटले, की त्याने १७ एप्रिल २००९ रोजी, म्हणजेच आम्ही ती जागा विकल्यानंतर कितीतरी दिवसांनंतर, ‘तपासणी’ केली,
- त्याला विचारलेल्या प्रश्नांना उत्तरे देताना, प्रवेशद्वार आणि ‘कम्पाउन्डची भिंत’, आणि रस्ता १९९२ पूर्वी – म्हणजे पर्यावरण खात्याने तो अधिनियम जारी केला त्याच्या आधी – उभारला गेला होता किंवा कसे याबद्दल तो निश्चित काही सांगू शकत नाही, असे तो म्हणाला.
- तसेच ती खोली आम्ही तो प्लॉट विकत घेण्यापूर्वी, किंवा तो प्लॉट आमच्या मालकीचा असतानाच्या काळात, किंवा आम्ही तो विकल्यानंतरच्या काळात बांधली गेली होती का याबद्दलदेखील तो काहीच निश्चितपणे सांगू शकला नाही.

मला सांगण्यात आलं, 'नोंदी अगदी स्पष्ट आहेत, हे खरं आहे. तुम्ही कोणत्याही प्रकारचं बांधकाम उभं केलं नाही. प्लॉटची मालकी आरोपी क्र.२ कडे आहे. सगळं खरं आहे. पण आत्ता या टप्प्यावर तुमच्याविरुद्धचा हा दावा रद्द केला गेला, तर राजकीय दबावामुळे तसे केले गेले किंवा पैसे घेतले गेल्याचा आरोपदेखील होऊ शकेल.' सांगणारी व्यक्ती पहिल्यापासूनच सहानुभूतीने वागत होती आणि ती नंतरच्या काळातदेखील सहानुभूतीपूर्ण आणि साहाय्यकारी राहिली : त्यांच्याबद्दल माझ्या मनात संतापाची भावना निर्माण झाली नाही. आणि 'व्यवस्थे'बद्दल राग बाळगण्यात काहीच अर्थ नव्हता. परिस्थितीला शरण जाणे एवढा एकच पर्याय समोर होता.

असं असूनदेखील ५ सप्टेंबर २०१४ रोजीच्या सुनावणीदरम्यान न्यायाधीशांनी दिलेल्या, 'सुनावणी घेतली. प्रथमदर्शनी पाहता पर्यावरण रक्षण अधिनियम, १९८६ च्या कलम क्र.१५ अंतर्गत शिक्षापात्र गुन्हा झाला असल्याचे दिसून येते.' अशा निर्णयामुळे मला वेड लागायची पाळी आली. मग लावलेल्या आरोपांचे विवरण असलेले आरोपपत्र आम्हाला देण्यात आले.

पुढल्या सुनावणीच्या वेळी १३ ऑक्टोबर २०१४ रोजी न्यायाधीशांनी, 'आरोप दाखल केल्यानंतरचा पुरावा उपलब्ध नाही,' असे नोंदविले. 'स्थगितीची विनंती करण्यात आली. सुनावणी झाली. तक्रारदाराने आरोपपश्चात पुरावा दाखल करावा यासाठी १७.११.२०१४ रोजी सुनावणी घेण्यात येईल.' असेही नोंदवले.

आणि १७ नोव्हेंबर रोजी काय झाले? 'आरोपपत्रानंतरचा पुरावा उपलब्ध नाही. स्थगितीची विनंती प्राप्त झाली. सुनावणी झाली. तक्रारदाराने आरोपपश्चात पुरावा दाखल करावा यासाठी २५.११.२०१४ रोजी सुनावणी घेण्यात येईल.'

आणि मग २५ नोव्हेंबरला काय झालं? 'तक्रारदाराच्या दोन उपस्थित साक्षीदारांची तपासणी झाली. तक्रारदाराचे अन्य साक्षीदार उपस्थित नव्हते.' आरोपपत्र दाखल करण्यापूर्वीच्या टप्प्यावर असताना ज्या व्यक्तींची 'तपासणी' आणि 'उलटतपासणी' केली जात होती त्याच व्यक्ती आतादेखील येऊन पुन:पुन्हा मागचीच उजळणी म्हणत होत्या, त्यामुळे आमच्या वकिलांनी 'आरोपपत्र दाखल केल्यानंतरच्या पुराव्याच्या छाननीसंदर्भातील उर्वरित साक्षीदारांची आरोपपत्र दाखल करण्यापूर्वीच नोंदवल्या गेलेल्या पुराव्यांनिशी पुन्हा उलटतपासणी करावयाची नाही' असे न्यायाधीशांना सांगितले. तक्रारदाराच्या वकिलाने त्याचा पक्ष मांडून पूर्ण केला. पुढच्या सुनावणीसाठी १६ डिसेंबर २०१४ ही तारीख निश्चित झाली.

आणि त्या दिवशी पुन्हा एकदा सुनावणी स्थगित करण्यात आली. कामकाजाच्या नोंदीमध्ये ही स्थगिती 'आरोपीच्या विद्वान वकिलांच्या विनंतीनुसार' देण्यात आली असे नोंदवलेले दिसते – म्हणजे हे कुणातरी दुसऱ्या आरोपीच्या वतीने झाले

असावे, कारण मी तर न्यायालयात हजर होतो आणि हा खटला लवकरात लवकर निकाली निघावा याबाबत उतावीळ झालेलो होतो. न्यायाधीशांनी आरोपीचे निवेदन नोंदविण्यासाठी १६ जानेवारी २०१५ ही तारीख निश्चित केली.

अनिता त्या दिवशी न्यायालयात हजर राहू शकली नाही, त्यामुळे तिचा जबाब एका प्रश्नमालिकेला तिने द्यावयाच्या उत्तरांद्वारे मिळवावा असे न्यायाधीशांनी ठरवले. १६ जानेवारी रोजी दुपारच्या जेवणाच्या वेळेपूर्वी ती प्रश्नमालिका माझ्या हाती सोपवण्यात आली. ही प्रश्नमालिकादेखील सर्वसाधारणपणे अनेक आरोपींना दिल्या गेलेल्या प्रश्नमालिकांसारखीच वाटत होती, त्यामुळे त्याची उत्तरेदेखील तयारच होती. त्यामुळे त्या प्रश्नांची उत्तरे न्यायाधीशांकडे दुपारच्या जेवणाच्या वेळेनंतर सुपूर्द करण्यात आली.

पुढील सुनावणीच्या वेळी इतर आरोपी गैरहजर होते. आणि त्यानंतरच्या सुनावणीच्या वेळी यासारख्याच दुसऱ्या एका खटल्यामध्ये विकसकांना आरोपातून मुक्त करण्यात आले असल्याचे निकालपत्रच विकसकाच्या वकिलाने न्यायालयास सादर केले. त्या खटल्यामध्ये त्यांना निर्दोष ठरवण्यात आले असल्यामुळे, त्यांच्यावर या बाबतीतही न्यायालयीन कारवाई तसेच दंडात्मक कारवाईदेखील करणे योग्य नाही, अशी त्या वकिलांनी त्यांची बाजू मांडली. आमच्या वकिलाने त्याचे म्हणणे २ मार्च २०१५ रोजी झालेल्या पुढील सुनावणीच्या वेळी पूर्ण केले.

त्या दिवशीच्या नोंदीमध्ये असे लिहिले आहे, 'उत्तरवादीच्या बाजूचा कोणताही पुरावा उपलब्ध नाही. आरोपी क्र. १ च्या विद्वान वकिलांनी आपली बाजू मांडण्याचे काम पूर्ण केले आहे. सम तारखेच्या एका अलाहिदा निकालपत्राद्वारे मी सर्व आरोपींना त्यांच्यावर लावण्यात आलेल्या आरोपांमधून मुक्त केले आहे. संदर्भित जामीनपत्रे आणि हमीपत्रे आता रद्द ठरत आहेत. संदर्भित प्रक्रिया पूर्ण झाल्यानंतर या खटल्याच्या नोंदी असलेली फाइल दस्तावेज संरक्षण कक्षाकडे सोपवण्यात यावी.'

हे निकालपत्र साडेबारा पानांचे आहे. संदर्भित अधिसूचना जारी केली जाण्यापूर्वीच त्याबद्दलची माहिती विकसकांना मिळाली होती, आणि त्यांनी 'महसूल विभागातील अधिकाऱ्यांबरोबर संगनमत केले, आणि त्याद्वारे रायसिना गावाच्या महसुलासंबंधीच्या नोंदींमध्ये चुकीच्या, क्षुल्लक आणि बेकायदेशीर नोंदी करवण्यात ते यशस्वी झाले. ती जमीन वसाहत-संकुल उभारणीसाठी योग्य असल्याचे दाखवणारा चुकीचा बदल त्यांनी संगनमताने घडवून आणला; असा आरोप हरियाणा प्रदूषण नियंत्रण मंडळाने केला होता. आम्ही संदर्भित प्लॉट विकत घेतलेला होता आणि त्यामुळे 'त्यावर कम्पाउन्डची भिंत, मुख्य (प्रवेशद्वार?) तसेच एक खोली, इतके बांधकाम अन्य आरोपींसह संगनमताने उभारले' असल्याचा आरोप आमच्यावर लावण्यात आला होता...'

निकालपत्रामध्ये विविध निवेदनांचा उल्लेख करण्यात आला होता. न्यायाधीशांचे निष्कर्ष ठाशीव स्वरूपाचे होते. आमच्या खटल्याशी संबंधित गोष्टींचा तपशील विचारात घेऊन न्यायाधीशांनी असे नोंदविले होते, '१९९१ सालापासून आम्हाला हस्तांतरित केल्याच्या तारखेपर्यंत ती जमीन अ-कृषक स्वरूपाची असून त्या जमिनीची नोंद त्यावर फार्महाउस आहे अशा स्वरूपात 'जमाबंदी'[५] मध्ये दिसत असल्याचे त्याने (पटवारीने) त्याच्या उलटतपासणीदरम्यान मान्य केले होते.' दुसरे म्हणजे, गावच्या नोंदीनुसार व संदर्भित खरेदीखतांनुसार तो जमिनीचा तुकडा ३१ ऑक्टोबर २००७ रोजी अनिताच्या नावावर होता, आणि २७ मार्च २००८ रोजी आम्ही तो विकलाही होता; हे सगळे तक्रारदाराच्या साक्षीदाराने मान्य केले होते. तिसरे म्हणजे जमिनीची प्रत्यक्ष तपासणी आम्ही तो प्लॉट विकल्यानंतर तब्बल एका वर्षानंतर केली गेली होती. चौथे म्हणजे, 'बांधकामाला सुरुवात कधी झाली आणि ते किती काळ चालले होते याबद्दल त्यांना (प्रादेशिक अधिकाऱ्याला) काहीच सांगता आले नव्हते.' पाचवी गोष्ट अशी होती, की, 'प्रत्यक्ष तपासणी करून, 'एक कम्पाउन्डची भिंत व एक खोली' बांधलेली होती असे ज्याने सांगितले होते त्याच्या उलटतपासणीदरम्यान त्याने फार्महाउससंदर्भातले पहिले बांधकाम कधी झाले असावे याबद्दल त्याला निश्चित काही सांगता येणार नाही असे सांगितले होते.

परंतु ज्या कारणामुळे हा दावा कोसळला त्याचा आमच्यावरील खटल्याशी तसा काही संबंध नव्हता. वकील लोक ज्या दाव्याला संदर्भित सर्व दाव्यांची 'आई' म्हणत होते तो दावा विकसकांविरुद्धचा दावा होता. हरियाणा प्रदूषण नियंत्रण मंडळाने असा दावा केला होता, की विकसकाने ग्राम अधिकाऱ्यांना हाताशी धरून संदर्भित जमिनीच्या धारण-हेतूमध्ये खोटे बदल केले होते. त्यामुळे या आधाराने त्यानंतर झालेले सर्व व्यवहार बेकायदेशीर ठरतात. पुराव्यांची छाननी केल्यानंतर, न्यायाधीशांनी पुढीलप्रमाणे निर्णय दिला :

> १९९१ सालच्या रब्बी पिकासंदर्भातील राज्य सरकारकडील नोंदींमध्ये, तसेच १९९०-९१ सालच्या जमाबंदीमध्ये म्हणजेच राज्य सरकारच्या जमीन / महसूलविषयक नोंदींमध्ये संदर्भित / संबंधित अ-कृषक जमिनीवर फार्महाउस असल्याचे सर्वमान्य आहे. आता ही नोंद महसूल अधिकाऱ्यांबरोबर संगनमत करून चुकीची / खोटी तयार केलेली आहे, हे सिद्ध करण्याची

५. अधिकाराभिलेख (Record of rights)

जबाबदारी तक्रारदारावर आहे. परंतु आरोपी आणि महसूल अधिकारी यांच्यात असे संगनमत झाले असल्याचा (या प्रकारचा) कोणताही पुरावा या खटल्याच्या नोंदीमध्ये दाखल करण्यात आलेला नाही...

तसेच या नोंदी खोटेपणा करून केलेल्या होत्या हे सिद्ध करण्याची जबाबदारी तक्रारदाराची होती; परंतु वरील चर्चेनुसार असे दिसून येते की दैनंदिन विशेष नोंदींमध्ये आणि नंतर जमाबंदीमध्येदेखील सध्या दिसणारे बदल हे कायद्यानुसार केले नव्हते असे सिद्ध करणारा कोणताही दस्तावेज दाखल करण्यात आलेला नाही... अशाप्रकारे वरील चर्चेनुसार १९९०-९१ ची जमाबंदी नोंद करताना कोणत्याही प्रकारची हातमिळवणी किंवा बनावट फेरफार केली असावी असे तक्रारदार सिद्ध करू शकलेला नाही आणि त्यामुळे सर्वकाही यथायोग्य असल्याचे खंडनदेखील करू शकलेला नाही.

न्यायाधीशांनी आमच्यावरील आरोपांचा उल्लेख केला, आणि असा निष्कर्ष नोंदविला :

अरवली अधिसूचना वादग्रस्त जमिनीसंदर्भात लागू असल्याचे गृहीत धरले तरीदेखील आरोपी क्र. १ व आरोपी क्र.२ ने बांधकामास सुरुवात कधी केली आणि ते कधी पूर्ण झाले याबद्दलचा (याप्रकारचा) कोणताही पुरावा उपलब्ध नाही. संदर्भित बांधकाम हे १९९२ नंतर पूर्ण झाले असल्याचे सिद्ध करणारा कोणताही बांधकाम तपासणी अहवाल उपलब्ध नाही. तसेच फार्महाउस - प्लॉट क्र. एफ-३५ वर उपलब्ध असलेली खोली कुणी बांधली याचीदेखील खात्री देता येत नाही, त्यामुळे या संशयाचा फायदा आरोपीला निश्चितच द्यायला हवा.

म्हणून न्यायाधीशांचा निकाल असा :

अरवली अधिसूचना आरोपीच्या अरवली रिट्रीट येथील जमिनीबाबत लागू होती असे सिद्ध करण्यात तक्रारदार / फिर्यादी पक्ष सपशेल अपयशी ठरला आहे तसेच अरवली अधिसूचना जारी झाल्यानंतर आरोपीने केलेल्या कोणत्याही स्वरूपाच्या बांधकामामुळे सध्याचा आरोपी शिक्षापात्र आहे असे सिद्ध करण्यातदेखील तो अपयशी ठरला आहे. म्हणून आरोपी, दिनांक ०७.०५.१९९२ च्या अरवली अधिसूचनेचे उल्लंघन केल्याबद्दल पर्यावरण

संरक्षण अधिनियमाच्या कलम १५ अंतर्गत दाखल केलेल्या आरोपातून निर्दोष मुक्त करण्यास पात्र आहेत.

माझ्या वरील विवेचनाच्या अनुषंगाने सर्व आरोपींना त्यांच्यावर दाखल केलेल्या आरोपातून निर्दोष मुक्त करण्यात येत आहे...

काही वस्तुस्थितीदर्शक गोष्टी

आम्ही तो प्लॉट ७ मार्च २००८ रोजी विकला होता.

हरियाणा प्रदूषण नियंत्रण मंडळाने २८ ऑक्टोबर २००९ रोजी त्यांची तक्रार नोंदविली – आणि आम्ही तो प्लॉट दीड वर्षापूर्वीच विकलेला होता तरीदेखील आम्हाला त्यात गोवले गेले.

दिनांक २ मार्च २०१५ रोजी म्हणजे खटल्याच्या कामकाजाला सुरुवात झाल्यानंतर सहा वर्षांनी आमची निर्दोष मुक्तता झाली.

या सर्व काळादरम्यान, जितके आकर्षक तितकेच विध्वंसक असलेले – अवैध खाणकामाचे धंदे – अगदी दिवसाढवळ्या, राजरोस चालू होते.

या सहा वर्षांदरम्यान, चार न्यायाधीशांनी या खटल्याचे कामकाज हाताळले.

या न्यायाधीशांनी हा खटला कोणत्या ना कोणत्या स्वरूपात चाळीस वेळा विचारार्थ घेतला.

सर्वच्या सर्व चाळीस वेळा विचारार्थ घेतला जात असताना या खटल्यामध्ये फक्त चार साक्षीदारांची 'तपासणी' आणि 'उलटतपासणी' करण्यात आली.

'तपासणी' आणि 'उलटतपासणी' तशी साचेबद्धच होती, त्यामुळे एखाद्या साक्षीदाराला जास्तीत जास्त १५-२० मिनिटेच प्रश्न विचारले गेले : म्हणजे चार साक्षीदारांसाठी एकूण एक तास, किंवा उदार मनाने हिशेब करायचा, तर एकूण दोन तास लागले.

आमच्या व्यतिरिक्त आणखी ७०६ जण आरोपी होते. खरं म्हणजे मी 'होते' असं म्हणणं चूक आहे '७०६ आरोपी आहेत' असं म्हणणं जास्त बरोबर आहे. कारण मी हे लिहितोय त्यावेळेसदेखील यापैकी बरेच खटले अजूनही चालूच आहेत.

आणि कृपया हे लक्षात घ्या, की या प्रत्येक आरोपीच्या संदर्भात, प्रत्येक टप्प्यावर अनंत पायऱ्या पार करणे आवश्यक होते. तुमच्या पत्नीची जामिनावर सुटका व्हावी म्हणून तुम्ही हमी द्यायला तयार आहात काय? तर मग तुमच्या राहण्याच्या ठिकाणाच्या पत्त्याचा पुरावा, तुमच्या बँकेच्या खात्यात आत्ता किती रक्कम शिल्लक आहे त्याची बँकेकडील नोंद, तुमच्या स्थावर-जंगम मालमत्तेची

सूची... तुमच्या पत्नीला काय झालंय असं तुम्ही म्हणालात? १९९२ पासून तिला पार्किन्सनचा आजार असल्याची तुमच्याकडे असलेली सगळी टिपणे पुरेशी नाहीत; तुम्ही त्यांच्या आत्ताच्या स्थितीबद्दलचे वैद्यकीय प्रमाणपत्र सादर करणे आवश्यक आहे. तिला कसला झटका आला होता म्हणालात तुम्ही? फुफ्फुसात रक्ताच्या गुठळ्या शिरल्याने तिला श्वासोच्छ्वासाला अडथळा झाला होता आणि त्यामुळे तिचा जीव जाण्याचीदेखील शक्यता होती, आणि तसे नमूद केलेला गंगाराम हॉस्पिटलमधून घरी सोडतानाचा वैद्यकीय दाखला आहे म्हणता, पण तो पुरेसा नाही. तसे प्रमाणपत्र तुम्ही सरकारी हॉस्पिटलमधून मिळवणे आवश्यक आहे...

प्रसारमाध्यमांनी घ्यावयाचा धडा

भोपाळ येथे असलेल्या नॅशनल ज्युडिशियल ॲकॅडेमीमध्ये भाषण देत असताना मी या घटनाक्रमाचा जाता जाता उल्लेख केला. उच्च न्यायालयातील न्यायाधीशांसह एकत्र उपस्थित असलेल्या चार राज्यांमधील न्यायाधीशांना संबोधून भाषण करण्यासाठी मला तेथे आमंत्रित केले होते.

भाषणानंतरच्या चहापानाच्या वेळेमध्ये काही वरिष्ठ न्यायाधीशांच्या एका गटामध्ये मी नकळतच सामील झालो. त्यांच्यापैकी दोघे पंजाब आणि हरियाणा उच्च न्यायालयात काम करणारे न्यायाधीश होते. 'पण तुम्ही आमच्याकडे का आला नाहीत?' त्यांच्यापैकी एकाने विचारले. 'आम्ही तुमची यातून ताबडतोब सुटका करून दिली असती.'

पण चंदिगडमध्ये वकील लोकांची शोधाशोध कशी करायची होती? प्रत्येक वेळी खटल्याची तारीख असली की चंदिगडपर्यंतचा प्रवास कसा करायचा? आणि या दोन सहानुभूतीपूर्वक काम करणाऱ्या न्यायाधीशांसारख्याच न्यायाधीशांसमोर माझा खटला सुनावणीसाठी जाईल किंवा कसे हे मला कसे समजणार होते?

दुसरी प्रतिक्रिया अधिक बोलकी होती : 'हे असं तुमच्यासारख्याच्या बाबतीत घडू शकत असेल, तर सर्वसामान्य माणसाची काय परवड होत असेल याची कल्पना करा.'

खरं म्हणजे, मला तशी कल्पना नक्कीच करता येत होती. कारण न्यायालयात तासामागून तास बसून राहावं लागत असे, त्या वेळी इतरांना काय काय दिव्यातून जावे लागत असे ते मी अगदी जवळून पाहिले होते. शेकडो माणसे इकडून तिकडे येरझाऱ्या घालताना दिसत, पुढची सुनावणी किती तारखेला होणार एवढेच समजण्यासाठी त्यांचा आटापिटा चाललेला असे... 'इथे लावा, इथे,' कुणीतरी

कुणा वयस्कर माणसाचा किंवा चेहऱ्यापुढे पूर्ण पदर ओढून घेतलेल्या बाईचा अंगठा धरत असे, आणि कुठल्यातरी कागदावर त्याचा ठसा उमटवत असे. आपण आपल्या अंगठ्याचा ठसा कसल्या कामासाठी दिला ते त्या वयस्कर माणसाला किंवा त्या बाईला कळले तरी असेल का? मुकी बिचारी कुणी हाका...

या सगळ्यामध्ये आम्हा प्रसारमाध्यमांमध्ये काम करणाऱ्यांनी शिकण्यासारखा एक धडा होता : सर्वोच्च न्यायालयात वाद-प्रतिवाद केल्या जाणाऱ्या तथाकथित महान घटनात्मक मुद्द्यांऐवजी किंवा त्यांच्या जोडीने आम्ही आमच्या वार्ताहरांना महिन्यातून कोणत्याही एका दिवशी कोणत्याही स्थानिक न्यायालयात जाऊन तिथे जे काही घडले त्याचे वार्तांकन करायला सांगितले असते, तर त्या माध्यमातून आम्ही आमच्या वाचकांना आणि दर्शकांना आपल्या देशातल्या न्यायदानाची खरी स्थिती काय आहे याचे यथायोग्य चित्र दाखवू शकलो असतो. आणि कदाचित त्यामुळे काही सुधारणा तरी घडू शकल्या असत्या.

आणि आपल्यासाठी वस्तुपाठ

- शक्यतो, जमिनीचा तुकडा खरेदी करू नका किंवा घर बांधू नका.
- जर बांधलंच, तर परिपत्रके, अधिसूचना, कायद्याच्या तरतुदींमध्ये होणारे बदल यांसारख्या गोष्टींची इत्थंभूत माहिती ठेवण्याची जबाबदारी विकसकावर सोपवू नका; तुमच्या कुटुंबापैकीच कुणाला तरी या कलेचे प्रशिक्षण द्या, आणि त्यासाठी समर्पितपणे काम करण्यास त्याला सज्ज करा.
- असे घर तुम्ही बांधलेतच, तर त्या संदर्भातील अगदी एखादा कागदाचा कपटादेखील जपून ठेवता यावा यासाठी एक वेगळी खोलीच बांधा, तिथे तुम्हाला मिळालेली प्रत्येक अधिसूचना, आणि त्याला तुम्ही दिलेले प्रत्येक उत्तर सुरक्षितपणे जतन करून ठेवा.
- संबंधित सरकारी खात्यामधल्या कुणीही तुमचे कुठलेही उत्तर वाचलेले नसणार याची खात्री बाळगा.
- म्हणजेच, जर तुमच्या डोक्यावर वीज कोसळणारच असेल, तर ती नक्कीच कोसळेल हे लक्षात ठेवा.
- अशा प्रकारच्या तणावपूर्ण गोष्टी घडत असतानादेखील तुम्हाला तुमचे डोके ताळ्यावर ठेवायचे असेल, तर या सगळ्या घडामोडी म्हणजे आपल्या सामाजिक व्यवस्थेने आपल्याला देऊ केलेली – संयम बाळगण्याचे मोफत धडे देण्याची – एक अतिरिक्त सेवा आहे, असा दृष्टिकोन बाळगायला शिका.

परंतु इथे थोडं आशावादी असायला काय हरकत असावी– सर्व घटनाक्रम म्हणजे, ते कुठल्याशा वाक्प्रचारात म्हटलंय तसं, ‘न्यायाच्या जात्याची चाकं मंदगतीने फिरतात, परंतु त्यातून बाहेर पडतं ते अगदी वस्त्रगाळ असतं’ याचं एक जिवंत प्रात्यक्षिकच नव्हे काय?

न्याय मिळाला, उलटवला गेला, पुन्हा मिळाला

जयललिता या सहा अलग अलग कालावधींमध्ये मिळून चौदा वर्षे तामिळनाडूच्या मुख्यमंत्री होत्या. १९९१ ते १९९६ च्या पहिल्या कालावधीदरम्यान त्यांनी दरमहा केवळ एक रुपया इतकेच वेतन घेतले. तामिळनाडूतले राजकारण म्हणजे त्या आणि त्यांचे कट्टर शत्रू असलेले के. करुणानिधी यांच्यातील सत्तासंघर्षातला सी-सॉचा खेळ बनला. अशाच एका लठ्ठालठ्ठीदरम्यान जेव्हा करुणानिधी सत्तेमध्ये होते, तेव्हा न्यायालयामध्ये मिळकतीच्या ज्ञात उत्पन्नस्रोतांच्या तुलनेने प्रचंड प्रमाणात बेहिशेबी मालमत्ता मिळवली असल्याबाबतचा एक दावा जयललितांच्या विरुद्ध दाखल करण्यात आला होता.

वस्तुस्थितीची काटेकोर छाननी करण्याचा एक उत्तम नमुना असलेल्या आपल्या निकालपत्रामध्ये न्यायचौकशीचे न्यायाधीश असलेल्या जॉन मायकेल डिकून्हा[१] यांनी जयललिता यांना त्यांच्या उत्पन्नस्रोतांशी ताळमेळ घालता न येणाऱ्या प्रमाणात मालमत्ता मिळवली असल्याबाबत दोषी ठरवले. तसेच जयललिता, त्यांच्या निकटवर्ती मदतनीस असलेल्या शशिकला नटराजन आणि त्यांच्या अन्य नातेवाइकांचादेखील यात हात होता असेही त्यांनी नमूद केले. आणि म्हणून त्यांनी या सर्वांना कटात सहभागी असल्याबद्दल दोषी ठरवले. त्यांनी आरोपीस सहा वर्षांची कैद आणि रु. १०० कोटी इतक्या दंडाची सजा सुनावली.

---

१. हे लिहीत असताना ते कर्नाटक उच्च न्यायालयात न्यायाधीश म्हणून कार्यरत आहेत.

कर्नाटक राज्याच्या उच्च न्यायालयात एक अपील दाखल करण्यात आले. डिकून्हा यांचे निकालपत्र हे जसे काटेकोरपणा आणि सत्यनिष्ठेचे एक आदर्श उदाहरण होते त्याच्या उलट प्रत्येक गोष्टीचे विपरीत आणि विकृत अर्थ काढलेल्या आपल्या निकालपत्राद्वारे न्यायमूर्ती सी. आर. कुमारस्वामी यांनी जयललिता आणि त्यांच्या मदतनिसांना दोषमुक्त केले. उच्च न्यायालयाच्या दर्जाच्या न्यायाधीशाच्या बुद्धिमत्तेचे जाहीर वाभाडे निघतील इतक्या धडधडीतपणे खोट्या आणि हास्यास्पद वाटतील अशा हिशेबांद्वारे कुमारस्वामी यांनी असा निकाल दिला, की ज्यांच्याबद्दल स्पष्टीकरण देता येणार नाही अशा उत्पन्नस्रोताच्या तुलनेत भरमसाटपणे जास्त प्रमाणात असलेल्या मालमत्ता जयललिता आणि त्यांच्या साथीदारांकडे असल्या, तरी त्यांच्या एकूण उत्पन्नाच्या तुलनेत अशा मालमत्तांचे प्रमाण फक्त ८.१ टक्के इतकेच आहे आणि अशाच स्वरूपाच्या एका दुसऱ्या खटल्यामध्ये सर्वोच्च न्यायालयाने निश्चित केलेल्या एका नियमाच्या आधारे त्या आणि त्यांचे साथीदार दोषमुक्त ठरण्यास पात्र आहेत.[२] तसेच त्यांनी त्या सगळ्यांनी मिळून हा कट[३] रचला होता हे पुराव्यांद्वारे सिद्ध होत नाही असाही निकाल दिला. या निकालाविरुद्ध अपील करून हे प्रकरण सर्वोच्च न्यायालयात दाखल करण्यात आले. पुराव्यांची केलेली काटेकोर छाननी आणि अतिशय तर्कसंगत विचारसरणीचा आणखी एक आदर्श नमुना असलेल्या निकालपत्राद्वारे न्यायमूर्ती पिनाकी चंद्र घोष यांनी आपल्या आणि न्यायमूर्ती अमिताव रॉय यांच्या वतीने कुमारस्वामींचा निकाल बाहेर फेकून दिला आणि डिकून्हा यांनी काढलेले निष्कर्ष व निवाडा पुनर्स्थापित केला.[४]

अल्प कालावधीत आणि लागोपाठ आलेल्या तीन निकालपत्रांवर जरा जास्त विचार करणे सयुक्तिक ठरेल. तत्त्वनिष्ठ न्यायाधीश काय करू शकतात, आणि त्याच्याच जोडीला, आपण ज्यांना कल्पक बुद्धीचे म्हणू शकतो, असे न्यायाधीश काय करू शकतात हे यातून आपल्याला पाहायला मिळेल. आणि सरतेशेवटी या दोन्हीद्वारे आपल्याला जो एकमेवच असावा, अशा सर्वोत्तम उपायाची दिशा दाखवली जाईल.

---

२. कृष्णानंद अग्निहोत्री वि. मध्य प्रदेश राज्य, (१९७७) १ एससीसी ८१६, या खटल्यासंदर्भात सर्वोच्च न्यायालयाने असा निकाल दिला की एखाद्या व्यक्तीच्या उत्पन्नस्रोतांच्या तुलनेत बेहिशेबी ठरणाऱ्या मालमत्तेचे प्रमाण त्या व्यक्तीच्या एकूण उत्पन्नाच्या दहा टक्के किंवा कमी भरत असेल, तर त्या व्यक्तीला दोषमुक्त करणे शक्य आहे.

३. हा कुविख्यात निकाल दिल्यानंतर तीनच महिन्यांनी न्यायमूर्ती कुमारस्वामी निवृत्त झाले.

४. कर्नाटक राज्य शासन वि. सेल्वी जे. जयललिता, (२०१७) ६ एससीसी २६३

एकूण चार आरोपी होते : आरोपी क्र.१ – सेल्वी जे. जयललिता; आरोपी क्र.२ – त्यांची जिवलग मैत्रीण आणि मदतनीस, शशिकला नटराजन; आरोपी क्र.३ – व्ही. एन. सुधाकरन, शशिकला यांच्या मोठ्या बहिणीचा मुलगा; आरोपी क्र.४ – जे. एल्वारासी, शशिकला यांच्याच मोठ्या भावाची पत्नी.

१ जुलै १९९१ आणि ३० एप्रिल १९९६ या 'तपासणी काळा'दरम्यान या चारही व्यक्तींच्या हाताशी असलेले उत्पन्नस्रोत आणि या कालावधीदरम्यान त्यांनी घेतलेली मालमत्ता यांची छाननी करण्यात आली. निवडण्यात आलेला कालावधी अन्यायकारक असल्याची कोणत्याही प्रकारची हरकत कुणीही घेतली नाही.

या 'तपासणी काळा'दरम्यान एक व्यक्ती म्हणून या व्यक्तींच्या ज्ञात उत्पन्नस्रोतांद्वारे – (उदाहरणार्थ, ठेवींवरील व्याज किंवा गुंतवणुकीवरील परतावा), कर्जे, भेट म्हणून मिळालेल्या गोष्टी; आणि याचबरोबर त्यांच्या कंपन्यांनी केलेल्या व्यवसायाद्वारे कमावलेले पैसे यांसारख्या स्रोतांद्वारे – उपलब्ध झालेली एकूण रक्कम रु.९.९ कोटी इतकी असल्याचे डिकून्हा यांना दिसून आले. तर या कालावधीतील खर्च रु.८.५ कोटींइतका असल्याचे दिसून आले.

तर दुसऱ्या बाजूला आरोपींनी रु.५३.६ कोटी किमतीची मालमत्ता संपादन केली होती आणि ती त्यांनी त्यांच्या हाती असलेल्या उत्पन्नस्रोतांद्वारे मिळवली होती असे ते दाखवू शकत नव्हते.

आरोपींनी हे काम संगनमताने केले असल्याचेदेखील न्यायाधीशांना दिसून आले. पैसे फिरत ठेवण्यासाठी त्यांनी ३४ कंपन्या स्थापन केल्या होत्या, आणि ५२ बँक खाती उघडली होती. यातील रोख रकमांचा ओघ फक्त जयललिता यांच्याकडेच येत होता. आरोपी क्र.२ ते ४ यांच्या आणि कंपन्यांच्या नावे मालमत्तांची मालकी दाखवली गेली होती. बँक खाती शशिकला चालवत होत्या. पैसे फक्त जयललिता यांचेकडेच जात होते ही गोष्ट झाकण्यासाठी आणि– बँक खात्यांचे व्यवहार, स्थावर मालमत्ता अधिग्रहण आणि अन्य तत्सम व्यवहारांपासून त्या दूर आहेत असे दाखवण्यासाठी या दोन्ही गोष्टींची व्यवस्था करण्यात आली होती; म्हणजे मग हे काय चालले होते त्याबद्दल त्यांना काहीच माहीत नव्हते असे त्या म्हणू शकत होत्या.

तपासणी काळादरम्यान ३४ पैकी २२ कंपन्यांद्वारे कोणत्याही प्रकारचे व्यावसायिक स्वरूपाचे काम होत नव्हते. दुसरे म्हणजे बँकांमधील खात्यांदरम्यान रु.१२,००० ते रु.२५ लाखांपर्यंतच्या मोठमोठ्या रकमा एकरकमी फिरवल्या जात होत्या. खरोखरच – एका लोकसेवक व्यक्तीला एक्याण्णव घड्याळांचा हिशेब द्यावा लागावा; केवळ एका लग्नाचा खर्च सहा कोटी रुपये असू शकतो; एका लोकसेवक व्यक्तीला, तिच्याच सांगण्याप्रमाणे, केवळ एका वाढदिवसाकरिता तीन कोटी

रुपयांच्या भेटवस्तू मिळाव्या; तब्बल १४६ खरेदी-विक्री व्यवहारांद्वारे मालमत्ता घेतल्या जाव्या; ही सगळी आकडेवारी आपल्याला भयचकित करणारीच आहे.

डिकून्हा यांनी मांडलेल्या हिशेबापेक्षा वेगळीच कल्पक तार्किकता दाखवत कुमारस्वामी यांनी आपल्या हिशेबाद्वारे या व्यक्तींकडे आहे त्यापेक्षा जास्त उत्पन्नस्रोत असल्याचे दाखवले होते. आणि तितक्याच कल्पकतेने त्यांनी जयललिता आणि मंडळींनी हस्तगत केलेल्या मालमत्तेचे मूल्य फक्त २.८ कोटी रुपये असल्याचा शोध लावला होता.

त्यांची सगळी गृहीतके, संकल्पना आणि अंदाज मान्य केले, तरीदेखील त्यांच्या उपलब्ध उत्पन्नस्रोतांद्वारे कोणताही हिशेब देता येत नव्हता अशा १४.४ कोटी रुपयांच्या मालमत्तांबद्दल काहीही स्पष्टीकरण देता आले नव्हते, असे हा निकाल देताक्षणीच निदर्शनास आणून दिले गेले. म्हणजेच अशी मालमत्ता दाखवल्या गेलेल्या उत्पन्नस्रोतांच्या ४१.३ टक्के इतकी होती, आणि म्हणूनच सर्वोच्च न्यायालयाच्या १० टक्क्यांच्या नियमाचा आश्रय घ्यायचा झाला, तरीदेखील जयललिता आणि इतर हे दोषीच ठरत होते. इतकेच नाही, तर कुमारस्वामी यांनी त्यांच्या अजब हिशेबपद्धतीने दाखवलेल्या उत्पन्नापेक्षा त्यांच्या उत्पन्नाची खरी रक्कम रु. १३.५ कोटीने कमीच येत होती. कुमारस्वामी यांनी स्वत:च यादी केलेल्या कर्जांची एकूण रक्कम रु.२४.२ कोटी इतकी हिशेबात घेतली होती, पण प्रत्यक्षात ती फक्त रु.१०.७ कोटी होती, पण त्यामुळे नंतरचा सगळा हिशेबच अतिशयोक्तीपूर्ण झाला होता. हीच गोष्ट बातम्यांच्या मथळ्यांमध्ये झळकली, त्यामुळे लोकांचा असा समज झाला, की 'अंकगणितातील चुकी'मुळे कुमारस्वामी यांनी जयललिता यांना दोषमुक्त केले.

अशा प्रकारच्या हिशेबातल्या गोंधळाबद्दल शाळकरी मुलालादेखील माफ केले जाणार नाही. परंतु इथे कुमारस्वामी यांना साधी बेरीजदेखील येत नव्हती हे दिसून येत नव्हतेच. इथे दिसून येत होती एक पूर्वनियोजित पद्धत.

जयललिता आणि मंडळींचे उत्पन्न कुमारस्वामी यांनी एकामागून एक विचित्र साधनांच्या आधारे भरमसाट प्रमाणात वाढवले; त्यांनी केलेले खर्च कमी दाखवले (त्याद्वारे त्यांनी हस्तगत केलेल्या मालमत्ता संपादन करण्यासाठी त्यांच्याकडे पुरेसा पैसा उपलब्ध असल्याचे दर्शवले); आणि याचबरोबर त्यांनी संपादित केलेल्या मालमत्तांची किंमत प्रचंड प्रमाणात कमी करून दाखवली.

आपण उत्पन्नापासूनच सुरुवात करू या. डिकून्हा यांनी ६४ स्रोतांचा अभ्यास केला, आणि उत्पन्न एकूण रु.९.९ कोटी आहे असा हिशेब केला. उच्च न्यायालयाने सात स्रोतांची भर घातली, आणि त्यांना एकूण उत्पन्न रु.३४.७ कोटी असल्याचे दिसले. शिवाय जिथे दोन्हीकडचे उत्पन्नस्रोत सारखेच होते, त्यातदेखील उच्च

न्यायालयाच्या हिशेबाने आलेल्या रकमा मोठ्याच होत्या. उदाहरणार्थ, जयललिता वगैरेंनी आपण द्राक्षांची शेती करत होतो असे म्हटले. सढळ हाताने हिशेब करूनदेखील, न्यायचौकशी न्यायालयाने या उपक्रमातून रु.५.८ लाखांची कमाई झाल्याचा हिशेब केला. उच्च न्यायालयाने यात सरळ दसपट वाढ केली आणि हा उत्पन्नाचा आकडा रु.५२.५ लाख इतका दाखवला.

जयललिता वगैरेंनी असा दावा केला, की जया पब्लिकेशन्स या त्यांच्या कंपनीतर्फे 'नमाडू एमजीआर' या नावाचे एक वार्तापत्र/ नियतकालिक प्रसिद्ध केले जाते, आणि त्याच्या खपातून सहा वर्षांच्या कालावधीत त्यांनी रु.१४.२ कोटींची कमाई केली. ही एवढी कमाई त्यांनी ज्या साधनाने केली तो वृत्तपत्र व्यावसायिकांच्या असूयेचा विषय ठरावा. ग्राहकांनी एका वर्षासाठी बिनव्याजी एकरकमी रु.१२,०००, १५,००० किंवा रु.१८,००० भरले तर त्यांना या नियतकालिकाच्या ४, ५ किंवा ६ प्रती मोफत देण्याची एक योजना त्यांनी १९९० साली सुरू केली असे त्यांनी सांगितले. (या कंपनीने अन्य छपाई कामे आणि जाहिरातींच्या माध्यमातून, तसेच 'शेतकी कार्यातून' रु.१.१ कोटी कमावले असाही त्यांनी दावा केला.) कंपनीतर्फे सादर करण्यात आलेल्या प्राप्तिकर परताव्याकडे त्यांनी निर्देश केला. प्राप्तिकर परतावा हा त्यात नोंदवलेल्या गोष्टींच्या सत्यतेचा पुरावा असत नाही – परताव्यात सांगितलेल्या गोष्टींच्या सत्यतेची शहानिशा करणे अत्यावश्यक असते. परंतु यापेक्षाही महत्त्वाची बाब अशी होती, की हे दावे घटना घडून गेल्यानंतरच्या काळात केले गेले होते : १९९१-९२ पासूनचे प्राप्तिकर परतावे १९९८ आणि १९९९ पर्यंत प्राप्तिकर खात्याला सादरच केलेले नव्हते. पहिली गोष्ट म्हणजे, वर उल्लेखिलेल्या योजनेद्वारे प्राप्त झाल्याचा दावा केलेल्या रकमांचा उल्लेखदेखील हिशेबाच्या नोंदींमध्ये नव्हता. साक्षीदार म्हणून उभ्या केलेल्या 'एआयएडीएमके' च्या एकतीस समर्थकांनी रु.१२,००० ते रु.१८,००० पर्यंतच्या रकमा भरल्या असल्याचे शपथेवर सांगितले. त्यांच्या या साक्षीदेखील साचेबद्ध पद्धतीच्या होत्या. भरलेल्या रकमेची पावती त्यांच्यापैकी कुणीही सादर करू शकले नाही. इतकेच नव्हे, तर कंपनीच्या ताळेबंदामध्ये अशा जमा केलेल्या रकमा या कंपनीच्या दायित्व खात्यात दाखवल्या गेल्या होत्या. संभाव्य ग्राहकांनी या योजनेत सहभागी होण्यासाठी दिलेले अर्ज सादर करण्याचा, तसेच मिळालेल्या रकमांबद्दल दिल्या गेलेल्या पोच-पावत्यांची कंपनीकडील प्रत सादर करण्यास कंपनीला सांगण्यात आले. कंपनीकडून त्या गहाळ झाल्या आहेत असे सांगण्यात आले. या संदर्भात सर्वोच्च न्यायालयाने अशी नोंद केली,

प्राप्तिकर आयुक्त (अपील्स) यांनी ०३.०३.१९८८ रोजी प्राप्तिकरदात्याचा

ठेव योजनेबाबतचा दावा अमान्य करून प्राप्तिकर मूल्यांकन आदेश बाद ठरवल्यानंतर १५.९.१९९८ रोजी जया पब्लिकेशन्सने आपली १९९१-९२, १९९२-९३, १९९३-९४ या वर्षांसाठीची करपात्र उत्पन्नाची विवरणपत्रे अशा प्रकारच्या ठेव योजनेच्या उल्लेखासह प्राप्तिकर विभागाकडे सादर केली होती याची नोंद केली जावी याबाबत न्यायचौकशी न्यायालयाचे विचार स्पष्ट होते.

... न्यायचौकशी न्यायालयाने उपलब्ध पुराव्यांचा एकुणात विचार करून उत्तरवादी पक्षाने ठेव योजनेची कथा ४.१०.१९९७ रोजी आरोपपत्र दाखल झाल्यानंतर आणि १९९८ मध्ये सादर केलेल्या करपात्र उत्पन्न-विवरणपत्रांद्वारे आपल्या दाव्याच्या पुष्टीकरणासाठी जोडली आहे असा निष्कर्ष काढला. १९९० साली अशी योजना सुरू करण्यात आल्याचा कोणताही पुरावा न्यायालयासमोर सादर करण्यात आला नव्हता, ही गोष्टदेखील खटल्याच्या कामकाजामध्ये नोंदण्यात आली.

उच्च न्यायालयाने या सर्व मुद्द्यांची दखल घेतली, परंतु त्यापैकी फक्त एकाच गोष्टीकडे लक्ष पुरवले, आणि हाताच्या एका फटकाऱ्यानिशी त्या एकमेव मुद्द्याचा निकाल लावला असे निरीक्षण सर्वोच्च न्यायालयाने नोंदवले.

करपात्र उत्पन्न विवरणपत्रे उशिरा सादर करण्यामुळे त्यांच्या खरेपणाविषयी शंका उत्पन्न होते असे उच्च न्यायालयाने स्पष्टपणे नमूद केले. आणि असे असूनदेखील आपण अशा ठेव योजनेत पैसे गुंतवले होते असे सांगण्यासाठी समोर आलेल्या ३१ साक्षीदारांच्या तोंडी साक्षी ऐकून उच्च न्यायालयाने असा शोध लावला की केवळ उत्पन्न विवरणपत्रे सादर करण्यात झालेल्या दिरंगाईमुळे ती विवरणपत्रे दाखल करणाऱ्यांचा योजनेबाबतचा दावा रद्द करता येत नाही. आणि हा एकच मुद्दा विचारात घेऊन उच्च न्यायालयाने जया पब्लिकेशन्सला आपल्या उत्पन्नात रु.४ कोटींची भर घालायची मुभा दिली.

इथे एक गोष्ट लक्षात घ्यायला हवी, की जयललिता आणि मंडळींनी १९९२-९३ ते १९९६-९७ या काळात जया पब्लिकेशन्सच्या माध्यमातून रु.१.१५ कोटी इतका नक्त नफा कमावल्याचा दावा केला होता. स्वतंत्ररीत्या कोणत्याही प्रकारची शहानिशा न करता काही कट्टर पक्ष कार्यकर्त्यांच्या केवळ बोलण्यावर विसंबून राहून आता उच्च न्यायालयानेच जया पब्लिकेशन्सचे उत्पन्न रु.४ कोटीने वाढवले होते.

आणि म्हणून सर्वोच्च न्यायालयाने असा निष्कर्ष काढला,

दुसऱ्या शब्दांमध्ये सांगायचे, तर उत्पन्न-विवरणपत्रे सादर करण्यात झालेल्या अक्षम्य दिरंगाईमुळे ठेव योजनेच्या खरेपणाविषयी उच्च न्यायालयाचे समाधान झाले नसूनदेखील, न्यायचौकशी न्यायालयाने ज्या व्यक्तींची एआयएडीएमके पक्षाचे कट्टर समर्थक म्हणून विशेष नोंद केली होती त्या ३१ साक्षीदारांच्या केवळ तोंडी जबानीवर, त्या जबान्यांना पुष्टी देणारा कोणताही कायद्याने ग्राह्य मानला जाईल असा पुरावा सादर झालेला नसताना, भोळसटपणे विश्वास ठेवून, उच्च न्यायालयाने विवरणपत्रे सादर करणाऱ्यांना उत्पन्नात रु.४ कोटींची वाढ बहाल केली.

'सुपर डुपर टीव्ही' नावाच्या आणखी एका कंपनीद्वारे टीव्ही संच पुरवण्याच्या व्यवसायातून रु.१ कोटीचे उत्पन्न मिळवल्याचा दावा जयललिता आणि मंडळींनी केला होता. परंतु, सर्वोच्च न्यायालयाने अशी नोंद केली,

...वर्गणीदारांना पुरवण्यात आलेली टीव्ही उपकरणे विकत घेण्यासाठीची गुंतवणूक कशी करण्यात आली याबाबत कोणतीही नोंद आढळत नाही. शिवाय, काहीही झालं तरी केलेल्या दाव्यानुसार, आरोपी क्र.३ कडे ही रक्कम स्थावर मालमत्ता खरेदीसाठीचा स्थिर निधी अशा स्वरूपात उपलब्ध असणे शक्य नव्हते.

इतकेच नाही, तर या सगळ्या मामल्यावर प्रभावी वक्तव्य करणारी आणखी एक गोष्ट अशी होती :

...न्यायचौकशी न्यायालयाने कंपनीच्या बँक खात्यामध्ये मोठमोठ्या रोख रकमांची आवक आणि जावक झाल्याची नोंद केली होती. लक्षणीय बाब अशी, की आरोपी क्र.१ ते ४ यांच्या वैयक्तिक खात्यांमधून तसेच त्यांनी सुरू केलेल्या, ते स्वत: भागीदार / संचालक असलेल्या, भागीदारीतील उद्योगांच्या आणि कंपन्यांच्या, अनेकविविध खात्यांमधूनच संदर्भित तपासणी काळादरम्यान अशा रोख रकमांची देव-घेव झाली होती.

सर्वोच्च न्यायालयाने आपले मत नोंदवताना असे म्हटले, की कटकारस्थान करणे तसेच गुन्ह्यात मदत करणे असे आरोप असताना रोख रकमांच्या या देव-घेवीच्या

व्यवहारांना विशेष महत्त्व प्राप्त होते. 'उच्च न्यायालयाने या प्रकरणातील पुराव्यांची ज्या पद्धतीने हाताळणी केली, ती पाहता, आमचे असे मत झाले आहे, की त्यात अशा कामांसाठी लागणारा उचित दृष्टिकोन आणि आकलनशक्ती यांचा अभावच होता, त्यामुळे त्यातून काढलेले निष्कर्ष ग्राह्य मानता येणार नाहीत.' न्यायचौकशी न्यायालयाने पैशांच्या स्रोतांचा मागोवा घेतला होता. त्याउलट, उच्च न्यायालयाने आपले लक्ष काही मोजक्या 'वर्गणीदारां'च्या तोंडी जबानीपुरतेच मर्यादित ठेवले होते.

असाच ठरावीक साचा असलेल्या आणखी एका व्यवहारातून शशी एन्टरप्रायझेस या अशाच एका कंपनीने रु.६.३ लाखांची कमाई केल्याचा जयललिता आणि इतरांनी दावा केला होता. तपासाअंती असे दिसून आले, की ही कमाई नसून फक्त जयललिता आणि शशिकला यांच्यात झालेल्या राखीव रकमांची देव-घेव होती.

जयललिता यांनी जया पब्लिकेशन्सद्वारे रु.२.७ कोटी कमावल्याचा दावा केला होता. पुराव्यांची छाननी केल्यानंतर न्यायचौकशी न्यायालयाने जसा निष्कर्ष नोंदवला होता, तसाच पोचपावत्या बनावट असल्याचा निष्कर्ष सर्वोच्च न्यायालयानेदेखील नोंदवला :

> *बँकांच्या खात्यांमधील पैसे भरण्याच्या व काढले जाण्याच्या नोंदींद्वारे एकाच मूळ रकमेतून अनेक प्रकारच्या नोंदी निर्माण केल्या गेल्याचे सूचित होते. तुकड्यातुकड्यांनी आर्थिक देव-घेवीच्या नोंदी निर्माण करण्याद्वारे उत्तरवादींच्या वैयक्तिक व सामूहिक उत्पन्नामध्ये वाढ झाल्याचा आभास निर्माण करण्याचा प्रयत्न केल्याचे सूचित होते. बँकेच्या दैनंदिन व्यवहारातल्या नोंदी निर्माण करून त्याद्वारे व्यवहारातला सच्चेपणा सिद्ध करण्याचा प्रयत्न केला तरीदेखील संपूर्ण वस्तुस्थितीचा सारांशरूप खरेपणा यातून सिद्ध होत नाही. त्यामुळे जया पब्लिकेशन्सच्या पावत्यांद्वारे रु.२,७०,८२,९००/- इतक्या उत्पन्नाचा आरोपी क्र.१ ने केलेला दावा ग्राह्य मानता येत नाही.*

याच पद्धतीने शशिकला आणि त्यांच्या दोन नातलगांनादेखील आर्थिक उत्पन्न मिळत असल्याचे दाखवण्यात आले होते. कुमारस्वामी यांनी त्यांच्या बाबतीतदेखील उदार दृष्टिकोन पत्करला : रु.६ कोटींऐवजी त्यांनी त्यांचे उत्पन्न रु.२६.५ कोटींवर नेऊन ठेवले. यापैकी बऱ्याच मोठ्या रकमा विदेशस्थ स्रोतांद्वारे प्राप्त झालेल्या होत्या – पण त्या कुठून आणि का आल्या होत्या याचे स्पष्टीकरण कुणीही देऊ शकले नाही. सुरू केलेल्या दर्शनी-भागीदारी-उद्योगांद्वारे रु.२.२ कोटींची प्राप्ती झाल्याचा त्यांनी दावा केला. अशा अनेक 'भागीदारी' कंपन्यांची नोंदणी एकाच

दिवशी केली गेल्याचे व त्यांचा पत्रव्यवहाराचा पत्ता एकच असल्याचे तुम्हाला आठवत असेल. या तथाकथित 'भागीदारी' कंपन्यांनी शशिकला व त्यांच्या नातलगांना पुरवलेला पैसा प्रत्यक्षात कमावला असावा याचा कोणताही पुरावा सादर केला गेला नव्हता ही वस्तुस्थिती होती.

अंजन्या प्रिन्टर्स नावाची आणखी एक 'भागीदारी'तली कंपनी होती. १९९४-९५ सालादरम्यान अंजन्या प्रिन्टर्स कंपनीने आपले उत्पन्न रु.७४७ – होय, फक्त रु.७४७ इतके दाखवले होते. करपात्र उत्पन्न विवरणपत्र मात्र ऑगस्ट १९९७ मध्ये सादर केले गेले होते. नंतर १९८६ ते १९९६ या कालावधीतील अघोषित उत्पन्न रु.१० लाख असल्याचे त्यांनी जाहीर केले. तसेच १९९३ व १९९४ मध्ये त्यांना जया पब्लिकेशन्सतर्फे भागधारणा अर्जाचे शुल्क म्हणून रुपये ३० लाख मिळाल्याचा त्यांनी दावा केला : अर्थातच, जया पब्लिकेशन्सने या वर्षांसाठीचे करपात्र उत्पन्न विवरणपत्र प्राप्तिकर विभागाला सादर केलेले नव्हते. तसेच अंजन्या प्रिन्टर्सला ३१ मार्च १९९४ व ३१ मार्च १९९६ दरम्यान नक्त उत्पन्न स्वरूपात व अग्रिम भाडेस्वरूपात रु.५५ लाख मिळाले असल्याचा दावाही आता नव्याने करण्यात आला होता. या 'भागीदारी' कंपनीने आर्थिक व्यवहारांची कोणत्याही प्रकारची नियमित नोंद ठेवली नव्हती अशी आतापर्यंत तुमची धारणा झाली असेल. कुमारस्वामी यांनी मात्र 'भागीदारी' कंपनीच्या वतीने केलेले दावे सरसकटपणे ग्राह्य मानले. पुराव्यांच्या पुनर्विश्लेषणानंतर सर्वोच्च न्यायालयाने नोंदवलेले निरीक्षण असे, 'उच्च न्यायालयाने तोंडी जबाब आणि दस्तावेज स्वरूपाच्या पुराव्यावर योग्य विचार केला असावा असे दिसत नाही.'

शशी एन्टरप्रायझेस हीदेखील अशीच एक भागीदारीतली कंपनी होती. भाडेवसुली आणि 'शेतकी कामां'द्वारे रु.९६ लाख कमावल्याचा दावा या कंपनीने सर्वप्रथम केला होता. शशी एन्टरप्रायझेसने उत्पन्न विवरणपत्र अर्थातच सादर केले नव्हते. तसेच ज्यांच्या आधारे भाड्याचे पैसे मिळाल्याचे दाखवले गेले होते त्या भाडेकरारांच्या सत्यतेबद्दलदेखील प्रश्न होता. आणि कंपनीने कोणत्याही स्वरूपाची 'शेतकीची कामे' केल्याच्या दाव्याला पुष्टी देणारा कोणताही पुरावा उपलब्ध नव्हता.

तरीही काही प्रश्न नव्हता! कुमारस्वामी यांनी ते 'दस्तावेज' जसेच्या तसे ग्राह्य मानले होते, त्यामुळे सर्वोच्च न्यायालयाने असे निरीक्षण नोंदवणे भागच होते :

> *या खटल्यातील मुद्द्यांवरील विचारविवेचनातून पुराव्यांच्या छाननीसाठी विश्लेषणात्मक दृष्टिकोन बाळगून पुराव्यांना वस्तुनिष्ठ स्वरूपाची ग्राह्यतेची कसोटी लावण्याचा प्रस्ताव असल्याचेदेखील दिसून येत नाही ही लक्षणीय बाब आहे. प्राप्तिकर विवरणपत्रांव्यतिरिक्त नफा-तोट्याची खाती आणि*

आर्थिक व्यवहारांच्या ताळेबंदाचे अहवाल, यांसारख्या दस्तावेजरूपी पुराव्यांना तसेच तोंडी जबाबांना स्वतंत्रपणे तपास करण्याच्या कसोटीवर पारखून पुरावे म्हणून ते कितपत ग्राह्य आहेत याचे मूल्यांकन केलेले नाही.

दस्तावेज जसेच्या तसे ग्राह्य मानल्यानंतर मात्र कुमारस्वामींनी काही बाबतीत अंकुश चालवण्याचा प्रयत्न केला : उत्पन्न म्हणून दावा केलेल्या रु.९६ लाखांऐवजी त्यांनी उत्पन्न म्हणून फक्त रु.२५ लाख ग्राह्य मानले. कशाच्या आधारे त्यांनी दाव्यातली रक्कम कमी केली? प्रथमदर्शनी तरी तसा कोणताच आधार दिसत नव्हता.

१९९४ आणि १९९५ सालामध्ये शशी एन्टरप्रायझेसने व्यवसायप्रक्रियेद्वारे रु.२.४ लाखांचे उत्पन्न मिळवल्याचादेखील दावा करण्यात आला होता. दाव्याच्या पुष्टीसाठी आवश्यक असा कोणताही पुरावा सादर करणे कोणालाही शक्य झाले नाही, त्यामुळे न्यायचौकशी न्यायालयाने हा दावा फेटाळला. त्याहीपुढे शशी एन्टरप्रायझेसला 'भांडवली सुरुवात' स्वरूपात रु.७५ लाख प्राप्त झाल्याचा दावा करण्यात आला होता : ही रक्कम 'उत्पन्न' म्हणून हिशेबात घेतली गेली. पुराव्याचे पुनरवलोकन केल्यानंतर न्यायचौकशी न्यायालयाने असा निष्कर्ष काढला, की शेवटी जयललिता यांच्यापर्यंत पोहोचण्यापूर्वी या रकमेची फिरवाफिरवी करण्यासाठी शशी एन्टरप्रायझेसच्या खात्याचा वापर केला गेला होता. आणि कुमारस्वामींचं काय? 'उच्च न्यायालयाने या संदर्भातल्या तोंडी तसेच दस्तावेजातील पुराव्यांची छाननी योग्य प्रकारे केली नाही,' असे मत सर्वोच्च न्यायालयाने नोंदविले.

अशा प्रकारच्या अन्य अनेक दाव्यांचे पुनरवलोकन केल्यानंतर, आणि त्या दाव्यांची पुष्टी करणारे कोणतेही पुरावे उपलब्ध नसण्याकडे लक्ष देऊन, सर्वोच्च न्यायालयाने असा निष्कर्ष नोंदविला,

उच्च न्यायालयाने उत्तरवादी पक्षाने सादर केलेला पुरावा, सत्यासत्यता पडताळून पाहण्याचे कोणतेही प्रयत्न न करता, आहे तसा ग्राह्य मानला, त्यावर तत्काळ कार्यवाही केली आणि संदर्भित भागीदारी-कंपनीचे विविध उत्पन्न स्रोत एकत्रितरीत्या विचारात घेऊन, कंपनीचे करपात्रतेची पडताळणी करण्यायोग्य उत्पन्न रु.२५ लाख होत असल्याचा निष्कर्ष काढला.

शशिकला आणि त्यांच्या दोन नातलगांनी असाही दावा केला, की शशी एन्टरप्रायझेसला दोन आस्थापनांकडून येणे असलेल्या रकमांच्या स्वरूपात रु.६२ लाख प्राप्त झाले.

डिकून्हा यांनी कंपनीच्या नफा-तोट्याचा अहवाल तपासला आणि हा दावा 'विश्वासपात्र आणि अधिकृत' नसल्याचे शोधून काढले. तसेच हा व्यवहार 'हा खटला नोंदविला जाण्यापूर्वी कधीही, कोणत्याही टप्प्यात,' प्राप्तिकर अधिकाऱ्यांसमोर उघड केला नसल्याचेदेखील त्यांनी शोधून काढले. आणि ज्या व्यक्तींनी/आस्थापनांनी पैसे उधारीने घेतले आणि मग परत केले त्यांची कधीही तपासणीदेखील झाली नाही. आणि कुमारस्वामींचे काय? याचेही उत्तर सर्वोच्च न्यायालयच असे देते :

> *न्यायचौकशी न्यायालयाने वेगळे निष्कर्ष नोंदविले असूनदेखील, त्या निष्कर्षांचा आदर करण्याऐवजी उच्च न्यायालयाने संदर्भित ताळेबंद, नफा-तोट्याच्या खात्यांचा अहवाल, तसेच प्राप्तिकर अधिकाऱ्यांचे या संदर्भातील विविध आदेश, त्यामध्ये लिहिलेल्या गोष्टींच्या सत्यासत्यतेची स्वतंत्ररीत्या तपासणी करून पडताळणी करण्याऐवजी, जसे होते तसेच स्वीकारले.*

आणि हे असंच इतर बाबतीतही होत राहिलं : एकामागून एक गोष्ट खोटी, बनावट शाबीत होत राहिली – हा खोटेपणादेखील इतका साचेबद्ध स्वरूपाचा होता, की त्यातल्या काही गोष्टी कुमारस्वामींनीदेखील विचारात घेतल्या नाहीत.

त्यांच्याच 'भागीदारी-कंपन्यां'कडून आणि बँकांकडून त्यांनी घेतलेली कर्जे हा त्यांच्या उत्पन्नस्रोतांमधला एक मोठा स्रोत असल्याचा दावा जयललिता, शशिकला आणि त्यांच्या नातलगांनी केला होता.

पहिली गोष्ट अशी, की त्यांच्या स्वतःच्याच कंपन्यांकडून त्यांनी घेतलेल्या या तथाकथित कर्जांची कधीच परतफेड झालेली नव्हती. त्यापेक्षाही महत्त्वाची गोष्ट अशी, की मुळात या कंपन्यांच्या उत्पन्नस्रोतांबद्दलच संशयाचे वातावरण होते हे आपल्याला माहीतच आहे.

तसेच बँकांकडूनही मोठ्या रकमांची कर्जे घेतलेली दिसत होती. जयललिता आणि मंडळींनी अधिकारपदाचा केलेला गैरवापर हा आपल्या चर्चेचा विषय नसून त्या बाबतीत उच्च न्यायालयाने काय केले हा आहे, म्हणून या कर्जाच्या बाबतीत कुमारस्वामी यांनी काय कृती केली हे पाहणे आपल्यासाठी जास्त महत्त्वाचे आहे. जयललिता आणि मंडळींनी ज्या अगणित मालमत्ता खरेदी केल्या होत्या त्या व्यवहारांचे पाठबळ म्हणून त्यांच्याकडे पुरेशा प्रमाणात उत्पन्नस्रोत उपलब्ध होते अशा बळेच काढलेल्या निष्कर्षाला पुष्टी देण्यासाठी त्यांना बँकांकडून कर्ज म्हणून मिळालेल्या रकमा फुगवणे गरजेचे झाले होते. तर मग कुमारस्वामींनी काय केले?

उत्तर सोपं होतं. सर्वप्रथम ज्यांच्याकडून कर्ज मिळाले असे म्हटले जात होते, तसल्या खात्यांमध्ये दहा नवी खाती समाविष्ट केली आणि त्याद्वारे जयललिता

आणि मंडळींच्या उपलब्ध उत्पन्नस्रोतांमध्ये रु.२४.२ कोटींची भर घातली. आणि हेदेखील कमी पडतंय असं वाटल्यामुळे की काय – कुमारस्वामी यांनी एकूण उत्पन्नाच्या रकमेमध्ये आपल्या 'अंकगणिती चुकी'च्या माध्यमातून आणखी भर घातली : कुमारस्वामी यांनी हिशेबात केलेल्या सर्व प्रकारच्या गफलती विचारात घेतल्या, तरीदेखील कर्ज घेणे या आणखी एका उत्पन्नाच्या स्रोताद्वारे उपलब्ध होणारी रक्कम रु.१०.७ कोटी झाली असती : परंतु त्यांनी हा आकडा रु.२४.२ कोटी असा हिशेबात घेतला.

आणखी एक गोष्ट म्हणजे आधी हिशेबात घेतलेली रक्कम त्यांनी पुन्हा एकदा हिशेबात घेण्याचे धाडस केले, असे करताना इंडियन बँकेकडून शेतकी कर्ज म्हणून घेतलेले – रु.३.७ कोटी; शशिकला यांना इंडियन बँकेतर्फे देण्यात आलेले कर्जाचे – रु.२५ लाख; इंडियन बँकेतर्फेच सुधाकरन या शशिकला यांच्या भाच्याला देण्यात आलेल्या कर्जाचे – रु.१.५७ कोटी; इंडियन बँकेकडून महालक्ष्मी मंडपम् या त्यांच्याच एका भागीदारी कंपनीला कर्जरूपाने दिलेले- रु.१७.८ लाख; या सर्व रकमा पुन्हा एकदा हिशेबात धरल्या. मालमत्ता खरेदीसाठी जयललिता आणि मंडळींच्या हाती उपलब्ध असलेल्या उत्पन्नस्रोतांची बेरीज करताना न्यायचौकशी न्यायालयाने या प्रत्येक रकमेचा अंतर्भाव केला होता. इथे एक गोष्ट सांगावीशी वाटते, ती म्हणजे इंडियन बँक ही एक सार्वजनिक क्षेत्रातली बँक होती आणि आहे; परंतु अशा बँकेकडून या मंडळींनी ज्या सहजपणे अशी कर्जे विनासायास मिळवली, ते पाहिले, की भारतामध्ये जर खरोखरच कुठले क्षेत्र 'खासगी' आहे असे विचारले, तर ते आहे सार्वजनिक क्षेत्र, कारण सार्वजनिक क्षेत्रामध्ये जो कुणी अधिकारपदावर असेल त्याची ती खासगी मालमत्ताच असते, असे मी जे नेहमीच म्हणतो, त्याची सत्यता साक्षात उभी राहते.

तिसरी गोष्ट म्हणजे कर्जाच्या ज्या रकमा प्रत्यक्षात दिल्या गेल्या नाहीत, त्यादेखील कुमारस्वामींनी हिशेबात घेतल्या : जया रियल इस्टेटला रु.२५ लाखांचे कर्ज मंजूर झाले, पण त्यापैकी फक्त पाच लाख रुपये देण्यात आले होते; (पुन्हा एकदा इंडियन बँकेने) जेएस होल्डिंग कंपनीला रु.१२.५ लाखाचे कर्ज मंजूर केले, पण फक्त सात लाख रुपये दिले गेले होते; (पुन्हा एकदा इंडियन बँकेकडून) रु.५० लाखांचे कर्ज मंजूर झाले, पण फक्त रु.२८ लाख दिले गेले होते; रामराज ॲग्रिकल्चरल मिल्सकरिता रु.१.६५ कोटीचे कर्ज मंजूर झाले होते,पण तपासणी काळात एक पैसादेखील या कर्जापोटी देण्यात आला नव्हता. पुन्हा एकदा इंडियन बँकेकडूनच रु.९० लाखांचे कर्ज मंजूर झाले होते, पण हे कर्ज तपासणी काळानंतर घेतलेले असल्याने ते संदर्भित मालमत्ता विकत घेण्यासाठी उपलब्ध नसणार असेच गृहीत धरले गेले. आणखी एक कर्ज होते, पण ते तपासणी काळातच रु.५१

लाखांच्या व्याजासह परत फेडले गेले होते, त्यामुळे ती रक्कमदेखील उत्पन्नखात्यात हिशेबात घेता येत नव्हती. परंतु – कर्जापैकी काही रक्कम अद्याप दिलेली नसणे, तपासणी काळानंतर कर्जे घेतलेली असणे, कर्जांची परतफेड झालेली असणे – असल्या मामुली गोष्टींनी कुमारस्वामी यांना काही फरक पडणार नव्हता. त्यामुळे त्यांनी या प्रत्येक कर्जाची मंजूर झालेली दर्शनी रक्कम जयललिता आणि मंडळींच्या हाती मालमत्ता अधिग्रहणासाठी उपलब्ध असलेल्या रकमेमध्ये जमा केली.

याला फक्त 'अंकगणिती चूक' म्हणायचं का?

शेवटचे सांगायचे, तर वाढदिवसाच्या निमित्ताने आपल्याला परदेशातून भेटस्वरूपात रु.३ कोटी इतकी रक्कम मिळाल्याचा दावा जयललिता यांनी केला. प्रशंसक आणि पक्षाचे निष्ठावंत कार्यकर्ते अशा ३०० ते ५०० व्यक्तींनी या भेटी दिल्याचा दावा करण्यात आला. अर्थातच यांची कोणतीही पोचपावती दिली गेली नाही, तसेच त्याचा हिशेबही नोंदवून ठेवला गेला नाही. नंतर असे दिसून आले, की या पैशांचा उल्लेख संदर्भित वर्षाच्या उत्पन्न विवरणपत्रातदेखील केलेला नव्हता. साधारण एक ते पाच वर्षांनंतर सादर केलेल्या पुरवणी- विवरणपत्रात त्यांचा प्रथमच उल्लेख केलेला आढळला. परंतु यामुळे काहीच साध्य झाले नाही – कारण एवढ्या मोठ्या रकमांच्या भेटी स्वीकारण्यामुळे भ्रष्टाचार प्रतिबंध कायद्याचा भंग तरी ढळढळीतपणे होत होताच.

संदर्भित तपासणी काळादरम्यान जयललिता, शशिकला आणि त्यांच्या नातलगांनी मिळवलेल्या मालमत्तांचे योग्य मूल्यांकन करणे हे त्यानंतरचे काम होते. दोन मुख्य गोष्टींबाबत न्यायचौकशी न्यायालयाने केलेले अंदाज आणि उच्च न्यायालयाने केलेल्या मूल्यांकनामध्ये बरीच मोठी तफावत होती. सर्वोच्च न्यायालयाने याच गोष्टींवर लक्ष केंद्रित केले.

त्यांनी केलेल्या वाढीव बांधकामाचे मूल्यांकन हा वादाचा पहिला मुद्दा होता. तपासणी काळाची सुरुवात होत असताना आपल्या मालमत्तांचे मूल्य फक्त २ कोटी रुपये होते असा दावा जयललिता आणि मंडळींनी केला. दक्षता आणि भ्रष्टाचार प्रतिबंध विभागाच्या संचालकांनी (डीव्हीएसी) तपासणी काळ संपण्याच्या वेळी या मालमत्तांची किंमत रु.६८.४ कोटी झाली असल्याचा अंदाज वर्तविला. न्यायचौकशी न्यायालयाने हे मूल्य रु.५५ कोटी ठरवले. जयललिता आणि मंडळींनी त्याची किंमत रु.२९.८ कोटी सांगितली. उच्च न्यायालयाने त्याच्यावर कडी केली; त्यांनी हे मूल्य रु.२५ कोटी ठरवले. परिणामत: एका गोष्टीचा अपवाद वगळता उच्च न्यायालयाने बाकी सर्व मालमत्तांबाबत डीव्हीएसी आणि न्यायचौकशी न्यायालयाने केलेले मूल्यांकन ग्राह्य मानले. फक्त नव्या आणि वाढीव बांधकामाविषयी त्यांनी वेगळा विचार केला : डीव्हीएसी आणि न्यायचौकशी न्यायालयाने वाढीव

आणि नव्या बांधकामाचे मूल्यांकन रु.२८ कोटी इतके केले होते, त्याऐवजी उच्च न्यायालयाने त्याचे मूल्यांकन प्रचंड प्रमाणात घटवले – आणि ते रु.५ कोटींवर आणले. आता हे मूल्यांकन जयललिता आणि मंडळींनी केलेल्या मूल्यांकनापेक्षाही कमी होते.

पहिली गोष्ट म्हणजे, हे अंदाजित मूल्य ग्राह्य मानले असते, तरीदेखील मालमत्तांची एकूण किंमत उच्च न्यायालयाने अंदाजिलेल्या रु.२५ कोटींऐवजी रु.४३.७५ कोटी इतकी होत होती.

दुसरा मुद्दा असा, की डीव्हीएसी आणि न्यायचौकशी न्यायालयाच्या मूल्यांकनानुसार नव्या व वाढीव बांधकामाचे मूल्य रु.२८ कोटी इतके दाखवत असताना उच्च न्यायालयाने हा आकडा रु.५ कोटी इतक्या खालपर्यंत कसा बरे उतरवला? फक्त तीन सोप्या साधनांद्वारे. प्रथमत: आधी निश्चित केलेल्या २१ मालमत्तांमधून त्यांनी ४ गोष्टी वगळल्या. दुसरे म्हणजे केलेल्या बांधकामातला पंचवीस टक्के भाग त्यांनी चक्क लपवला. तिसरी गोष्ट तर जास्तच रंजक आहे : सर्व मालमत्तांपैकी सगळ्यात लक्षवेधी असलेल्या बांधकामाचे – ज्यामध्ये संगमरवर आणि ग्रॅनाइटचा मुक्त हस्ताने वापर केलेला होता, आणि अनेक मौल्यवान वस्तूंचा दागिन्यांसारखा जडाव चढवलेला होता – अशा बांधकामाचे मूल्यांकन करताना सुरक्षारक्षकासाठी इमारतीच्या बाहेर बांधलेल्या खोलीच्या बांधकामाचा प्रति चौरस फुटाचा दर प्रमाणभूत मानला! याचा परिणाम असा झाला, की एक उदाहरणच द्यायचं, तर एक ओटिस लिफ्ट प्रस्थापित करण्याचा खर्च फक्त रु.१५,००० इतकाच भरला! आणि याच पद्धतीने नव्या व वाढीव बांधकामाचे कुमारस्वामी यांनी केलेले मूल्यांकन आरोपींनी सादर केलेल्या मूल्यापेक्षा कमी भरले : त्यांनी हे मूल्य रु.८.६ कोटी असल्याचा दावा केला होता; आणि उच्च न्यायालयाने तर त्याची किंमत रु.५.१ कोटी इतकीच ठरवली होती! साक्षीदार मस्त, दावेदार सुस्त... कुमारस्वामी यांनी जे काही केलं होतं त्याला कसलाही आधार नव्हता असं सर्वोच्च न्यायालयाने दाखवून दिलं – त्यांचे अंदाज हे वास्तवाला धरून नव्हते आणि तर्कसंगतदेखील नव्हते, ते 'ढळढळीतपणे चुकीचे' होते, त्यात 'पाहताक्षणीच घोटाळा' असल्याचे स्पष्ट होते आणि म्हणून ते फेटाळण्याच्याच लायकीचे होते.

भाच्याच्या लग्नासंदर्भातल्या खर्चाबद्दलदेखील कुमारस्वामी यांनी तितकीच मदत केली : आपण यासाठी रु.३ कोटी खर्च केले असे आरोपीने म्हटले होते; रोखीच्या खर्चाची प्रत्येक बाब तपासून पाहिल्यानंतर फिर्यादीने असे म्हटले, की हा खर्च दुप्पट – म्हणजे रु.६.४ कोटी इतका झाला होता; तर कुमारस्वामी यांनी हाच खर्च कमी करत रु.२८.७ लाखांवर आणून ठेवला. पुराव्यांची पुन्हा छाननी केल्यानंतर सर्वोच्च न्यायालयाने असे मत नोंदवले की, 'पक्षकारांनी सादर केलेल्या

पुराव्यांचा एकात्मिक विचार करता आणि वादाच्या मुद्द्यांसंदर्भात नोंदवल्या गेलेल्या उच्च न्यायालयाच्या तर्काशी विसंगत असलेल्या सर्व बाबींचा विचार करता आरोपी क्र.१ (जयललिता) यांना लग्नासंदर्भात आलेल्या खर्चाचा उच्च न्यायालयाने केलेला हिशेब अग्राह्य मानावा असे आमचे मत आहे.'

आता हा काही अचानक कशावर तरी तलवार चालवली आणि कापाकापी झाली अशातला प्रकार नव्हता : उलट यामुळे जयललिता आणि मंडळींनी ज्या उत्पन्नस्रोतांद्वारे मालमत्ता विकत घेतल्या असण्याची शक्यता सांगितली जात होती, त्यातील बरेच स्रोत अपरिहार्यपणे बाजूलाच पडले होते.

जयललिता आणि मंडळींनी विकत घेतलेल्या स्थावर मालमत्तांच्या एका संचाच्या मूल्यांकनामध्ये देखील बरीच तफावत होती. न्यायचौकशी न्यायालयाने याची किंमत रु.२० कोटी ठरवली होती. कुमारस्वामी यांनी तिचे अवमूल्यन करून ती रु.६.२ कोटी इतकी दाखवली. खरेतर जयललिता आणि मंडळींनी त्याची किंमत रु.१६.२ कोटी सांगितली होती.

कुमारस्वामी यांनी हे कसं साध्य केलं? निखळ साधेपणाचं उदाहरणच ते. एकूण १४६ खरेदी-विक्री व्यवहारांद्वारे या मालमत्ता विकत घेतल्या गेल्या होत्या. उच्च न्यायालयाने यापैकी फक्त ९७ व्यवहारच विचारात घेतले, आणि ४९ खरेदी-विक्री व्यवहारांकडे चक्क डोळेझाक केली.

परंतु मालमत्ता विकत घेण्याच्या या व्यवहारांशी आणखी बऱ्याच गोष्टी निगडित होत्या – आणि त्यांचा कटकारस्थान करण्याच्या आरोपाशी थेट संबंध होता. 'असमान तडजोडी'च्या व्यवहारांद्वारे मालमत्तांची खरेदी झाली असल्याचे पुरावे प्रकरणाची चौकशी चालू असताना नोंद करून घेतले गेले होते; मालमत्तांची किंमत कमी दाखवली गेली होती; विकत घेता येण्यासारख्या मालमत्ता शोधून काढण्यासाठी राज्य शासनाच्या व्यवस्थापन यंत्रणेला कामाला लावले गेले होते; बहुतांश वेळा खरेदीदाराचे नाव उघड केले गेले नव्हते – काही खरेदी-विक्री करार तर खरेदीदाराचे नाव न लिहिताच नोंदणीकृत झालेले होते. सर्वोच्च न्यायालयाच्या निकालपत्राद्वारे आपल्याला असे समजते, की,

> *अशा प्रकारच्या खरेदीच्या व्यवहारांचे दस्तावेजीकरण आणि करारांची नोंदणी करण्याच्या आरोपी क्र.१, (जयललिता) यांच्या कार्यालयातून देण्यात आलेल्या निर्देशांना योग्य तो प्रतिसाद देण्याच्या सूचना उच्चपदस्थ अधिकाऱ्यांकडून प्रबंधक / उपप्रबंधक यांना देण्यात आल्याचे नोंदवलेल्या पुराव्यांद्वारे दिसून आले, आणि वस्तुत:देखील अनेक वेळा असे आदेश दिले गेले आणि त्यांची अंमलबजावणीदेखील झाल्याचे दिसून आले.*

अशाच एका खटल्यात जिल्हा प्रबंधकाने 'मालमत्ता आरोपी क्र.१ खरेदी करत असल्यामुळेच त्यांच्या व्यवहारांची नोंदणी करून घेण्याचे काम हाती घेतल्या'ची कबुलीच दिली. यानंतर सर्वोच्च न्यायालयाने असेही मत नोंदवले, की,

> *फिर्यादी पक्षाचे साक्षीदार क्र.४७, ७१ आणि १५९ यांच्या साक्षीपुराव्यांचा एकत्रित विचार केला तर विविध ठिकाणी खरेदी करता येण्यासारख्या जमिनी शोधून काढून त्या विकत घेण्यासाठी शासकीय अधिकाऱ्यांचा वापर केला हे सिद्ध होते...*
>
> *...विक्रेत्यांना खरेदीदार कोण आहे याबद्दल अंधारात ठेवले गेले आणि काही व्यवहारांमध्ये तर व्यवहाराला होकार देण्यासाठी त्यांच्यावर दडपण आणण्यात आले. आरोपी क्र. १ मुख्यमंत्री, जयललिता यांना या व्यवहारांची माहिती होती इतकेच नाही, तर अनेक वेळा संबंधित दस्तावेजांच्या नोंदणीकरणाचे काम त्यांच्या निवासस्थानीच केले गेले, असेही या निवेदनांमध्ये म्हटले गेले आहे.*
>
> *आणि याबरोबरच,*
>
> *फिर्यादीचे साक्षीदार क्र.१५९ – उपप्रबंधक, नॉर्थ बीच, उपप्रबंधकांचे कार्यालय, आणि फिर्यादीचे साक्षीदार क्र.७१ – राधा कृष्ण, फलोत्पादन अधिकारी, यांनी सादर केलेल्या पुराव्यांचा संदर्भ घेऊन न्यायचौकशी न्यायालयाने – त्यांना उच्चपदस्थ अधिकाऱ्यांच्या सूचनांनुसार पेस गार्डन येथे बोलावले गेले होते, व्यक्तिश: उत्साह दाखवून नियमांना बगल देत मोठ्या संख्येत असलेल्या दस्तावेजांच्या नोंदणीचे काम करून आरोपी क्र.१ ची मर्जी राखण्याचा त्यांनी प्रयत्न केला इतकेच नाही, तर या सर्व व्यवहारातील आरोपी क्र.१ यांचा सहभाग आणि त्या मालमत्तांची किंमत बाजारभावापेक्षा अतिशय कमी राखण्यात आल्याच्या गोष्टींकडे त्यांनी काणाडोळा केला – असा यथोचित शेरा मारला. तसेच नोंदणी प्रक्रिया अधिकाऱ्यांनी कार्यपरिघाबाहेर जाऊन खरेदीदाराचे नाव दस्तावेजांमध्ये न लिहिताच एकूण सहा दस्तावेजांची नोंदणी करण्यास परवानगी दिली होती, याचाही उल्लेख केला गेला.*

या खरेदी-व्यवहारांवर पांघरूण घालण्यासाठी त्यांची नोंद जयललिता आणि शशिकला यांच्या भागीदारी कंपन्यांच्या नावाने करण्यात आली. तपासाअंती या खरेदी-व्यवहारांसाठी आवश्यक असणारा कोणताही निधी या भागीदारी कंपन्यांकडे नव्हता, अथवा – नाममात्ररीत्या – असे निधी नमाडू एमजीआर या जया पब्लिकेशन्ससारख्या

दर्शनी कंपन्या आणि त्यांच्या तथाकथित व्यवसायातून वळवण्यात आले होते, असं आढळलं. ज्या कंपन्यांच्या नावे या मालमत्ता खरेदी केल्याचे नोंदवले होते त्या कंपन्यांनी आपल्या जमा-खर्चाच्या नियमित नोंदी अजिबातच ठेवल्या नव्हत्या, त्यांनी कंपनी स्थापन केल्या दिवसापासून ते मालमत्तांवर जप्ती येण्याच्या तारखेपर्यंतच्या काळासंदर्भात उत्पन्न विवरणपत्रे प्राप्तिकर खात्याला सादरच केलेली नव्हती. खरेदी-विक्रीच्या कोणत्याही दस्तावेजावर कोणत्याही कंपनीचे शिक्कामोर्तब नव्हते, कशावरही कंपनीच्या सचिवाची किंवा एखाद्या संचालकाची स्वाक्षरीदेखील नव्हती. या तथाकथित कंपन्यांच्या खात्यांमध्ये प्रचंड मोठ्या रकमा जमा करण्यात आल्या होत्या, पण त्या त्यांच्या खात्यांमध्ये का आल्या होत्या याचे उत्तर ते देऊ शकले नाहीत. न्यायचौकशी न्यायालयाच्या निष्कर्षांचा सारांश सांगणाऱ्या सर्वोच्च न्यायालयाच्या निकालपत्रातल्या फक्त एका परिच्छेदाद्वारे तुम्हाला हे जे काही चालले होते त्याचा अंदाज येईल :

> *प्रस्तुत खटल्यामध्ये त्यांच्या बँकांच्या खात्यांमध्ये आलेल्या / असलेल्या मोठ्या रकमांबाबत उत्तरवादी पक्षाला कोणतेही समाधानकारक स्पष्टीकरण देता आलेले नाही असे न्यायचौकशी न्यायालयाचे मत होते. उत्तरवादींनी सादर केलेले पुष्टीकरण पत्र खोटे व बनावट असल्याचे स्पष्ट करून न्यायालयाने स्वीकारले नाही, शिवाय ज्या व्यक्तीने उत्पन्नाचा स्रोत उघड केला, त्या व्यक्तीची ओळख कायदेशीररीत्या सिद्ध झाली नसल्याचेही नमूद केले. तसेच अशा प्रकारच्या रोख रकमा ज्यातून निर्माण झाल्या ते व्यवहारदेखील स्पष्टपणे प्रस्थापित झाले नाहीत असे म्हटले. प्राप्तिकर अधिकाऱ्यांना सादर केला गेला असा दावा करण्यात आलेला आणि ज्यावर उत्तरवादी पक्षाचा बचाव आधारलेला होता, तो ताळेबंदाचा व नफा-तोट्याचा अहवालदेखील न्यायचौकशी न्यायालयाने कायदे-नियमांच्या निकषावर सिद्ध झालेला नसल्याने तसेच नियमावलींच्या तरतुदींचे पालन करणारा नसल्याने अस्वीकारार्ह ठरवून फेटाळला. उत्तरवादींच्या लेखापरीक्षकांनी पुराव्यात सादर केलेला लेखापरीक्षण अहवालदेखील, बाकीच्या पुराव्यांद्वारे जी सामोरी आली आहे, त्या वस्तुस्थितीचे खरे रूप माहीत नसताना तयार केलेला, आणि त्याचबरोबर तपासणी काळादरम्यान त्यांनी उत्तरवादींच्या आर्थिक व्यवहारांची हाताळणी केली नसण्याच्या कारणास्तव – अस्वीकारार्ह ठरवला. न्यायचौकशी न्यायालयाने आपले निष्कर्ष नोंदवताना असे म्हटले, की नोंदवल्या गेलेल्या पुराव्यांचा एकत्रित विचार करता प्राप्तिकरपात्र उत्पन्न विवरणपत्रे, ताळेबंद आणि नफा-तोट्याचे अहवाल या साऱ्या गोष्टी बनावट*

असल्याचे आणि त्या उत्तरवादींच्या बँक खात्यांमध्ये जमा झालेल्या प्रचंड मोठ्या रकमांचे पुष्टीकरण करण्यासाठी मुद्दाम तयार केलेल्या असल्याचे सिद्ध होते. आणि म्हणून सादर केल्या गेलेल्या पुराव्यांच्या कसोटीनुसार, आणि त्याचबरोबर योगायोगांचे प्राबल्य विचारात घेऊनदेखील, उत्तरवादी पक्ष आपल्या बाजूचे समर्थन करण्यात अपयशी ठरला आहे असा न्यायचौकशी न्यायालयाचा निष्कर्ष आहे.

जयललिता, शशिकला आणि त्यांच्या नातलगांनी संगनमताने केलेल्या कारस्थानानुसार सर्व काही केले असल्याकडेच सर्व वस्तुस्थितीदर्शक पुराव्यांद्वारे अंगुलीनिर्देश होत होता. अन्य काही तपशीलदेखील याच वस्तुस्थितीकडे निर्देश करत होता. त्या 'कंपन्यां'पैकी अनेक कंपन्यांची नोंदणी एकाच दिवशी झालेली होती. अनेक कंपन्यांनी पत्रव्यवहारासाठी एकच पत्ता दिला होता. खरेदी व्यवहार पूर्ण करण्यासाठी, तसेच दस्तावेज नोंदणीकरणासाठी अधिकारी पेस गार्डन या मुख्यमंत्र्यांच्या निवासस्थानी जात असत. मुख्यमंत्र्यांनी बँका आणि 'कंपन्यां'शी संबंधित व्यक्तींना शशिकला यांनी वेळोवेळी केलेल्या सूचनांनुसारच कामे करण्याची 'ताकीदवजा सूचना' दिलेली होती. सगळ्यात कळस म्हणजे, सर्व खात्यांमधून मोठमोठ्या रकमांची उलाढाल होताना दिसत होती, –पण या 'कंपन्यां'च्या खात्यांमध्ये प्रत्यक्षात येत असलेली आणि आल्यावर वाटप व पुनर्वाटप होत असलेली रोख रक्कम एकच असायची, आणि ती जयललिता यांच्यामार्फत येत असे. न्यायालयाच्या कामकाजादरम्यान ही गोष्ट इतक्या उघडपणे दिसू लागली होती, की फक्त न्यायचौकशी न्यायालयच नव्हे, तर कुमारस्वामी यांनीदेखील ही सर्व खाती, उत्पन्न, मालमत्ता आणि खर्चदेखील एकाच व्यक्तीसंदर्भात असावीत अशाच प्रकारे विचारात घेतली होती. आरोपी पक्षातर्फे यावर कोणतीही हरकत घेतली गेली नव्हती.

आणि तरीदेखील यात कुठेही गुन्ह्याला मदत किंवा संगनमत वा कारस्थान दिसत नव्हते असे कुमारस्वामींनी जाहीर केले.

अशा परिस्थितीत सर्वोच्च न्यायालयाने उच्च न्यायालयाचा निकाल पूर्णत: बाहेर फेकून डिकून्हा यांनी दिलेला निकाल पुनर्प्रस्थापित केला यात काहीच नवल नव्हते :

या खटल्यासंदर्भातील वस्तुस्थिती आणि संदर्भित परिस्थितीच्या विश्लेषणानंतर व आमच्यासमोर सादर करण्यात आलेले सर्व पुरावे विचारात घेतल्यानंतर तसेच सर्व पक्षांनी आपला पक्ष मांडल्यानंतर, उच्च न्यायालयाने काढलेले चुकीचे निष्कर्ष आणि दिलेला आदेश असमर्थनीय आहेत आणि म्हणून ते

रद्द करण्यात येत आहेत. आम्ही या खटल्यासंदर्भातील वस्तुस्थितीदर्शक बाबींचा अभ्यास केला आहे, आणि उत्पन्नस्रोतांच्या तुलनेत विपरीत प्रमाणात असलेल्या मालमत्तेचे उच्च न्यायालयाने हिशेब केलेले ८.१२% इतके प्रमाण हे मुळातच नोंदवलेल्या पुराव्यांच्या चुकीच्या अभ्यासावर आधारित असून त्यात हिशेबातील अंकगणिती चुकांची भर पडली आहे...

सर्वोच्च न्यायालयाचा निकाल येईपर्यंत जयललिता यांचे निधन झाले होते. कुमारस्वामी निवृत्त झाले होते... न्यायचौकशी न्यायालयाने दाखवलेले धाडस आणि कामकाजातल्या काटेकोरपणाचा गौरव झाला होता, आणि किमान शशिकला यांना तरी तुरुंगात धाडले गेले होते ही एक दिलासादायक गोष्ट होती...

न्यायाधीशांना या एकाच खटल्यातून तीन धडे मिळतात. सर्वप्रथम आणि सर्वांत महत्त्वाचा धडा म्हणजे न्यायाधीश घोष आणि रॉय यांनी दिलेल्या निकालामुळे सरतेशेवटी न्याय होईलच हा विश्वास दृढ होतो. परंतु विश्वास दृढ होण्याबरोबरच एक जबाबदारीदेखील अधोरेखित होते : प्रत्येकाने – न्यायाधीशच नव्हे तर आपल्यासारख्या सामान्य नागरिकानेदेखील – सदैव दक्ष राहायला हवे, आणि न्याय मिळण्याच्या या शेवटच्या पर्यायाचे खच्चीकरण करण्याच्या प्रयत्नांविरुद्ध प्राणपणाने लढले पाहिजे आणि असा कोणताही प्रयत्न हाणून पाडला पाहिजे. आपण यापूर्वी पाहिल्यानुसार दुसरा धडा असा, की समस्येला यांत्रिक उत्तरे देऊन चालत नाही. कुमारस्वामी आणि डिकून्हा हे दोघेही जिल्हा न्यायाधीशाच्या स्तरावरून बढती मिळत उच्च न्यायालयापर्यंत पोहोचले होते. कर्नन यांच्यासारखे बार कौन्सिलमध्ये कुणाच्या फारसे परिचयाचे नसलेले असेही नव्हते. तिसरा धडा असा होता, की इतक्या उघड उघड कायदेभंग असलेल्या खटल्यामध्ये उच्च न्यायालयाच्या स्तरावरील न्यायाधीश – ते देत असलेल्या निकालाची सर्वदूर आणि विस्तृत प्रमाणात चिकित्सा होईल याची भीतीदेखील त्यांना वाटली असेल – आणि तरीदेखील – जर इतके अतर्क्य आणि विचित्र विचार मांडत असतील – तर नेहमीच्या रटाळ स्वरूपाच्या खटल्यांमध्ये आणि ज्या निकालांबाबत ते निःशंक असतील, आणि निकालामुळे खटल्यात गुंतलेल्या पक्षकारांव्यतिरिक्त अन्य कोणाचे फारसे लक्षही वेधले जाणार नाही अशा खटल्यांमध्ये त्यांना काय करणे शक्य नव्हते? की इतक्या सर्वांचे लक्ष लागलेल्या खटल्याबाबतचा त्यांचा निकाल फारसे कुणी वाचणारदेखील नाही, इकडेतिकडे थोडीफार टीका होईल पण लवकरच सगळं विसरलं जाईल, आणि त्यांनी यथावकाश एका सुखद अनुभूतीच्या प्रदेशात पदार्पण केलेले असेल याबाबत त्यांना आत्यंतिक विश्वास वाटत होता?

वकील 'गटवणे' आणि इतर युक्त्या-प्रयुक्त्या

ज्ञात स्त्रोतांच्या आवाक्यापेक्षा प्रचंड मोठ्या प्रमाणात मालमत्ता गोळा केल्याबद्दलची जयललिता यांच्या विरुद्धची तक्रार – जून १९९६ मध्ये दाखल करण्यात आली होती. जून १९९७[१] मध्ये म्हणजे एक वर्षानंतर पहिले आरोपपत्र दाखल केले गेले. सर्वोच्च न्यायालयाकडून फेब्रुवारी २०१७ मध्ये – म्हणजे आरोपपत्र दाखल केल्यानंतर वीस वर्षांनी –अंतिम निकाल दिला गेला. आणि आपण पाहिलंच, की त्या वेळेपर्यंत जयललिता निधन पावल्या होत्या. या घटनाक्रमाद्वारे आपल्या न्यायव्यवस्थेच्या अवस्थेवर थेट भाष्य होते, हे तर खरेच, पण याला इतरही अनेक पैलू आहेत.

एकमेकात गुंतलेली भवितव्ये – राजकीय आणि कायद्यासंबंधीची

सर्वप्रथम आपण जयललिता यांच्या नशिबाचे खेळ पाहू[२] १९९१ ते १९९६ या

१. लंडनमधील एका हॉटेलच्या खरेदीबद्दलचे आणखी एक आरोपपत्र होते. त्याकडे आपण थोड्याच वेळात वळू : पण अंतिमत: त्याचा पाठपुरावा केला गेला नाही एवढेच इथे आपल्याला माहीत असले तरी पुरेसे आहे.

२. सर्वोच्च न्यायालयाच्या निकालपत्रात नमूद केलेला काल-घटना-क्रम आणि वस्तुस्थिती याव्यतिरिक्त मी युनिव्हर्सल लॉ पब्लिशिंगतर्फे २०१४ साली प्रकाशित झालेल्या, वरिष्ठ वकील, श्री. बी. व्ही. आचार्य यांनी लिहिलेल्या 'ऑल फ्रॉम मेमरी, ॲन ऑटोबायोग्राफी' या स्मृतिग्रंथातील तपशिलाचा, आणि विशेषत: त्यातील पंधराव्या प्रकरणाचा व परिशिष्ट क्र. - पाच यांचा आधार घेतला आहे.

काळात त्या मुख्यमंत्री होत्या. १९९७ पासून त्यांचे विरोधक, डीएमके पक्ष, हे सत्तारूढ झाले. डीएमकेने कामाला लावल्यावर दक्षता आणि भ्रष्टाचार प्रतिबंध संचालनालयाने तपासकार्य केले. १९९७ मध्येच जयललिता व अन्य तिघांविरोधात तक्रार दाखल करण्यात आली. या प्रकरणाच्या चौकशीसाठी एक विशेष न्यायालय स्थापन करण्यात आले. त्यानंतरच्या वीस वर्षांत एखादी प्रथाच पडलेली असावी अशा प्रकारे जयललिता आणि अन्य आरोपींनी तत्परतेने सर्वोच्च न्यायालयाकडे धाव घेतली आणि विशेष न्यायालय स्थापन करण्याच्या निर्णयाला आव्हान दिले. न्यायालयाने हे आव्हान फेटाळले.[३] चौकशीचे कामकाज चेन्नई येथे एका विशेष न्यायाधीशांसमोर झाले. फिर्यादी पक्षाकरिता दोनशे एकोणसाठ साक्षीदारांची तपासणी करण्यात आली. आणखी फक्त दहा जणांची तपासणी करायची होती. मे २००१ मध्ये जयललिता पुन्हा एकदा मुख्यमंत्री झाल्या. परंतु त्या पूर्वीच्या एका भ्रष्टाचाराच्या प्रकरणामध्ये दोषी ठरलेल्या असल्यामुळे मुख्यमंत्रिपदावर बसू शकत नाहीत; असा सर्वोच्च न्यायालयाने लवकरच निर्णय दिला.[४] त्यामुळे त्यांना सप्टेंबर २००१ मध्ये मुख्यमंत्रिपद सोडावे लागले. त्यांनी निवडलेली एक व्यक्ती नावापुरती मुख्यमंत्री झाली. काही काळ गेल्यावर त्या दोषी असल्याचा निकाल रद्द केला गेला. त्यांनी पोटनिवडणूक जिंकली आणि फेब्रुवारी २००२ मध्ये त्या पुन्हा मुख्यमंत्रिपदावर आरूढ झाल्या.

यानंतर, 'चौकशीचे कामकाज... कसल्या ना कसल्या तरी कायदेशीर अडचणींना तोंड देत चालले...'[५] असे नंतरच्या काळात सर्वोच्च न्यायालयाने नमूद केले आहे. या प्रकरणातील तपास अधिकारी, राज्य शासनाचे प्रतिनिधित्व करणारे वरिष्ठ वकील आणि सरकारी अभियोक्ता या सर्वांनीच राजीनामे दिले. जयललिता यांच्या सरकारने या कामी सरकारी अभियोक्त्यासह एका नव्याच चमूची नेमणूक केली. या प्रकरणाची चौकशी करणारे न्यायाधीशदेखील बदलले गेले होते. 'सरकार बदलले असले तरी त्याचा न्यायाधीश बदलले जाण्याशी काहीही संबंध नाही, हे येथे नमूद करणे अत्यावश्यक आहे.' 'निवृत्ती आणि सर्वसामान्य व्यवस्थापन पद्धतींनुसार होणाऱ्या बदल्यांच्या अनुषंगाने विशेष न्यायाधीशदेखील बदलले गेले.' असे सर्वोच्च न्यायालयाने ज्या खटल्यासंदर्भात नमूद केले होते त्याकडेदेखील आपण अल्पावधीतच वळू.

---

३. जे. जयललिता वि. भारत सरकार (१९९९) ५ एससीसी १३८.
४. बी. आर. कपूर वि. तामिळनाडू राज्य, (२००१) ७ एससीसी २३१.
५. के. अन्बझगन वि. कर्नाटक राज्य, (२०१५) ६ एससीसी, १५८, परिच्छेद ५.

फेब्रुवारी २००२ पासून चौकशीचे कामकाज थांबले होते. ते नोव्हेंबरमध्ये एकदाचे पुन्हा सुरू झाले. 'प्रतिवादींचे (जयललिता आणि मंडळी) प्रतिनिधित्व करणारे वकील किंवा त्यांच्यापैकी काही जण, प्रतिवादींविरुद्ध दाखल करण्यात आलेल्या आणखी एका खटल्याच्या कामात व्यग्र असल्याकारणाने,' शहात्तर साक्षीदारांना पुनर्तपासणीसाठी पुन्हा बोलावले गेले, अशी नोंद सर्वोच्च न्यायालयाने केली. आता ७६ पैकी ६४ साक्षीदारांनी पूर्वी शपथेवर दिलेली साक्ष फिरवली. नव्या सरकारी अभियोक्त्याने साक्षीदारांना पुन्हा बोलावण्यावर कसलीही हरकत घेतली नाही. त्याने त्यांना उलटलेले साक्षीदार म्हणूनही घोषित केले नाही. 'ज्या व्यक्तीने साक्षीदारास पुन्हा बोलावले आहे, त्या व्यक्तीस, न्यायालय आपल्या अधिकारात, विरुद्ध पक्षाने उलटतपासणीमध्ये विचारणे शक्य असलेले कोणतेही प्रश्न विचारण्याची परवानगी देऊ शकते.' अशी तरतूद असलेल्या भारतीय पुरावे कायदा, कलम १५४ नुसार त्याला प्राप्त असलेल्या अधिकारानुसार त्यांना प्रश्न विचारायची परवानगी त्याने मागितली नाही. खोटी साक्ष दिल्याचा गुन्हा केल्याबद्दल कायदेशीर कारवाई करण्याचीदेखील त्याने न्यायालयाला विनंती केली नाही.

सर्वोच्च न्यायालय हस्तक्षेप करते

डीएमके पक्षाचे सरसचिव, श्री. के. अन्बझगन यांनी ही व अन्य वास्तव घटना सर्वोच्च न्यायालयासमोर मांडल्या. सर्व वस्तुस्थिती पाहता तामिळनाडूमध्ये चौकशीचे कामकाज निष्पक्षपणे चालणे अशक्य असल्याचे त्यांनी प्रतिपादन केले, आणि यासंबंधीचे पुढील कामकाज इतर कोणत्याही राज्यामध्ये वर्ग केले जावे अशी त्यांनी विनंती केली. सर्वोच्च न्यायालयाने या सगळ्या वस्तुस्थितीची आपल्या निकालपत्राद्वारे[६] गंभीर दखल घेतली. साक्षीदारांना पुन्हा तपासण्यासाठी पुढे केलेले – मुळात तपासणी व उलटतपासणी चालू असण्याच्या काळात त्यांच्यापैकी काही वकील दुसऱ्या एका प्रकरणाच्या कामकाजात व्यग्र होते – हे कारण 'साक्षीदारांना पुन्हा एकदा तपासणीसाठी बोलावण्यास अजिबातच पुरेसे कारण नाही.' असे निरीक्षण त्यांनी नोंदवले. याचबरोबर सरकारी अभियोक्त्याच्या कार्यशैलीची – म्हणजे कसलीही हरकत न घेणे, भारतीय पुरावे कायद्याच्या कलम १५४ चा आधार न घेणे, साक्षीदारांना उलटलेले साक्षीदार घोषित करण्यासाठी कोणतीही कारवाई न करणे किंवा खोटी साक्ष दिल्याच्या गुन्ह्याबद्दल कारवाई करण्याची विनंती न करणे – या सगळ्याचीदेखील नोंद घेतली गेली. या खटल्यासंदर्भातील सगळ्या वास्तव घटना आणि अशाच प्रकारच्या खटल्यांमधील पूर्वीच्या निकालांचे पुनरवलोकन केल्यावर

६. के. अन्बझगन वि. पोलीस अधीक्षक, (२००४) ३ एससीसी ७६७.

आणि लागू असलेल्या कायद्याच्या तरतुदींचा अभ्यास केल्यानंतर, न्यायालयाने ठाम निर्णय दिला,

...वस्तुस्थितीच्या वरील वर्णनाद्वारे असे दिसते, की खटल्याच्या कामकाजप्रक्रियेवर मोठ्या प्रमाणात पूर्वग्रहदूषित प्रभाव टाकला गेला होता, आणि त्यामुळे प्रत्यक्ष न्यायदानामध्येच गफलत होऊ शकली असती. पूर्वी तपासणी आणि उलटतपासणीदेखील केल्या गेलेल्या साक्षीदारांना इतक्या तकलादू कारणास्तव पुन्हा उलटतपासणीसाठी बोलावण्याची काहीच आवश्यकता नव्हती. क्रमांक दोनच्या उत्तरवादीने (या खटल्यासंदर्भात जयललिता) मुख्यमंत्रिपदाची सत्ता मिळवली आणि त्यांच्या सरकारने नेमलेल्या सरकारी अभियोक्त्याने साक्षीदारांना परत तपासणीसाठी बोलावण्याला विरोध केला नाही/ किंवा साक्षीदार परत बोलावण्याच्या विनंतीला संमतीही दिली नाही यावरूनच न्यायप्रक्रियेचा पाडाव कसा केला जात होता ते दिसून येते. सरकारी अभियोक्त्याने भारतीय पुरावे कायद्याच्या कलम १५४ चा आधार न घेणे किंवा मुळातच खोटी साक्ष दिल्याबद्दल साक्षीदारांविरुद्ध कायदेशीर कारवाई करण्याची विनंती न करणे यांसारख्या घटनांद्वारे चौकशीचे कामकाज योग्यप्रकारे चालले नसल्याचे दिसून येते. साक्षीदारांना परत बोलावण्याच्या विनंतीस कठोरपणे विरोध करणे हे सरकारी अभियोक्त्याचे कर्तव्यच होते आणि काहीही झाले तरी फौजदारी प्रक्रिया संहितेच्या कलम १६१ नुसार[७]

---

७. फौजदारी प्रक्रिया संहितेच्या संदर्भित कलमात अशी तरतूद आहे : '१६१. पोलिसांनी करावयाची साक्षीदारांची तपासणी – (१) संहितेतील या प्रकरणाच्या अंतर्गत तपास करणारा कोणताही पोलीस अधिकारी, किंवा या संदर्भात राज्य शासनाने सर्वसामान्य किंवा विशेष आदेशाद्वारे निश्चित केलेल्या श्रेणीपेक्षा निम्न श्रेणीत नसलेला कोणताही पोलीस अधिकारी, खटल्यासंदर्भातील वस्तुस्थिती आणि परिस्थितीसंदर्भात माहिती असणाऱ्या कोणत्याही व्यक्तीची तपासणी करू शकतो. '(२) अशा अधिकाऱ्याने संदर्भित खटल्यासंदर्भात विचारलेल्या, ज्या पश्नांच्या उत्तरांमुळे त्या व्यक्तीवर गुन्ह्याचा आरोप किंवा दंड किंवा जप्ती यांसारख्या कारवाईची जोखीम निर्माण होण्याची शक्यता असेल, असे प्रश्न वगळता, सर्व प्रश्नांना खरीखरी उत्तरे देणे अशा व्यक्तीस बंधनकारक आहे.
'(३) या कलमांतर्गत केलेल्या तपासणीदरम्यान त्याच्यासमोर केले गेलेले कोणतेही निवेदन तो पोलीस अधिकारी लेखी स्वरूपात नोंदवून ठेवू शकतो; आणि तसे त्याने केले, तर ज्या ज्या व्यक्तीच्या निवेदनाची त्यानी लेखी नोंद करायचे ठरवले, त्या प्रत्येकाची त्याने वेगवेगळी आणि खरी नोंद करणे अनिवार्य आहे... ३(परंतु या उपकलमांतर्गत केले जाणारे निवेदन दृक्-श्राव्य इलेक्ट्रॉनिक माध्यमाद्वारेदेखील केले जाऊ शकते...)

नोंदवण्यात आलेल्या साक्षीबद्दल आणि त्यांच्या सरतपासणीबद्दल चांगले खडसावायला हवे होते. दबाब आणला जात असल्यामुळे साक्षीदार उलटत असावेत का याचा शोध वा शहानिशा करण्याचा कोणताही प्रयत्न केला गेला नाही. सरकारी अभियोक्त्याने आरोपींबरोबर हातमिळवणी केल्याचे स्पष्ट दिसत असून त्यामुळे सर्वसामान्य जनतेच्या मनात न्यायव्यवस्था अपयशी ठरण्याच्या धोक्याची जाणीव सहजपणे जागी होत आहे. इथे न्यायप्रक्रियेबद्दलचा विश्वास उखडून टाकला जात असल्याचे स्पष्टपणे दिसून येत आहे.

एखाद्या साक्षीदाराने पूर्वी दिलेली साक्ष पूर्णत: उलटविली, तरीदेखील, 'त्यातील पुरावे, कायद्याच्या दृष्टीने, साफ धुऊन गेलेले ठरू शकत नाहीत. उलटपक्षी अशा (सरकारी अभियोक्त्याने केलेल्या) उलटतपासणीद्वारे आणि उलटसाक्षीमुळे तो साक्षीदार विश्वासास पूर्णत: अपात्र ठरतो की अजूनही त्याच्या साक्षीपैकी काही भागापुरता विश्वास ठेवण्यास पात्र आहे, हे न्यायाधीशानेच ठरवायचे आहे...' अशा स्वरूपाच्या पूर्वीच्या खटल्यांमध्ये न्यायालयांनी दिलेल्या निकालांचा न्यायाधीशांनी उल्लेख केला. परंतु सरकारी अभियोक्ता अशा साक्षीदाराची उलटतपासणीच करत नसेल, तर 'पूर्वीची साक्ष ग्राह्य मानणे न्यायालयास अशक्य नाही, तरी निश्चितच अवघड ठरेल. साक्षीदाराने उलट फिरवून दिलेल्या साक्षीबद्दल हरकती घेतल्या गेल्या नसतील, तर न्यायचौकशी न्यायालयाला ती अस्वीकारार्ह ठरवणे अत्यंत अवघड ठरेल. अशा कृतीमुळे न्यायप्रक्रियेवर वाईट प्रभाव पडतो, आणि परिणामी न्यायाचेच अध:पतन होते.'

प्रत्यक्षात तपासणीस सामोरे जाण्याऐवजी वकिलामार्फत एखाद्या प्रश्नसंचातल्या प्रश्नांना उत्तरे देण्याची परवानगी मागणाऱ्या जयललिता यांच्या अर्जाबाबतदेखील न्यायाधीशांनी याच प्रकारचे निष्कर्ष नोंदवले. निवडणुका आणि पोटनिवडणुकांच्या धामधुमीनंतर आपण दमलो असल्याचे निवेदन जयललिता यांच्यातर्फे सादर करण्यात आले होते. अर्थातच, सरकारी अभियोक्त्याने या अर्जास हरकत घेतली नव्हती. न्यायाधीश असे म्हणाले, 'आमच्या मते तपासणीस व्यक्तिश: हजर न राहू शकण्याची अर्जात नमूद केलेली कारणे... अशी परवानगी देण्यासाठी सबळ कारणे ठरू शकत नाहीत. खरे सांगायचे तर, कायद्याच्या अंमलबजावणीच्या प्रक्रियेला मुरड घालण्याचाच हा एक प्रयत्न होता...' 'अशा हास्यास्पद स्वरूपाच्या अर्जावर सरकारी अभियोक्त्याने काहीच विरोध करू नये हेदेखील नापसंतच आहे.' न्यायाधीशांनी आपले निरीक्षण असे नोंदवले.

या चर्चेनंतर हा खटला पुढील कार्यवाहीसाठी कर्नाटक राज्याकडे सोपवण्यात

यावा असे आदेश त्यांनी दिले. यानंतरच्या कामकाजासाठी कर्नाटकच्या उच्च न्यायालयाच्या सरन्यायाधीशांबरोबर सल्लामसलत करून कर्नाटक राज्य सरकार या खटल्यासाठी विशेष न्यायालयाची स्थापना करेल, सरकारी अभियोक्त्याची नेमणूक करेल आणि तत्सम आवश्यक गोष्टी करेल असेही सूचित केले. एका वाक्यात सांगायचे, तर या खटल्याच्या कामकाजासंदर्भात ज्या जबाबदाऱ्या तामिळनाडू सरकारने पार पाडणे आवश्यक होते, त्या सर्व आता कर्नाटक राज्य सरकारच्या शिरावर दिल्या जाव्या असे निर्देशित केले. उलट फिरलेल्या ६४ साक्षीदारांच्या संदर्भात घडलेल्या गोष्टी लक्षात घेऊन आपल्या निर्देशनाद्वारे न्यायालयाने पुढील गोष्टी स्पष्टपणे सांगितल्या,

> *(फ) ज्या साक्षीदारांना पुनर्तपासणीसाठी बोलावले गेले आणि आरोपी पक्षाने उलटतपासणी केली तसेच आपल्या यापूर्वीच्या साक्षी ज्यांनी उलटविल्या, त्यांना पुन्हा पाचारण करण्याबाबत योग्य तो निर्णय घेण्याची सरकारी अभियोक्त्याला मुभा असेल. या साक्षीदारांना उलटलेले साक्षीदार म्हणून घोषित करण्याचा अर्ज न्यायालयास सादर करण्याची तसेच त्यांची उलटतपासणी घेण्याची मुभा सरकारी अभियोक्त्याला असेल. अशा स्वरूपाचा कोणताही अर्ज विशेष न्यायालयाकडे केल्यास त्याला परवानगी द्यावी. या साक्षीदारांपैकी काही किंवा सर्व साक्षीदारांविरुद्ध खोटी साक्ष दिल्याच्या गुन्ह्याबद्दल कायदेशीर कारवाई करण्याविषयी अर्ज करण्याची मुभादेखील सरकारी अभियोक्त्यास असेल.*

वर उल्लेखलेल्या विशेष न्यायालयाची यथावकाश स्थापना करण्यात आली. कर्नाटक राज्य सरकारने विशेष सरकारी अभियोक्ता म्हणून – निष्पक्षपातीपणा, सखोल अभ्यास आणि सत्यनिष्ठा यासाठी प्रसिद्ध असलेल्या, बार कौन्सिलमध्ये अत्यंत लक्षणीय कारकीर्द घडवलेल्या, पाच मुदतींसाठी महाअधिवक्तापदाचा कार्यभार सांभाळलेल्या आणि अनेक महत्त्वाची प्रकरणे हाताळलेल्या श्री. बी. व्ही. आचार्य यांची नेमणूक केली.

एक युक्ती

ही नोव्हेंबर २००३ मधली गोष्ट होती. आरोपींना या वेळी अचानक जाग आली, किंवा कदाचित नव्या विशेष न्यायाधीशांनी चौकशीचा मुद्दा उपस्थित केल्यामुळे असेल, पण – उत्पन्नस्रोतांच्या तुलनेत भरमसाट मोठ्या प्रमाणात मालमत्ता विकत

घेण्यासंदर्भातल्या जयललिता आणि मंडळींवरील या खटल्याबरोबर – दुसऱ्या एका खटल्याचे – लंडनमध्ये एक हॉटेल खरेदी केल्याबाबतच्या प्रकरणाचे कामकाजदेखील जोडले जाण्यासाठी – मागील वर्षात फेब्रुवारीमध्ये केलेल्या एका अर्जाची – त्यांना आठवण झाली. यावर आचार्य यांनी अशाप्रकारे हरकती दाखल केल्या : आत्ता पुढे केला जात असलेला दावा स्वत: आरोपींनीच बाजूस सारला होता, पुढे असेही निर्देशित केले; की या संदर्भात त्यांच्या वतीने मागील तीन वर्षांत कोणतीही हरकत उपस्थित केली गेली नव्हती. 'इतकेच नाही, तर इथे हा मालमत्तांसबंधातला खटला चौकशीच्या अंतिम टप्प्यात आहे, तर लंडनमधील हॉटेलखरेदीच्या खटल्यात अद्याप आरोपदेखील निश्चित करण्यात आलेले नाहीत.' असेही त्यांनी नमूद केले की या टप्प्यावर दोन्ही खटले एकत्रित करण्यामुळे चौकशीचे काम अनिश्चित काळापर्यंत चालत राहील. तसेच चेन्नई येथील न्यायचौकशी न्यायालयाने स्वीकारलेल्या कार्यपद्धतीला मद्रास उच्च न्यायालयाने यापूर्वीच मान्यता दिलेली होती.

मात्र विशेष न्यायाधीशांनी हे दोन्ही खटले एकत्र करून एकच खटला म्हणून चालवायचा निर्णय घेतला. परिणामांचे वर्णन आचार्य यांनी असे केले :

> *या आदेशाचा परिणाम असा झाला, की दोन्ही खटले एकत्र झाल्यावर तो एकच आणि नवा खटला झाला आणि म्हणून त्याचे कामकाज पुन्हा नव्याने सुरू करावे लागले. दोन्ही खटले एकत्र करण्यामुळे नव्या खटल्यामध्ये आरोप निश्चित करण्यापासून सुरुवात करणे भाग होते, त्यामुळे प्रत्येक आरोपीला स्वत:ला दोषारोपमुक्त करवून घेण्याचा हक्क निर्माण झाला होता, त्यामुळे एकामागून एक सर्व आरोपींनी स्वत:ला दोषारोपमुक्त करून घेण्यासाठी अर्ज सादर करण्यास सुरुवात केली.*

हे घडलं २००५ साली – म्हणजे या युक्तीमुळे विशेष न्यायालयाने सुनावण्या घ्यायला सुरुवात केल्यानंतर दोन वर्षांचा काळ हाती पडला होता. डीएमके पक्षाच्या सरसचिवांनी या खटल्यांच्या एकत्रीकरणाविरुद्ध सर्वोच्च न्यायालयात अपील दाखल केले. सर्वोच्च न्यायालयाने हे अपील विचारार्थ घेतले, आणि सर्व कार्यवाहीवर स्थगिती आदेश दिला. एक वर्षभर, आरोपी तसेच प्रतिवादींपैकी कोणालाच काहीही आदेश दिला गेला नाही, 'आणि तसे ते दिल्यानंतर, पक्षकारांनी आपापले पक्ष मांडून झाल्यानंतरदेखील सर्वोच्च न्यायालय संबंधित कारवाई स्थगित करत राहिले आणि जानेवारी २०१० उजाडेपर्यंत अपिलावरचा अंतिम निर्णय दिलाच नाही. परिणामी हे खटले विशेष न्यायालयासमोर कोणतीही प्रगती न होता पाच वर्षे

प्रलंबित राहिले.’

लंडन हॉटेलचा खटला मूळ खटल्यापासून वेगळा करण्यात श्री. आचार्य यांना कठोर परिश्रमांनंतर यश मिळाले. आता त्यांना मोठ्या प्रमाणातील बेहिशेबी मालमत्तेच्या खटल्यावर लक्ष केंद्रित करणे शक्य होते. त्यांनी २१ साक्षीदारांना पुन्हा तपासणीसाठी बोलावले. ‘साक्षीदारांना पुन्हा पाचारण करण्याच्या प्रक्रियेने फार वेळ घेतला,’ आचार्य नोंद करतात, ‘कारण न्यायचौकशी न्यायालयाच्या आदेशांना सर्वोच्च न्यायालयाने आव्हान देण्यापूर्वीच आरोपींतर्फे विविध प्रकारची सूट मागण्यासाठी अनेक वादकालीन अंतर्वादिक अर्ज दाखल केले गेले होते तसेच उच्च न्यायालयापुढे व सर्वोच्च न्यायालयापुढेदेखील[८] अनेक फौजदारी स्वरूपाच्या व विशेष अनुज्ञा याचिका दाखल करण्यात आल्या होत्या.’

गोगलगायीपेक्षाही मंद गतीने का होईना, पण चौकशीचे कामकाज चालू झाले. जयललिता पुन्हा मुख्यमंत्री झाल्या. कोलांट्या पुन्हा चालू झाल्या. तामिळनाडू राज्याच्या दक्षता आणि भ्रष्टाचार प्रतिबंध संचालनालयाने आता असे ठरवले, की त्यांना या संदर्भात ‘आणखी तपास’ करणे आवश्यक वाटते, तसेच त्यांचे प्रतिनिधित्व करण्यासाठी आता दुसरे वकील नियोजित केले जातील. या कोलांटउड्यांना आचार्य यांनी प्रखर विरोध केला. प्रकरण उच्च न्यायालयाकडे गेले. दोन्ही बाबतीत उच्च न्यायालयाने आचार्य यांची बाजू उचलून धरली. संचालनालयाने या आदेशांना सर्वोच्च न्यायालयापुढे जात आव्हान दिले. त्या न्यायालयानेदेखील आचार्य यांचीच बाजू मान्य केली.

दोन बाजूंनी हल्ला

आता दोन बाजूंनी आक्रमण होऊ लागले. प्रथम म्हणजे आचार्य यांना एकाच वेळी – महाअधिवक्ता आणि विशेष सरकारी अभियोक्ता अशी दोन अधिकारपदे सांभाळण्यास परवानगी दिली जाऊ नये अशी याचिका राज्यपालांपुढे सादर करण्यात आली. तर दुसरीकडे हाच परिणाम साधण्यासाठी उच्च न्यायालयातदेखील याचिका दाखल करण्यात आल्या – या याचिकांपैकी एक तर चक्क जनहित याचिका होती! इतकेच नाही, तर श्री. आचार्य अध्यक्ष असलेल्या, एका शिक्षणक्षेत्रात कार्य करणाऱ्या न्यासाच्या कामामध्ये गैरकारभार चालू असल्याचा आरोप करून त्याची गुन्हे अन्वेषण विभागातर्फे चौकशी करण्यात यावी अशा दोन याचिकादेखील विशेष न्यायाधीशांपुढे दाखल करण्यात आल्या. त्या न्यायाधीशांनी एक वेगळाच आदेश दिला. उच्च न्यायालयाने तो स्थगित केला. यात पुढेही आणखी काही वळणे घेतली

८. विशेष सूट याचिका

गेली. परंतु शेवटी श्री. आचार्य यांना अडचणीत आणण्यासाठी आणि शिक्षणक्षेत्रात काम करणाऱ्या न्यासामध्ये गैरकारभार चालल्याचा आरोप करून त्यांची प्रतिमा डागाळण्याचा प्रयत्न करणारी याचिका उच्च न्यायालयाने हाणून पाडली.

आणि त्या दोन अधिकारपदे एकाच वेळी धारण न करण्यासंबंधीच्या याचिकांचं काय? उपजत विनम्रतेमुळे श्री. आचार्य ज्यांचा उल्लेख 'हितैषी' असा करतात, त्यांची अशी अपेक्षा होती, की कोंडी केली तर श्री. आचार्य विशेष सरकारी अभियोक्त्याचे पद त्यागतील. श्री. आचार्य यांनी त्यांना चकित केले : त्यांनी महाअधिवक्तापदाचा राजीनामा दिला!

परंतु आता त्यांचे मन या खटल्यावरून उडाले होते. विशेष सरकारी अभियोक्तापद सोडण्यामुळे एका प्रकारे आपण त्या 'हितैषीं'ना त्यांचा हेतू साध्य करण्यात मदतच करत आहोत हे समजत असूनदेखील, त्यांनी राजीनामा दिला. कर्नाटक राज्य सरकारने त्यांचे मन वळवण्याचा प्रयत्न केला. पण ते आपल्या निर्णयावर ठाम राहिले.

हंगामी सरन्यायाधीशांचा सल्ला

कर्नाटक राज्य शासनाने उच्च न्यायालयाच्या हंगामी सरन्यायाधीशांना श्री. आचार्य यांच्या जागी नव्या व्यक्तीची नेमणूक करण्याबाबत विचारले. त्यासाठी त्यांनी चार संभाव्य नावे सुचवली. हंगामी सरन्यायाधीशांनी कर्नाटक राज्य शासनाने सुचवलेल्या चार नावांच्या यादीत नसूनदेखील श्री. जी. भवानी सिंग यांचे नाव सुचवले. त्यानुसार कर्नाटक राज्य शासनाने फेब्रुवारी २०१३ मध्ये श्री. जी. भवानी सिंग यांना सरकारपक्ष मांडण्यासाठी नियुक्त केले.

त्यांच्या बाबतीत काही वदंता होत्या, असे एका वरिष्ठ व्यक्तीला आठवत होते, तरी त्यांनी यापूर्वीदेखील उच्च न्यायालयापुढे विशेष सरकारी अभियोक्ता-२ म्हणून काम केले होते. परंतु, या सध्याच्या खटल्याबाबत सांगायचे, तर न्यायचौकशी न्यायाधीश मायकेल डिकून्हा यांनी असे नमूद केले की कामकाजात अगोदरच नोंद झालेल्या पानांचे उघड वाचन करण्याव्यतिरिक्त भवानी सिंग यांनी काहीच केले नाही. किंवा एक वरिष्ठ म्हणतात त्याप्रमाणे खरेतर त्यांनी थोडे काम केले : म्हणजे आरोपींतर्फे करण्यात आलेली स्थगिती याचिका फेटाळली जाई तेव्हा भवानी सिंग आपल्या बाजूने स्थगिती मागत असत! भवानी सिंग खटल्याच्या कामकाजात प्रगती होण्यासाठी सहकार्य करत नाहीत, उलट त्यामध्ये अडचणी निर्माण करतात असे नमूद करणे न्यायचौकशी न्यायालयाला भाग पडले. एका टप्प्यावर तर – मार्च २०१४ मध्ये - त्यांना रु.१,२०,००० इतका भरभक्कम दंड ठोठावला गेला :

कारण त्यांना दर दिवसाला रु.६०,००० इतके शुल्क मिळत होते, आणि दंडाची रक्कम दोन दिवसांच्या शुल्काइतकी होती. उच्च न्यायालयाने ही दंडाची रक्कम योग्य ठरवली. त्यावर सर्वोच्च न्यायालयात अपील करण्यात आले. सर्वोच्च न्यायालयाने तत्त्वत: दंड आकारणी मान्य केली, पण रक्कम कमी करून ती रु.२०,००० वर आणली. एकीकडे आरोपी क्र.१ – जयललिता – यांच्या वरिष्ठ वकिलांनी ८० तास आपली बाजू मांडण्यात खर्ची घातले, तर दुसरीकडे या सरकारी अभियोक्ता महाशयांनी फिर्यादी पक्षाच्या साक्षीदारांच्या सरतपासण्या फक्त वाचून दाखवल्या आणि तेवढ्यावरच आपले बाजू मांडण्याचे काम संपवले.

अभियोक्ता निवडण्याचे स्वातंत्र्य आरोपींना मिळते

या वेळेपर्यंत भवानी सिंग यांना यापुढे काम करू देण्यामुळे पेचप्रसंग निर्माण झाला होता. मग २६ ऑगस्ट २०१३ रोजी कर्नाटक राज्य शासनाने भवानी सिंग यांची विशेष सरकारी अभियोक्तापदावरील नियुक्ती मागे घेणारी अधिसूचना काढली. त्यामध्ये कोणतेही कारण दिले नव्हते, आणि ती कर्नाटक राज्याच्या सरन्यायाधीशांशी सल्लामसलत न करताच काढली होती.

आरोपी – जयललिता आणि मंडळींनी – भवानी सिंग यांच्या निष्कासनाविरोधात सर्वोच्च न्यायालयाकडे धाव घेतली. न्यायचौकशी न्यायालयात घडत असलेल्या गोष्टींचा जे लोक मागोवा घेत नव्हते त्यांच्या दृष्टिकोनातून विचार करता, 'आरोपींनी सर्वोच्च न्यायालयाकडे धाव घेतली हे आश्चर्यच आहे.' असे करण्याने चौकशीच्या कामाला विलंब होणार होता, आणि सर्वोच्च न्यायालयानेच तर चौकशीचे कामकाज लवकरात लवकर संपवण्यात यावे असा आदेश दिलेला होता, असे त्यांचे म्हणणे होते. पण असे म्हणण्यामागच्या धाडसीपणाला दाद द्यायलाच हवी : ज्यांनी खटल्याचे कामकाज पंधरापेक्षाही जास्त वर्षे रेंगाळत राहण्यासाठी हरप्रकारच्या साधनांचा प्रयोग करण्यात कोणतीही कसूर ठेवली नव्हती तेच इथे एक चूक होत आहे आणि त्यामुळे चौकशीच्या कामाला आणखी विलंब होईल अशी उलटी बोंब मारत होते.

३० ऑगस्ट २०१३ रोजी सर्वोच्च न्यायालयाने, 'दरम्यान, विशेष सरकारी अभियोक्तापदावर कोणतीही नवी नेमणूक करू नये.' अशी अधिसूचना कर्नाटक राज्य शासनास पाठवली.

अडचणीत सापडलेल्या कर्नाटक राज्य शासनाने आपला २६ ऑगस्टचा आदेश मागे घेतला आणि आता त्यात सर्वोच्च न्यायालयाच्या आदेशानुसार कर्नाटक राज्याच्या उच्च न्यायालयाच्या सरन्यायाधीशांचा सल्ला घेतला जाईल;

असा उल्लेख केला गेला. त्याचबरोबर भवानी सिंग यांना 'विशेष न्यायाधीशांसमोर उपस्थित होऊ नये' असा सल्ला देणारे पत्र पाठवले.

या नव्या अधिसूचनेविरोधात – म्हणजे कर्नाटक राज्य शासनाने फक्त तीन दिवसांपूर्वीच काढलेल्या अधिसूचनेच्या आणि भवानी सिंग यांना पाठवलेल्या पत्राच्यादेखील विरोधात – जयललिता यांनी अतिशय चपळाई दाखवत १३ सप्टेंबर रोजी सर्वोच्च न्यायालयाकडे दाद मागितली.

आता कर्नाटक राज्य शासनाने एक धसमुसळेपणाची कृती केली होती : १४ सप्टेंबर रोजी, जयललिता यांनी सर्वोच्च न्यायालयाकडे दाखल केलेल्या याचिकेवर निर्णय होणे बाकी असतानाच, कर्नाटक राज्य शासनाने भवानी सिंग यांना पदावरून काढून टाकण्यासंदर्भात कर्नाटक उच्च न्यायालयाच्या सरन्यायाधीशांकडे धाव घेतली. आणि एका पत्राद्वारे कर्नाटकच्या सरन्यायाधीशांनी भवानी सिंग यांनी विशेष सरकारी अभियोक्ता म्हणून यापुढे काम करू नये या प्रस्तावाला मान्यता दिली.

अशाप्रकारे सज्ज झाल्यावर कर्नाटक राज्य शासनाने १६ सप्टेंबर रोजी एक नवीन अधिसूचना काढली व त्याद्वारे भवानी सिंग यांना विशेष सरकारी अभियोक्ता पदावरून काढून टाकले.

जयललिता आणि मंडळींनी या नव्या अधिसूचनेला सर्वोच्च न्यायालयात आव्हान दिले. या आव्हान याचिकेची सुनावणी न्यायमूर्ती डॉ. बी. एस. चौहान आणि न्यायमूर्ती श्री एस. ए. बोबडे[९] यांनी घेतली. जयललिता आणि मंडळींची बाजू मांडणाऱ्या वकिलाने असे म्हटले, की या चौकशीचे कामकाज – विशेषत: न्यायचौकशी न्यायालयाचे न्यायाधीश काही दिवसांतच, म्हणजे त्याच महिन्याच्या ३० तारखेस निवृत्त होत असल्याने, – विनाविलंब केले जावे असा स्वत: सर्वोच्च न्यायालयानेच आदेश दिला आहे.[१०] त्यांनी असेही म्हटले चौकशीच्या कामात दिरंगाई केल्यामुळे भारतीय राज्यघटनेतील कलम २१ नुसार आरोपींना प्राप्त

९. अनुसरणासाठी, जे. जयललिता वि. कर्नाटक राज्य (२०१४) २ एससीसी ४०१

१०. नोव्हेंबर २००३ मध्ये दिलेल्या आदेशानुसार, के. अन्बझगन वि. पोलीस अधीक्षक या खटल्यात वर उल्लेखिलेल्या विषयासंदर्भातल्या निकालपत्रात सर्वोच्च न्यायालयाने असे निरीक्षण नोंदवले, की या खटल्याबरोबर किंवा याशिवाय, 'हे प्रकरण १९९७ सालापासून प्रलंबित आहे म्हणून कर्नाटक राज्य शासनाने हा आदेश प्राप्त झाल्याच्या तारखेपासून एका महिन्याच्या आत एक विशेष न्यायाधीश नियुक्त करावे आणि अशा विशेष न्यायाधीशांसमोरील चौकशीचे काम शक्य तितक्या लवकर सुरू केले जावे आणि त्यानंतर चौकशीचे कामकाज पूर्ण होईपर्यंत ते रोजच्या रोज करून पूर्ण करावे.'

असलेल्या हक्कांना बाधा पोहोचू शकते – मी अगोदरच सांगितल्याप्रमाणे, जे लोक दिवसाढवळ्या - आणि अगदी रात्रीदेखील - उपलब्ध असणाऱ्या प्रत्येक क्लृप्तीचा उपयोग करून चौकशीचे कामकाज लांबवण्याचा प्रयत्न करत होते – तेच लोक इथे असे म्हणत होते. उपरोध जरा बाजूला ठेवला, तरीदेखील चौकशीच्या कामकाजाच्या नोंदींची ३४,००० पेक्षाही जास्त पाने भरली होती, नवे न्यायाधीश किंवा नवे अभियोक्ता या सर्व नोंदी समजून घेण्यासाठी बराच वेळ घेतील – या दावेदारांच्या दाव्यामध्ये तथ्य आहे असे सर्वोच्च न्यायालयाला वाटले. 'यानुसार, श्री. जी. भवानी सिंग यांची विशेष सरकारी अभियोक्ता पदावरील नेमणूक मागे घेण्याची अधिसूचना रद्द करण्यास पात्र असल्याबद्दल आमच्या मनात जराही शंका नाही.' जयललिता आणि मंडळींतर्फे असेही विधान केले गेले होते, की भवानी सिंग हे सहा महिन्यांपासून विशेष सरकारी अभियोक्तापदावर कार्यरत होते, तेव्हा कर्नाटक राज्य शासनाने काहीच हरकत घेतली नव्हती. त्यांनी यापुढेही काम करत राहण्याला आत्ताच विरोध होत होता त्याचे कारण वेगळेच होते : मे २०१३ मध्ये कर्नाटक राज्याचे सरकार बदलले होते, आणि त्यांना काढून टाकण्यामागचे ते खरे कारण होते.[११] हे बोलणेदेखील सर्वोच्च न्यायालयाला पटल्याचे दिसले, कारण पूर्वीच्या एका निकालाचा संदर्भ देत त्यांनी म्हटले,

> *कारवाईमागील तत्त्वेदेखील न्याय, समानता आणि प्रामाणिकपणाच्या कसोटीवर पारखून घ्यावी लागतात. एखादा निर्णय कायद्याच्या भाषेत बरोबर असू शकतो, पण खरे पाहायचे तर तशा निर्णयामागची कारणे तत्त्वाधारित नसून लोकप्रियता साधण्याची असतील, तर असा निर्णय अमलात आणण्यास परवानगी दिली जाऊ नये. म्हणून, अधिकारपदावरील व्यक्तीने पूर्वी कायद्यातील तरतुदींपेक्षा विपरीत किंवा तर्कविसंगत कृती केली असल्याचे दिसून आले,*

---

११. श्री. बी. व्ही. आचार्य यांची २००३ मध्ये विशेष सरकारी अभियोक्ता म्हणून नेमणूक झाली; त्या वेळी काँग्रेसचे श्री. एस. एम. कृष्णा हे मुख्यमंत्री होते. मे २००८ मध्ये बीजेपी पक्षाने कर्नाटक राज्यात सत्तारोहण केले. श्री. बी. व्ही. आचार्य यांनी डिसेंबर २०१२ मध्ये राजीनामा दिला. बीजेपी सरकारने मुख्यमंत्री श्री. जगदीश शेट्टर यांच्या मदतीने त्यांनी पुढेही काम करत राहावे यासाठी मनधरणी केली. त्यांनी ते नाकारले. फेब्रुवारी २०१३ मध्ये भवानी सिंग यांची विशेष सरकारी अभियोक्ता म्हणून नियुक्ती झाली, जगदीश शेट्टर त्या वेळीही मुख्यमंत्री होते—मुख्यमंत्रिपदाचा त्यांचा काळ १२ जुलै २०१२ ते १२ मे २०१३ असा होता. मे २०१३ मध्ये काँग्रेस पुन्हा सत्तेत आली आणि सिद्धरामय्या मुख्यमंत्री झाले.

किंवा ती जनहिताविरुद्ध असल्याचे दिसले, तरीदेखील केवळ दुसरा राजकीय पक्ष सत्तेमध्ये आल्यामुळे राज्य शासनाने आपली भूमिका बदलू नये. कोणत्याही व्यक्तीची किंवा राजकीय पक्षाची राजकीय धोरणे कायद्याच्या राज्याचा विध्वंस करणारी असू नयेत.

तामिळनाडूच्या मुख्यमंत्री यांना व्यक्ती म्हणून, आणि फेब्रुवारी २००२ मध्ये पुन्हा सत्तारूढ झाल्यानंतर या प्रकरणात त्यांनी जे काही उपद्व्याप केले त्याला, हे शब्द अगदी चपखलपणे लागू पडत होते!

परंतु या प्रकरणामध्ये आणखी एक पिळा पडणार होता. कर्नाटक राज्य शासनाच्या वतीने दावा करताना राज्याचे महान्यायवादी जी. ई. वहानवटी यांनी असे विधान केले, जे पाहताक्षणी हाणून पाडण्यायोग्यच होते. मुळात भवानी सिंग यांची नियुक्ती सर्वोच्च न्यायालयाच्या निर्देशनानुसार कर्नाटक उच्च न्यायालयाच्या सरन्यायाधीशांबरोबर सल्लामसलत केल्यानंतर केलेलीच नव्हती. सरकारद्वारे हंगामी सरन्यायाधीशांना सुचवल्या गेलेल्या चार नावांमध्ये भवानी सिंग यांचे नाव नव्हते असे त्यांचे म्हणणे होते. त्यांच्या या म्हणण्याचे 'काहीसे विचित्र' असे वर्णन करणे सर्वोच्च न्यायालयाला भाग पडले – शेवटी, सरकारने हंगामी सरन्यायाधीशांनी सुचवलेले नाव मान्य केले होते, आणि भवानी सिंग यांची नेमणूक करणारी अधिसूचनादेखील काढली होती; इतकेच नव्हे, तर त्यांच्या या खटल्यासंदर्भात न्यायालयामध्ये उपस्थित राहण्याला सहा महिने झाले तरी कोणतीही हरकत घेतली नव्हती. 'सल्ला घेणे हे ज्याचे कर्तव्य होते आणि या कर्तव्यात ज्याने कसूर केली आहे, त्या पक्षाने सल्लामसलत झालीच नव्हती म्हणून तक्रार करणे कायद्याला धरून नाही... कर्नाटक राज्य शासनाकडून संदर्भित नेमणूक जबरदस्तीने करविण्यात आली असावी असे दर्शवणारा कोणताही पुरावा नोंदवला गेलेला नाही. अशाप्रकारे राज्य शासन सर्व प्रक्रियापद्धतीमध्ये स्वखुशीने सामील झाले होते असे दिसून येते, त्यामुळे आता अशी तक्रार करण्याचा त्यांना अधिकार नाही. म्हणून ही तक्रार आधारहीन आहे आणि त्यात काहीही तथ्य नाही.'

या आणि अशा प्रकारच्या विचारमंथनानंतर दोन न्यायाधीशांच्या वतीने न्यायाधीश चौहान यांनी असे जाहीर केले, की 'श्री. जी. भवानी सिंग यांना पदावरून काढण्याचा आदेश हा आकसबुद्धीने केलेल्या प्रयत्नांचे फलित आहे आणि तसे करणे कायद्याच्या चौकटीत बसत नाही, असे पूर्ण विचाराअंती आमचे मत झाले

आहे, म्हणून तो आदेश या आदेशाद्वारे रद्द केला जात आहे.’

याचा परिणाम काय झाला असं म्हणता? अहो, आरोपींना सरकारी अभियोक्ता निवडण्याची संधी मिळाली![१२]

अभियोक्त्याला पदावर राखण्यासाठी आरोपी लढतात

एका बाजूला या गोष्टी घडत होत्या, तरी आपण हेदेखील पाहिलं, की सरकारी अभियोक्त्याच्या मदतीने, किंवा मदतीशिवायदेखील, न्यायाधीश डिकून्हा यांनी – वस्तुस्थितीची काटेकोर तपासणी व विश्लेषणाचा आदर्श नमुना असलेल्या आपल्या निकालपत्राद्वारे – जयललिता आणि मंडळींना दोषी शाबीत केले.

जयललिता आणि मंडळींनी कर्नाटक उच्च न्यायालयात अपिले दाखल केली. उच्च न्यायालयाला त्यांच्या अपिलांमध्ये – कधीकधी तर आरोपींनीच आधी कबुली दिलेल्या मुद्द्यांवर कुरघोडी करणारे तथ्य कसे दिसले तेदेखील आपण पाहिले. परंतु सध्या आपल्याला दुसऱ्या एका खटल्याच्या कार्यवाहीचा मागोवा घ्यावयाचा आहे.

भवानी सिंग यांची नेमणूक कर्नाटक राज्य शासनातर्फे न्यायचौकशी न्यायालयातील खटला चालवण्यासाठी करण्यात आली होती. आता न्यायचौकशी न्यायालयासमोरील खटला चालवण्यासाठी नेमणूक झाल्यामुळे त्यांना उच्च न्यायालयातदेखील तो खटला चालवण्याचा अधिकार आपोआपच प्राप्त होतो का, असा प्रश्न होता. किंवा त्यांची नेमणूक करण्याचा अधिकार असलेल्या कर्नाटक राज्य शासनाचा, त्यांची ‘उत्कृष्ट’ कामगिरी पाहता, दुसऱ्या कुणाची तरी नियुक्ती करण्याचा विचार होता?

कर्नाटक उच्च न्यायालयात केलेल्या अपिलांमध्ये जयललिता आणि मंडळींनी कर्नाटक राज्य सरकारला पक्षकार केले नव्हते. हा खटला चालवण्याचे संपूर्ण अधिकार कर्नाटक सरकारला दिले गेले होते. पण कदाचित त्यांना अपिलांमध्ये पक्षकार केले नव्हते, या मुद्द्याने मिळालेल्या स्वातंत्र्याचा पुरेपूर फायदा घेत त्यांनी उच्च न्यायालयात खटल्याचे कामकाज चालवण्यासाठी विशेष सरकारी अभियोक्त्याची तातडीने नेमणूक करण्याची पावले उचललीच नव्हती.

‘दुसरीकडे तामिळनाडू मात्र अतिशय लक्षणीय चपळाईने काम करत होते,’ न्यायमूर्ती मदन बी. लोकूर यांनी नंतर लिहून ठेवले आहे, ‘दिनांक २९-९-२०१४

१२. विशेष न्यायाधीशांच्या निवृत्तीमुळे होऊ शकणाऱ्या विलंबाबाबत सर्वोच्च न्यायालयाने असे स्पष्ट केले, की राज्य शासन विद्यमान नियमांनुसार अशा न्यायाधीशांचा सेवाकाल कंत्राटी पद्धतीने वाढवू शकते. राज्य सरकारने तशी विनंती केली; परंतु त्यांनी ती नाकारली. या खटल्याच्या पुढील सुनावणीसाठी उच्च न्यायालयाने न्यायाधीश मायकेल डिकून्हा यांची निवड केली होती.

रोजी म्हणजे डिकून्हा यांनी आपले निकालपत्र जाहीर केल्यानंतर दोनच दिवसांत. कर्नाटक उच्च न्यायालयासमोर चालणाऱ्या कोणत्याही अपील/जामीन याचिकेसंदर्भात, तसेच आरोपींना दोषी ठरवले जाण्यासंदर्भातून निर्माण होणाऱ्या अन्य कोणत्याही प्रकारच्या याचिकेसंदर्भात संचालनालयाचे प्रतिनिधी म्हणून काम करण्यासाठी श्री. भवानी सिंग यांच्या सेवा रुजू करून घेण्याचे अधिकार देणारा आदेश तामिळनाडू राज्य शासनाच्या प्रधान सचिवांनी दक्षता आणि भ्रष्टाचार प्रतिबंध संचालनालयाला दिला.

या टप्प्यावर डीएमके पक्षाच्या अन्बझगन यांनी मुख्य सचिवांकडे याचा निषेध नोंदवला. त्याचे काहीच उत्तर न मिळाल्यामुळे त्यांनी भवानी सिंग यांना यापुढे या प्रकरणामध्ये बाजू लढवण्यास मनाई करण्यासाठी कर्नाटक उच्च न्यायालयात याचिका दाखल केली. सर्वोच्च न्यायालयाने कर्नाटक राज्य शासनाला विशेष सरकारी अभियोक्ता नेमण्याचा अधिकार फक्त या खटल्यापुरताच दिला आहे असे त्यांचे म्हणणे होते. आचार्य यांनी राजीनामा दिल्यानंतर कर्नाटक राज्य शासनाने भवानी सिंग यांना फक्त न्यायचौकशी न्यायालयासमोर काम करण्यासाठी नियुक्त केले होते. आणि त्या राज्य शासनाने उच्च न्यायालयातल्या अपिलांसंदर्भात बाजू मांडण्यासाठी भवानी सिंग यांची नेमणूक करणारी कोणतीही अधिसूचना काढलेली नव्हती असेही त्यांचे म्हणणे होते. तर 'हा खटला' चालवण्यासाठी त्यांची नियुक्ती झाली होती, आणि 'हा खटला' या शब्दांच्या व्याप्तीमध्ये त्याचे सगळे टप्पे – त्यात चौकशी, सुनावण्या, अपिले इत्यादी अंतिम निकाल लागेपर्यंतचे आणि आरोपींना एकतर दोषी तरी, नाहीतर दोषमुक्त तरी केले जाण्यापर्यंतचे सगळे टप्पे – अंतर्भूत आहेत, असे जयललिता आणि मंडळींचे म्हणणे होते.

उच्च न्यायालयाने असा निर्णय दिला, की खरे पाहता हा खटला कसा चालवावा याबाबतचे सर्व अधिकार सर्वोच्च न्यायालयाने कर्नाटक राज्य सरकारला दिले आहेत. तामिळनाडू राज्य सरकारने यात लुडबुड करायचे काहीच कारण नाही. आणि म्हणून अपिलांमध्ये बाजू मांडण्यासाठी भवानी सिंग यांची नेमणूक करणारा आदेश 'मुळात तसे अधिकार नसलेला आणि म्हणूनच कायद्याच्या दृष्टीने पालन न करण्यास पात्र आहे. त्या आदेशाद्वारे पाचवे उत्तरवादी भवानी सिंग यांना या न्यायालयासमोर कर्नाटक किंवा तामिळनाडू राज्य सरकारांचे प्रतिनिधित्व करण्याचा कोणताही हक्क प्राप्त झालेला नाही.' परंतु दुसरीकडे उच्च न्यायालयाने असाही निर्णय दिला, की फौजदारी प्रक्रिया संहितेच्या कलम ३०१(१) नुसार – एखाद्या खटल्यात पक्षाचे प्रतिनिधित्व करण्यास नेमलेली व्यक्ती त्या खटल्यासंदर्भात 'कोणत्याही न्यायालयात' उपस्थित राहू शकते, आणि त्यात उच्च न्यायालयात उपस्थित राहण्याचादेखील समावेश आहे. एकदा त्या व्यक्तीची नेमणूक झाली, की

त्या व्यक्तीला, अन्य कोणत्याही लेखी अधिकृतीशिवाय, कोणत्याही न्यायालयात, त्या खटल्याचा अंतिम निकाल लागेपर्यंत, आपल्या पक्षकाराची बाजू मांडण्याचा अधिकार प्राप्त होतो.[१३] नंतर या वस्तुस्थितीमुळे भवानी सिंग यांना, कर्नाटक राज्य सरकारच्या वतीने, त्या सरकारने त्यांना तशा स्वरूपाची अधिकृती देणारा कोणताही आदेश काढलेला नसूनदेखील, न्यायचौकशी न्यायालयाच्या निकालाविरोधातील अपिलांसंदर्भात उपस्थित राहता आले.[१४]

न्यायाधीशांमध्ये मतभेद

तामिळनाडूला भवानी सिंग यांची नियुक्ती करण्याचा अधिकारच नव्हता यात काही वादच नव्हता. फौजदारी प्रक्रिया संहितेमध्ये याबाबत काय तरतूद आहे असा प्रश्न होता. त्यामुळे हा वाद सर्वोच्च न्यायालयात दाखल झाला. दोन न्यायाधीशांनी पक्षकारांचे म्हणणे ऐकले, आणि दोन परस्परविरोधी निष्कर्ष काढले. भवानी सिंग यांना कर्नाटक राज्याचे प्रतिनिधित्व करण्याचा अधिकार नाही असा निष्कर्ष न्यायमूर्ती लोकूर यांनी काढला,तर दुसऱ्या बाजूला, भवानी सिंग हे या खटल्याच्या – अंतिम परिणाम म्हणून आरोपींना दोषी किंवा दोषमुक्त ठरवले जाईपर्यंतच्या – सगळ्या टप्प्यांदरम्यान प्रतिनिधित्व करू शकतात असा न्यायमूर्ती आर. भानुमती यांनी निष्कर्ष काढला.

न्यायमूर्ती लोकूर यांनी असे निर्देशित केले, की कर्नाटक राज्य शासनाच्या ज्या मूळ अधिसूचनेद्वारे भवानी सिंग यांची नियुक्ती झाली ती अधिसूचना स्पष्टपणे दर्शवते की शासनाने त्यांची नियुक्ती केवळ न्यायचौकशी न्यायालयातला खटला चालवण्यासाठी केली होती – अधिसूचनेद्वारे असे स्पष्ट होत होते, की त्यांची नियुक्ती 'बंगळुरु येथील छत्तिसाव्या अतिरिक्त दिवाणी आणि सत्र न्यायालयात (विशेष न्यायालय) प्रलंबित असलेल्या सन २००४ चा विशेष खटला क्र.२०८ (कुमारी जयललिता आणि इतर यांच्या खटल्यामध्ये) कार्यवाही करण्यासाठी'

१३. संदर्भित उपकलम असे आहे, '३०१. सरकारी अभियोक्त्यांची उपस्थिती : (१) संदर्भित खटल्याचे कामकाज चालू असलेल्या कोणत्याही न्यायालयासमोर त्या खटल्यासंदर्भात चाललेल्या चौकशी, सुनावणी किंवा अपिलाच्या कारवाईमध्ये सरकारी अभियोक्ता किंवा त्या खटल्याचे अधिकार धारण करणारा साहाय्यक सरकारी अभियोक्ता कोणतीही लिखित अधिकृती नसली तरीदेखील उपस्थित राहून आपली बाजू मांडू शकतो.'

१४. के. अन्बझगन वि. कर्नाटक राज्य, ११ फेब्रुवारी २०१५ रोजी निकाल दिलेले (केएआर), सन २०१५ चे रिट अपील क्र.२६०,

करण्यात येत होती. सर्वोच्च न्यायालयाचे निर्देशनदेखील विशेष न्यायालयातील अपिलांसंदर्भातील कामकाजापुरतेच मर्यादित होते. आपल्या मुद्द्याकडे लक्ष वेधताना न्यायमूर्ती लोकूर म्हणतात, की उच्च न्यायालयामधील अपिलांच्या कामकाजात प्रतिनिधित्व करण्याचा अधिकार भवानी सिंग यांना आपोआपच मिळत असेल, तर तामिळनाडू सरकारला त्यांच्या नियुक्तीचा नवा आदेश काढण्याची काय गरज होती?

न्यायमूर्ती लोकूर यांनी असे प्रतिपादन केले, की अपिले दाखल केली गेली, त्या वेळी उच्च न्यायालयासमोर चालणाऱ्या कामकाजासंदर्भात विशेष सरकारी अभियोक्त्याच्या करावयाच्या नियुक्तीच्या प्रक्रियापद्धतीबाबत स्पष्टीकरण मागण्यासाठी किंवा नव्याने निर्देशन मिळवण्यासाठी कर्नाटक राज्य शासनाने सर्वोच्च न्यायालयाकडे विचारणा करणे गरजेचे होते. त्यांनी तसे केले नाही, ही 'दुर्दैवाची' गोष्ट असून तसे करणे म्हणजे 'कर्तव्यपालनापासून अंग चोरणे आणि जबाबदारी झटकून टाकणे' होय. कदाचित त्यांचा गोंधळ झाला असावा; न्यायमूर्ती लोकूर म्हणतात : कर्नाटक राज्य शासनाला अपिलांमध्ये पक्षकार म्हणून अंतर्भूत केले नव्हते, त्यामुळे आपल्याला खटल्यामध्ये काहीही स्थान नसल्यामुळे आपण विशेष सरकारी अभियोक्त्याची नेमणूक केली, तर काहीही संबंध नसलेल्या खटल्याच्या कामकाजात ढवळाढवळ केल्याचा ठपका आपल्यावर येईल अशी भीती वाटल्यामुळे कदाचित कर्नाटक राज्याने काहीच कृती केली नसावी. परंतु हे कारण 'असमर्थनीय' होते, असे न्यायमूर्ती लोकूर यांनी निर्देशित केले. 'परंतु चुकीच्या सल्ल्याच्या आधारे दिनांक २९-९-२०१४ चा आदेश काढण्याची घिसाडघाई करण्याऐवजी फौजदारी खटल्यांमधील प्रतिनिधित्वासंदर्भातील पुढील कार्यवाहीसंदर्भात कर्नाटक राज्य शासनाचे मत जाणून घेण्याची किंवा फौजदारी स्वरूपाच्या अपिलांची सुनावणी घेत असलेल्या न्यायाधीशांच्या नजरेस ही त्रुटी आणून देण्याची कर्नाटक राज्याइतकीच तामिळनाडू सरकारचीदेखील जबाबदारी होती आणि कर्तव्यदेखील होते. तामिळनाडूने परिस्थितीचा-जो मुळात अस्तित्वातच नसता, असा फायदा उठवण्याचा निर्णय घेतला, ही दुर्दैवाची गोष्ट आहे. परंतु, संशयाचा फायदा द्यायचा, असा विचार ठेवला, तर तामिळनाडू सरकारदेखील गोंधळलेल्या अवस्थेत असणे शक्य आहे.' काहीही असलं तरी, 'या न्यायालयाने केलेले निर्देशन फक्त या प्रकरणाच्या बंगळुरू येथील विशेष न्यायालयापुढील चौकशीपुरतेच मर्यादित होते आणि हे निर्देशन चौकशी कार्यवाहीपुरतेच आहे हे कर्नाटक सरकारलादेखील नीट कळले होते व त्याच मर्यादेत राहून त्यांनी त्यांच्या अखत्यारीतले कार्य केले होते.' कर्नाटक राज्य शासनाने काढलेल्या 'भवानी सिंग यांच्या कार्यमर्यादा न्यायचौकशी न्यायालयातील कामापुरत्याच सीमित असतील' असे सांगणाऱ्या अधिसूचनेत या न्यायालयाच्या

हेतूचे प्रतिबिंबच दिसते.’

कलम ३०१(१) चा आणि अन्य संबंधित कलमांचा अन्वयार्थ लावायचा तर विचित्र प्रकारच्या अनेक परिस्थिती उद्भवण्याच्या शक्यतेकडे न्यायमूर्ती लोकूर यांनी लक्ष वेधले. निम्नस्तरावरील न्यायालय एखादा निर्णय देईल. दोषी ठरलेले अपिले दाखल करतील. राज्य सरकार या अपिलांविरुद्ध उच्च न्यायालयात लढण्यासाठी विशेष सरकारी अभियोक्ता नियुक्त करतील. पण निम्नस्तरावरील न्यायालयात ज्या अभियोक्त्याने काम पाहिले तो उच्च न्यायालयात हजर होईल, आणि म्हणेल, की राज्य सरकारने त्याला अधिकृत केले नसले, तरी या खटल्यासाठी त्याच्या यापूर्वीपासूनच झालेल्या नियुक्तीमुळे, नव्या विशेष सरकारी अभियोक्त्याऐवजी या खटल्यात प्रतिनिधित्व करण्याचा त्याला अधिकार आहे, आणि मग तो त्या अपिलांना पाठिंबा देईल. आणि हे काही केवळ काल्पनिक परिस्थितींचे वर्णन नाही, असेही न्यायमूर्ती लोकूर यांनी स्पष्ट केले :

> अशी परिस्थिती उद्भवणे फक्त कल्पनेतच घडेल असे नाही, हे या खटल्याद्वारे थेटपणे सिद्ध झाले. वर उल्लेखिल्याप्रमाणे, आरोपींनी निकाल निलंबित करून घेण्यासाठी अर्ज केले. परंतु या अर्जाची जेव्हा सुनावणी झाली, तेव्हा विशेष सरकारी अभियोक्त्यांनी (श्री. भवानी सिंग यांनी) निकाल निलंबित करण्याला विरोध केला नाही. अर्जाची सुनावणी घेणाऱ्या एकमेव विद्वान न्यायाधीशांनी अर्ज फेटाळून लावणाऱ्या आपल्या आदेशात असे नमूद केले..
>
> ‘४. या संदर्भात आपल्याला काही म्हणणे मांडायचे आहे का असे विचारल्यावर विशेष सरकारी अभियोक्त्यांनी आपल्याला काहीही म्हणणे मांडायचे नाही तसेच निकाल निलंबित करण्यास व खटल्याच्या सध्याच्या परिस्थितीनुसार आवश्यक त्या अटी घालून आरोपींना दोषमुक्त करण्यास त्यांची काही हरकत नसल्याचे अगदी मोकळेपणाने सांगितले. परंतु यापूर्वीच लेखी स्वरूपात घेण्यात आलेल्या हरकतींचा पाठपुरावा करण्याबद्दल त्यांनी काहीही मत व्यक्त केले नाही.’
>
> आरोपींनी दाखल केलेल्या अपिलांविरुद्ध लढताना कर्नाटक राज्याने उच्च न्यायालयातल्या कामांसाठी सरकारी अभियोक्त्याची नेमणूक केली असती, तर अशा सरकारी अभियोक्त्याने लेखी हरकतींचा आधार घेऊन निकाल निलंबनास विरोध करण्याची शक्यता होती. तसं झालं असतं तर अगदी गरमागरम परिस्थिती (अगदीच प्रदर्शनीय नसली तरी) निर्माण झाली असती – म्हणजे असं दिसलं असतं, की आरोपींवरील निकालाच्या

निलंबनाला विशेष सरकारी अभियोक्ता (श्री. भवानी सिंग) पाठिंबा देत आहेत आणि उच्च न्यायालयासाठी नेमलेले सरकारी अभियोक्ता आरोपींवरील निकालाच्या निलंबनाला विरोध करत आहेत. कोणत्याही स्वरूपाचा गोंधळ निर्माण होईल अशा प्रकारे संहितेतील कलम ३०१(१) चा अर्थ लावण्याची काही गरजच नाही.

निम्नस्तरीय न्यायालयात या खटल्याचे काम पाहणारी व्यक्ती, खटल्यातील वादाच्या मुद्द्यावर अंतिम निर्णय होईपर्यंत 'त्या खटल्या'संदर्भात 'कोणत्याही न्यायालयात' आपली बाजू मांडण्याचा अधिकार फक्त त्या व्यक्तीलाच आहे असे म्हणत उच्च न्यायालयातदेखील उपस्थित राहू शकत होती आणि सरकारी अभियोक्त्याला पदच्युत करावे असे म्हणू शकत होती हे खरे होते. आणखीही काही गोंधळ निर्माण होऊ शकले असते. न्यायमूर्ती लोकूर यांनी एक उदाहरण दिले, त्याप्रमाणे कायद्याच्या कलमाचा पुढे केला जात असलेला अर्थ पाहता विशेष सरकारी अभियोक्ता म्हणून काम करताना भवानी सिंग यांना उपसंचालक, अभियोग, यांच्यापेक्षा निम्नस्तरावरील अधिकारी समजण्यात आले असते. अशा प्रकारचे गोंधळ निर्माण होऊ नयेत म्हणून कलमांचा सोपा, सुटसुटीत अर्थ लावणे अत्यावश्यक असते – म्हणजे असे, की प्रत्येक नेमणुकीच्या अधिकारात कोणत्या गोष्टी असतील याची सर्वसाधारण कल्पना कलमाच्या अर्थातून मांडली जावी : म्हणजे उदाहरणार्थ, एखादा सरकारी अभियोक्ता एखाद्या खटल्यापुरता किंवा एका जिल्ह्यापुरता एकाच प्रकारच्या खटल्यांसाठी नेमला जावा. एकदा अशा स्वरूपात नेमणूक झाली, की असा सरकारी अभियोक्ता त्या खटल्यासंदर्भात त्या जिल्ह्यातल्या कोणत्याही न्यायालयात प्रतिनिधित्व करण्यासाठी उपस्थित राहू शकेल. आणि अशा स्वरूपाच्या कामासाठी त्याच्या अधिकारकक्षेत असलेल्या कोणत्याही न्यायालयात उपस्थित राहण्यासाठी त्याला वेगळ्या लेखी अनुज्ञेची गरज नसेल.

जयललिता आणि मंडळींनी 'वस्तुस्थितीच्या तत्त्वा'वरदेखील जोर द्यायला सुरुवात केली होती. त्यांचे असे म्हणणे होते, की ज्या विशेष सरकारी अभियोक्त्याच्या सेवा पुढेदेखील चालू राहण्यासाठी ते, म्हणजे दोषी ठरवले गेलेले लोक पाठपुरावा करत होते, ते उच्च न्यायालयात दाखल असलेल्या अपिलांसंदर्भात अगोदरपासूनच उपस्थित राहत होते. न्यायमूर्ती लोकूर यांनी हा मुद्दा अगदी व्यवस्थितपणे खोडून काढला : 'श्री. भवानी सिंग यांना उच्च न्यायालयात आरोपींनी दाखल केलेल्या अपिलांसंदर्भात फिर्यादी पक्षाचे प्रतिनिधित्व करण्याची अधिकृती नसेल, तर ते तसे करूच शकत नाहीत आणि जर त्यांनी प्रतिनिधित्व केले, तर ही गोष्ट वादी वा

उत्तरवादीला माहीत होण्यापूर्वीच झाली असल्याचा दावा आरोपित व्यक्ती करू शकत नाहीत किंवा प्रत्यक्ष वस्तुस्थिती अशी आहे, म्हणून आता ती तशीच राहावी असा पवित्रा घेऊ शकत नाहीत.'

न्यायमूर्ती लोकूर यांनी यांसारख्या कारणांच्या आधाराने 'उच्च न्यायालयाने व्यक्त केलेला अतिउदारमतवाद मान्य करता येत नाही' असे नमूद केले.

भवानी सिंग यांना अपिलांसंदर्भातल्या खटल्यांमध्ये दक्षता आणि भ्रष्टाचार प्रतिबंध संचालनालयाचे प्रतिनिधित्व करण्यासाठी नियुक्त करण्याचे अधिकार देणाऱ्या तामिळनाडू राज्य सरकारच्या आदेशाबाबत न्यायमूर्ती भानुमती न्यायमूर्ती लोकूर यांच्या मताशी सहमत झाल्या : सर्वोच्च न्यायालयाने कर्नाटक राज्याकडे हा खटला चालवण्यासाठी देण्याचे निर्देशन केले असताना डीव्हीएसीचे उच्च न्यायालयात प्रतिनिधित्व करण्यासाठी भवानी सिंग यांना नियुक्त करण्याचा कोणताही अधिकार तामिळनाडू सरकारला नव्हता, असे त्यांनी बजावले. परंतु भवानी सिंग यांना न्यायचौकशी न्यायालयात काम करण्यासाठी विशेष सरकारी अभियोक्ता म्हणून कर्नाटक राज्य शासनाने नियुक्त केले असण्यामुळे ते कर्नाटक उच्च न्यायालयातील अपिलांसंबंधीच्या कामांमध्येदेखील प्रतिनिधित्व करण्यास पात्र आहेत किंवा कसे, याबाबत मात्र त्यांनी उलट प्रकारचा निष्कर्ष काढला.

त्यांनी दोन प्रकारची तर्कसंगती दर्शवली.

पहिला मुद्दा होता कायद्याचा अर्थ लावण्याचा. सरकारी अभियोक्ता तीन प्रकारचे असू शकतात असे त्या म्हणाल्या :

> *फौजदारी प्रक्रिया संहितेच्या कलम २४ च्या सर्वसामान्य स्वरूपात केलेल्या वाचनाद्वारे सरकारी अभियोक्त्यांचे तीन प्रकार असल्याचे स्पष्ट होते : पहिला प्रकार जे एखादे विशिष्ट न्यायालय, जिल्हा किंवा स्थानिक क्षेत्राशी जोडलेले असतात; दुसऱ्या प्रकारात एखाद्या विशिष्ट खटल्याशी किंवा विशिष्ट प्रकारच्या खटल्यांशी पण पूर्वनिश्चित अधिकारक्षेत्रापुरते जोडलेले अभियोक्ता येतात; आणि शेवटी, विशिष्ट खटल्यापुरते किंवा विशिष्ट प्रकारच्या खटल्यांपुरते नेमणूक झालेले अभियोक्ता तिसऱ्या प्रकारात येतात. हा शेवटचा प्रकार 'विशेष सरकारी अभियोक्ता' म्हणून फौजदारी प्रक्रिया संहितेच्या कलम २४ च्या उपकलम (८) अंतर्गत नियुक्त झालेल्यांचा असतो, व त्या कलमामध्ये अशा विशेष सरकारी अभियोक्ता व्यक्तीने ज्या कक्षात/क्षेत्रात काम करायचे त्या अधिकारकक्षा/अधिकारक्षेत्राबद्दल कायद्यात काहीही लिहिलेले नाही. इतर तरतुदींच्या तुलनेत कोणत्याही न्यायालय किंवा कार्यक्षेत्रात काम करण्यासंदर्भातील*

मर्यादांचा फौजदारी प्रक्रिया संहितेच्या कलम २४ (८) मध्ये उल्लेख नसल्याचे स्पष्ट दिसून येते.[१५]

आणि म्हणून, भवानी सिंग यांची विशेष सरकारी अभियोक्ता पदावर खटला चालवण्यासाठी नियुक्ती होण्यामुळे, ज्या कुठल्या न्यायालयात त्या खटल्यासंबंधीची चौकशी, सुनावणी किंवा अपिलाची कार्यवाही होत असेल, तिथे कोणत्याही लेखी अधिकृतीशिवाय हजर राहण्याचे स्वातंत्र्य त्यांना मिळाले. वस्तुस्थितीदेखील अशीच होती, की चौकशीचे कामकाज चालू असताना अनेक वेळा रिट अर्ज, अपिले इत्यादी दाखल केली गेली होती आणि भवानी सिंग यांनी उच्च न्यायालयामध्ये आपली बाजू मांडली होती. परंतु न्यायमूर्ती लोकूर यांच्या मनात जो मुद्दा उपस्थित झाला होता त्याचे समाधान मात्र या गोष्टीमुळे होत नव्हते. कारण ती अपिले वगैरे – सर्वकाही चौकशीचे काम चालू असताना निर्माण झालेल्या गोष्टी होत्या – आणि भवानी सिंग यांची नेमणूक फक्त चौकशीच्या कामकाजापुरतीच झालेली असल्याने, न्यायचौकशी न्यायालयाने आपला अंतिम निकाल दिल्याबरोबर त्यांचा नियुक्तीकालही संपुष्टात आलेला होता, हा खरा मुद्दा होता.

---

१५. न्यायाधीशांच्या परस्परविरोधी निकालासंदर्भात फौजदारी प्रक्रिया संहितेच्या कलम २४ ची खालील उपकलमे वाचणे आवश्यक आहे. ती उपकलमे अशी :

२४. सरकारी अभियोक्ता – (१) प्रत्येक उच्च न्यायालयासाठी केंद्र सरकार किंवा राज्य सरकार, उच्च न्यायालयाशी सल्लामसलत केल्यानंतर सरकारी अभियोक्त्याची नेमणूक करू शकते तसेच अशा न्यायालयात, केंद्र किंवा राज्य सरकारच्या वतीने, कोणताही खटला, अपील किंवा अन्य कार्यवाही करण्यासाठी एक किंवा जास्त अतिरिक्त सरकारी अभियोक्त्यांची नेमणूक करू शकते.

(२) केंद्र सरकार कोणत्याही जिल्ह्यात किंवा स्थानिक क्षेत्रामध्ये कोणताही खटला किंवा एकाच प्रकारच्या अनेक खटल्यांचे कामकाज पाहण्यासाठी सरकारी अभियोक्त्याची नेमणूक करू शकते.

(३) प्रत्येक जिल्ह्यासाठी राज्य सरकारने एक सरकारी अभियोक्ता नेमावा तसेच जिल्ह्यांसाठी एक किंवा जास्त अतिरिक्त सरकारी अभियोक्ता नेमावे. तथापि, एका जिल्ह्यासाठी नेमलेला सरकारी अभियोक्ता किंवा अतिरिक्त सरकारी अभियोक्ता हा गरजेनुसार, दुसऱ्या जिल्ह्यासाठीचा सरकारी अभियोक्ता किंवा अतिरिक्त सरकारी अभियोक्ता म्हणून नेमला जाऊ शकतो...

(८) केंद्र सरकार किंवा राज्य सरकार, वकिली करण्याचा दहा वर्षांपेक्षा जास्त अनुभव असलेल्या व्यक्तीची, कोणताही खटला किंवा एकाच प्रकारच्या अनेक खटल्यांचे कामकाज पाहण्यासाठी, विशेष सरकारी अभियोक्ता पदावर नियुक्ती करेल.

आपल्या निष्कर्षाच्या पुष्टीसाठी न्यायमूर्ती भानुमती यांनी कलम ३०१ मधील शब्दांचा आधार घेतला : सरकारी अभियोक्ता हेच 'खटल्याचे प्रभारी अधिकारी' होते, त्यामुळे ते 'कोणत्याही न्यायालयात' हजर राहू शकत होते.

तसेच त्यांनी 'खटला' या शब्दाचा कायद्याच्या कलमात दिलेला अधिक व्यापक अर्थ उपयोगात आणला – त्यामुळे त्या व्याप्तीमध्ये चौकशी, सुनावणी तसेच अपिले या सर्व गोष्टी त्यात समाविष्ट असल्याचे त्यांनी मानले. 'खटला हा शब्द संहितेमध्ये काही वेळा फक्त 'चौकशी' या अर्थानेच वापरला असून 'अपील' या शब्दाच्या तुलनेत तो वेगळा असल्याचे स्पष्ट केलेले आहे याची मला जाणीव आहे.' त्यांनी स्वत:च असेदेखील नमूद केले आहे, की कलम २०९, ४०६, ४०७, ४०९ – यांसारख्या कलमांमध्ये 'खटला' 'चौकशी/सुनावणी', 'अपील' हे शब्द प्रकरणाच्या विविध अवस्था वा टप्प्याच्या निदर्शक आहेत. परंतु 'खटला' वा प्रकरण या शब्दाची व्याप्ती ज्या परिस्थितीसंदर्भात उपयोगात आणायची आहे त्या समोर असलेल्या विशिष्ट संदर्भानुसार जी व्याप्ती विचारात घेण्याचे ठरवले जात आहे, ती निश्चित करण्याचे काम विधायकांनी न्यायालयांवर सोपवले आहे. इथे अर्थ लावताना कुणासाठी तरी हात थोडा मोकळा सोडला असावा असा माझा समज झाला.

न्यायमूर्तींनी लवकरच त्यावर उपाय केला. 'खटला' या शब्दाच्या व्याप्तीबद्दल विस्तारपूर्वक विवेचन केल्यानंतर त्या म्हणाल्या :

> परंतु, माझे असे मत आहे, की खटल्याचा प्रभारी अधिकार ज्या विशेष सरकारी अभियोक्त्याच्या हाती आहे त्या व्यक्तीचे त्या खटल्यासंदर्भात कोणत्याही न्यायालयात किंवा तशा न्यायालयातील कार्यवाहीच्या कोणत्याही टप्प्यावर उपस्थित राहण्याचे अधिकार हे फौजदारी प्रक्रिया संहितेच्या कलम २४ च्या उपकलम (८) मधील 'खटला' किंवा तसे पाहिले तर 'विशिष्ट प्रकारचे खटले' या संज्ञांच्या अर्थव्याप्तीमधून निष्पन्न होत नाहीत, तर ते फौजदारी प्रक्रिया संहितेच्या कलम ३०१ (१) मध्ये 'खटला' या शब्दाच्या व्याप्तीमध्ये 'चौकशी, सुनावणी किंवा अपील' यांच्या केलेल्या अंतर्भावाद्वारे निर्माण होत आहेत. यामुळे, चौकशीचे कामकाज पूर्ण झाल्यानंतरदेखील, आणि योग्य त्या राज्य शासनाने त्यांची नियुक्ती रद्द करेपर्यंत, अपिलासंदर्भात संदर्भित प्राधिकरणासमोर उपस्थित राहून आपली बाजू मांडण्याचे विशेष सरकारी अभियोक्त्याचे अधिकार फौजदारी प्रक्रिया संहितेच्या कलम ३०१ च्या उपकलम (१) नुसार चालू राहतील.

पुढचा मुद्दा वस्तुस्थितीबद्दलच्या त्यांच्या दृष्टिकोनाचा होता. भवानी सिंग यांनी फिर्यादी पक्षाचे प्रतिनिधित्व करण्यासाठी उच्च न्यायालयासमोर असलेल्या अपिलांच्या कामकाजात उपस्थित राहण्यावर हरकत घेणाऱ्या रिट अर्जाच्या सादरीकरणाच्या वेळेचा त्यांनी उल्लेख केला. न्यायचौकशी न्यायालयाने २७ सप्टेंबर २०१४ रोजी निकाल दिला होता. ज्यांना दोषी ठरवलं गेलं होतं त्यांनी आपापली अपिले २९ सप्टेंबर रोजी उच्च न्यायालयात दाखल केली होती. राज्य सरकारचे प्रतिनिधित्व करण्यासाठी भवानी सिंग ३० तारखेस उपस्थित झाले होते. कोणतीही हरकत दाखल केली गेली नव्हती. पुढल्याच दिवशी भवानी सिंग यांनी आपल्या उपस्थितीची अधिकृती दर्शवणारी कागदपत्रे सादर केली आणि आरोपींना जामीन दिला जाण्यावर हरकती नोंदवल्या. ही जामिनाची बाब दोन वेळा सर्वोच्च न्यायालयापर्यंत पोहोचली होती. उच्च न्यायालयात विशेष वकील म्हणून डीव्हीएसीचे प्रतिनिधित्व करण्यासाठी भवानी सिंग यांची नेमणूक करण्याचे अधिकार डीव्हीएसीला देणाऱ्या अधिसूचनेविरुद्ध तामिळनाडू सरकारकडे अन्बझगन यांनी पार २४ डिसेंबर २०१४ रोजी निषेध नोंदवला. आणि ही तारीख 'नोंदवताना अस्वस्थ करते.' न्यायमूर्ती भानुमती यांनी नमूद केले आहे. 'या न्यायालयाने १८-१२-२०१४ च्या आदेशाद्वारे अपिलांची सुनावणी दैनंदिन स्वरूपात केली जावी आणि त्याचबरोबर अपिलांवर निकाली निर्णय देण्यासाठी तीन महिन्यांची मुदतदेखील निश्चित केल्यानंतर हा निषेध नोंदवला गेला आहे.' इतके झाल्यानंतरदेखील कर्नाटक राज्य शासनाने विशेष सरकारी अभियोक्ता नियुक्तीची योग्य प्रक्रिया सुरू करण्याबाबत सर्वोच्च न्यायालयाकडे विचारणा केली नाही अथवा कर्नाटक उच्च न्यायालयाच्या सरन्यायाधीशांचा सल्ला घेतला नाही. त्यानंतर कोणातरी दुसऱ्या वरिष्ठ वकिलाची कर्नाटक राज्य सरकारचे प्रतिनिधित्व करण्यासाठी विशेष सरकारी अभियोक्ता म्हणून नियुक्ती करावी असा रिट अर्ज अन्बझगन यांनी ६ जानेवारी २०१५ रोजी दाखल केला. हेदेखील न्यायमूर्ती भानुमती यांना 'लक्षणीय' वाटले. 'लक्षात घेण्यासारखी गोष्ट अशी, की अर्जदाराने या न्यायालयाकडे (म्हणजे सर्वोच्च न्यायालयाकडे) थेटपणे अर्ज दाखल करण्याऐवजी उच्च न्यायालयाला रिट अर्ज सादर करण्याचा निर्णय घेतला.' वस्तुत: नंतर पूर्णपीठाने नोंदवल्यानुसार, असे घडले होते, की भवानी सिंग यांच्या विशेष सरकारी अभियोक्ता पदावरील नियुक्तीस हरकत घेणारी पत्रे अन्बझगन यांनी कर्नाटक राज्य सरकार तसेच कर्नाटक उच्च न्यायालयाला लिहिली होती. त्यावर त्यांना काहीच उत्तर मिळत नाही असे दिसल्यावर त्यांनी कर्नाटक उच्च न्यायालयात रीतसर रिट अर्ज दाखल केला होता.[१६]

---

१६. तुलनेसाठी के. अन्बझगन वि. कर्नाटक राज्य, (२०१५) ६ एससीसी १५८, परिच्छेद ८.

एकमेव न्यायाधीशांनी त्यांचे मुद्दे नाकारले, तरीही कर्नाटक राज्य शासनाने काहीही हालचाल केली नाही. त्यांच्यासंबंधीच्या आदेशाविरुद्ध त्यांनी अपीलही केले नाही; त्यांनी उच्च न्यायालयाच्या सरन्यायाधीशांबरोबर सल्लामसलतदेखील सुरू केली नाही; किंवा विषयासंदर्भात काय करावे याविषयी त्यांच्या मनात इतक्या मोठ्या प्रमाणात गोंधळ होता तरीही निर्देशनासाठी ते सर्वोच्च न्यायालयाकडेदेखील आले नाहीत, - असे न्यायमूर्ती भानुमती यांनी पुढे नोंदविले.

न्यायमूर्ती भानुमती यांनी असेही निरीक्षण नोंदविले, की या न्यायालयाकडे थेट येण्याऐवजी न्यायालयाच्या एकाच न्यायाधीशांनी दिलेल्या निकालाविरुद्ध अन्बझगन यांनी त्याच स्तरावरील खंडपीठाकडे अपील केले. अपिलांवर तीन महिन्यांच्या आत निकाल दिले जावेत या सर्वोच्च न्यायालयाने केलेल्या निर्देशनाकडे बोट दाखवत भवानी सिंग यांना पुढच्या टप्प्यातदेखील या खटल्याचे काम करण्याचा अधिकार असल्याचा निर्णय दिला. या निर्णयानंतरदेखील कर्नाटक राज्य सर्वोच्च न्यायालयाकडे आले नाही : 'त्यांनी अर्जदाराने (अन्बझगन यांनी) दाखल केलेल्या अपिलांचा आडोसा घेतला आणि अपिलाचे काम चालवण्यासाठी नवे अभियोक्ता/वकील नेमणे कसे शक्य नाही याचे रडगाणे गात राहिले. श्री. भवानी सिंग अपिलांच्या कामात उपस्थित राहू शकत नाहीत असे जर कर्नाटक राज्य शासनाचे मत होते, तर ते दुसऱ्या व्यक्तीची विशेष सरकारी अभियोक्ता पदावर नियुक्ती करणारी अधिसूचना काढू शकत होते किंवा त्याबाबत या न्यायालयाकडून दिशादर्शनाची मागणी करू शकत होते. पण तसे होणार नव्हते...'[१७]

आपल्या 'कृतिशून्य धोरणा'द्वारे कर्नाटक राज्य शासन त्यांचे कर्तव्य पार पाडण्यात सपशेल अपयशी ठरले आहे, आणि अर्जदाराचे, अन्बझगन यांचे वर्तन, 'प्रामाणिकपणारहित' आहे, असा न्यायमूर्ती भानुमती यांनी समारोप केला.

सर्वसामान्यांपुढील पेच

दोन्ही न्यायाधीशांनी मांडलेल्या तर्कसंगतींचा धांडोळा घेण्यामागची कारणे आतापर्यंत तुमच्या लक्षात आली असतील. दोघांच्याही समोर एकच वस्तुस्थिती होती. त्यावर त्यांनी दोन वेगवेगळे निष्कर्ष काढले. दोघांनीही कायद्यातील त्याच तरतुदींचा उल्लेख केला. पण त्यावरून त्यांनी वेगवेगळे तर्कसंगत विचार मांडले. अनेकदा वकिलांनी मांडलेले विचार ऐकल्यानंतर, न्यायालयाने पूर्वी निकाल दिलेल्या एखाद्या

---

१७. संदर्भित काळामध्ये, सत्तेमध्ये असणारे कर्नाटकातील सरकार हे सिद्धरामय्या यांच्या नेतृत्वाखालील काँग्रेसचे सरकार होते.

खटल्याच्या निकालाच्या उजेडात या खटल्याचे त्यांनी पुनरवलोकन केले. एकाने असा निष्कर्ष काढला, की 'या प्रकरणामध्ये फारसा काही दम नाही', आणि या निष्कर्षाला पुष्टी देण्यासाठी सयुक्तिक कारणेदेखील दिली. दुसऱ्याने असे म्हटले, की – कलम २४(८) अंतर्गत नियुक्त केलेला विशेष सरकारी अभियोक्ता अपिलाच्या कार्यवाहीसंदर्भात उपस्थित राहण्याने गोंधळाची, नियमबाह्य परिस्थिती निर्माण होणे शक्य आहे का – या मुद्द्याचे 'याच खटल्यासंदर्भात राज्यघटना खंडपीठाने' परिशीलन केले आहे व उत्तरदेखील दिले आहे.[१८]

न्यायाधीश आणि न्यायालयांच्या दृष्टिकोनातून पाहिले, तर बहुतांश वेळेला वस्तुस्थितीवरून त्यांनी काढलेल्या निष्कर्षांमध्ये, पूर्वीच्या निकालांमधून त्यांना प्रत्येकाला काय समजते, आणि प्रत्यक्ष कायद्यातील तरतुदींचादेखील ते कसा अर्थ लावतात, यामुळे तफावत असते आणि ते साहजिकच आहे. म्हणूनच आपल्याकडे केवळ एकच न्यायाधीश नसतात. तसेच न्यायाधीश म्हणजे काही यंत्रमानव नसतात. वास्तवदर्शी गोष्टी आणि पूर्वीच्या निकालांची उदाहरणे आणि कायदे-नियम यांचा अर्थ लावण्यासाठी प्रत्येकानेच आपली बुद्धी पणाला लावणे आवश्यक आहे.

हे सगळं खरं. पण त्याचबरोबर कज्जे-खटल्यांच्या चक्रव्यूहात सापडलेल्या सर्वसामान्य माणसाच्या नजरेने पाहिलं तर या सगळ्या गोष्टींमुळे त्याच्या मनात अनिश्चितता वाढते : आपल्या खटल्याची फलनिष्पत्ती बहुतांश वेळा नशिबावर – कुणाच्या समोर आपला खटला चालवला जाणार आहे, या नशिबावर अवलंबून असण्याची भीती त्याच्या मनात दाटते.

आणखी एक गोष्ट त्याला धक्कादायक वाटलेली असू शकते : त्याच्यासाठी दोन वास्तव गोष्टी निर्णायक ठरू शकतील, – एक म्हणजे न्यायचौकशी न्यायालयातील विशेष सरकारी अभियोक्त्याचे वर्तन आणि दुसरे म्हणजे ज्यांना दोषी ठरवलं गेलं होतं ते आरोपीच त्या व्यक्तीने अपिलांच्या कार्यवाहीमध्ये उच्च न्यायालयात राज्य शासनाचे प्रतिनिधित्व करावे याबद्दल आग्रही होते – या दोन्ही गोष्टींचा शेवटी न्यायाधीशांनी काढलेल्या निष्कर्षांवर फारसा काही प्रभाव पडलेला नव्हता. या गोष्टींचा एका न्यायाधीशांनी केवळ ओझरता उल्लेख केला होता तर दुसऱ्यांनी त्यांचा उल्लेख अजिबातच टाळला होता – परंतु त्यांनी अर्जदाराच्या, अन्बझगन

---

१८. पंजाब राज्य वि. सुरजित सिंग, एआयआर १९६७ एससी १२१४ संदर्भातील निकालपत्रातील परिच्छेद ८६-८९ व १५८-५९ मध्ये केलेली खटल्याची वेगळ्या प्रकारची हाताळणी पहा आणि त्या अनुषंगाने के. अन्बझगन वि. कर्नाटक राज्य या खटल्याकडे पहा.

यांच्या वर्तनाचा तसेच कर्नाटक राज्य शासनाच्या वर्तनाचा तपशीलवार आढावा घेतला होता. आता या आत्मवंचनेची – दोन ढळढळीत मुद्द्यांकडे लक्ष न देण्याच्या निर्णयाची – तुलना सर्वोच्च न्यायालयाने सुरुवातीलाच कर्नाटक राज्याकडे हा खटला सोपवण्याच्या घोषणेशी कशी करावी? न्यायालयाने म्हटले होते :

> *राज्यघटनेतील कलम २१ च्या तरतुदींनुसार न्याय्य आणि निष्पक्ष चौकशी केली जाणे ही अनिवार्यपणे अत्यावश्यक गोष्ट आहे. न्याय फक्त केला जाऊ नये, तर तो केला गेलेला दिसूनही यायला हवा हा जुनाच नियम आहे. फौजदारी स्वरूपाच्या प्रकरणाची चौकशी ही दडपणमुक्त, न्याय्य नसेल आणि पूर्वग्रहदूषित असेल, तर न्यायप्रक्रियेतील निष्पक्षपातीपणा आणि गुन्ह्याला शिक्षा दिली जाण्याच्या कार्यपद्धतीवरच प्रश्न उमटेल आणि सामान्य जनांचा या कार्यपद्धतीवरचा विश्वास डळमळीत होईल तसेच कायदा आणि सुव्यवस्थेबाबतही प्रश्न निर्माण होतील. अशा बाबतीत अर्जदार पूर्वग्रहप्रेरित आहे का हा प्रश्न महत्त्वाचा नसून अर्जदाराच्या मनात पूर्वग्रह निर्माण होण्यासारखी परिस्थिती आहे का हा खरा प्रश्न आहे.[१९] सध्या समोर असलेल्या खटल्यामध्ये वर्णन केलेली परिस्थिती ही सामान्य जनतेच्या मनामध्ये अशी आशंका निर्माण होण्यासारखी परिस्थिती आहे तसेच अर्जदाराच्याही मनात न्यायप्रक्रिया अपयशी ठरण्याची आशंका निर्माण होण्यासारखी परिस्थिती आहे.[२०]*

भवानी सिंग, न्यायचौकशी न्यायालयातील त्यांचे वर्तन, त्याउप्पर त्यांनी खटल्याच्या पुढील टप्प्यांमध्येदेखील काम पाहावे व अपिलांबाबत उच्च न्यायालयातदेखील बाजू लढवावी याचे आरोपी/ दोषी व्यक्तींनी केलेले जोरदार समर्थन या सगळ्याला हे निरीक्षण तंतोतंत लागू पडते.

पूर्णपीठाचा आदेश

दोन न्यायाधीश दोन वेगवेगळ्या निष्कर्षांप्रत पोहोचले असल्यामुळे त्यांनी हे प्रकरण मोठ्या खंडपीठाकडे सोपवले. न्यायमूर्ती दीपक मिश्रा, आर. के. अगरवाल आणि

---

१९. ही निरीक्षणे ज्या प्रकरणासंदर्भात नोंदवली गेली होती त्यातील अर्जदार के. अन्बझगन हेच या खटल्यातलेदेखील अर्जदार असून भवानी सिंग उच्च न्यायालयाकडून निष्पक्ष न्याय मिळवण्याबाबत साहाय्य करणार नाहीत असे म्हणणे मांडत होते.

२०. के. अन्बझगन वि. पोलीस अधीक्षक, संदर्भित निकालातील परिच्छेद ३०.

प्रफुल्ल सी. पंत - या तीन न्यायाधीशांच्या खंडपीठाने याची सुनावणी घेतली. न्यायमूर्ती दीपक मिश्रा यांनी न्यायनिर्णय जाहीर केला.[२१]

आपल्या सार्वजनिक जीवनातून भ्रष्टाचार संपुष्टात आणणे किती महत्त्वाचे आहे याकडे त्यांनी लक्ष वेधले. 'कदाचित आपल्याच करणीने भविष्यात उभ्या ठाकू शकणाऱ्या संकटांची काळजी वाटू लागल्याने' पण त्याच वेळी 'मानवी जीवनात उतावीळपणा हे विष असते' ही युगानुयुगांची शिकवण विसरणारे तामिळनाडू राज्य शासन भवानी सिंग यांना उच्च न्यायालयात हजर राहण्यास सक्षम करण्यासाठी किती 'प्रचंड प्रमाणात उतावीळ' झाले होते याची त्यांनी नोंद घेतली. फौजदारी प्रक्रिया संहितेतील उपकलमे आणि कलमांच्या अर्थाबाबत बोलताना त्यांनी न्यायाधीश लोकूर यांनी काढलेल्या निष्कर्षांना उचलून धरले. न्यायाधीश लोकूर यांच्याप्रमाणेच त्यांनीदेखील कर्नाटक कायदा अंमलबजावणी अधिकारी (नियुक्ती आणि सेवासंबंधी अटी) नियम, १९७७ यांकडे लक्ष वेधले : याद्वारे त्यांनी असे दाखवून दिले, की खटला आणि अपील यात फरक आहे, – 'या नियमाद्वारे असे स्पष्ट केले जात आहे, की अपिलाच्या कामकाजासाठी कोणत्याही वकिलाची नेमणूक करायची असेल तर विहित प्राधिकरणांचा सल्ला घेतल्यानंतर राज्य सरकार तशी नेमणूक करू शकते,' आणि त्याचबरोबर 'चौथे उत्तरवादी (भवानी सिंग) यांची उच्च न्यायालयातल्या अपिलासंदर्भात फिर्यादीची बाजू मांडण्यासाठी नेमणूक झाली असल्याचा कोणताही पुरावा इथे नोंदवला गेलेला नाही.'

'खटला' 'कोणतेही न्यायालय', 'कोणतीही लेखी अधिकृती नसताना' या शब्दसमूहांच्या अर्थाबाबत न्यायमूर्ती लोकूर व न्यायमूर्ती भानुमती यांनी काढलेल्या दोन वेगळ्या निष्कर्षांचादेखील त्यांनी परामर्श घेतला. फौजदारी प्रक्रिया संहितेच्या कलम २४(१) आणि २४(८) अन्वये शासनाला सरकारी अभियोक्ता व विशेष सरकारी अभियोक्ता नेमण्याचे अधिकार प्राप्त होतात. 'खटला' या शब्दाच्या अर्थाची व्याप्ती अवाजवी प्रमाणात वाढवून त्या आधारे एखाद्या चौकशी कामकाजात प्रतिनिधित्व करणाऱ्या व्यक्तीला आपोआपच अपिलाच्या कामकाजात 'राज्य शासनाचे प्रतिनिधित्व करण्याचा अधिकार प्राप्त होतो' असे म्हणू लागले, तर 'त्यामुळे मुळात नियुक्ती करणाऱ्याचे अधिकार ओरबाडून घेतल्यासारखे होईल.' आणि कायदा यास उत्तेजन देत नाही. न्यायमूर्ती लोकूर यांच्या मताशी सहमती दर्शवत त्यांनी असा समारोप केला,

---

२१. के. अन्बगझन वि. कर्नाटक राज्य, (२०१५) ६ एससीसी १५८

आणि म्हणून, ज्या पद्धतीने त्यांचा कलम ३०१ मध्ये प्रयोग केला गेला आहे, त्या 'कोणतीही लेखी अधिकृती नसताना' या शब्दसमूहावर फारसा जोर देता येत नाही. एकदा राज्य शासनातर्फे नेमणूक/ सेवा सुरू झाली की सरकारी अभियोक्ता कोणतेही औपचारिक अधिकृतीपत्र न देता अपिलाचे कामदेखील पाहू शकतो. केवळ त्याची नेमणूक न्यायचौकशी न्यायालयातील कामकाजापुरती झाली आहे, म्हणून फौजदारी प्रक्रिया संहितेच्या कलम २४(१) नुसार त्याची नेमणूकच झाली नसताना, तो उच्च न्यायालयासमोर उपस्थित राहू शकतो असा अर्थ काढणे शक्य नाही. फौजदारी प्रक्रिया संहितेच्या कलम ३०१(१) ची व्याप्ती इतकी ताणणे शक्य नाही. तसे झाले, तर त्यातून खरोखरच गोंधळाची परिस्थिती निर्माण होईल. उच्च न्यायालयासमोरील अपिले किंवा पुनरवलोकने किंवा अन्य कोणत्याही कार्यवाहीसंबंधातली सरकारी अभियोक्त्याची नेमणूक त्या त्या विशिष्ट कार्यवाहीपुरतीच असायला हवी. न्यायमूर्ती लोकूर यांनी उद्धृत केलेल्या गोंधळसदृश परिस्थितीच्या संकल्पनांशी आम्ही आदरपूर्वक सहमत आहोत. न्यायचौकशी न्यायालयासमोर पक्ष मांडायला नियुक्त केलेल्या सरकारी अभियोक्त्याची त्या खटल्यातून निष्पन्न होणाऱ्या अपिलाच्या कामकाजासाठीदेखील नियुक्ती झाली आहे असे केवळ फौजदारी प्रक्रिया संहितेच्या कलम ३०१(१) मध्ये वापरलेल्या भाषेचा वेगळा अर्थ लावून म्हणणे शक्य नाही.

आणि म्हणून भवानी सिंग फिर्यादी पक्षाचे उच्च न्यायालयात प्रतिनिधित्व करू शकले नाहीत.

एक छोटासा वळसा

परंतु आतापर्यंतच्या घटना लक्षात घेता उच्च न्यायालयाने अपिलांचे कामकाज पुन्हा नव्याने सुरू करण्याची विनंती मात्र न्यायाधीशांनी फेटाळली. सार्वजनिक जीवनातून भ्रष्टाचाराचा समूळ नायनाट करण्याच्या त्यांनी सांगितलेल्या महत्त्वाची त्यांनी पुन्हा आठवण करून दिली, आणि अपिलांची सुनावणी घेणारे एकमेव न्यायाधीश हा मुद्दा लक्षात घेतील याचा आपल्याला विश्वास वाटत असल्याचे मत व्यक्त केले.

परंतु त्यांनी न्यायमूर्ती सी. आर. कुमारस्वामी यांची पुरेशी पारख केली नव्हती हे आपण पाहिलेच आहे.

तसेच आदेश देतानादेखील एक धक्कादायक पेच टाकलेला होता. न्यायाधीशांनी अन्बझगन यांना आणि कर्नाटक राज्य शासनाला उच्च न्यायालयात अनुक्रमे ९० पानी व ६० पानी लेखी निवेदने सादर करण्याची मुभा दिली. पण इथेच एक विचित्र पेच होता. पूर्णपीठाने २७ एप्रिल २०१५ रोजी आदेश दिला. अन्बझगन आणि कर्नाटक राज्य शासनाला लेखी निवेदने सादर करण्याची मुभा देताना ही निवेदने २८ एप्रिल २०१५ पर्यंत – म्हणजे त्यांचा निकाल जाहीर झाल्यापासून फक्त एका दिवसात सादर करायला सांगितली!

कर्नाटक राज्य शासनाने पुन्हा एकदा आचार्य यांच्याकडे धाव घेतली आणि खटल्याचे काम हातात घेण्याची विनंती केली. त्यांनी दुसऱ्याच दिवशी लेखी निवेदने सादर केली.

मात्र कुमारस्वामींना त्यामुळे काहीही फरक पडला नाही!

या क्रमाने घडत गेलेल्या घटनांचा शेवट कसा झाला ते श्री. आचार्य यांच्याच शब्दांत समजून घेणे इष्ट ठरेल–

उच्च न्यायालयाच्या निकालाविरुद्ध अपिले दाखल केली जावी असे जोरदार समर्थन करणारे माझे मत मी लेखी स्वरूपात दिले. महाअधिवक्त्यांनी देखील माझ्या मताशी पूर्ण सहमती दर्शविली. तसेच कायदा विभागानेदेखील सहमती दर्शवली. भरपूर राजकीय दबाव असूनदेखील शासनाने अपिले दाखल करण्याचा निर्णय घेतला आणि मग सर्वोच्च न्यायालयापुढे पक्ष मांडण्यासाठी विशेष वकील म्हणून माझी नेमणूक झाली. त्यानुसार सर्वोच्च न्यायालयात माझ्यामार्फत अपिले दाखल केली गेली आणि सर्वोच्च न्यायालयाने फेब्रुवारी २०१६ ते जून २०१६ दरम्यान त्यावर सुनावणी घेतली. डिसेंबर २०१६ मध्ये आरोपी क्र.१ (जयललिता) यांचे निधन झाले.

न्यायचौकशी न्यायालयाचा निकाल संपूर्णपणे पुनर्स्थापित करणारा आपला निकाल सर्वोच्च न्यायालयाने १४.०२.२०१७ रोजी दिला, अपवाद एवढाच नोंदवला गेला होता, की आरोपी क्र.१ विरुद्ध असलेले अपील संपुष्टात आले होते. कर्नाटक राज्य शासनाने आरोपी क्र.१ विरुद्ध असलेले अपील संपुष्टात आल्याच्या निकालास आव्हान देणारा पुनरवलोकन अर्ज दाखल केला. तो फेटाळला गेला.

तेव्हापासून या मुद्द्यावरील उपाययोजना करण्यासाठीची एक याचिका दाखल करण्यात आली आहे. प्रस्थापित कायद्यानुसार एकदा पक्षकारांची बाजू मांडण्याचे काम पूर्ण झाले आणि निकाल राखून ठेवलेला असला, की

अपील संपुष्टात आणता येत नाही.

या घडत गेलेल्या गोष्टी हा आपल्या कथेचा एक भाग झाला – त्यामुळे आरोपींच्या नशिबातले – इथे राजकीय नशिबातले – चढ-उतार, लक्षात घेतले पाहिजेत, तसेच कायद्यातील व प्रक्रियापद्धतीतील अगदी प्राथमिक स्वरूपाच्या मुद्द्यांवर न्यायाधीशांमध्ये होऊ शकणारे मतभेद, यांमुळे एखाद्या खटल्याच्या प्रवासावर कसा परिणाम होतो त्याची एक झलक आपल्याला पाहायला मिळाली. परंतु याला आणखी एक पैलू होता, आणि तो होता आरोपींचे वकील वेगवेगळ्या न्यायालयांमध्ये करत असलेल्या अनेक कारवायांचा. त्यातूनही काही धडे शिकण्यासारखे आहेतच.

कायदेपंडितांची 'साधने'

तात्त्विकदृष्ट्या, वकील म्हणजे न्यायालयाचे, न्यायव्यवस्थेचे सर्वप्रथम आणि अग्रणी अधिकारी समजले जातात. इंग्लंडचे सरन्यायाधीश लॉर्ड बिंगहॅम यांची एक आठवण भूतपूर्व महान्यायवादी श्री. अशोक देसाई सांगतात. अशोकजींनी एकदा त्यांना विचारले, 'तुमच्या समोर न्यायालयात पक्ष मांडणारा वकील खोटे बोलला तर तुम्ही काय कराल?' बिंगहॅम यांना प्रश्न समजला नसावा असे वाटले. 'ते खोटे बोलले तर' याचा अर्थ काय?' बिंगहॅम यांनी उलट प्रश्न केला. आणि पुढे म्हणाले, 'म्हणजे त्यांना कायदा माहीत नव्हता, आणि म्हणून चुकीचा पक्ष मांडला, असं म्हणायचंय का तुम्हाला?' 'नाही, नाही. मला असं म्हणायचंय की तो खोटं बोलला – म्हणजे खोटेपणाचा आधार घेत त्याने आपला मुद्दा पुढे रेटायचा प्रयत्न केला तर?' अजूनही बिंगहॅम यांना मुद्दा कळलाय असं दिसत नव्हतं. अशोकजींनी पुन्हा एकदा मुद्दा स्पष्ट केला. 'पण तो खोटं बोलूच कसं शकतो?' बिंगहॅम म्हणाले, आणि पुढे असेही म्हणाले, 'सुनावणी झाल्यावर थोड्याच वेळात आम्ही सगळे न्यायालयाच्या जेवणघरात दुपारच्या जेवणासाठी एकत्र जमणार असू. तो वकील खोटे बोलला असेल तर तो माझ्या नजरेला थेट नजर देऊ शकेल का? तो खोटे बोलला होता हे लवकरच सगळ्यांना माहीत होईल आणि तो त्याच्या कारकिर्दीचा अंत असेल.'

बिंगहॅम यांनी पुढे असंही म्हटलं की, न्यायालयाचा अधिकारी या नात्याने आपल्या व्यवहारात प्रांजळ असण्याचे कर्तव्यच वकिलास निभावावयाचे असते. उदाहरणादाखल त्यांनी एक गोष्ट सांगितली. एका सुप्रसिद्ध प्रकाशन संस्थेविरुद्ध बदनामीकारक मजकूर छापण्यास एकतर्फी मनाई हुकूम मिळवण्यासाठी एका

अनुभवी ज्येष्ठ सरकारी वकिलाने[२२] विनंती अर्ज केला होता. हे प्रकरण एका नव्यानेच नियुक्त झालेल्या न्यायाधीशांसमोर सुनावणीसाठी आले. न्यायाधीशांनी वकिलांना विचारले, 'श्रीयुत स्मिथ, मी या परिक्षेत्रात नव्यानेच रुजू झालो आहे. तुम्ही या क्षेत्रातले तज्ज्ञ आहात. तुम्हीच सांगा, तुम्ही असे अर्ज दुसऱ्या बाजूचा पक्षकार उपस्थित नसताना केले आहेत काय? त्या वकिलाने उत्तर दिले, 'होय न्यायाधीश महोदय, अनेक वेळा केले आहेत.' एवढं बोलल्यावर थोडंसं थांबून त्याने पुस्ती जोडली, 'पण महोदय, त्यापैकी एकही मंजूर झाला नाही.' आणि त्यावरच त्याच्या अर्जाचा प्रवास थांबला.

आपण राहतो, वावरतो, ते जग किती वेगळं आहे, नाही का!

या खटल्याला एकवीसपेक्षाही जास्त वर्षे लागली याचं एक कारण हेदेखील होतंच, की जवळपास प्रत्येक सुनावणीच्या वेळी जयललिता आणि मंडळींसाठी उभे राहणाऱ्या वकिलांनी – म्हणजे, 'न्यायालयाच्या अधिकाऱ्यांनीच' – एकामागून एक अर्ज दाखल करण्याचा सपाटा लावला. हरकतीमागून हरकती उपस्थित केल्या. कधी एका आरोपीच्या वतीने दाखल केलेली हरकत किंवा अर्ज फेटाळला गेला, तर अन्य तीन आरोपींचे प्रतिनिधित्व करणारे वकील ते कार्य आपल्या हाती घेत असत आणि पुन्हा हरकत किंवा अर्ज पुढे करत, किंवा मामुली फरक केलेली हरकत वा अर्ज पुढे करत. आणि तीदेखील फेटाळली गेली, की उच्च न्यायालयाकडे अपील करत.[२३]

अशा प्रकारच्या खटल्यासाठी एखादे विशेष न्यायालय स्थापन करताच येत नाही असा दावा केला जातो... खटला सर्वोच्च न्यायालयापर्यंत जातो... शपथेवर दिलेल्या साक्षी आणि कागदपत्रे संपूर्णपणे इंग्रजीत उपलब्ध करून दिले जावेत... दोन खटल्यांचे एकत्रीकरण केले जावे... न्यायचौकशी न्यायालयाने गुन्ह्याची दखल घेत काढलेला आदेश रद्द करावा... चौकशी कामकाजाचे वेळापत्रक पुन्हा निर्धारित केले जावे... (हा मुद्दा पार सर्वोच्च न्यायालयापर्यंत नेण्यात आला)... तपासकार्य बेकायदेशीर असल्याने सगळी कार्यवाहीच संपूर्णतः रद्द केली जावी... एक विशेष विनंतीअर्ज सुनावणीस येत असल्याने कामकाज स्थगित केले जावे... सर्व कागदपत्रांच्या तीन प्रती पुरवण्यात याव्या : प्रत्येक संचात साधारण

---

२२. वरिष्ठ वकील

२३. पुढील परिच्छेदातील यादीमध्ये बी. व्ही. आचार्य यांच्या ऑल फ्रॉम मेमरी, पृष्ठे ३१४-३३१ मधील काही गोष्टी दिल्या आहेत.

७०,००० पाने होती... इंग्रजीमध्ये दिलेली भाषांतरे रद्द समजली जावी, आणि भाषांतरे नव्याने करून घेऊन पुरवण्यात यावी... एक दुभाष्या नियुक्त करावा... आरोपींच्या वकिलांना दुभाष्याची उलटतपासणी करण्याची परवानगी द्यावी... जप्तीचा आदेश हटवला जावा... उच्च न्यायालयात अर्ज दाखल करण्यात आला आहे, आणि चौकशीचे काम पुढे चालवू नये असे त्या न्यायालयाने निरीक्षण नोंदवले आहे... आरोपीला सर्वोच्च न्यायालयात जाणे शक्य व्हावे यासाठी ही कार्यवाही स्थगित करावी... काही साक्षीदारांनी सादर केलेल्या पुराव्याच्या भाषांतरात दुरुस्त्या कराव्या... भाषांतरासाठी तज्ज्ञ व्यक्तीची नेमणूक करावी... नव्याने भाषांतर केलेल्या संचातील चुका दुरुस्त व्हाव्या... दुसऱ्या एका आरोपीचे प्रतिनिधित्व करणाऱ्या वकिलाचे वडील वारल्यामुळे कामकाजास तीन आठवड्यांची स्थगिती द्यावी... आरोपीतर्फे कायदेविषयक काम पाहणाऱ्या चमूंना भाषांतरातील चुका शोधण्यासाठी सहा महिन्यांची स्थगिती द्यावी... भाषांतरातील चुकांची दुरुस्ती जिथे चुका झाल्या तिथेच व्हावी, भाषांतरित मजकुराच्या शेवटी दुरुस्ती दाखवू नये... पुन्हा : भाषांतरात चुका... पुन्हा एकदा : आणखी काही साक्षीदारांच्या पुराव्याच्या भाषांतरात चुका... एका साक्षीदारास पुन्हा पाचारण करावे... शशिकला यांचे वकील अर्ज फेटाळला जाण्यास आव्हान देतात... ते डीव्हीएसीला एकमेव उत्तरवादी करतात... डीव्हीएसी विशेष सरकारी अभियोक्त्यास याची माहिती देत नाही, उलट आपले प्रतिनिधित्व करण्यासाठी दुसऱ्याच कुठल्यातरी लॉ फर्मची मदत घेते... आणखी सखोल तपास करणार असल्याची माहिती डीव्हीएसी थेट न्यायालयालाच देते... विशेष सरकारी अभियोक्त्याला याची माहिती दिलेली नसते... डीव्हीएसीने अभियोक्त्यामार्फत कळवण्याऐवजी थेट न्यायालयाला कळवण्यावर न्यायालय हरकत घेते... अभियोक्त्याला आरोपी आणि डीव्हीएसी यांच्यात साटेलोटे असल्याचे निर्देशित करणे भाग पडते आणि त्या पत्रातील मजकूर दुर्लक्षित करण्याची विनंती करावी लागते... न्यायालयाला थेट कळवण्याबद्दल न्यायालय डीव्हीएसीची कानउघाडणी करते, पत्रातील मजकुराकडे दुर्लक्ष करण्याचा निर्णय घेते, डीव्हीएसीची माफी याचना स्वीकारते... आपल्या वतीने नवे वकील उपस्थित राहणार असल्याने कामकाजास चार आठवड्यांची स्थगिती द्यावी असा जयललिता अर्ज करतात... शशिकला उच्च न्यायालयात अपील दाखल करतात... डीव्हीएसी न्यायप्रक्रिया उधळून लावण्याचा प्रयत्न करत आहे आणि केवळ न्यायप्रक्रिया लांबवण्याच्या उद्देशाने शशिकला यांनी अर्ज दाखल केला आहे असे म्हणत न्यायालयाने तो फेटाळावा... आरोपी क्र.१ (जयललिता) यांची तपासणी व्हिडीओ कॉन्फरन्सद्वारे केली जावी व त्यांना प्रत्यक्ष न्यायालयात उपस्थित राहण्यातून सूट

मिळावी...[२४] उच्च न्यायालयातले एक न्यायाधीश याचिकेच्या सुनावणीतून स्वत:चीच सुटका करून घेऊ पाहतात... तरीही याचिका त्याच्यासमोर सुनावणीसाठी येतेच... न्यायचौकशी न्यायालयाने केलेल्या एका फेटाळणी आदेशाविरुद्धचा अर्ज सर्वोच्च न्यायालयात दाखल केला असल्याचे कारण देत सुनावण्या स्थगित केल्या जातात... आणखी तपासकार्य करण्यास न्यायालय डीव्हीएसीला मनाई करते आणि खटल्याच्या सुनावण्या अंतिम निर्णय दिला जाईपर्यंत रोजच्या रोज घेतल्या जाव्या या सर्वोच्च न्यायालयाच्या निर्देशाचे भान ठेवावे असे न्यायचौकशी न्यायालयास बजावले जाते... जयललिता यांची जबानी संध्याकाळी ५ वाजता नोंदवली जात आहे; त्यांचे वकील त्यांचे उर्वरित निवेदन व्हिडीओ कॉन्फरन्सद्वारा नोंदवले जाऊ शकते का हे सर्वोच्च न्यायालयाला विचारण्यासाठी कामकाजास तीन आठवड्यांची स्थगिती मागतात... इंग्रजी भाषा फारशी समजत नसल्याने शशिकला आठ आठवड्यांसाठी स्थगिती मागतात तसेच आपले निवेदन तामीळ भाषेत नोंदवले जावे अशी मागणी करतात... न्यायचौकशी न्यायालय हा अर्ज फेटाळते, आता त्या या आदेशाला आव्हान देण्यासाठी तीन आठवड्यांची मुदत मागतात...'आचार्य यांनी दोन पदांचा कार्यभार स्वीकारला आहे या कारणास्तव त्यांच्या विरोधात रिट दाखल केला जातो. याच कारणासाठी एक जनहित याचिका दाखल होते... उच्च न्यायालय आणि सर्वोच्च न्यायालयाकडून जयललिता आणि शशिकला यांच्या वकिलांनी लागोपाठ सपाट्याने दाखल केलेले अर्ज फेटाळले जातात... आता त्यांचे वकील 'या खटल्यात आतापर्यंत नोंद न झालेले दस्तावेज' तपासण्याची परवानगी मागतात... शशिकला वैद्यकीय कारणास्तव स्थगितीसाठी अर्ज करतात... खटला सुनावणीसाठी उभा राहतो, तेव्हा पुन्हा वैद्यकीय कारणास्तव शशिकला स्थगितीची मागणी करतात... 'या खटल्यासाठी विशेष न्यायाधीशांची नेमणूक करणारी कोणतीही अधिसूचना नसल्यामुळे' खटला स्थगित ठेवण्याची मागणी करणारा अर्ज आरोपींपैकी दोघे जण करतात – हे होते २०१२ मध्ये, खटला २००९ सालापासून सुरू असला आणि ते आणि त्यांचे वकील त्याच्या कामकाजात सहभागी होत असले

---

२४. सर्वोच्च न्यायालयाच्या सन २००४च्या आदेशान्वये निर्देशित केले असूनदेखील पुन्हा एकदा कलम ३१३ नुसार आरोपींची जबानी नोंदवून घेत असताना सर्व पुरावे सादर करून झाल्यानंतर विशेष न्यायाधीशांनी आरोपींच्या विरोधात सादर झालेल्या सर्व पुराव्यांची आणि दस्तावेजांची माहिती सर्व आरोपींना द्यावी.

भारतीय दंडविधान संहितेच्या कलम ३१३ नुसार ज्या दिवशी संदर्भित प्रश्नांची उत्तरे देण्यासाठी न्यायालयात हजर राहण्यास सांगितले असेल, त्या दिवशी सर्व आरोपींनी व्यक्तिश: हजर राहावे.

तरीदेखील... त्यांनी कायद्याच्या अर्थाबाबतचा गोंधळ निस्तरण्यासाठीचा केलेला अर्ज उच्च न्यायालयाकडेच सोपवला जावा असा अर्ज करणे... न्यायालयाने फौजदारी प्रक्रिया संहितेतील कलम ३०९ अंतर्गत असलेल्या अधिकाराचा वापर करावा आणि खटल्याच्या कामकाजास स्थगिती द्यावी असा अर्ज करणे... [२५] (या वेळेपर्यंत विशेष सरकारी अभियोक्ता पदावरून आचार्य यांना राजीनामा द्यायला लावण्यासाठी हालचाली सुरू झाल्या आहेत तसेच त्यांची समाजातील प्रतिमा मलिन करण्याची मोहीमदेखील सुरू झाली आहे. परिणामी ते राजीनामा देतात – प्रथमतः महान्यायवादीपदाचा, आणि नंतर त्यांच्यावर एका शैक्षणिक न्यासातील तथाकथित गैरकारभाराबद्दल टीकेची झोड उठवल्यानंतर, विशेष सरकारी अभियोक्ता पदाचादेखील देतात.) सर्वोच्च न्यायालयाच्या निकालाच्या प्रमाणित सत्यप्रती सादर करण्याची आरोपीला परवानगी द्यावी... आता सर्वोच्च न्यायालयाने दस्तावेजांच्या तपासणीसाठी दिलेली एकवीस दिवसांची मुदत ही सरळ एकवीस दिवस अशी आहे की कामाचे एकवीस दिवस अशी आहे असा वाद उपस्थित केला जातो... मुद्दा स्पष्टीकरणासाठी पुन्हा सर्वोच्च न्यायालयाकडे जातो...

आणि या सर्व गोष्टी १७ जानेवारी २०१३ रोजी सरकारने बी. व्ही. आचार्य यांनी दिलेला विशेष सरकारी अभियोक्ता पदाचा राजीनामा स्वीकारेपर्यंतच केल्या जात होत्या.

या सर्व 'साधनां'बद्दल आचार्य लिहितात,

---

२५. खरेतर त्या कलमाद्वारे फक्त आवश्यक ते अधिकार प्राप्त होतात, पण महत्त्व रोजच्या रोज करावयाच्या कामाला दिलेले आहे. कलमात अशी तरतूद आहे :
३०९. कामकाज पुढे ढकलण्याचे किंवा स्थगितीचे अधिकार :
(१) प्रत्येक चौकशी किंवा सुनावणीमध्ये, कामकाज शक्य तितक्या वेगाने केले जावे, आणि विशेषतः, साक्षीदारांच्या तपासणीला एकदा सुरुवात झाली, की ती उपस्थित सर्व साक्षीदारांच्या तपासण्या पूर्ण होईपर्यंत रोजच्या रोज घेतली जावी, अपवाद फक्त न्यायालयाच्या दृष्टीने लगेच दुसऱ्या दिवसाऐवजी पुढच्या दिवशी घेणे आवश्यक ठरत असेल तर त्याबद्दलच्या कारणांची नोंद करून केला जावा.
(२) एखाद्या गुन्ह्याची दखल घेतल्यानंतर, किंवा सुनावणी सुरू केल्यानंतर कोणतीही चौकशी वा सुनावणी पुढे ढकलण्याची किंवा स्थगित करण्याची न्यायालयास आवश्यकता वाटत असल्यास, न्यायालय, त्या त्या वेळी, कारणांची नोंद करून, न्यायालयास योग्य वाटणाऱ्या अटींवर, आणि न्यायालयाच्या दृष्टीने वाजवी मानल्या जाणाऱ्या काळापुरते, कामकाज पुढे ढकलू किंवा स्थगित करू शकते, आणि वॉरन्ट काढून आरोपीला कोठडीत परत पाठवू शकते...

वर उल्लेखिलेल्या खटल्यामध्ये उपस्थित राहण्याने मला कामकाजाला यशस्वीरीत्या स्थगित करण्याची इतकी नवविविध कारणे शिकविली आहेत, की 'स्थगितीचा कायदा' या विषयावर मी एक पुस्तकच लिहू शकेन. परंतु तसे करण्यापासून मी स्वतःला आवर घालतो, कारण त्याचा फायदा घेऊन कुणा आरोपीने सुनावण्या दीर्घ काळ लांबवत ठेवाव्या अशी माझी इच्छा नाही.[२६]

'पण साहेब, ही बदमाश माणसे आणि त्यांच्या वकिलांना या युक्त्या अगोदरपासूनच माहीत आहेत,' मी श्री. आचार्य यांना सांगतो, उद्देश त्यांच्या तोंडून अशीच आणखी काही उदाहरणे ऐकायला मिळावीत हा असतो.

श्री. आचार्य यांच्या पुस्तकात अशा साधनांचा आणखी काही तपशील आणि आणखी काही उदाहरणेदेखील वाचायला मिळतात.

भाषांतरित दस्तावेजांबाबत श्री. आचार्य म्हणतात, 'दस्तावेजांच्या भाषांतरित प्रती २००५ साली सादर केल्या होत्या, तरी भाषांतराच्या बिनचूकपणाबद्दलच्या हरकती मात्र ४ किंवा ५ वर्षांनंतर घेतल्या जाऊ लागल्या.' आणि त्यादेखील 'हप्त्याहप्त्याने' घेतल्या गेल्या, म्हणजे प्रत्येक हरकतीवर वेगवेगळा निर्णय देणे अपरिहार्य झाले. शिवाय संदर्भित दस्तावेजांचे नव्याने पूर्ण भाषांतर करावे लागले ते अलाहिदा.

पुढची युक्ती वकील बदलण्याची होती. नव्याने नेमलेल्या वकिलांचा गट खटल्याचे स्वरूप समजून घेण्यासाठी त्यांना वेळ हवा आहे असे म्हणत असे. नंतर ते त्या टप्प्यावर खटल्याशी संबंधित असलेल्या सर्व दस्तावेजांच्या संचांच्या तीन प्रमाणित प्रती मिळण्यासाठी अर्ज करत, हे दस्तावेज-संच हजारो पानांचे असत आणि आधीच्या वकिलांनी सर्व संबंधित दस्तावेज व कागदपत्रे आपल्याला सुपूर्द केली नसल्याचे कारण सांगत. अर्थातच कार्यालय इतक्या मोठ्या प्रमाणात प्रमाणित प्रती पुरवू शकत नसे.

जवळपास प्रत्येक वेळी, मुद्दा फेटाळला जात असे. पण त्यामुळे त्या निर्णयाला आव्हान देण्याची वकिलांना संधी मिळत असे. 'प्रत्येक मध्यावधीतल्या आदेशाला उच्च न्यायालय किंवा सर्वोच्च न्यायालयापुढे जाऊन आव्हान दिले जात असे,' श्री. आचार्य सांगतात, 'आणि वरिष्ठ न्यायालयांकडून स्थगितीचे आदेश दिले गेले नसले, तरीदेखील वरिष्ठ न्यायालयात लवकरच अमुक मुद्दा विचारात घेतला जात असल्यामुळे या न्यायालयातील कामकाजाला स्थगिती मिळावी, अशी विनंती केली

२६. बी. व्ही. आचार्य, ऑल फ्रॉम मेमरी, पृष्ठ २१९ येथे जसे आहे तसे.

जात असे.'

शशिकला यांच्या वकिलांनी 'वैद्यकीय कारणास्तव' स्थगितीची विनंती केली होती हे आपण पाहिले होते. प्रत्यक्षात शशिकला आपल्या डोळ्यांवर उपचार करून घेत असल्याचे कारण पुढे करून अनेक वेळा स्थगितीची विनंती करण्यात आली असल्याचे दिसते. श्री. आचार्य म्हणतात, त्याप्रमाणे, याचा परिणाम म्हणून 'त्यांचा जबाब नोंदवण्याचे काम एक किंवा फारतर दोन दिवसात पूर्ण व्हायला हवे होते, पण ते पूर्ण व्हायला ११महिन्यांपेक्षाही जास्त वेळ लागला.

याशिवाय, आपण पाहिलंच आहे, की जयललिता २०११ मध्ये पुन्हा एकदा मुख्यमंत्री झाल्याबरोबर डीव्हीएसीला प्रकरणाची सखोल तपास करण्याची गरज वाटायला लागली. सरकारी अभियोक्त्यांनी अशा तपासाची अजिबात गरज नसल्याचे दाखवून दिले – त्यांच्या निरीक्षणानुसार या 'सखोल तपासकार्या'चा एकमेव उद्देश आरोपीला साहाय्यभूत ठरणाऱ्या गोष्टी गोळा करणे हाच होता. तरीही 'सखोल तपास' केला गेलाच. मग हे प्रकरण उच्च न्यायालयाकडे न्यावेच लागले : त्यांनी हे कारस्थान हाणून पाडले. आणि मग आपण असंही पाहिलं की प्रधान सचिवांनी काढलेल्या आदेशाद्वारे तामिळनाडू राज्य शासनाने आपले वकील म्हणून त्याच भवानी सिंग यांची नेमणूक केली. उच्च न्यायालयाने ते असं करू शकत नाहीत, आणि फक्त विशेष सरकारी अभियोक्ता हेच उच्च न्यायालयात या खटल्यासंदर्भात उपस्थित राहू शकतात असा निर्णय दिला. कायद्याचा विजय झाला. पण प्रत्येक 'साधना'मुळे हवा असलेला हेतू साध्य झाला होता : प्रत्येकामुळे पुन:पुन्हा नव्याने कामकाज-स्थगिती करून घेणे शक्य झाले होते.

याचबरोबर जयललिता यांना व्यक्तिश: न्यायालयात हजर राहण्यातून सूट मिळावी आणि तपासणीदरम्यान विचारल्या जाणाऱ्या प्रश्नांची न्यायालयात हजर न राहता बाहेरूनच उत्तरे देण्याचीदेखील परवानगी मिळावी अशा विनंत्या करणारे अर्ज पुन:पुन्हा सादर केले गेले. हा मुद्दादेखील अगदी सर्वोच्च न्यायालयापर्यंत नेला गेला : त्यांनी विनंती फेटाळली आणि त्याचबरोबर न्यायालयात व्यक्तिश: हजर राहण्याचे आदेशही दिले. यात पुन्हा एकदा हेतू साध्य झाला होता, कारण या कामांमधून मूळ कामकाजाला अनेक वेळा स्थगिती मिळवणे शक्य झाले होते.

हे सगळे आणि यांसारखे बरेच काही घडत होते.

शिकायचे धडे

वरील विवेचनातून शिकण्यासारखे अनेक धडे सामोरे येतात. त्यापैकी तीन धडे समजून घेणे आपल्यासाठी पुरेसे आहे. आचार्य यांची भूमिका खरोखरच आदर्शवत्

आहे. पण या प्रचंड मोठ्या प्रमाणावर ताणल्या गेलेल्या खटल्याच्या कामात सहभागी झालेल्या वकिलांबाबत काय म्हणावे :

- अगदी साध्याभोळ्या माणसालादेखील कामकाजाला स्थगिती मिळवण्याच्या अर्जांमागचा हेतू स्पष्ट कळत होता. ही साधने निष्प्रभ करण्यासाठी न्यायालये आणखी काहीच करू शकत नाहीत का?
- अशा पद्धतीने खटले प्रलंबित ठेवणे हेच वकिलांचे खरे काम असते का? त्यांनी खरेतर 'न्यायालयाचे, न्यायप्रक्रियेचे अधिकारी' म्हणून काम करायला नको का?
- याचबरोबर ही गोष्टदेखील लक्षात घ्या, की केवळ – प्रचंड बेहिशेबी मालमत्ता आणि लंडन हॉटेल खरेदी हे दोन्ही खटले एकत्रित केले जावेत की न जावे या एका प्रश्नावर अडकून पडल्यासारखे झाल्यामुळे – सर्वोच्च न्यायालयदेखील न्यायचौकशी न्यायालयातील खटला पाच वर्षे प्रलंबित राहण्यास कारणीभूत ठरले होते.

गोष्टी करवून का घेतल्या जात नाहीत?

खटल्याचे काम फार काळ ताणले जात होते हे सगळ्यांनाच दिसत होते. धनदांडग्या आणि सत्ता हाती असणाऱ्यांचे प्रतिनिधित्व करणाऱ्या वकिलांनी न्यायालयातील कामकाज प्रदीर्घ काळपर्यंत लांबवण्यासाठी अनेक हिकमती लढवल्या असण्याची ही काही एकमेव घटना नव्हती. मग प्रश्न असा उभा राहतो, की यावर उपाय म्हणून काहीच करणं शक्य नाही का? किंवा नेहमीच म्हटलं जातं, त्याप्रमाणे, काहीच करून घेतलं जात नाही, असंच म्हणायचं.

अशी 'साधने' अशाप्रकारे वापरणे टाळण्यासाठी वादी-उत्तरवादी आणि वकील यांना भाग पाडले जाऊ शकते हे इतर देशांमधील अनुभवांमधून स्पष्ट दिसते. अमेरिकेत दोषी ठरवले गेलेल्या व्यक्ती एकामागून एक अपिले का दाखल करत नाहीत? एक गोष्ट स्पष्टच आहे : जर त्यांच्या अपिलाला सबळ कारणाचा आधारच नसल्याचे दिसले, तर त्यांची शिक्षा अनेक पटींनी वाढवली जाईल हे निश्चित. इंग्लंडमधले वकील आणि पक्षकार या साधनांचा प्रयोग का करत नाहीत? पुन्हा तिथेदेखील उत्तराचा एक भाग साधा आणि सरळ आहे : न्याय मिळण्यास विलंब लावण्यासाठी किंवा शिक्षेपासून सुटका मिळवण्यासाठी न्यायप्रक्रियेचा गैरवापर करणाऱ्यांना जबर दंड ठोठावला जातो. इतकंच नाही, तर अमेरिकेत शिक्षेचे प्रमाण वाढवले जाण्यासंदर्भात; आणि इंग्लंडमध्ये दोषी पक्षाकडून खटल्याचा खर्च

म्हणून वसूल करायची रक्कम निश्चित करताना, सुनावणीपूर्वी आणि सुनावणीदरम्यान एकुणातच त्या पक्षकाराचे वर्तन कसे होते याकडे न्यायाधीश लक्ष देतात. इंग्लंडमध्ये सुनावणी किंवा अपिलाच्या कामकाजादरम्यान केल्या जाणाऱ्या प्रत्येक अर्जावर निकाल देताना त्याच्याशी संबंधित खर्चाच्या वसुलीचा वेगळा आदेश दिला जातो. आता जयललिता आणि मंडळींच्या वतीने दाखल झालेले अर्ज आठवा; त्यांच्या प्रत्येक अर्जाच्या फेटाळल्या जाण्याच्या निर्णयावर केलेले प्रत्येक अपील आठवा; तेसुद्धा बहुतांश वेळा अगदी सर्वोच्च न्यायालयापर्यंत नेले गेले होते तेदेखील आठवा. जर अशा प्रत्येक अर्जाबरोबर, प्रत्येक अपिलाबरोबर अंती खटल्याच्या खर्चापोटी द्यावी लागणारी रक्कम चक्रवाढ गतीने वाढत राहणार असती, तर हे केले गेले असते का? आणि याचबरोबर खटला किंवा अपिलांच्या कामकाजासाठी न्यायालयाचा खर्चला जाणारा फक्त वेळच विचारात घेतला जाणार नाही, तर अशा 'साधनां'च्या वापरामुळे न्यायाधीशांच्या मनात त्या पक्षकाराच्या वर्तनाबाबत जो विश्वास दृढ होईल त्याचीही किंमत मोजावी लागेल याचादेखील विचार करावाच लागला असता.

भारतामध्ये ही समस्या फारच गंभीर आहे हे सर्वांनाच माहीत आहे; समस्येचा सामना करायला कायद्याच्या सध्या अस्तित्वात असलेल्या तरतुदी अगदीच तोकड्या आहेत हेदेखील फार पूर्वीपासूनच ज्ञात आहे. शक्य असलेल्या उपायांची सूचीदेखील बनवली गेली आहे. परंतु प्रत्यक्षात काय घडते आहे? दिवाणी कायद्यातील एका साधर्म्यदर्शक गोष्टीद्वारे सद्य:स्थिती उघड होईल.

खटल्यांचे कामकाज ज्याप्रकारे प्रदीर्घ काळपर्यंत लांबवले जाते, त्याची दखल घेऊन १९७३ साली विधी आयोगाने आपल्या ५४व्या अहवालाद्वारे दिवाणी प्रक्रिया संहितेमध्ये एका नव्या कलमाचा अंतर्भाव करण्याची शिफारस केली. त्या कलमाद्वारे 'खटल्याच्या खर्चासंबंधीचा आदेश देताना, आणि खटल्याचा अंतिम निकाल कोणत्याही स्वरूपाचा असला, तरीदेखील, ज्या पक्षकाराने कामकाजाच्या कोणत्याही टप्प्यादरम्यान न्यायप्रक्रियेत विलंब केला असेल, त्या पक्षकाराने त्या त्या विलंबानुसार पात्र ठरणाऱ्या प्रमाणात खर्चाची भरपाई करावी, असा आदेश न्यायालय देऊ शकते.'[२७] अशी तरतूद केली जावी असे शिफारशीत म्हटले गेले. १९७६ साली अशी तरतूद कलम ३५-ब द्वारे केली गेली. ते कलम असे आहे :

---

२७. 'खटल्याचा अंतिम परिणाम काहीही असला तरी' या शब्दसमूहाचा संदर्भ खटल्यासंदर्भात दिल्या गेलेल्या अंतिम निकालाशी आहे.

विलंब करण्याची किंमत निश्चित करणे

(१) जर, खटल्याच्या सुनावणीच्या तारखेला, किंवा त्या दिवशीच्या कामकाजातील कोणतेही काम करण्यासंदर्भात, त्या खटल्यातील कोणताही पक्षकार

(अ) या संहितेनुसार आणि अन्वये त्यास जे काम त्या तारखेला करणे अनिवार्य आहे, ते करण्यात अयशस्वी होत असेल, किंवा

(ब) ते काम करण्यास किंवा पुरावा सादर करण्यासाठी किंवा अन्य कोणत्याही कारणास्तव स्थगिती मिळवत असेल, तर,

असे न्यायालय, त्याबाबतची कारणे नोंदवल्यानंतर, त्या पक्षकाराला दुसऱ्या पक्षकारास न्यायालयात त्या तारखेस हजर राहण्यासाठी आलेल्या खर्चासंदर्भात न्यायालयास उचित वाटेल त्या प्रमाणातली रक्कम द्यायचा आदेश देऊ शकते, तसेच अशी रक्कम प्रत्यक्षात दिली जाणे ही खटल्याचे पुढील तारखेचे कामकाज सुरू करण्याअगोदर पूर्ण करावयाची अट असेल –

(अ) तक्रारदाराच्या फिर्यादीचे कामकाज, ज्यात असा खर्च अदा करण्याचा आदेश तक्रारदाराला देण्यात आला

(ब) उत्तरवादीच्या बचावाचे कामकाज, ज्यात असा खर्च अदा करण्याचा आदेश उत्तरवादीला देण्यात आला

वाचल्याबरोबर आपल्या लक्षात येणारी पहिली गोष्ट म्हणजे कायद्यातली ही तरतूद आपल्यासमोर नुकत्याच सादर झालेल्या न्यायप्रक्रिया बुद्ध्याच रुळावरून घसरवण्याच्या प्रयत्नांना आळा घालण्याबाबत दुर्दैवीरीत्या अपुरी आहे. याचे कारण असे, की संहितेनुसार अनिवार्य असलेली गोष्ट किंवा न्यायालयाने करावयास सांगितलेली गोष्ट पक्षकार वेळेवर करत नसेल तर काय करायचे यावर या कायद्याच्या कलमाद्वारे सारे लक्ष केंद्रित केले गेले आहे. दुसरे वैशिष्ट्य असे, की चूक करणाऱ्या पक्षकाराला न्यायालयाने अशी खर्चाची रक्कम अदा करायला लावली, तरी न्यायालय अगदीच मामुली रक्कम अदा करायचा आदेश देऊ शकते, – कारण न्यायालयांना न्याय्यबुद्धी वापरून रक्कम ठरवण्याची परवानगी असली, तरी कायद्यानेच अशा रकमेची कमाल मर्यादा रु.३००० इतकी निश्चित केली आहे.

निकालामागून निकाल देत सर्वोच्च न्यायालयाने असे दाखवून दिले आहे, की संहितेमधील तरतुदी आणि त्यात सांगितलेल्या खर्चापोटी द्यायच्या रकमा, ज्या प्रकारच्या पक्षकारांना वठणीवर आणण्याची गरज आहे, त्यांच्यावर वचक बसवण्यास सपशेल अपुऱ्या आहेत. 'दिवाणी दाव्यांसदर्भातल्या मामुली रकमा (काही दाव्यांबाबत तर अशी रक्कमच देय समजलेली नाही) देय करण्याची सध्याची पद्धत पूर्णतः असमाधानकारक असून, त्यामुळे दुराभिमान किंवा हाव म्हणून, किंवा केवळ 'कालापव्यय' करण्याचा एक उपाय म्हणून आकसाने किंवा दुसऱ्याची त्रेधा उडताना

मजा पाहायच्या उद्देशाने केलेल्या कज्जेदाव्यांना आळा घालण्यास उपयुक्त ठरत नाही.' असे न्यायालयाने एका नेहमीचे उदाहरण म्हणून सांगितल्या जाणाऱ्या खटल्याचे उदाहरण देऊन सांगितले आहे. 'खर्चाची रक्कम ठरवताना जास्त वास्तववादी विचार करणे ही काळाची गरज आहे...'[२८] ही होती २००९ सालची – आठ वर्षांपूर्वीची गोष्ट. त्याच्या पुढल्याच वर्षी सर्वोच्च न्यायालयाने पुन्हा एकदा असेच मत नोंदवले : 'खर्चाच्या देय रकमांबाबतच्या तरतुदी योग्य प्रकारे निर्धारित केलेल्या नसल्याचा परिणाम म्हणून आकसाने, भांडखोर वृत्तीमुळे, खोट्या, हास्यास्पद कारणांनी आणि सट्टा स्वरूपात दाखल होणाऱ्या दाव्यांच्या संख्येत वाढ झाली आहे, शिवाय, संहितेतील कलम ८९ हे परिणामशून्य ठरले आहे.[२९] खर्चाच्या देय रकमांबाबत योग्य स्वरूपाच्या तरतुदी नसल्यामुळे खटल्यांच्या प्रलंबन काळात घट करणे किंवा वादाच्या मुद्द्यांचे परिमार्जन करण्यासाठी पर्यायी प्रक्रिया व्यवस्थेस प्रोत्साहन देणे किंवा दिवाणी न्यायव्यवस्था सुटसुटीत करण्याचा केलेला कोणताही प्रयत्न अयशस्वीच ठरेल. आणि म्हणूनच भारतीय विधानमंडळे आणि विधि आयोग यांनी संहितेतील कलम ३५ आणि ३५-अ यामधील खटल्यासंबंधीच्या आणि भरपाई स्वरूपाच्या खर्चासंबंधातील तरतुदींचा तातडीने पुनर्विचार करण्याची आत्यंतिक गरज आहे'[३०] खर्चाच्या रकमेवर कायद्यानेच घातल्या गेलेल्या कमाल मर्यादेमुळे प्रत्यक्षात पक्षकारावर देय म्हणून लादावयाची रक्कम अगदी नगण्य भासण्याइतकी कमी झाली असे सर्वोच्च न्यायालयानेदेखील दाखवून दिले आहे : खोटे किंवा आकसाने केलेले दावे किंवा प्रतिवाद यांसंदर्भातल्या भरपाईच्या रकमांसंबंधीच्या तरतुदी[३१] प्रत्यक्षात वाढत्या महागाईमुळे न्यायदानास दुर्बल आणि परिणामशून्य करणाऱ्या ठरल्या आहेत. संदर्भित कलमामध्ये खोट्या वा आकसाने केलेल्या दाव्यासंदर्भातील भरपाईची रक्कम ही रु.३००० या कमाल मर्यादेचे पालन करून ठरवायची आहे. या मुद्द्यावर सालेम येथील वकिलांच्या बार असोसिएशन संदर्भातल्या खटल्याच्या अनुषंगाने वास्तववादी पुनर्विचार करण्याची गरज आहे. हे इतकेच पुरेसे नाही. न्यायालयाने असेही नोंदविले आहे, की एकीकडे ही मामुली रकमेची तरतूद तरी आहे, पण 'बुद्ध्याच प्रक्रियेत विलंब निर्माण करण्यामुळे उद्भवणाऱ्या खर्चाबद्दलची

---

२८. अशोक कुमार मित्तल वि. राम कुमार गुप्ता (२००९) २ एससीसी ६५६.

२९. कलम ८९ द्वारे वादाचे निराकरण करण्यासाठी तो विषय न्यायप्रक्रियेव्यतिरिक्तच्या – लवाद, मध्यस्थी, लोक अदालत, - यांसारख्या प्रक्रियांकडे सोपवण्याचे अधिकार न्यायालयास दिले आहेत.

३०. विनोद सेठ वि. देविंदर बजाज, (२०१०) ८ एससीसी.

३१. संहितेतील कलम ३५-अ मध्ये

कलम ३५अ मधील तरतूद फारशी कधी उपयोगातच आणली गेलेली नाही.' 'दिरंगाई कमी करण्यासाठी याचा नियमित प्रयोग करणे आवश्यक आहे,' न्यायालयाने जाहीर केले – अर्थात, त्याचा काय परिणाम झाला ते आपण लवकरच पाहू.

त्यानंतरच्याच वर्षात हा विषय पुन्हा चर्चेत आला. खटल्यांच्या कामकाजास विलंब निर्माण करणाऱ्या पक्षकारांवर वचक राहील आणि आकसाने, खोट्या आणि हास्यास्पद कारणांसाठी दावे उभे करण्यापासून त्यांना परावृत्त करेल अशा स्वरूपात न्यायप्रक्रियेतील टप्पे निर्धारित करण्यात मदत करण्याची सर्वोच्च न्यायालयाने विधि आयोगाला विनंती केली. विधि आयोगाने अनेक उपायांची शिफारस केली. सर्वोच्च न्यायालयाने एका महत्त्वाच्या निकालामध्ये या उपायांचा समावेश केला, आणि संसदेला व उच्च न्यायालयांना प्रक्रियेत– प्रत्यक्ष संहितेत व खटल्यांच्या कामकाज-प्रचलनासंबंधीच्या नियमावलीमध्ये – योग्य स्वरूपाचे बदल करण्याची विनंती केली.[३२] पक्षकाराला खर्चाची रक्कम देण्याचा आदेश देताना अशी रक्कम ही वास्तवास धरून, विरुद्ध पक्षकाराला प्रत्यक्षात जितका खर्च आला तो लक्षात घेऊन निर्धारित केली जावी, यावर त्यांनी भर दिला; तसेच हास्यास्पद कारणासाठी व आकसाने केलेल्या कज्जेदाव्यांचा वेगळ्या निकषांवर विचार केला जावा: अशा खटल्यांमध्ये खोडसाळपणा करणाऱ्या पक्षकारावर फक्त 'खर्च भरपाई रक्कम' लादू नये, तर अशी रक्कम त्या पक्षकाराला शिक्षा होईल अशा स्वरूपाची असावी. ही पाच उद्दिष्टे अशा लादावयाच्या रकमेद्वारे साधण्याची सूचना केली. आपल्या सध्याच्या चर्चेसाठी त्यातली फक्त पहिली दोन, खटले कोणत्याही अंतिम स्वरूपाच्या टप्प्यावर पोहोचण्यास वर्षांमागून लागणारी वर्षे, आणि फौजदारी स्वरूपाचा असला, तरी जयललिता आणि मंडळींच्या खटल्याला अंतिम निर्णयाप्रत पोहोचेपर्यंत लागलेली वीस वर्षे, यांच्या संदर्भात विचारात घ्यायची आहेत.

(अ) मनस्ताप देण्यासाठी, क्षुल्लक कारणांसाठी, संधिसाधू किंवा सट्टेबाजी स्वरूपाचे दावे किंवा बचावासाठीचे प्रतिवाद यांना आळा घालण्याचे काम या तरतुदींद्वारे व्हावे. प्रत्यक्ष खर्चाची रक्कम द्यावी लागण्याची भीती अशी असायला हवी की कोणताही आकसाने करावयाचा, हास्यास्पद कारणाने करायचा किंवा संधिसाधू स्वरूपाचा दावा किंवा बचाव करण्यापूर्वी तसे करणाऱ्या पक्षकाराला दोनदा विचार करायला लागावा.

(ब) खर्चाच्या देय रकमेच्या आदेशाद्वारे भारतीय पुरावे अधिनियम तसेच कामकाज चालनाच्या इतर नियमांचे काटेकोर पालन होईल, तसेच

---

३२. संजीव कुमार जैन वि. रघुवीर सरन चॅरिटेबल ट्रस्ट, (२०१२) १ एससीसी ४५५

कोणताही पक्षकार कामकाजास विलंब करण्यास किंवा न्यायालयाची दिशाभूल करण्याचा प्रयत्न करण्यास धजावू नये, याची खातरजमा केली जावी.

सर्वोच्च न्यायालयापुरताच विचार करायचा, तर न्यायालयाने असे मत नोंदविले, की ते न्यायालय रु.३००० च्या कमाल मर्यादेपेक्षा जास्त रक्कमदेखील देय रक्कम म्हणून निश्चित करू शकते. भारताच्या राज्यघटनेतील कलम १४२ च्या आधारे असे अधिकार त्या न्यायालयास प्रदान केले गेले आहेत. या कलमात पुढीलप्रमाणे सांगितले असल्याचे वाचकास नक्कीच आठवेल,

> सर्वोच्च न्यायालयाचे हुकूमनामे व आदेश आणि शोध घेण्यासंबंधीचे आदेश इत्यादी – (१) सर्वोच्च न्यायालयासमोरील कोणत्याही प्रकरणामध्ये अथवा वादास्पद मुद्द्यासंबंधात सर्वोच्च न्यायालय आपल्या अधिकाराचा प्रयोग करून संपूर्ण न्याय करण्याच्या दृष्टीने योग्य तो हुकूमनामा किंवा आदेश संमत करू शकते, आणि असा हुकूमनामा किंवा आदेश भारतीय संसदेने संमत केलेल्या कायद्याद्वारे विहित केलेल्या पद्धतीने, आणि, आवश्यक ती तरतूद व्हावयाची असल्यास ती होईपर्यंत, राष्ट्रपतींच्या आदेशानुसार, संपूर्ण भारतात अंमलबजावणी करण्यायोग्य असेल.... [३३]

लवकरच न्यायालयासमोर अशा प्रकारचे एक प्रकरण आले, आणि न्यायालयाच्याच शब्दात सांगायचे, तर 'अपील करणाऱ्यांनी वेगवेगळ्या न्यायालयांमध्ये खोडसाळपणा आणि खोटेपणा करून दाखल केलेल्या खटल्यांद्वारे प्रतिवादींना चाळीस वर्षे अतोनात छळले होते. याचबरोबर अपील करणाऱ्यांनी न्यायव्यवस्थेचा बहुमूल्य वेळदेखील गेली ४० वर्षे वाया घालवला आहे.'[३४] असे गैरप्रकार थांबवण्यासाठी

---

३३. प्रसिद्ध कायदेपंडित श्री. फली एस. नरिमन, यांनी या कलमाकडे अनेकविविध संदर्भात लक्ष वेधले आहे. त्यामध्ये, 'समोर चालू असलेल्या कोणत्याही प्रकरणात किंवा मुद्द्यासंदर्भात संपूर्ण न्याय करण्यासाठी,' न्यायालय, 'आवश्यक असलेला हुकूमनामा किंवा आदेश संमत करू शकते.' या शब्दसमूहांबद्दल त्यांनी विचार व्यक्त केले आहेत. भारतातल्या दुसऱ्या कोणत्याही न्यायालयाला असे अधिकार दिले गेलेले नाहीत, यावर ते जोर देतात. खरोखरच या कलमाद्वारे आपल्या सर्वोच्च न्यायालयाला प्रदान केलेल्या अधिकाराइतके अधिकार जगातल्या दुसऱ्या कोणत्याही देशाच्या राज्यघटनेने त्यांच्या कोणत्याही न्यायालयाला प्रदान केलेले नाहीत, असे ते आपल्याला सांगतात.

३४. रामरामेश्वरी देवी वि. निर्मला देवी, (२०११) ८ एससीसी २४९.

खर्च-भरपाईची भरभक्कम रक्कम वसूल करण्याची तरतूद करण्याची गरज न्यायालयाने पुन्हा एकदा नमूद केली.

> पक्षकारांच्या खोटे दावे दाखल करण्याला व बनावट आणि बुद्ध्याच दस्तावेज घडवण्याच्या वृत्तीला आळा घालण्याच्या कामात प्रत्यक्ष, वास्तवाला धरून किंवा यथायोग्य खर्च लादण्याद्वारे आणि/किंवा कायदेशीर कारवाईचा आदेश देण्याद्वारे दूरगामी परिणाम होणे शक्य आहे. खर्चवसुलीची रक्कम भरभक्कम ठेवण्यामुळेदेखील पक्षकारांतर्फे केल्या जाणाऱ्या अनावश्यक स्वरूपाच्या स्थगिती-विनंत्यांवर नियंत्रण मिळवणे शक्य आहे. पात्रतेनुसार कायदेशीर कारवाई करण्याचादेखील न्यायालय विचार करू शकते. अन्यथा न्यायप्रक्रियेचे पावित्र्य आणि प्रामाणिकपणा सांभाळणे शक्य होणार नाही.

यानंतर असा गैरप्रकार करणाऱ्या पक्षकारावर न्यायालयाने रुपये दोन लाख इतका खर्च लादला. असे केल्याने एका प्रथेला सुरुवात झाली का? आपण ते लवकरच पाहणार आहोत.

कामकाजात विलंब निर्माण करणारे, खोडसाळ स्वरूपाचे, क्षुल्लक कारणांसाठी केलेले दावे यांसारख्या तापदायक गोष्टी होतच राहिल्या. या प्रकरणाचा सखोल अभ्यास करायचा असे विधि आयोगाने ठरवले.[३५] वर उल्लेख केलेल्या खटल्यांसारख्याच अन्य प्रकरणांमध्ये सर्वोच्च न्यायालयाने नोंदवलेली निरीक्षणे त्यांनी पाहिली. त्यांनी पुन्हा एकदा या समस्येवरील संभाव्य उपायांची यादी केली. गोष्टी आतापर्यंत जशा घडत होत्या तशाच पुढेही का घडत राहिल्या आहेत याबद्दल भाष्य करणारे दोन मुद्दे पुढील विवेचनाद्वारे आपल्याला स्पष्ट होतील.

खटल्यासंबंधीचा आपला निकाल जाहीर केल्यानंतर कोणी कोणाला किती रक्कम द्यावयाची याचा आदेश न्यायालयाने 'खटल्याचे कामकाज पूर्ण झाल्यानंतर लगेच' अशा शब्दात व्यक्त केल्याप्रमाणे ताबडतोब द्यावा अशी तरतूद दिवाणी प्रक्रिया संहितेमध्ये असल्याची विधि आयोगाने नोंद घेतली. आणि हा नियमच असायला हवा. तसेच खर्च स्वरूपाची कोणतीही रक्कम देय नसल्याचा निर्णय घेतला असेल, तर त्याची कारणे लेखी स्वरूपात नोंदवली जावी असेही विधि

---

३५. भारतीय विधि आयोग, दिवाणी दाव्यामधील खर्च, अहवाल क्र.२४०, मे २०१२ आवश्यक आहे.

आयोगाने नोंदविले.[३६] आणखी एका प्रसिद्ध खटल्यात खर्चाची रक्कम लादण्याच्या सर्वोच्च न्यायालयाने दिलेल्या निर्णयाचे अवलोकन करताना विधि आयोगाच्या अध्यक्षांच्या मार्गदर्शनाखाली काम करणाऱ्या एका समितीने तयार केलेल्या आदर्श नियमावलीकडे सर्वोच्च न्यायालयाने लक्ष वेधल्याची नोंदही विधि आयोगाने घेतली. या नियमावलीद्वारे अशी तरतूद केली गेली होती,

> ८. खर्च : - पक्षकारांनी खटल्यासंदर्भातील आपापल्या बाजूचा खर्च सांभाळावा असे निर्देशन करताना न्यायालयांनी बाळगलेल्या उदारमतवादी दृष्टिकोनामुळे विनाकारण, खोडसाळपणे, तसेच क्षुल्लक कारणासाठीदेखील दाव्यामागून दावे दाखल करण्यास पक्षकारांना प्रोत्साहन मिळाल्यासारखे झाले आहे, म्हणून खटल्याचा निकाल देतेवेळीच संदर्भित खर्चाची रक्कम लादण्याचादेखील आदेश देणे सर्वसामान्यपणे बंधनकारकच मानले आहे. खर्चाची रक्कम लादण्याचे काम न चुकता खटल्याचा निकाल देण्याबरोबरच करणे अनिवार्य आहे. एखाद्या मुद्द्यावर एखाद्या पक्षकाराची सरशी होत असेल पण इतर विनाकारण उपस्थित केलेल्या अनेक मुद्द्यांबाबत तो हरत असेल, तर खर्चाची रक्कम योग्य प्रमाणात निर्धारित करणे अनिवार्य असायला हवे. काहीच देय नाही अशा स्वरूपाच्या निर्णयाची विशेष कारणे लेखी स्वरूपात नोंदवणे अनिवार्य आहे.
>
> अस्तित्वात असणाऱ्या नियमांनुसार खर्चाची रक्कम निश्चित करणे आवश्यक आहे. एखाद्या पक्षकाराने खटल्याचे कामकाज अनुचितपणे लांबवले असेल, तर स्थगितीच्या तारखांच्या दिवशी न्यायालयासमोर हजर

---

३६. दिवाणी प्रक्रिया संहितेच्या कलम ३५ मध्ये अशी तरतूद आहे :

(१) विहित अटी व मर्यादांचे पालन करून, आणि संदर्भित काळात अस्तित्वात असलेल्या कायद्यातील तरतुदींचे पालन करून, सर्व खटल्यांसंदर्भातील आणि खटल्याच्या अनुषंगाने उद्भवणाऱ्या खर्चाबाबत विचार करणे हा त्या न्यायालयाच्या अखत्यारीतला विषय आहे, आणि तो कोणी किंवा कोणत्या मालमत्तेद्वारे आणि किती प्रमाणात द्यायचा हे ठरवण्याचे तसेच उपरोल्लेखित कामासाठी आवश्यक ती सर्व निर्देशने देण्याचे पूर्ण अधिकार त्या न्यायालयाचेच आहेत. खटल्यातील मूळ वादाच्या मुद्द्याची सुनावणी घेणे हे अशा न्यायालयाच्या अधिकारक्षेत्रात येत नसले, तरीदेखील, या न्यायालयाच्या खर्च लादण्याबाबतच्या अधिकाराला बाधा येत नाही.

(२) कामकाज पूर्ण झाल्यावर, कोणतीही रक्कम देय ठरत नाही असा आदेश जेव्हा न्यायालय देते, तेव्हा न्यायालयाने त्यामागच्या कारणांची लेखी स्वरूपात नोंद करणे आवश्यक आहे.

राहण्यासाठी येणारा खर्चदेखील विचारात घेऊन एक रास्त आणि आदर्श ठरणारी देय रक्कम निश्चित करण्यासाठी न्यायाधीशांनी आपल्या विवेकबुद्धीचा वापर करावा.

या मुद्द्यावरील अपीलीय न्यायालयांसाठीचा आदर्श नियम याच स्वरूपाचा आहे.[३७]

हे असेच संहितेमध्ये लिहिले आहे. हे असेच आदर्श नियमावलीमध्ये असल्याचे सर्वोच्च न्यायालयाने नमूद केले आहे. ते तसे सर्वोच्च न्यायालयानेदेखील खटल्यामागून खटल्यांसंदर्भातल्या निर्णयांमध्ये दाखवून दिले आहे. पण प्रत्यक्षात काय केले जात आहे? विधि आयोगाला सापडले ते असे :

सर्वसामान्यपणे जो पक्षकार यशस्वी होतो त्याला खर्चाची रक्कम दिली जावी आणि जर वेगळा विचार केला जात असेल, तर न्यायालयाने खर्चाची रक्कम देय न ठरवण्याच्या निर्णयामागील कारणे नोंदवणे संसदेने अत्यावश्यक ठरवले आहे, या कायदेविषयक धोरणाचे सूचन उपकलम (२) द्वारे होते. खर्चाची बाब निर्माण झाल्यानंतर लगेच त्या रकमेच्या वसुलीबाबतचा निर्णय व्हायला हवा या नियमाचे बहुतेक वेळा उल्लंघन होताना दिसते. 'खर्चाबाबत कोणताही आदेश नाही' किंवा 'पक्षकारांनी आपापल्या बाजूचा खर्च करावा' असे सांगत अनेक खटल्यांचा निकाल लावला जातो. जेव्हा न्यायालये, विशेषतः वरिष्ठ स्तरावरील न्यायालये, खर्चाची रक्कम मंजूर करत नाहीत, किंवा 'खर्चाबाबत कोणताही आदेश नाही' असे म्हणतात, तेव्हा अगदी क्वचितच त्यामागची कारणे नोंदवितात. खर्चाची रक्कम मंजूर का केली जात नाही यामागचा न्यायालयाचा विचार अशा संक्षिप्त आदेशांमुळे समजत नाही.

विधि आयोगाने पुढील दोन वस्तुनिष्ठ गोष्टी सांगितल्या :

एक म्हणजे खटल्यामधील पक्षकाराऐवजी दुसऱ्या एखाद्या संस्थेला, उदा. एखादी धर्मादाय संस्था किंवा कायदेविषयक सेवा प्राधिकरण, यांना खर्चाची रक्कम देण्याचे आदेश उच्च न्यायालयांनी आणि सर्वोच्च न्यायालयाने

---

३७. सर्वोच्च न्यायालयाने या नियमावलीची दखल सालेम येथील वकिलांची बार असोसिएशन वि. भारत सरकार, (२००५) ६ एससीसी ३४४ या खटल्याच्या कामकाजात घेतली होती.

दिल्याची उदाहरणे आहेत, ही प्रथा काही खटल्यांच्या निकालांमध्ये नामंजूर केली गेली आहे तर अन्य काही निकालांद्वारे तसे केले गेले आहे.

दुसरे म्हणजे,

सन्माननीय सर्वोच्च न्यायालयाच्या ज्या निकालांद्वारे खर्चाच्या रकमा देय असण्या – नसण्याबाबत आदेश दिले गेले आहेत, त्यात आदेशामागील आधारभूत तत्त्व विषद केलेले नाही तसेच त्याद्वारे मार्गदर्शन किंवा त्यामागील तर्कसंगतीदेखील समजून येत नाही.

न्यायालयाचा अवमान झाल्याच्या नुकत्याच घडलेल्या एका प्रकरणात इतरांनादेखील जरब बसवील अशा स्वरूपाच्या रकमेचा दंड ठोठावण्यात आला होता. त्या संदर्भात वरील दोन्ही निरीक्षणांचा काय अर्थ लागतो ते आपण पाहणार आहोत.

कोणतेही पुष्टी करणारे कारण न देता 'खर्चाबाबत कोणताही आदेश नाही' किंवा 'पक्षकारांनी आपापल्या बाजूचा खर्च करावा' अशा शब्दांनी आपल्या निकालपत्राचा समारोप केलेल्या सर्वोच्च न्यायालय तसेच उच्च न्यायालयांच्या खटल्यामागून खटल्यांची यादीच विधी आयोगाने आपल्या अहवालाबरोबर जोडलेल्या परिशिष्टात दिली आहे. इतकेच काय, पण विधि आयोगाच्या यादीमध्ये अनेक खटल्यांमध्ये न्यायालयाने तो खटला 'जरब बसवणारी खर्चाची रक्कम' ठोठावण्यास पात्र असल्याचे निरीक्षण नोंदवले आहे, आणि तरीदेखील पुढच्याच वाक्याद्वारे, किंवा कधीकधी त्याच वाक्यात पुढे, असे असले तरी, ते न्यायालय कोणतीही रक्कम लादणार नाही, असे जाहीर केले आहे. सर्वोच्च न्यायालयच जर कायद्याच्या तरतुदींची अंमलबजावणी करत नसेल; जे केलेच पाहिजे असा ज्यांचा आग्रह आहे, ते सर्वोच्च न्यायालयच ती कृती करत नसेल, तर दुसऱ्या कुणीही ते का करावे?

खर्चाची रक्कम निश्चित करताना कोणतेही नियम किंवा प्रथा पाळल्या जात नाहीत असेदेखील विधि आयोगाच्या अहवालाने दाखवून दिले : उदाहरण म्हणून दिलेल्या खटल्यांमध्ये कोणत्याही पक्षकाराला खर्चाची रक्कम देण्यासंबंधी दिलेल्या आदेशात अशी रक्कम रुपये पाचशेपासून रुपये पाच लाखांपर्यंत कितीही असल्याचे दिसून येते. या किमान-कमाल मर्यादा हा एक विषय झाला. कमाल रक्कम – रुपये पाच लाख – या ठोठावलेल्या रकमेमध्येदेखील शिकण्यासारखा एक धडा आहे : आपण जेव्हा न्यायालयाच्या अवमानाबद्दलच्या प्रकरणाकडे येऊ तेव्हा ही रक्कम ध्यानात ठेवा.

याचे दुसरेही एक वैशिष्ट्य होते. न्यायालयाने कोणत्या पक्षकाराला किती रक्कम खर्चापोटी द्यावी यावर नियंत्रक ठरणारे कोणतेही नियम नसल्याचे दिसत होते. कधी ते ज्या पक्षकाराला त्रास सहन करावा लागला त्याला देय असत; तर

कधी पक्षकाराने ते सर्वोच्च न्यायालयाच्या मध्यस्थी केंद्राला द्यायचे असत किंवा राष्ट्रीय अंधसाहाय्य संस्था, किंवा सर्वोच्च न्यायालयाच्या विधि साहाय्य संस्थेला द्यायचे असत. हे मुद्दे लक्षात ठेवून न्यायालयाच्या अवमानाच्या प्रकरणात नजीकच्या काळात सर्वोच्च न्यायालयाने कोणत्या संस्थांना आणि कोणत्या कारणांसाठी पैसे देण्याचे आदेश दिले त्याकडे लक्ष द्या.

खर्चाची रक्कम आणि आकारावयाच्या दंडाची रक्कम समसमान प्रमाणात आणि यांत्रिकरीत्या आकारली जावी आणि त्यात विवेकबुद्धीने बदल करायचा न्यायालयाला अधिकारच असू नये असे कोणालाही वाटणार नाही. शेवटी खर्च आणि दंडाच्या रकमा भरमसाट मोठ्या असाव्यात असे तर कोणालाही वाटणार नाही, कारण एखादी गरीब विधवा आणि एखादी मोठी कंपनी यांनी द्यावयाची अशा स्वरूपाची रक्कम एकसारखीच असावी असेदेखील कोणालाही वाटणार नाही. संदर्भित पक्षकाराची ऐपत लक्षात घेऊन आणि समोर असलेल्या विवादास्पद मुद्द्यांचा तौलनिक अभ्यास करून न्यायाधीशांना अशी रक्कम ठरवता यायला हवी. याशिवाय पक्षकाराच्या वागणुकीची पद्धतदेखील त्यांनी तपासून घ्यायला हवी. वरील सर्व गोष्टींचा एकत्रित परिणाम साधायचे उद्दिष्ट ठेवून अशा रकमा लादल्या गेल्या आहेत असे दिसत नाही हा आपला मुद्दा आहे.

पण का?

'सर्वसामान्य कारणास्तव, कोणतेही काम करून घेतले / केले जात नाही.' हे आपण पाहिलेच आहे. हे 'सर्वसामान्य कारण' काय असते? घडवावयाच्या सुधारणांमुळे ज्यांना सर्वप्रथम फटका बसेल तेच लोक जिथे सुधारणा घडवायच्या आहेत त्या ठिकाणी निर्णय घेण्याच्या अधिकारपदावर बसलेले असावेत हे इतर सर्व क्षेत्रांप्रमाणेच याही क्षेत्रातले कारण आहे.

खटल्यांचा वृत्तान्त देण्याची पद्धत आणि कायद्यातील तरतूद – या गोष्टींमध्ये दोन छोटे बदल केले – तर ते मदतीचे ठरू शकते.

न्यायालयाच्या निकालपत्रात खटला सुरू झाल्याची किंवा रिट अर्ज दाखल झाल्याची तारीख, आणि ज्या दिवशी अंतिम निकाल दिला जाणार आहे ती तारीखदेखील नोंदवली जावी असा आजकाल वरच्या श्रेणीतील न्यायालयांमध्ये शिरस्ता आहे. याला त्या खटल्यामध्ये किती वेळा स्थगितीची परवानगी दिली गेली त्याच्या नोंदीची जोडदेखील दिली जावी. अशा नोंदी करण्याची जबाबदारी न्यायालयांवर टाकणे आवश्यकच आहे, पण त्याच वेळी इतरांनी – म्हणजे पत्रकार, जनहितार्थी संस्था आणि व्यक्ती – यांनी किमान ज्या खटल्यांमध्ये लोकसेवकांचा समावेश

असेल अशा खटल्यांसंदर्भात तरी कोणत्या स्वरूपाचे मुद्दे उपस्थित केले गेले याची यादी तयार करावी. याचप्रमाणे, उदाहरणार्थ, सध्या निकालामध्ये एखादा निवाड्यासाठी विचारार्थ असलेला विशिष्ट रिट अर्ज मुळात कधी दाखल झाला ती तारीख आणि त्याचा निकाल कोणत्या तारखेला दिला जाणार आहे ती तारीख नोंदविलेली असते. परंतु त्यावरून मूळ खटला किती काळापासून वेगवेगळ्या न्यायालयांमध्ये धक्के खात फिरत आहे याची कल्पना येत नाही. आपण दस्तावेजांचे भाषांतर चुकीचे केले गेल्याबद्दलच्या न्यायचौकशी न्यायालयाच्या निकालाविरुद्धचे अपील केव्हा दाखल केले गेले आणि त्यावर कधी निर्णय दिला गेला याचे उदाहरणच पाहू. यात मुळातला प्रचंड बेहिशेबी मालमत्तेबाबतचा खटला कोणत्या तारखेपासून चालू आहे ते आपल्याला कळतच नाही. न्यायालयाचे कारकून किमान एवढं तरी करू शकतात, आणि ते नाही तरी आपले कायदेविषयक बाबी हाताळणारे वार्ताहर जेव्हा वरच्या श्रेणीतील न्यायालयाच्या भाषांतरविषयक निर्णयाचे वार्तांकन करतील तेव्हा हा रिट अर्ज १९९७ सालापासून चालू असलेल्या एका मूळ खटल्याचाच भाग आहे एवढे तरी निश्चितच लिहू शकतील.

हे झालं वार्तांकन करण्याबद्दल. पण मूलभूत प्रश्न वेगळेच आहेत. पहिली गोष्ट म्हणजे कायद्यातील तरतुदी कुणालाही खटल्यांचे कामकाज लांबवण्यापासून परावृत्त करू शकतील अशा नाहीत. पक्षकारांना कामकाज लांबवण्यापासून परावृत्त करण्याचा आपण गंभीरपणे विचार करत असलो, तर कायद्याद्वारे फक्त 'खर्च - भरपाईची रक्कम' देवविण्याची तरतूद न करता, अशा स्थगितीच्या मुद्द्यावरील झगड्याचा विचार बाजूला ठेवला, तरीदेखील दुसऱ्या पक्षाला जो वाजवी खर्च आला असता त्याच्यासह, शिक्षा म्हणून आणि इतरांना जरब बसावी यासाठी योग्य प्रमाणात दंडाची रक्कम देवविण्याची तरतूद केली जावी. कायद्याने दिलेल्या अधिकारांचा प्रयोग करण्याची न्यायाधीशांची अनिच्छा - ही याहीपेक्षा मोठी समस्या आहे. जयललिता पुन्हा सत्तेत आल्याक्षणी ७६ पैकी ६४ साक्षीदारांनी ज्या सफाईदार पद्धतीने आपणच शपथेवर दिलेली पूर्वीची साक्ष फिरवली ते आठवा. म्हणजे, पूर्वी शपथेवर सांगितले ते तरी खोटे होते, किंवा आता सांगताहेत ते तरी खोटे असले पाहिजे. खोटा साक्षीपुरावा देण्याबद्दलची शिक्षा तीन ते सात वर्षांचा तुरुंगवास आणि दंड अशी आहे.[३८] त्या कोलांटउड्या मारणाऱ्यांपैकी एकालाही

---

३८. भारतीय दंड संहितेतील कलम १९१ व १९३ पहा. दुसऱ्या कलमात अशी तरतूद आहे,

१९३. खोट्या पुराव्याबद्दलची शिक्षा

न्यायप्रक्रियेच्या कोणत्याही टप्प्यामध्ये जो कोणी खोटा पुरावा सादर करेल,

एक दिवसाची तरी तुरुंगवासाची शिक्षा झाली होती का? त्यांच्यापैकी एकालाही एक रुपयाचा तरी दंड भरावा लागला होता का?

या सगळ्यावरचा प्रमुख उपाय नागरिकांच्याच हाती आहे. अनेक वेळा आणि अगणित वर्षांपासून सुचवण्यात आलेल्या सुधारणा न्यायव्यवस्थेमध्ये घडवून आणण्यासाठी आपण सर्वांनी राजकारणी मंडळींवर दबाव आणलाच पाहिजे. ज्या गोष्टींसाठी पात्र आहेत त्या गोष्टींपासून स्वत:चा बचाव करणारे पक्षकार आणि आपल्यासारखे व्यावसायिक – इथल्या चर्चेसंदर्भात आपल्या पक्षकारांना अशा गोष्टींपासून दूर ठेवण्यासाठी अशा साधनांचा उपयोग करणारे वकील – या सगळ्यांची नावे जाहीर करून त्यांना त्यांच्या कृत्याची लाज वाटायला लावलीच पाहिजे. यापूर्वी असं कुठे कधी घडलंय का एवढंच आपल्याला पाहायचं असेल – तर असं पहा, की इंग्लंडमध्ये एक 'खोडसाळ, परवानगीशिवाय न्यायालयीन खटले सुरू करण्यास बंदी घातलेल्या पक्षकारांची सूची' प्रसिद्ध केली जाते, आणि ती वेळोवेळी अद्ययावतदेखील केली जाते.[३९] यात सुधारणा करून न्यायप्रक्रिया लांबवण्यासाठी वारंवार स्थगिती मिळवण्यात आणि अन्य साधनांचा प्रयोग करण्यात तरबेज असलेल्या पक्षकारांची आणि वकिलांची यादी आपण प्रसिद्ध करू शकतो. शुभारंभ म्हणून लोकसेवकांचा समावेश असलेली प्रकरणे योग्यच आहेत.

किंवा न्यायप्रक्रियेच्या कोणत्याही टप्प्यामध्ये उपयोग करण्याच्या उद्देशाने खोटा पुरावा तयार करेल, त्या व्यक्तीस सात वर्षांपर्यंतच्या कोणत्याही कालावधीच्या तुरुंगवासाची शिक्षा ठोठावली जाईल, तसेच ती व्यक्ती दंड आकारण्यासही पात्र ठरेल, आणि जी व्यक्ती अन्य कोणत्याही खटल्यामध्ये हेतुपूर्वक खोटा पुरावा देईल किंवा तयार करेल, त्या व्यक्तीस तीन वर्षांपर्यंतच्या कोणत्याही कालावधीच्या तुरुंगवासाची शिक्षा ठोठावली जाईल, तसेच ती व्यक्ती दंड आकारण्यासही पात्र ठरेल.

... स्पष्टीकरण २ – न्यायालयीन कामकाज सुरू होण्यापूर्वी, कायद्यानुसार निर्देशित केलेले तपासकार्य, हा, जरी ते न्यायालयासमोर केले गेले नसले, तरीदेखील, न्यायप्रक्रियेतील एक टप्पाच आहे.

३९. कृपया https://www.gov.uk/guidance/vexatious-litigants या संकेतस्थळावर पहा.

जेव्हा न्यायालयांना आपल्या परिक्षेत्राबाहेर पाऊल टाकणे अपरिहार्य होते

१९५० च्या दशकात समाजवाद हा अत्यंत चर्चिला जाणारा विषय होता. 'समाजाची समाजसत्तावादी पद्धतीची घडण' आणि 'समाजवाद'. 'समाजसत्ता तत्त्वाधारित समाज' आणि 'समाजाची समाजसत्तावादी पद्धतीची घडण' यांच्यातले वेगळेपण – असे त्या काळी महाविद्यालयांमध्ये चालणाऱ्या गरमागरम चर्चांचे विषय असत. डॉ. तरलोक सिंग, हे तत्कालीन नियोजन आयोगाचे सचिव असलेले, प्रथितयश आणि मितभाषी मुलकी अधिकारी एकदा आमच्या महाविद्यालयात आले होते. तेव्हा 'समाजसत्ता तत्त्वाधारित समाज' 'समाजाची समाजसत्तावादी पद्धतीची घडण' यात काय फरक आहे? उत्तर देताना दोन्हीची ठळक वैशिष्ट्ये ते आम्हाला सांगतील आणि ती आम्हाला परीक्षेत उत्तरे देताना जशीच्या तशी लिहितादेखील येतील या उद्देशाने आम्ही त्यांना विचारले होते. ''चार वाजता'' आणि ''चार वाजण्याच्या सुमारास'' यामध्ये जेवढा फरक आहे ना तेवढाच, एवढेच स्पष्टीकरण देऊन, आपण पूर्ण मुद्दा नीटच सांगितला आहे अशा आविर्भावात ते पुढच्या प्रश्नाकडे वळले होते.

'सहकार-तत्त्व' अभ्यासण्यासाठी एक गट चीनला गेला होता. त्या गटाने एक मोकळाढाकळा अहवाल सादर केला – 'सहकार-तत्त्वा'च्या मुखवट्याआड चीनमध्ये प्रत्यक्षात काय काय चाललं होतं त्याचा किती थोडा भाग त्यांच्या नजरेस पडला होता हेच आता त्या अहवालाकडे पुन्हा पाहताना दिसतं. या विषयावर भाषण

देण्यासाठी डॉ. व्ही.के.आर.व्ही. राव हे आमच्या महाविद्यालयात आले होते. सार्वजनिक क्षेत्रात प्रसिद्ध असलेल्या व्यक्ती समस्येनुसार आपली भूमिका कशी बदलतात याचा त्यांनी उल्लेख केला. आपल्या मुलींच्या लग्नाची बाब असेल, तर आपण हुंडाविरोधी असतो, ते म्हणाले. पण तेच आपल्या मुलांच्या लग्नाची गोष्ट असेल, तर प्राचीन परंपरा पाळल्या जाव्या अशी आपली इच्छा असते! असेच धोरण आपण न्यायव्यवस्थेसंबंधात कोणतीही कृती करण्याबाबतदेखील बाळगतो. ज्या कारणासाठी आपल्याला न्यायव्यवस्थेकडे यावं लागलं आहे, त्या कारणासाठी न्यायाधीशांनीदेखील कृतिशील असावं असं आपल्याला वाटतं. आणि आपण एखाद्या गोष्टीला वा दाव्याला विरोध करत असलो, तर आपण त्यांच्या कृतिशीलतेचेदेखील विरोधक होतो.

आणि म्हणूनच, वैयक्तिक निर्णयांपलीकडे जातील, इतकेच नाही, तर कोणत्याही विशिष्ट कारणासंदर्भात, कारणपरत्वे येणाऱ्या कृतिशीलतेच्याही पलीकडे जातील अशा स्वरूपाचे निकष आपल्याला हवे आहेत.[१]

परंतु सर्वप्रथम दोन सर्वसामान्य मुद्द्यांवर विचार करू.

कार्यपालिका आपली कामे करण्यात अयशस्वी असल्यामुळे न्यायपालिकेने आपल्या पारंपरिक भूमिकेतून बाहेर पडण्याची आता गरज निर्माण झाली आहे. न्यायचौकशीआधीन असणाऱ्या व्यक्तींसंदर्भात कार्यपालिका अमानुषपणे वागत आल्याचे आपण वादातीतरीत्या प्रस्थापित केल्यानंतर सर्वोच्च न्यायालयाने हुसेनआरा खातूनच्या[२] खटल्यामध्ये दूरगामी परिणाम करणारे आदेश दिले : आपल्या कामाप्रति असलेला प्रामाणिकपणा आणि देशनिष्ठा याबद्दल प्रसिद्ध असलेल्या - आणि मुक्ती वाहिनीचे एक महत्त्वाचे आयोजक असलेल्या - श्री. के. एफ. रुस्तमजी या पोलीस अधिकाऱ्याच्या कथेपासून सुरुवात करून माझ्या इंडियन एक्स्प्रेसमधील सहकाऱ्यांनी तुरुंगामागून तुरुंग पालथे घातले आणि तिथे काही लोक न्यायचौकशी होण्याची वाट पाहत चौदा वर्षांपर्यंत खितपत पडले आहेत असे दाखवून दिले; काही व्यक्ती तर, समजा त्यांच्यावरील खटला चालला असता आणि त्यात दोषी ठरल्यामुळे त्यांना शिक्षाही झाली असती, तर त्यांच्या गुन्ह्यासाठी जास्तीत जास्त जितक्या वर्षांचा तुरुंगवास भोगावा लागला असता, त्यापेक्षा कितीतरी जास्त वर्षे, तुरुंगात पिचत होत्या. ग्राहकहितदक्षतेसंबंधात देखील असाच घटनाक्रम दिसून

---

१. न्यायिक सक्रियतेच्या सारांशरूप परीक्षणासाठी पहा, अशोक देसाई, 'ज्युडिशियल ओव्हररीच' (२०१३) एससीसी जर्नल सेक्शन, जे-१

२. हुसेनआरा खातून वि. गृह सचिव, बिहार राज्य, एआयआर १९७९ एससी १३६९

आला. आणि नंतरच्या काळात पर्यावरणविषयक वादाच्या विषयांमध्ये दिसून आला.

कार्यपालिका काही कामच करत नाही म्हणून सर्वोच्च न्यायालयाला हस्तक्षेप करायला लागावा असं नसून ती आपलं काम सदसद्विवेकबुद्धीला स्मरून करत नाही हे त्यामागचं खरं कारण आहे. तपासकार्य करणाऱ्या संस्थांचा कसा गैरवापर केला होता – उगाचच सखोल तपास सुरू करणे किंवा आरोपींविरुद्ध केलेल्या दाव्यांमधील हवा काढली जाईल असे पुरावे तत्कालीन सत्ताधारी मंडळींच्या मर्जीनुसार करणे – अशा गोष्टी तुम्हाला इथे आठवतील. यामुळेच – अंतिमत: जो पुरावा आणि तर्कसंगती समोर मांडली जाईल ती सर्वोच्च न्यायालयाच्या पर्यवेक्षणाखाली केल्या गेलेल्या तपासकार्याचे फलित असेल आणि याचा प्रभाव निम्नस्तरावरील न्यायालयावर असेल – याची पूर्ण जाणीव असूनदेखील, तपासकार्यावर थेट नियंत्रण मिळवण्याचे काम, सर्वोच्च न्यायालयाला विनीत नारायण[३] खटल्यापासून पुढे आपल्या हाती घेण्यास उद्युक्त केले.

विधानमंडळांच्या बाबतीतदेखील अशीच गोष्ट घडली. विधानभवनातील कामकाजादरम्यान विधायकांचे वर्तन कसे असावे हे फक्त ते विधानभवनच ठरवू शकते असे विधायक नेहमीच जाहीरपणे सांगत असतात. तर पक्षत्याग नियमन कायद्यात अशी स्पष्ट तरतूद आहे, की अध्यक्षांचा निर्णय अंतिम असेल. परंतु काही वर्षांपूर्वी अध्यक्षांचे निर्णय इतके पक्षपाती होते की त्याचे निवारण करविण्यासाठी स्वत: विधायकच न्यायालयांमध्ये गेले. न्यायालयांनी त्यांचे म्हणणे ऐकले आणि निकाल दिले. खरे म्हणजे, अध्यक्षपदावरील व्यक्ती पूर्वीच्या काळातदेखील किती जास्त पक्षपाती होत्या अशा दृष्टिकोनातून पाहायचे, तर विधायकांनी हरकत घेऊ नये – नव्हे, तशी ते घेऊही शकत नव्हते.

अगदी अशाच क्रमाने राज्यपालपदांच्या गैरवापरासंदर्भात घटना घडत गेल्या. राज्यपाल जेव्हा राष्ट्रपतींची राजवट लागू करण्याची शिफारस करतात, तेव्हा त्यामागची कारणे न्यायालये तपासून पाहत नाहीत, ही फार पूर्वीपासून सर्वमान्य असलेली पद्धत आहे. परंतु, अनेकदा राज्यपालांची कृती इतक्या उघड-उघडपणे पक्षपाती असायची, की हा जो स्वत:लाच नाकारणारा नियम होता, त्याला वळसा घालून न्याय देण्याचे काम करण्यासाठी न्यायालये जरी राज्यपालांच्या एखादी कृती करण्याच्या निर्णयामागच्या कारणांच्या योग्यायोग्यतेची तपासणी करू शकत नसली, तरी मुळात काही कारणे तरी होती का हे न्यायालये नक्कीच तपासू शकतात, असे म्हणून कामकाज करत असत. आणि कायद्यातल्या पळवाटेच्या या चंचुप्रवेशाद्वारे – बोम्मई यांचा किंवा नागालॅन्डचा खटला – यांसारख्या खटल्यांमध्ये

---

३. विनीत नारायण वि. भारत सरकार, एआयआर १९९८, एससी ८८९

– दूरगामी परिणाम साधणारे निकाल देणे न्यायालयांना शक्य झाले आहे.

दुसरा मुद्दा असा, की कार्यपालिका आणि विधानमंडळे दिवसेंदिवस कायद्याचे पालन कमी, कमी करायला लागली आहेत, त्यामुळे असे हस्तक्षेप करायची संधी मिळत आहे.

आणि या अशा गोष्टींना – हस्तक्षेप करण्याची गरज निर्माण होण्याला किंवा तशी संधी तयार होण्याला – न्यायपालिका जबाबदार नाही.

परंतु आता न्यायपालिकेचा आवाका दूरदूरच्या क्षेत्रांपर्यंत ताणला जाऊ लागला आहे, तेव्हा काही मूलभूत नियमांना चिकटून राहण्याचा सल्लाच योग्य ठरेल.

१. स्वत:च बळेबळे प्रकरणे शोधून काढून त्यावर निर्णय देण्याचा आगाऊपणा करणारे एकांडे शिलेदार, असा लौकिक (?) होऊ नये, म्हणून कार्यपालिका आपल्या जबाबदाऱ्या योग्यप्रकारे पार पाडणार नसल्याचे वादातीतपणे प्रस्थापित झाल्यानंतरच न्यायालयांनी त्या मामल्यात हस्तक्षेप करावा.
२. कार्यपालिकेने कृती करावी यासाठी त्यांना उद्युक्त करण्यासाठी न्यायालयाने हस्तक्षेप केल्यास, तो निर्णय सर्वोच्च प्रतीच्या तंत्रकौशल्याने कळवण्यात यावा, आणि तो निर्णय अशा आदेशाच्या परिणामस्वरूप निर्माण होणे शक्य असलेल्या विविध परिस्थितींचा सखोल विचार करूनच दिला जावा. दुर्दैव असे – की दावे दाखल करून घेण्यासंदर्भातले आदेश, दारूची दुकाने बंद करण्याबाबतचे, राष्ट्रगीत गाण्या-वाजवण्यासंदर्भातले आदेश – यांवरून नजर फिरवली तरी असे घडत नव्हते हे आपल्या लक्षात येईल. अनेक वेळा, जेव्हा न्यायालयातर्फे 'तज्ज्ञ' माणसांची मंडळे तयार केली गेली, तेव्हा त्यामध्ये त्या क्षेत्रात काम करणारे कार्यकर्ते असत, पण त्यांनी दिलेला सल्ला, एक तत्त्व म्हणून सांगायचे, तर नेहमीच वस्तुस्थितीच्या आधाराने दिलेला नसे.
३. वादाचा मुद्दा प्रत्यक्ष जिथे उत्पन्न झाला त्या जागीच्या परिस्थितीवर पर्यायी निर्देशांच्या होणाऱ्या परिणामांचा समावेश हा तज्ज्ञांच्या विश्लेषणामधील एक महत्त्वाचा घटक असायला हवा. हे अनेक कारणांनी अतिशय महत्त्वाचे आहे.

- हे दावे बहुतेक वेळा कार्यकर्त्यांनीच दाखल केलेले असतात. त्यांच्यापैकी अनेक जण एकेका कारणापुरतेच मूलतत्त्ववादी असतात. त्यांच्यापुरते, त्याचा परिणाम इतर गोष्टींवर काहीही आणि कसाही झाला तरी, त्यांनी आपले मानलेल्या 'तत्त्वा'चा विजय व्हावा, एवढेच त्यांना दिसत असते.

- दुर्दैवाची गोष्ट अशी, की आपले वकीलदेखील संपूर्ण सत्य सादर करणे, सर्वच्या सर्व वस्तुस्थिती सादर करणे, हे आपले कर्तव्य आहे असे मानतच नाहीत. आपण ज्या पक्षाची बाजू मांडणार आहोत, त्या बाजूची पुष्टी करणाऱ्या गोष्टीच प्रस्तुत करणे एवढीच आपली जबाबदारी असल्याचे गृहीत धरून वकील लोक काम करतात.
- प्रत्यक्ष घटनास्थळावरची वस्तुस्थिती न्यायाधीशांनीदेखील नेहमीच समजून घेतलेली नसते : फारच थोड्या पत्रकारांनी कारखान्यात प्रत्यक्ष जाऊन काम पाहिलेले असते, त्याचप्रमाणे, अगदी मोजक्याच न्यायाधीशांनी कारखान्यातले काम प्रत्यक्ष पाहिलेले असते आणि तरीदेखील त्यांनी दिलेल्या निकालांचा परिणाम, प्रकल्प आणि आस्थापनांच्या जीवन-मरणाचा प्रश्न होऊ शकतो.
- परिणामांचा विचार करताना स्थगिती आदेशांचा आणि वकिलांना आपली बाजू मांडण्यात भरपूर लांबण लावण्याची मुभा देण्याच्या निर्णयाचा विचार करणे आवश्यक आहे. लवासा प्रकल्पाचा विकास ही कल्पनाशक्तीची एक मोठी झेप होती. अजूनही स्पष्ट नसलेल्या कारणांसाठी सरकारने प्रकल्पातली सर्व बांधकामे थांबवायचे आदेश दिले – आणि हे कशाच्या आधारे केले म्हणायचे, तर ज्या अधिकाऱ्यांनी फक्त एक धावती भेट प्रत्यक्ष प्रकल्पस्थळाला दिली आणि ज्यांना तिथे पर्यावरणाला हानिकारक असे काहीही सापडले नाही, अशा अधिकाऱ्यांनी बसल्या गाडीतूनच पुण्याला परतल्यावर दिलेल्या 'अहवाला'च्या आधारे केले. आणि याउप्पर मजल मारत दिल्लीला परतल्यावर त्यांनी असा एक अहवाल तयार केला, की ज्याच्या आधारावर प्रकल्पस्थळावरचे सर्वच काम ठप्प झाले. प्रकरण मुंबई उच्च न्यायालयाकडे गेले. उच्च न्यायालयात बारापेक्षाही जास्त सुनावण्या झाल्या. खंडपीठे सहा वेळा बदलली गेली. दिल्लीहून येत असलेल्या सूचना आणि दस्तावेजांची आम्ही वाट पाहत आहोत असे सरकारच्या वतीने उपस्थित राहणारे वकील सांगत. सरकारने काम का थांबवले याचे ते वकील कोणतेही कारण सांगत नसत, कारण त्यांच्याकडे सांगायला कारणच नसे. कंपनी दिवाळखोरीत गेली. आणि ही पीओएससीओ (पॉस्को), वेदांत आणि कैर्न यांसारख्या कंपन्यांबरोबरच –गुंतवणूकदारांच्या परिषदांमध्ये भारतात गुंतवणूक का करू नये याचे उदाहरणासहित स्पष्टीकरण म्हणून सांगितली जाण्याची गोष्ट झाली. 'कोर्ट्स अॅन्ड देअर जजमेन्ट्स' या पुस्तकात मी नर्मदा प्रकरणाचे वर्णन केले आहे. धरणाची उंची वाढवण्यास न्यायालयाने ५ मे १९९५ रोजी स्थगिती

दिली. त्यानंतर पाच वर्षांनी, मे २००० मध्ये अंतिम सुनावणी पूर्ण झाली. अंतिम निकाल सप्टेंबर २००० मध्ये दिला गेला. न्यायालयाने स्थगितीचा आदेश काढण्यापूर्वीच १०,००० कोटींपेक्षाही जास्त रुपयांची गुंतवणूक झाली होती. अर्थातच व्याजरूपानेदेखील नुकसान झाले होतेच. पण उत्पादनावर पाणी सोडले जाण्याने झालेले नुकसान त्याहीपेक्षा मोठे होते.

- आणि न्यायाधीशांनी आपल्या निष्कर्षांची पुष्टी करण्यासाठी संदर्भित विषयातील सर्वांत वाईट 'अधिकारी' व्यक्तीचे मत विचारात घेतलेले पाहून तर मला खरोखर धक्काच बसला. इंद्रा साहनी[४] खटल्यामध्ये न्यायालयाने व्ही. पी. सिंग या संधिसाधू माणसाचे, त्याने अगदी उत्तम संधी साधली असल्याच्या क्षणी, – म्हणजे जेव्हा देवी लाल यांनी मोर्चा काढायच्या दिलेल्या धमकीमुळे ते घाबरलेले असताक्षणी – केलेले भाषण त्याची मंजुरी घेऊन उद्धृत केले. 'तुम्ही 'गुणवत्ते'बद्दल बोलता, पण ज्या व्यवस्थेच्या संदर्भात विचार करायचा त्याचीच गुणवत्ता जर...?' असा व्यवस्थेवरच त्यांनी उलट-सवाल केला होता. आणखी एका निकालामध्ये न्यायालयाने, दोन दशके ज्या माणसाने आपल्या ब्रिटिशांच्या अंकित असण्याची तरफदारी करण्यात खर्च केली, ज्याने दोन दशके नुसता प्रसार करण्यातच नाही, तर हिरिरीने प्रचार करून समाजाच्या विविध घटकांमध्ये द्वेष निर्माण करण्यात घालवली, ज्याने उघडपणे हिंसाचाराला पाठिंबा दिला – आणि हे सर्व कशासाठी केलं, तर 'गुणवत्ता' ही संकल्पनाच मुळात 'आर्यांचा शोध' आहे आणि ही संकल्पना अनुसूचित जाती व जमातींवर दडपशाही गाजवण्यासाठी आहे, असं म्हणणाऱ्या व्यक्तीच्या वक्तव्यांचा आधार घेतला.

दुर्दैवाची गोष्ट अशी होती, की न्यायमूर्तींपैकी अनेक जणांनादेखील या कार्यकर्त्यांच्या विषाणूचा संसर्ग झालेला होता. अन्यथा सर्वोच्च न्यायालयाचे एक न्यायाधीश – या ठिकाणी न्यायमूर्ती डी. ए. देसाई, - आपण या खंडपीठात सामील झालो कारण आपल्याला ही सर्व व्यवस्था आतूनच उलथून टाकायची आहे असे जाहीरपणे सांगत दाखल झाल्यावर त्यांची नियुक्ती होत असताना घेतलेल्या शपथेचं ते पालन कसं काय करू शकणार होते?

आणि हे सगळं, काही घायाळ ह्रदयातून उठणारी कळ वगैरे असलं काही

---

४. इंद्रा साहनी वि. भारत सरकार, एआयआर २००० एससी ४९८.

नव्हतं. दोन आदरणीय, आणि सूक्ष्म निरीक्षण करणाऱ्या विदुषी, मॅगसेसे पारितोषिकासाठी विचार करता येईल अशा व्यक्तींची निवड करण्यासाठी, भारताचा आणि त्याचप्रमाणे इतर आशियाई देशांचादेखील दौरा करत असत. पूर्वी ज्यांना हे पारितोषिक मिळाले आहे, अशा व्यक्तींना त्या ओळखत असत त्यामुळे त्यांचे मतदेखील त्या विचारत असत. अशाच एकदा भेटल्या असताना त्यांनी मला विचारले, 'पण हे न्यायाधीश कोण, कसे आहेत...?' ते किती सुप्रसिद्ध न्यायाधीश आहेत, नागरिकांच्या हक्कांची – विशेषत: आणीबाणी संपुष्टात आल्यानंतरच्या काळात – व्याप्ती वाढवण्यासाठी ते कसे प्रसिद्ध आहेत; हे सगळे सांगून मग मी त्यांना विचारले, 'पण तुम्ही मला त्यांच्याबद्दल का विचारता आहात?'

'पारितोषिकासाठी त्यांची निवड व्हावी, म्हणून त्यांच्या ऑस्ट्रेलियातल्या एका न्यायाधीश मित्रामार्फत त्यांनी स्वत: दिलेले निकाल ते आम्हाला पाठवत असतात.'

मला स्वत:लाच अगदी कानकोंडं वाटायला लागलं : दिलेल्या निकालांमुळेच सुप्रसिद्ध झालेला एक न्यायाधीश फक्त एका पारितोषिकासाठी त्या निकालांकडे कसंही करून लक्ष वेधायचा प्रयत्न करतो, याला काय म्हणायचं! 'मुकी बिचारी, कुणी हाका' अशा लोकांचा तारणहार – अशा जनमानसात असलेल्या आपल्या प्रतिमेच्या प्रसिद्धीच्या प्रवाहात आणखी एक न्यायाधीश वाहवत गेल्याचेदेखील माझ्यासारख्या निरीक्षकाला दिसून आले. आणि ज्याची किंमत आज देशाला मोजावी लागतेय – अशी शोचनीय गोष्ट म्हणजे – गेल्या तीस वर्षांतल्या प्रचार-प्रसाराचा परिणाम म्हणून की काय, या हाताच्या बोटावर मोजता येतील इतक्या लोकांना उच्च नैतिक स्थान प्राप्त झाले, आणि त्यांचे वक्तव्य हीच त्यानंतरच्या न्यायालयीन निकालांची दिशा बनून गेली. अर्थात, असे घडण्यास नंतरच्या काळातले फक्त न्यायाधीशच जबाबदार नव्हते : नंतरच्या काळात न्यायशास्त्र क्षेत्रात जे काही घडलं त्याला उदारमतवादी न्यायाधीशांमधले न्यूनगंडदेखील कारणीभूत होते. बुद्धिप्रामाण्यवादाच्या बाजूने उभे राहण्याचे त्यांच्यात धाडसच नव्हते.

शेवटी, एकदा न्यायालयाने आदेश दिला, की त्याची शब्दश: अंमलबजावणी केली जाण्याची खातरजमादेखील न्यायालयाने करून घ्यायलाच हवी. अनेक वेळा अगदी खणखणीत निकाल दिले गेले, आणि ते सर्वदूर पाठवलेही गेले. पण ते तेवढ्यावरच थांबले. अन्वीक्षाधीन असलेल्या प्रकरणांमध्ये निर्देशन करताना सर्वोच्च न्यायालयाने दर दोन वर्षांनी तुरुंगातील कैद्यांची जनगणना करावी असे निर्देशित केले. – पण प्रत्यक्षात तशी कैदीगणना केली किंवा नाही याची चौकशी त्यांनी केली का? पर्यावरणासंबंधीच्या अनेक निकालांच्या वाट्यालादेखील हीच दैवगती आली आहे : नद्या स्वच्छ करण्याबाबतच्या निकालांकडे पहा, आणि सर्वोच्च न्यायालयापासून गाडीने गेल्यास फक्त तीन/चार मिनिटांवर असलेल्या यमुना

नदीची प्रत्यक्ष अवस्था पहा.

या सगळ्यांपैकी एक आपल्या देशाच्या सुरक्षेवर थेट बोट ठेवणारा आणि वेळोवेळी आसाममध्ये होत असलेल्या हिंसाचाराच्या घटनेवर परिणामकारी ठरणारा निकाल हा सर्बानंद सोनोवालच्या[५] खटल्यातील निकाल आहे. आयएमडीटी ॲक्ट हा बेकायदेशीररीत्या स्थलांतरित झालेल्यांच्या (घुसखोरांच्या) संरक्षणासाठीच केला गेला आहे, आणि आतापर्यंत झालेल्या घुसखोरीचे प्रमाण व स्वरूप फार गंभीर असून त्यामुळे देशाची सुरक्षा व एकतेला प्रचंड धोका उद्भवला आहे, असे निष्कर्ष काढल्यानंतर तरी न्यायालयानेच आपण देत असलेल्या निकालाची चोख अंमलबजावणी केली जाण्याची व्यवस्था उभारायला नको होती का?

सर्वोच्च न्यायालयाने नुकतेच हाती घेतलेले एक प्रकरण याचे चांगले उदाहरण ठरेल. विधायकांविरुद्ध एकूण १५८१ गुन्हेगारी स्वरूपाचे खटले दाखल असून ते प्रलंबित असल्याच्या अहवालांची २०१४ साली नोंद घेतली होती. ज्या खटल्यांमध्ये विधायकांचा संबंध आहे त्या खटल्यांचा एका वर्षाच्या आत निकाल दिला जावा असे आदेश न्यायालयाने १० मार्च २०१४ रोजी संमत केले. योग्य प्रतिसाद देत कायदे बनवणाऱ्यांच्या विरुद्ध असलेल्या खटल्यांचा एका वर्षाच्या आत निकाल लावण्यासाठी योग्य त्या स्वरूपाचा कायदा करणार असल्याचे पंतप्रधानांनी लाल किल्ल्यावरील भाषणातून घोषित केले. सर्वोच्च न्यायालयाच्या आदेशाला तीन वर्षे होऊन गेली आहेत. १ नोव्हेंबर २०१७ रोजी झालेल्या एका सुनावणीदरम्यान अशा खटल्यांचे काय झाले असा प्रश्न न्यायालयाने केला : किती खटल्यांचे निकाल दिले गेले? पंतप्रधानांनी जाहीर केल्याप्रमाणे योग्य स्वरूपाचा कायदा संसदेत संमत करून घेणे तर राहू द्याच, पण अशा खटल्यांची सध्याची स्थिती काय आहे या प्रश्नाचेदेखील शासनाकडे उत्तर नव्हते. विधायकांशी संबंध असणाऱ्या खटल्यांसाठी विशेष न्यायालये प्रस्थापित करावी असे मत न्यायाधीशांनी व्यक्त केले. केंद्र सरकारचे उत्तर तयारच होते : अशा प्रकारची न्यायालये स्थापन करणे ही राज्य सरकारची जबाबदारी आहे, ते म्हणाले! न्यायाधीशांनी आग्रह धरला, तेव्हा कुठे अशी योजना बनवण्यासाठी सहा आठवड्यांची मुदत देण्याची मागणी सरकारने केली.

इतक्या महत्त्वाच्या विषयावर कोणतीही कार्यवाही न होता तीन वर्षे उलटून गेली होती हेच त्या परिस्थितीवरचे थेट भाष्य होते. दुसरीकडे, आता जरी सर्वोच्च न्यायालयाने या मुद्द्याचा पाठपुरावा करायला सुरुवात केली, आणि विधायकांशी संबंध असलेल्या खटल्यांचा निकाल एका वर्षात लागलाच पाहिजे याची खातरजमा

---

५. सर्बानंद सोनोवाल वि. भारत सरकार, (२००७) १ एससीसी १७४.

केली तरी किती चांगला पायंडा पडेल याची कल्पना करा.

इथे मला लेनिनचे एक वचन उद्धृत करावेसे वाटते, 'कमी पण चांगले' – म्हणजे याचा इथे असा अर्थ घ्यायचा, की न्यायालयाला जर एखादा मुद्दा आपल्या पारंपरिक परिघाच्या बाहेर जाऊन कृती करण्याइतका महत्त्वाचा वाटत असेल, तर आपल्या निर्णयाचा न्यायालयानेच पाठपुरावा करावा आणि त्यांच्या निर्देशनाची चोख अंमलबजावणी केली जाण्यासाठी योग्य स्वरूपाची यंत्रणादेखील प्रस्थापित करावी.

सर्वांत महत्त्वाचे म्हणजे, असे निर्णय परिणामकारक ठरण्यासाठी नागरिकांनीदेखील त्यांचा आदर केला पाहिजे. आणि निर्णयांबद्दलचा असा आदर हा त्यांच्या मनात असलेल्या न्यायालयाबद्दलच्या आदराएवढाच असेल. म्हणूनच प्रत्येक न्यायाधीशाच्या न्यायदानाप्रति असलेल्या निष्ठेपेक्षा दुसरे काहीच जास्त मोलाचे असणार नाही. न्यायालय जितके निष्ठावंत कार्यकर्त्यासारखे काम करेल, तितकाच प्रत्येक न्यायाधीश हा नैतिकतेचा, निष्पक्षपातीपणाचा उत्तम आदर्श दिसून यावा. प्रत्येक निकाल अधिकाधिक स्वरूपात सुदृढ कायदेतत्त्वांवर आधारित असायला हवा. तसेच निर्णयामागची तर्कसंगतीदेखील संवेदनशील आणि त्याच वेळी निर्दोष असायला हवी. आणि याचबरोबर त्याची भाषा सामान्य माणसाला सहज समजेल अशी असावी – विशेषत: कार्यपालिका आणि विधायकांसारख्या 'हित'संबंधितांना – नागरिकांच्या मनामध्ये 'न्यायपालिका आपल्या मर्यादा ओलांडत आहे' अशा संभ्रमाचे बीज पेरणे शक्यच होऊ नये, अशी असावी.

आपण या दोन गरजांवर एकानंतर दुसरी अशाप्रकारे विचार करू : एक म्हणजे जेव्हा न्यायालयासाठी हस्तक्षेप करणे अनिवार्य होते, तेव्हा त्यांच्या आदेशांचे तंतोतंत पालन केले जाण्याची खातरजमा त्यांनीच करणे आवश्यक ठरते, आणि दुसरे म्हणजे त्यांच्या कारकिर्दीवर एक शिंतोडादेखील उडालेला नसावा.

विश्वास ठेवणे?

न्यायालये वेळोवेळी दूरगामी परिणाम करणारे, अंमलबजावणीचा पूर्ण तपशील असलेले आदेश देतात, परंतु त्यानंतर मात्र त्या आदेशांचे तंतोतंत पालन झाले किंवा नाही याकडे ती पाहतदेखील नाहीत.

दिल्लीमधील घन कचरा व्यवस्थापनासंदर्भात सर्वोच्च न्यायालयाने १९९६ व १९९८ साली दिलेल्या दोन दूरगामी परिणामकारक ठरणाऱ्या आदेशांचे परीक्षण करण्याची संधी मला बऱ्याच वर्षांपूर्वी मिळाली होती. अगदी सुस्पष्ट निर्देशने करण्याबरोबरच केल्या जाणाऱ्या कारवाईबद्दल दर दोन महिन्यांनी अहवाल सादर करण्यासदेखील न्यायालयाने सूचित केले होते, कालांतराने त्यात बदल करून अहवाल दर चार महिन्यांनी द्यावा असे सूचित केले गेले. एकंदर बत्तीस अहवाल सादर केले गेले, त्यापैकी बावीस सर्वोच्च न्यायालयाच्या आदेशानंतर सादर केले गेले. अगदी थोडेच काम केले गेल्याचे आणि समस्या अधिकाधिक गंभीर होत असल्याचेच प्रत्येक अहवालात नमूद केले होते. परंतु कोणत्याही अहवालाची गांभीर्याने दखल घेतली गेली नाही. अहवाल पाठवण्यास सांगितले, तसे ते प्राप्त झाले, आणि ते जसे आले तसेच फायलीमध्ये ठेवले गेले, असेच दिसत होते.[१]

अर्थातच याच्या विरुद्ध टोकाची उदाहरणेदेखील आहेत : सहारा कंपनीच्या

१. माझ्या *गव्हर्नन्स, दी स्क्लेरॉसिस दॅट हॅज सेट इन* या नवी दिल्ली येथील एएसए, रूपा प्रकाशनाच्या २००४ साली प्रकाशित झालेल्या पुस्तकातील 'डिमांड ॲन्ड फाइल' या प्रकरणातील पृष्ठे १६१-८०.

संचालकांवर टाकलेल्या जबाबदाऱ्यांचे त्यांच्याकडून चोख पालन होण्याची खातरजमा करण्यासाठी सर्वोच्च न्यायालयाने ज्या कठोरपणे पाठपुरावा केला ते न्यायालयीन आदेशांच्या अंमलबजावणी बाबतीतले एक उत्तम उदाहरणच आहे.

परंतु अनेक गंभीर समस्यांच्या बाबतीत हे घडतच नाही ही खरी त्रासदायक गोष्ट आहे. दिलेल्या आदेशांच्या पालनाविषयी तपासणी करण्याच्या सर्वोच्च न्यायालयाच्या यंत्रणेचे स्वरूप काय आहे असं मी एक दिवस एका प्रसिद्ध वकिलांना विचारलं, तेव्हा त्यांनी सरकारी वर्तुळात खळबळ उडवणाऱ्या : समाईक कारण वि. भारत सरकार[२] या नुकत्याच झालेल्या एका प्रकरणाचा संदर्भ मला सांगितला. संदर्भित नोंदीमधून असे दिसते, की मूळ रिट अर्ज २००३ साली दाखल केला गेला होता. २००५ साली निवर्तण्यापूर्वी – माझ्या वडिलांनीच हे काम केलं असणार, म्हणजे 'समाईक कारण' माझे वडीलच होते. खटल्याचा निकाल २०१५ साली, म्हणजेच मूळ रिट अर्ज दाखल झाल्यानंतर बारा वर्षांनी, आणि ज्या व्यक्तीने तो दाखल केला, त्याच्या निधनानंतर दहा वर्षांनी दिला गेला. आपल्या मूळच्या निकालावर न्यायालय ठाम होते. परंतु सरकारतर्फे केल्या गेलेल्या विनंत्या-मिनतवाऱ्यांनंतर न्यायालयाने २०१६ साली काही अंशी सुधारित स्वरूपाचा निकाल संमत केला. तरीदेखील महत्त्वाची निर्देशने जशीच्या तशी राखली गेली होती.

आपण नागरिक जे पैसे कर म्हणून केंद्र आणि राज्य सरकारांकडे जमा करतो, त्या पैशातून केंद्र आणि राज्य सरकारेदेखील जाहिरातबाजीवर प्रचंड मोठ्या प्रमाणात पैसे खर्च करत असल्याकडे न्यायालयात कलम ३२ अंतर्गत दाखल केलेल्या याचिकेद्वारे लक्ष वेधण्यात आले होते. या जाहिरातबाजीवरील खर्चामुळे जो पक्ष सत्तेवर असेल, त्या पक्षाला आगामी निवडणुकीमध्ये इतरांवर अन्यायकारक ठरणाऱ्या स्वरूपाचा फायदा होईल याकडेही याचिकेद्वारे लक्ष वेधले गेले होते. तसेच पंतप्रधान, मुख्यमंत्री, मंत्री आणि इतरही अनेक लोकांच्या छायाचित्रांमुळे विशिष्ट व्यक्तिप्रभाव निर्माण होण्यात मदत होते – आणि ती कधीकधी लायकी नसलेल्या माणसांचा प्रभाव निर्माण करण्यातदेखील कामी येते. म्हणून सरकारी जाहिरातबाजीचे नियमन करण्यासाठी योग्य स्वरूपाची मार्गदर्शक तत्त्वे प्रस्थापित करण्याची मागणी याचिकेत करण्यात आली होती.

माझे वडील निवर्तल्यानंतर दहा वर्षांनी या खटल्याचा निकाल लागला. हा निकाल म्हणजे माझ्या वडिलांनी केलेल्या विनंतीचे अनेक प्रकारे केलेले समर्थनच होते. तरीही त्यातले आत्ताच्या विषयाशी संदर्भित असलेले फक्त पाच मुद्दे आपण

---

२. (२०१५) ७ एससीसी १, तसेच पुनरवलोकन आदेश (२०१६) १३ एससीसी.

सध्या विचारात घेऊ.

छायाचित्रांमुळे निश्चितच व्यक्तिप्रभाव वाढण्यास मदत होते असे नमूद करून सर्वोच्च न्यायालयाने असेही सांगितले, की यापुढे सरकारच्या जाहिरातींमध्ये फक्त राष्ट्रपती, पंतप्रधान आणि भारताच्या सरन्यायाधीशांची छायाचित्रे छापली जावी – आणि काहीही असले, तरीही ती त्या त्या व्यक्तीच्या परवानगीनंतरच छापली जावी. नंतर २०१६ साली केलेल्या पुनरवलोकनानंतर न्यायालयाने ही अट काहीशी अशी शिथिल केली : राज्य सरकारतर्फे केलेल्या जाहिरातीमध्ये राज्यपाल व मुख्यमंत्री यांचे छायाचित्र छापता येईल असे निर्देशित केले गेले. दुसरे म्हणजे पंतप्रधान किंवा मुख्यमंत्री यांच्याऐवजी संबंधित खात्याचा किंवा प्रकल्पाचा कार्यभार सांभाळणाऱ्या मंत्र्याचे छायाचित्र छापता येईल असे न्यायालयातर्फे सांगितले गेले.

२०१५ आणि २०१६ साली न्यायालयाने दिलेल्या निर्देशनानंतरच्या – सध्याच्या काळात सरकारी जाहिरातींमध्ये जे काही दाखवले जातेय आणि ते कसे दाखवले जातेय हे कुणाला दिसतच नाही असे म्हणायचे का? काही दिवशी, वर्तमानपत्रात अनेक पानांवर पंतप्रधानांची छबी झळकलेली दिसते : ते पाहून खात्यांना आणि विभागांना पंतप्रधानांचे छायाचित्र जाहिरातीत समाविष्ट केलेच पाहिजे अशा सक्त सूचनाच दिल्या गेल्या असाव्यात असे वाटते. इतकच काय, ज्या राज्यांमध्ये भाजपाचे सरकार आहे, - त्या, उदाहरणार्थ मध्य प्रदेश सरकारच्या जाहिरातींमध्ये, – ज्याची चौकशी सीबीआयतर्फे केली जात आहे अशा – व्यापम घोटाळ्यात अडकलेल्या अनेक वरिष्ठ व्यक्तींच्या छबीबरोबर पंतप्रधानांचे चित्रदेखील ठळकपणे दिसते, बहुतेक वेळा ते बिचाऱ्या मुख्यमंत्र्यांच्या छबीपेक्षाही मोठेच असते. आणि हे सर्व काही एका व्यक्तीचा प्रभाव वाढवण्याच्या उद्देशाने केले जात आहे हे उघड उघड दिसते. या जाहिरातींमुळे सर्वोच्च न्यायालयाच्या आदेशांचे पालन होत आहे असे म्हणता येईल का? आणि या पान-पानभर असलेल्या जाहिराती न्यायमूर्ती पाहतच नसतील असेही म्हणता येईल का?

एकाच प्रसंगाच्या किंवा योजनेच्या निमित्ताने (उदाहरणार्थ, कुणा प्रतिष्ठित व्यक्तीची जयंती किंवा पुण्यतिथी) वेगवेगळ्या विभागांतर्फे आणि खात्यांतर्फे एकेकच असली तरी एकुणात अनेक होतील अशा प्रकारे जाहिराती दिल्या जाऊ नयेत या आणखी एका मार्गदर्शक तत्त्वाच्या पालनाबाबत सर्वोच्च न्यायालय ठाम होते. प्रत्यक्षात या मार्गदर्शक तत्त्वाची दिवसाढवळ्या, रोजच्या रोज कशी पायमल्ली केली जाते ते रोजच्या वर्तमानपत्रांवर एक नजर टाकली तरी पुरेसे आहे.

सरकारी जाहिराती करताना मार्गदर्शक तत्त्वांचे पालन केले जाण्याची खातरजमा करण्यासाठी एक लोकपाल नेमण्याचे सर्वोच्च न्यायालयाने निर्देशित केले आहे.

या आदेशावर सरकारने जोरदार हरकत घेतल्यामुळे, एकाच लोकपालावर जबाबदारी सोपवण्याऐवजी संदर्भित क्षेत्रातील तज्ज्ञ आणि निष्पक्षपातीपणाबद्दल प्रसिद्ध असलेल्या तीन व्यक्तींच्या एका समितीमार्फत हे काम केले जावे, असे न्यायालय म्हणाले. यानंतर जवळपास एक वर्ष तरी अशी समिती स्थापनच केली गेली नव्हती. परंतु शेवटी एकदाची ती झाली : त्या समितीचे सभासद कोण होते आणि सर्वोच्च न्यायालयाने निर्देशित केलेल्या निकषांच्या तुलनेत त्यांच्या पात्रतेचे स्वरूप कसे होते हे शोधण्याचा गृहपाठ करण्याचे काम मी वाचकांवरच सोपवत आहे. ही समिती काहीच काम करत नसावी असे दिसत नाही. खरंतर दिल्लीमधल्या आम आदमी पार्टीच्या सरकारला त्यांच्या जाहिरातींबाबत ही समिती धारेवर धरत आहे हे खरे, परंतु केंद्र सरकारने धडधडीतपणे रोजच्या रोज चालवलेल्या सर्वोच्च न्यायालयाच्या मार्गदर्शक तत्त्वांच्या उल्लंघनाबाबत ही समिती एक चकार शब्ददेखील काढताना दिसत नाही.

याचबरोबर जाहिरातींवर खर्च होणारा सरकारी निधी सत्ताधारी पक्षाच्या भलावणीसाठी केला जाऊ नये यावर न्यायालयाने विशेष जोर दिला आहे. तर मग जेव्हा पंडित दीनदयाळ उपाध्यायांसारख्या व्यक्तिमत्त्वाला नव्याने उभारी देण्यासाठी पूर्ण पानभराच्या जाहिराती छापल्या जातात, तेव्हा एका विशिष्ट राजकीय पक्षाच्या हितोद्देशांचे पोषण होत नाही का?

शेवटी, जाहिराती देण्याचा उपयोग कुणाला पाठिंबा देण्यासाठी किंवा कुणाला शिक्षा करण्यासाठी केला जाऊ नये, प्रसारमाध्यमांची निवड ही त्या पर्यायाच्या जास्तीत जास्त नागरिकांपर्यंत पोहोचण्याच्या क्षमतेसारख्या वस्तुनिष्ठ निकषांच्या आधारे केली जावी असे स्पष्ट मत न्यायालयाने व्यक्त केले. भेदभाव केला गेल्याचे एकदेखील उदाहरण न्यायालयाच्या नजरेस पडले नसेल अशी गोष्ट घडणे शक्य तरी आहे का? जयपूरपेक्षा फार दूरवर नजर टाकायची गरजच नाही : राजस्थान सरकारसंबंधातली वस्तुस्थिती दर्शवणाऱ्या गोष्टी छापल्या जायला लागल्याबरोबर सरकारने राजस्थान पत्रिका या वर्तमानपत्रात जाहिराती देणे बंद केले.

'लक्षात येईल असे आणि ठरवून केलेले' दुर्लक्ष

आपापले काम करत असताना – उदाहरणार्थ, गुन्ह्याचे तपासकार्य करत असताना, न्यायालयात पुरावे सादर करताना – पोलीस जितके न्यायव्यवस्थेचे असतात, तितकेच ते कार्यव्यवस्थेचेदेखील कृतिशील घटक असतात. परंतु, गेल्या काही दशकांदरम्यान पोलीस म्हणजे सत्ताधाऱ्यांची खासगी सैन्यदळे बनले आहेत. सत्ताधाऱ्यांना जी प्रकरणे धसाला लावण्याची इच्छा असते त्याच प्रकरणांचा जोरदार

पाठपुरावा केला जातो, आणि ज्यांच्या कारवाईत ढिलाई असावी असे त्यांना वाटते, त्यात तशीच ढिलाई होत राहते. त्यांना हवा असलेला 'पुरावा' तयार केला जातो, त्यांना नकोसा असलेला दाबून टाकला जातो. लाठीमार, खोट्या चकमकी... यांसारख्या गोष्टी आणि पोलीस या एकाच नाण्याच्या दोन बाजू समजल्या जातात.

आणि असं असलं तरीही प्रथमत: पोलिसांवर ठपका ठेवला जाणे बरोबर नाही. तो राजकीय सत्ताधाऱ्यांवर ठेवणे योग्य आहे – कायद्याचे पालन करणाऱ्या नागरिकांच्या संरक्षणासाठी असलेल्या यंत्रणेला आपली खासगी मालमत्ता हेच लोक बनवतात आणि त्याचे त्यांना काहीही वाटत नाही. पोलिसांची – म्हणजे त्यातल्या वरिष्ठ व्यक्तींची चूक म्हणजे, – ते अशा खासगीकरणाला साथ देत राहतात.

नोव्हेंबर १९७७ मध्ये – म्हणजे चाळीस वर्षांपूर्वी – राष्ट्रीय पोलीस आयोगाची नेमणूक करण्यात आली. त्यामध्ये प्रतिष्ठित, अनुभवी व्यक्तींचा समावेश होता. नेमणूक झाल्यापासून मे १९८१ मध्ये अंतिम अहवाल सादर करण्यादरम्यानच्या काळात या आयोगाने आठ अहवाल सादर केले. राष्ट्रीय पोलीस आयोगाने ज्या प्रश्नांचा मागोवा घेतला होता, त्याच स्वरूपाच्या प्रश्नांवर तपासकार्य करण्यासाठी नंतरच्या काळात अनेक समित्या आणि आयोग नेमले गेले. त्यांनीदेखील आपापले अहवाल सादर केले. केंद्रीय गृहमंत्र्यांनी त्यांचे काम केले! त्यांनी अहवालातील शिफारशींची अंमलबजावणी करण्याचे आवाहन करणारे एक पत्र राज्यांचे मुख्यमंत्री आणि गृहमंत्र्यांना लिहिले! पोलीस यंत्रणेत आमूलाग्र बदल घडवून आणण्याऐवजी, परिस्थिती जास्तच बिघडत गेली असल्याचे राष्ट्रीय मानवी हक्क आयोगाने २००२ सालच्या आपल्या अहवालात नमूद केले.

आपल्या सर्वांत मोठ्या उत्तर प्रदेश राज्याचे, तसेच आसामसारख्या सगळ्यात जास्त त्रासग्रस्त राज्याचेदेखील पोलीस खात्याचे महासंचालकपद, आणि त्यानंतर सीमा सुरक्षा दलाचे महासंचालकपद भूषविलेले श्री. प्रकाश सिंग, या सगळ्या गोष्टींकडे वाढत्या नैराश्यासह पाहत होते. सरकारे पोलीस यंत्रणेचे रक्षण आणि यंत्रणेमध्ये सुधारणा करण्यासाठी काहीतरी करतील याची पंधरा वर्षे वाट पाहून झाल्यावर शेवटी या बाबतीत आवश्यक ती पावले उचलण्याचे आदेश न्यायालयाने शासनव्यवस्थेला द्यावेत या उद्देशाने त्यांनी एक याचिका सर्वोच्च न्यायालयात दाखल केली. जे चुकीचं होतं त्याचे 'ढळढळीत उदाहरण' असलेली काही विशिष्ट उदाहरणे याचिकेत उद्धृत केलेली होती. आणि त्याचबरोबर अचूक आणि प्रत्यक्षात करता येण्यासारखे उपाय सुचवून, ते करण्याची विनंतीदेखील केलेली होती.

याचिका दाखल झाल्यानंतर दहा वर्षांनी, म्हणजेच राष्ट्रीय पोलीस आयोगाने आपल्या शिफारशी दिल्याला पंचवीस वर्षे उलटून गेल्यावर, सर्वोच्च न्यायालयाने

त्यावरचा आपला निर्णय दिला.[३] प्रत्येक राज्यामध्ये राज्यकारभार चालवत असलेल्या सरकारकडून होणाऱ्या गैरवाजवी हस्तक्षेपापासून पोलीस यंत्रणेला सुरक्षित ठेवण्यासाठी राज्यस्तरीय सुरक्षा आयोग प्रस्थापित करावा असा आदेश न्यायालयाने दिला. पोलीस महासंचालक, महानिरीक्षक आणि इतर अधिकाऱ्यांची नेमणूक निश्चित कालावधीसाठी असावी, तसेच सोपवलेल्या कामगिरीतून बाजूला काढून दुसरीकडे कुठेतरी पाठवण्यापूर्वी त्या अधिकाऱ्याला त्या कामगिरीत व्यग्र राखण्याचा किमान कालावधीदेखील या आदेशाद्वारे निश्चित केला गेला. तपासणीचे कार्य, गस्ती-देखरेख आणि न्यायालयीन कामकाज ही पोलिसांची कामे एकमेकांपासून वेगळी केली जावी असेदेखील या आदेशाद्वारे निर्देशित केले गेले. तसेच पोलीस उप-अधीक्षक आणि त्यापेक्षा निम्नस्तरातील पदांवरील पोलिसांच्या सर्व नेमणुका, बदल्या, आणि बढत्या ठरवण्यासाठी राज्य सरकारांनी पोलीस आस्थापना मंडळ स्थापन करावे असेदेखील निर्देशित केले गेले. आणि नागरिकांना पोलिसांच्या दंडेलशाहीविरोधात तक्रार करता यावी यासाठी प्रत्येक जिल्ह्यामध्ये एक पोलीस तक्रार प्राधिकरण प्रस्थापित करण्याचेदेखील निर्देशन या आदेशाद्वारे करण्यात आले.

३१ डिसेंबर २००६ पर्यंत आदेशाद्वारे केल्या गेलेल्या निर्देशनांची अंमलबजावणी करण्यात यावी, तसेच केंद्र सरकारसंदर्भात मंत्रिमंडळ सचिवांनी आणि राज्य सरकारसंदर्भात मुख्य सचिवांनी अशी अंमलबजावणी केल्याचा अहवाल ३ जानेवारी २००७ पर्यंत सादर करावा असेही निर्देशन करण्यात आले.

राज्य सरकारांनी या संदर्भात काय केले याचा आढावा घेण्यासाठी न्यायालयाने जानेवारी २००७ मध्ये दोनदा सुनावणी घेतली. बहुतांश राज्यांनी आदेशाची अंमलबजावणी केली नव्हती. न्यायालयाच्या आदेशाचा अवमान केल्याबद्दल फैलावर घेण्याऐवजी, सर्वोच्च न्यायालयाने १० एप्रिल २००७ पर्यंत अंमलबजावणीसाठीची मुदत वाढवून दिली.

ही मुदत संपल्याबरोबर श्री. प्रकाश सिंग यांनी ज्या राज्यांनी शिफारशींची अंमलबजावणी केली नाही, त्या सहा राज्यांवर न्यायालयाचा अवमान केल्याबद्दल कारवाई करण्याची मागणी करणारी याचिका सर्वोच्च न्यायालयात दाखल केली.

निर्देशनांची अंमलबजावणी करण्याऐवजी एकामागून एक राज्य सरकारांनी त्या निर्देशनातच कशा चुका आहेत असा कांगावा करायला सुरुवात केली. तामिळनाडूसारख्या राज्याने तर सर्वोच्च न्यायालयाला या संदर्भात निर्देशन करण्याचा

---

३. प्रकाश सिंग वि. भारत सरकार, रिट अर्ज (दिवाणी) १९९६चा खटला क्र.३१०, २२ सप्टेंबर २००६ रोजी दिलेला निकाल; (२००६) ८ एससीसी १.

अधिकारच नसल्याचा पवित्रा घेतला. मग राज्य सरकारांनी निकालाचा फेरविचार करण्याची मागणी केली. ऑगस्ट २००७ मध्ये सर्वोच्च न्यायालयाने – गुजरात, कर्नाटक, महाराष्ट्र, पंजाब आणि उत्तर प्रदेश – या सहा राज्यांच्या फेरविचार याचिका फेटाळल्या.

लवकरच राज्य सरकारांनी, गुजरातच्या नेतृत्वाखाली सर्वोच्च न्यायालयाच्या निर्देशनांना बगल देणारे आणि त्यामागील हेतूच पराभूत करणारे कायदे संमत केले आणि अध्यादेश जारी केले.

श्री. प्रकाश सिंग यांनी नोव्हेंबर २००७ मध्ये संदर्भित राज्यांना फैलावर घेतले जावे या उद्देशाने पुन्हा एकदा सर्वोच्च न्यायालयाकडे धाव घेतली – या वेळी ज्या राज्यांनी सर्वोच्च न्यायालयाच्या निर्देशनांची अंमलबजावणी करण्यासाठी अगदी किरकोळ प्रयत्न केले होते – त्या चार राज्यांवर न्यायालयाचा अवमान केल्याबद्दल कारवाई होण्यासाठी याचिका दाखल केली. उत्तर प्रदेशसारखे राज्य किती 'उघडपणे आणि निर्लज्जपणे निर्देशनांची पायमल्ली' करत आहे याकडे याचिकेतून लक्ष वेधले गेले. एक उदाहरण सांगायचे, तर राज्य सरकार आपल्या मर्जीप्रमाणे वरिष्ठ अधिकाऱ्यांच्या बदल्या करत होते : मागील काही महिन्यात सुमारे २०० अधिकाऱ्यांच्या, आणि काहींच्या तर एकाच महिन्यात दोनदा बदल्या करण्यात आल्या होत्या.

आदेशांच्या अंमलबजावणीवर नियंत्रण राखण्याची जबाबदारी उच्च न्यायालयावर सोपवली जावी किंवा सर्वोच्च न्यायालयाने स्वतःच सर्वोच्च न्यायालयाच्या माजी न्यायाधीशांच्या नेतृत्वाखाली काम करणारी एक नियंत्रक समिती गठित करावी अशी त्यांनी सर्वोच्च न्यायालयाला विनंती केली.

न्यायालयाने न्यायाधीश के. टी. थॉमस यांच्या नेतृत्वाखाली एक नियंत्रक समिती स्थापन केली. ऑक्टोबर २००८ ते सप्टेंबर २००९ दरम्यान या समितीने चार अहवाल सादर केले. न्यायालयाच्या निर्देशनांची कोणत्याही स्वरूपाची अंमलबजावणी न केल्याबद्दल : ओरिसा, मध्य प्रदेश, पश्चिम बंगाल, उत्तर प्रदेश, तामिळनाडू आणि जम्मू व काश्मीर या सहा राज्यांवर न्यायालयाचा अवमान केल्याबद्दल कायदेशीर कारवाई करण्याची शिफारस या समितीने केली. या राज्यांनी न्यायालयीन आदेशांची अंमलबजावणी तर केली नाहीच, पण ती न केल्याबद्दलची कारणे व स्पष्टीकरण विचारणाऱ्या नियंत्रक समितीच्या अध्यक्षांच्या पत्रांची कित्येक महिने साधी दखलदेखील घेतली नाही, असे समितीने अहवालात नमूद केले.

पोलिसांसंदर्भात निर्देशने करण्याच्या सर्वोच्च न्यायालयाच्या अधिकारालाच राज्य सरकारांनी थेट आव्हान दिले. केंद्र सरकारनेदेखील पूर्वी या संदर्भात केलेली आणि न्यायालयाने फेटाळलेलीच विधाने पुन्हा एकदा पुढे केली.

त्यामुळे सप्टेंबर २०१० मध्ये श्री. प्रकाश सिंग यांनी तिसऱ्यांदा या राज्यांविरुद्ध अवमान-कारवाई करण्याची मागणी करत न्यायालयाचे दरवाजे ठोठावले. न्यायालयाची निर्देशने कशी उद्धटपणे बाजूला टाकली जात होती त्याचा तपशीलच त्यांनी सादर केला. एक उदाहरण पाहायचं, तर पोलीस खात्याच्या महासंचालकपदावर एका निश्चित कालावधीसाठी नेमणूक केली जावी आणि असा किमान कालावधी पूर्ण होईपर्यंत त्यांच्याकडे दुसऱ्या कामांच्या जबाबदाऱ्या देऊ नये असे न्यायालयाने निर्देशित केले होते, तरीही उत्तर प्रदेशमध्ये महासंचालकपदावर नेमणूक झालेल्या सहा व्यक्तींचा कार्यकाल एक वर्ष, साडेआठ महिने, दोन महिने, दहा महिने, एक महिना आणि दोन महिने असा होता.

ही अवमान याचिका अनेक वेळा सुनावणीसाठी वेळापत्रकात समाविष्ट केली गेली, पण का कोण जाणे, त्याची सुनावणी प्रत्यक्षात कधी झालीच नाही. राष्ट्रीय पोलीस आयोगाने अहवाल सादर केला होता त्याला आता चाळीस वर्षे उलटून गेली आहेत. शिफारशी कागदावरच राहिल्या असल्याचे श्री. प्रकाश सिंग यांनी सर्वोच्च न्यायालयाच्या निदर्शनास आणले त्यालाही आता पंचवीस वर्षे झाली आहेत. न्यायालयाने निर्देशन केले त्याला दहा वर्षे झाली आहेत. श्री. प्रकाश सिंग यांनी पुन्हा एकदा अवमान-याचिका दाखल केली त्यालाही सात वर्षे झाली आहेत.

अर्थातच पोलीस यंत्रणा जवळपास कोसळलेली असण्याचे प्रथम कारण राजकारणी लोकच आहेत. परंतु पोलिसांची किती दारुण अवस्था करून टाकली गेली आहे ते संपूर्ण वास्तव समोर मांडले जाऊनदेखील, इतकेच नाही, तर न्यायालयानेच स्पष्ट आदेश संमत केल्यानंतरदेखील, आणि त्यांच्या निर्देशनांची उघडपणे आणि निर्लज्जपणे पायमल्ली केली जात असल्याचे न्यायालयासमोर मांडले जात असूनदेखील न्यायालये काहीही करू शकत नाहीत इतकी न्यायपालिका निष्प्रभ आहे का? म्हणजे परिणामस्वरूपाने होत असलेल्या या सार्वत्रिक ऱ्हासाला ही एकप्रकारे मदतच होत नाही का?

न्यायव्यवस्थेचे प्रत्यक्ष स्वरूप

१९९० साली अखिल भारतीय न्यायाधीश संघटना सर्वोच्च न्यायालयाकडे आली. न्यायव्यवस्थेतील निम्नस्तरीय अधिकाऱ्यांना किती भयावह परिस्थितीमध्ये काम करावे लागते ते त्यांनी न्यायालयाच्या निदर्शनास आणले. आणि उपाययोजना करण्यासाठी केंद्र व राज्य सरकारांना आदेश देण्याची विनंती केली. सर्वोच्च न्यायालयाने वस्तुस्थितीचा सखोल अभ्यास केला, आणि मग स्पष्ट आणि प्रत्यक्षात अमलात आणता येतील अशा उपायांची एक मालिकाच संमत केली आणि

संदर्भित सरकारांना त्यांच्या अंमलबजावणीचे आदेश दिले.[४]

सरकारांनी नावापुरते काही उपाय अमलात आणले, पण ज्याची गरज होती, त्या तुलनेत ते नगण्यच होते. संघटना पुन्हा सर्वोच्च न्यायालयाच्या दारी आली. केंद्र आणि राज्य शासनांकडून हरप्रकारच्या हरकती उपस्थित केल्या गेल्या, जास्त उपाय योजण्याच्या विरोधात त्यांनी हरप्रकारचे वादाचे मुद्दे उपस्थित केले. अशा हरकती आणि मुद्दे किती काळपर्यंत उपस्थित केले गेले ते : 'केंद्र व राज्य सरकारांनी तसेच केंद्रशासित प्रदेशांच्या सरकारांनी उपस्थित केलेल्या प्रत्येक विशिष्ट विषयाशी आणि सर्वसाधारण मुद्द्याशी संबंधित हरकती पारखल्या आणि फेटाळल्या,' अशा शब्दात तब्बल पंचवीस वर्षांनी दिल्या गेलेल्या सर्वोच्च न्यायालयाच्या निकालाद्वारे स्पष्ट होते.

नागरिकांना न्याय मिळणे तर दूरच, न्यायालयांनी निर्देशन करण्याच्या विरोधात – तुम्ही कार्यपालिकेच्या आणि विधानमंडळांच्या पायावर पाय देत आहात – असे नेहमीचे पालुपद सरकारे चालवत राहिली. मग न्यायालयांना पुढील प्रकारचे निरीक्षण नोंदवणे भाग पडले :

> *कार्यपालिका आणि विधानमंडळांनी जी कर्तव्ये पाळणे अनिवार्यच आहे त्याचीच अंमलबजावणी करण्याचे आवाहन संदर्भित प्रश्नाबाबत आदेश देऊन न्यायालयाने केले आहे. प्राधिकरणांकडून कर्तव्यपालनात कसूर होत असेल तर त्यांनी कर्तव्यपूर्ती करावी यासाठी आवश्यक असे आदेश न्यायालये नेहमीच देत असतात... आणि म्हणून पुढे दिलेली निर्देशने म्हणजे न्यायपालिकेच्या सेवाशर्ती निश्चित करण्यासंदर्भातल्या, कार्यपालिका आणि विधानमंडळांच्या अधिकारावर अतिक्रमण आहे असा दृष्टिकोन बाळगणे योग्य नाही. ते प्रदीर्घ काळ प्रलंबित असलेल्या अनिवार्य स्वरूपाच्या कर्तव्यपूर्तीसाठी केलेले निर्देशन आहे.*

कोणतीही उपाययोजना न करण्याचे समर्थन करताना एक अगदी ठरावीक कारण : आर्थिक चणचण – तर सर्रासपणे पुढे केले जात असे – आणि जी सरकारे आणि विधायक मंडळी जनतेच्या पैशाची अत्यंत बेजबाबदारपणे उधळपट्टी करत होती तेच लोक हे कारण पुढे करत होते आणि करतात. अशा समर्थनाचा न्यायालयाने पुढीलप्रमाणे अगदी योग्य शब्दांत समाचार घेतला आहे :

---

४. ऑल इंडिया जजेस असोसिएशन वि. भारत सरकार (१९९२) १ एससीसी ११९.

न्यायालयाच्या निर्देशनांच्या अंमलबजावणीमुळे खरोखरच कितपत आर्थिक भार वाढेल याबद्दलदेखील बरेच गैरसमज आहेत. पहिली गोष्ट म्हणजे न्यायालये वेळोवेळी विविध मुद्द्यांवर निकाल देतच असतात आणि त्यांच्या अंमलबजावणीसाठी पैशाची थैली ढिली करून खर्चाची तरतूद करणे हे सरकारचे कर्तव्यच आहे. दुसरे म्हणजे जी कामे विहित कर्तव्ये करावयाच्या स्वरूपाची आहेत त्यांच्यासाठी केलेल्या खर्चामुळे आर्थिक ताण पडतो अशी तक्रार ऐकूनच घेणे शक्य नाही. तिसरी गोष्ट म्हणजे इतर नियोजित आणि अनियोजित खर्चाच्या बाबींकडे पाहता अशा प्रकारच्या निर्देशनांच्या अंमलबजावणीमुळे जो काही आर्थिक भार पडतो तो अगदी नगण्य स्वरूपाचा असतो. अशा प्रकारचा मुद्दा अनिवार्य कर्तव्ये पार पाडणे टाळण्यासाठी पुढे केला जाणार नाही असाच आपण विचार केला पाहिजे. सगळ्याच राज्यांच्या आर्थिक स्रोतांची स्थिती एकसारखी नसते असे म्हणणेदेखील याच कारणास्तव फेटाळले गेले पाहिजे. निर्देशनांमध्ये किमान आवश्यक सेवाशर्ती निश्चित केल्या असून न्यायदानप्रक्रियेचे यथायोग्य व्यवस्थापन करण्यासाठीच्या सुविधा सांगितल्या आहेत. आणि न्यायदानाच्या प्रक्रियेचा दर्जा आणि न्यायदान करण्यासाठी नेमलेल्या व्यक्तींची पात्रता यांच्या स्तरामध्ये राज्याराज्यांनुसार बदल होत नाही असा आपला विश्वास असतो. सध्याच्या प्रकरणामध्ये अशा प्रकारच्या विवादप्रवर्तक मुद्द्यांची उपस्थिती अप्रस्तुत आहे.

सर्वोच्च न्यायालयाने दिलेल्या निर्देशनाला निम्नस्तरीय न्यायव्यवस्थेसाठीच्या प्राथमिक महत्त्वाच्या सुविधा आणि मिळणारा मोबदला असे दोनच पैलू होते. याशिवाय भारतासारख्या मोठ्या आकारमानाच्या देशाचा विचार करता – सर्व स्तरातील न्यायाधीशांची संख्या, फार म्हणजे फारच कमी होती. प्रत्येक दहा लाख भारतीयांसाठी पूर्वी निर्धारित केलेल्या १०.५ या न्यायाधीशांच्या संख्येत वाढ करून ती ५० करायला हवी अशी शिफारस विधि आयोगाने आपल्या १२०व्या अहवालाद्वारे केली होती. संसदेच्या स्थायी समितीने या शिफारशीचे जोरदार समर्थनही केले होते.

परंतु या बाबतीत भरीव असे काहीच काम केले गेले नाही, खरेतर, निम्नस्तरीय न्यायव्यवस्थेतील व्यक्तींना दिला जाणारा मोबदला किंवा त्यांनी आपले न्यायदानाचे कर्तव्य योग्यप्रकारे बजावावे यासाठी त्यांना पुरवायच्या प्राथमिक स्वरूपाच्या मूलभूत सुविधा या बाबतीत काहीच केले गेले नाही. त्यामुळे अखिल भारतीय न्यायाधीश संघटना तिसऱ्यांदा सर्वोच्च न्यायालयाकडे गाऱ्हाणे घेऊन आली.

पूर्वी दिलेल्या निर्णयातील निर्देशनेच न्यायालयाने पुन्हा आदेशात समाविष्ट

केली आणि पूर्वीच्या आदेशांचे काय झाले तेदेखील नमूद केले.[५] न्यायाधीशांची संख्या वाढवण्याच्या मुद्द्यावरदेखील न्यायालय ठाम राहिले. त्यासाठी विधि आयोगाची शिफारस आणि त्या शिफारशीचे संसदेच्या स्थायी समितीने केलेले समर्थन यांचा आधार घेतला. आणि न्यायालयांच्या मूलभूत सुविधांमध्येदेखील आवश्यक त्या सुधारणा व विस्तार करण्याची गरज लक्षात घेऊन न्यायाधीशांची संख्या टप्प्या-टप्प्याने पाच पट वाढवण्यास – परंतु हे टप्पे 'आजपासून पुढील पाच वर्षांत पूर्ण करण्याचे' – निर्देशित केले.

२१ मार्च २००२ रोजी जाहीर झालेल्या निकालाद्वारे हे आदेशित करण्यात आले. पंधरा वर्षांनंतर, या निर्देशनांची कितपत अंमलबजावणी झाली असावी असे दिसते?

न्यायव्यवस्थेला कायम दीनवाण्या याचकाच्या भूमिकेतच ठेवणे

न्यायाधीशांच्या संख्येबाबतचा मुद्दा, आणि त्या संदर्भात सर्वोच्च न्यायालयाने केलेल्या निर्देशनाकडे एकामागून दुसऱ्या सरकारांनी बुद्धिपुरस्सरपणे केलेली डोळेझाक पाहिली, की हा न्यायपालिकेला कायम आपल्या टाचेखालीच ठेवण्याच्या, आणि त्यांना कायम याचकाच्याच भूमिकेत ठेवण्याच्या, कार्यपालिकेने कट्टरपणे चालवलेल्या प्रयत्नांमधलाच एक आहे हे स्पष्टपणे दिसते. परंतु फक्त न्यायाधीशांची संख्याच वाढवली नाही असे नाही, तर ज्या प्राथमिक मूलभूत सुविधा न्यायालयांना हव्या आहेत, त्यादेखील अतिशय तुटपुंज्या स्वरूपात ठेवल्या आहेत, आणि अगदी अत्यावश्यक गोष्टींसाठीदेखील न्यायपालिकेला पावलोपावली कार्यपालिकेच्या दारी याचक म्हणून उभे राहावे लागेल याची दक्षता संबंधित कायदे-नियम-अटींच्या माध्यमातून घेतली गेली आहे.

थोडक्यात सांगायचे, तर सर्वोच्च न्यायालयाने लागोपाठ दिलेल्या निकालांद्वारे पुढील मुद्द्यांवर जोर दिला आहे :

- जलद गतीने न्याय मिळण्याचा हक्क हा घटनादत्त मूलभूत हक्क आहे.
- त्यामुळे, असा न्याय देण्याची तरतूद करणे हे न्यायालयांचे घटनादत्त कर्तव्य आहे.
- याच तर्कशास्त्राला अनुसरून नागरिकांना अशा स्वरूपाचा न्याय देणे न्यायपालिकेला शक्य व्हावे यासाठी आवश्यक त्या सर्व सुविधा पुरवणे ही सरकारांवर असलेली घटनादत्त जबाबदारी असून ते त्यांचे विहित कर्तव्य आहे.

---

५. ऑल इंडिया जजेस असोसिएशन वि. भारत सरकार (२००२) ४ एससीसी २४७.

● आपले घटनादत्त कर्तव्य पार पाडणे टाळण्यासाठी आर्थिक मर्यादांचा मुद्दा पुढे करता येणार नाही.[६]

उच्च न्यायालयांनी एकामागून एक दिलेल्या निकालांमधून आपल्या अधिकारक्षेत्रात आपले कर्तव्य बजावण्यास योग्य अशा सुविधा न्यायालयांना उपलब्ध व्हाव्या यासाठी करावयाचे उपाय स्पष्टपणे नमूद केले आहेत. विधि आयोगाच्या अनेक अहवालांमध्येदेखील न्यायालयांमध्ये मूलभूत सुविधा पुरवल्या जाण्यासाठी उपाय करण्याचे कळकळीचे आवाहन केले गेले आहे. २०१३ साली या विषयावर मुख्य न्यायाधीश आणि मुख्यमंत्र्यांदरम्यान एक संयुक्त परिषद झाली, आणि न्यायालयांची अवस्था सुधारण्यासाठी करावयाचे उपाय तातडीने करण्याचा ठरावदेखील सर्वानुमते संमत झाला. राज्य सरकारांकडे असलेल्या साधनस्त्रोतांचा या कामासाठी अधिकाधिक प्रमाणात उपयोग करता येण्याबाबत संबंधित राज्य सरकारेच जास्त चांगला निर्णय घेतील याची खातरजमा करण्याबरोबरच न्यायालयांमधील मूलभूत सुविधांमध्ये सुधारणा करण्यासाठी राज्य सरकारांनी वाढीव रकमांची तरतूद करावी अशी विशेष शिफारस चौदाव्या वित्त आयोगाने केली. ही कामे पूर्ण करण्यासाठी चौदाव्या वित्त आयोगाच्या शिफारशीनुसार वाढीव तरतूद करणे अनिवार्य करणारे पत्र राज्य सरकारांना लिहून पंतप्रधानांनी आपले काम केले.

आणि इतके झाल्यावरदेखील जी कामे करण्याची आत्यंतिक निकड आहे त्याच्या तुलनेत प्रत्यक्षात किती थोडे काम झाले आहे हे पाहण्यासाठी स्थानिक न्यायालयांमध्ये फक्त एकदा फेरी मारली तरी पुरेसे आहे. अगदी अलीकडचे असे कोणतेही निकालपत्र वाचा – उदाहरणार्थ मुंबई ग्राहक पंचायत वि. महाराष्ट्र राज्य[७] या खटल्याचे निकालपत्र घ्या – तेवढे एकदेखील तुम्हाला स्वत:च्याच डोक्यावरील केस अतीव उद्वेगाने उपटून काढायला पुरेसे आहे. खटल्यांशी संबंधित कागदपत्रे

---

६. उदाहरण म्हणून पहा, ब्रिज मोहन लाल वि. भारत सरकार (२०१२) ६एससीसी ५०२, हुसेनआरा खातून वि. बिहार राज्य, (१९८०) १ एससीसी ९८; इम्तियाझ अहमद वि. उत्तर प्रदेश राज्य, २०१२ ची फौजदारी अपिले क्र.२५४-२६२, ज्यांचा २ जानेवारी २०१७ रोजी निकाल दिला गेला; ऑल इंडिया जजेस असोसिएशन वि. भारत सरकार यात जसे आहे तसे

७. मुंबई उच्च न्यायालयाचे न्यायाधीश ए. एस. ओक आणि न्यायाधीश ए. ए. सय्यद यांच्या खंडपीठाने ५ मे २०१७ रोजी निकाल देलेली २००१ सालची जनहितयाचिका १५६, २०१५ चे दिवाणी अपील १५५, २०१५ चे दिवाणी अपील १५७ आणि इतर अनेक; www.livelaw.in या संकेतस्थळावर पहा.

नीट सुरक्षित ठेवायलादेखील जागाच नाही. आग प्रतिबंधक उपकरणे पूर्णतः तुटपुंजी आहेत. खासगी संस्था वगैरेंच्या मालकीच्या, भाड्याने घेतलेल्या जागांमध्ये न्यायालये चालवली जात आहेत. दुरुस्तीची अत्यावश्यक व तत्काळ करावयाची कामेदेखील होत नाहीत, मालक ती कामे करण्यास नकार देतात. पिण्याचे पाणीदेखील उपलब्ध नाही. स्वच्छतागृहे 'दुर्गंधीपूर्ण' आहेत. काही इमारतींचे बांधकाम तर इतके कमकुवत झाले आहे की त्या तत्काळ रिकाम्या कराव्या लागल्या आहेत. न्यायाधीशांची जेव्हा कुठे शहरभागात बदली होते, तेव्हा त्यांना राहायला जागाच नसते, अनेक वेळा त्यांना 'कामचलाऊ वसतिगृहांमध्ये' ठेवले जाते. कायदे, नियम छापील स्वरूपात प्रकाशित केले जात नाहीत, ते माहिती जालव्यवस्थेमध्येदेखील उपलब्ध ठेवले जात नाहीत – विशेषतः कायद्याच्या तरतुदीत वेळोवेळी झालेल्या सुधारणा तर उपलब्ध नसतातच; आणि खासगी संस्थांनी प्रकाशित केलेल्या कायदे-नियमांच्या आवृत्त्या अद्ययावत नसतात आणि त्या संपूर्णदेखील नसतात – पक्षकार आणि वकिलांची तर गोष्टच सोडा, कायद्याची निव्वळ संहिता न्यायालयांनादेखील उपलब्ध नसते. परिस्थिती 'अत्यंत गंभीर' आहे. नवी घरे बांधण्यासाठीच्या प्रकल्पांना मंजुरी मिळाली आहे; पण निधीसाठी न्यायालयीन कर्मचाऱ्यांना वित्त विभागाकडे सारखी धाव घ्यावी लागत आहे; सर्व प्रकारचे परवाने मिळायला प्रचंड वेळ लागतोय; दरम्यान, प्रकल्पखर्च अनिवार्यपणे वाढतोय; न्यायालयाच्या कर्मचाऱ्यांना या नव्या वाढीव खर्चाच्या रकमेला मंजुरी मिळवण्यासाठी पुन्हा एकदा 'खांब, खांब, खांबोळ्या'चा खेळ खेळायला लागतोय...'[८]

ही अक्षम्य स्वरूपाची दुर्लक्ष करण्याची म्हणजे 'निकाल जाहीर करा आणि पुढे चला' असे करण्याची वृत्ती व्यक्ती आणि समाजालादेखील घातक ठरते. एक उदाहरणच घ्यायचं, तर नागरिकांचे घटनादत्त हक्क/अधिकार फक्त कागदावरच अबाधित राहतात. परंतु आपण दिलेल्या निर्णयांचे पुढे काय होते आणि दिलेल्या निर्णयांचे प्रत्यक्षात पालन होत आहे किंवा नाही याकडे दुर्लक्ष केल्याने ते न्यायालयांवरच बूमरँगसारखे उलटते.

पोलीस दलांमध्ये आमूलाग्र सुधारणा घडवण्याच्या श्री. प्रकाश सिंग यांच्या विनंत्यांचा पाठपुरावा करण्याकडे दुर्लक्ष करण्याने झालेल्या परिणामांचाच विचार करू या. गुन्हे अन्वेषण पूर्ण होत नाही. खोटे दावे सर्रास दाखल केले जातात. दंगली होतात व त्यात जीवन आणि मालमत्ता जळून भस्म होते. परंतु परिणाम

---

८. या बाबतीतली महाराष्ट्रातील सद्यःस्थिती तपशीलवार समजण्यासाठी न्यायाधीश ओक आणि सय्यद यांचे उपरोल्लेखित निकालपत्र पाहावे – वरील परिच्छेदातील सर्व विवरणे त्या निकालपत्रातून घेतली आहेत.

केवळ व्यक्ती आणि गटांच्या स्तरापर्यंत सीमित राहत नसतात. एका घटनादत्त अधिकाराचा – अभिव्यक्तिस्वातंत्र्याचा विचार करू. या मूलभूत अधिकाराचे सर्वांत जास्त हिरिरीने संरक्षण करणाऱ्यांमध्ये सर्वोच्च न्यायालयाचा समावेश आहे. परंतु न्यायालयांचे नि:स्पृह, खणखणीत निकाल हे आशा आणि सुरक्षेची भावना जागवणारे असले, तरी अभिव्यक्तिस्वातंत्र्याचा आग्रह धरण्याच्या क्षेत्रात असलेल्या प्रत्येक व्यक्तीला – केवळ माहिती अधिकार कायद्याअंतर्गत काही माहिती मिळवण्याचा प्रयत्न करणाऱ्या ५६ व्यक्तींना ठार मारले गेले आहे आणि न्यायव्यवस्था त्यांच्यापैकी एकाही मारेकऱ्याला शिक्षा करू शकलेली नाही – या क्रूर वास्तवाचा सामनादेखील करावाच लागतो. सर्वोच्च न्यायालयच अनेक वेळा म्हणते, तसे या नागव्या सत्यामुळे सर्वसामान्यांच्या मनात 'गात्रे गोठण्या'ची भावना मूळ धरत आहे.

एक नवीनच परिस्थिती निर्माण झाली आहे. एक विशिष्ट चित्रपट सरकारच्या आरक्षण धोरणाच्या विरोधातच असल्याचे आग्रहाने प्रतिपादन करणाऱ्या तामिळनाडूतील आरक्षणधार्जिण्या लोकांनी तो चित्रपट ज्या चित्रपटगृहांमध्ये दाखवला जाईल ती चित्रपटगृहे आम्ही जाळून टाकू असे जाहीर केले होते, त्यावर सर्वोच्च न्यायालयाने मैलाचा दगड ठरेल असा निकाल दिला. ज्या व्यक्ती आपल्या घटनादत्त हक्काचा वापर करत असतील, त्यांचे संरक्षण करणे हे सरकारचे कर्तव्य आहे असे न्यायालयाने जाहीर केले. जर घटनेने दिलेले हक्क उपभोगणाऱ्या व्यक्तींना धोका उत्पन्न होत असेल, तर असे मूलभूत हक्क हवेच कशाला, असा न्यायालयाने प्रश्न केला. परंतु चित्रपट प्रदर्शित करण्यामुळे 'कायदा आणि सुव्यवस्थेचा' प्रश्न निर्माण होईल, असे सरकारतर्फे म्हटले गेले. यावर न्यायालयाचे उत्तर अगदी नि:संदिग्धपणे स्पष्ट होते. सध्या समोर असलेल्या प्रकरणापुरता विचार करायचा, तर घटनेनेच सुचवल्याप्रमाणे 'वाजवी प्रतिबंध' हा 'सार्वजनिक सुव्यवस्था' राखण्याच्या उद्देशानेच करावयाचा उपाय आहे. आणि एखाद्या किरकोळ स्वरूपाच्या गोंधळामुळे लगेच 'सार्वजनिक सुव्यवस्थे'वर परिणाम झाला असे म्हणता येणार नाही, असे न्यायालयाने स्पष्ट केले. 'सार्वजनिक सुव्यवस्था' ही केवळ एखाद्या 'कायदा आणि सुव्यवस्थेच्या समस्ये'मुळे पार मोडून पडते असे म्हणता येणार नाही. 'सार्वजनिक सुव्यवस्था' मोडून पडण्याचा धोका आहे असे जेव्हा सरकार म्हणते, तेव्हा सर्वसाधारण सुव्यवस्था प्रत्यक्षात मोडून पडण्याची सर्वतोपरीने, आणि खरोखरच शक्यता आहे हे सरकारने दाखवून देणे अनिवार्य आहे.

अशी निकालपत्रे म्हणजे कोण्या एका निरागसतेच्या काळातली संरक्षक कवचकुंडलेच होती. म्हणजे एखाद्या पुस्तकाच्या प्रकाशनाला किंवा वितरणाला प्रतिबंध केला जात असेल, किंवा एखादा चित्रपट प्रदर्शित करण्याला विरोध होत असेल, तर त्याचा प्रतिकार करण्यासाठी आपल्याकडे ही निकालपत्रांची ढाल होती.

परंतु आता दोन नव्या गोष्टी उदयास आल्या आहेत. प्रथमत: आता कशाचाही विरोध करण्यासाठी कशाचा तरी आव आणून मुद्दे शोधणारे लोक सगळीकडे दिसतात. आणि दुसरे म्हणजे या आव आणलेल्या लोकांना सरकारे नियंत्रित करणाऱ्या राजकारण्यांचे आणि पक्षांचे गुपचूपपणे संरक्षण आणि प्रोत्साहन मिळत असते. परिणाम काय होतो? सर्वोच्च न्यायालय पुन्हा एकदा पद्मावत/ती चित्रपट प्रदर्शित करण्याच्या बाजूने सुस्पष्ट निकाल देते. भाजपाचे सरकार असलेली राज्ये आपण त्या गावचेच नाही अशी भूमिका घेतात. छोटे छोटे गट धमकावतात, दडपशाही करतात. सेवाशर्ती, मूलभूत सुविधा इत्यादीबाबत कोणतीही सुधारणा झालेली नसल्यामुळे पोलीस बघ्याची भूमिका घेतात आणि काहीही कृती करत नाहीत. सर्वोच्च न्यायालयाचे स्पष्ट आदेशदेखील पूर्णत: निष्प्रभ होतात. परिणामी न्यायालयांचा, पर्यायाने न्यायव्यवस्थेचाच उपमर्द होतो, जनमानसात अशा संस्थांबद्दल असणारा आदर व दराराच शब्दश: गटारात वाहून जातो.

दोन सर्वसाधारण मुद्दे

राजकारणी लोक, कोणत्याही विशिष्ट पक्षाचे वगैरे नव्हे, तर सरसकट सगळेच राजकारणी लोक, न्यायपालिकेला आपल्या टाचेखाली दाबून ठेवायचा प्रयत्न निकराने करतात ही गोष्ट सर्वप्रथम आपल्यासमोर दत्त म्हणून उभी राहते. तसे पाहता, गेल्या तीसएक वर्षांत वेगवेगळ्या राजकीय पक्षांच्या हाती केंद्र सरकारची सत्ता आलेली होती, आणि तरीदेखील – न्यायाधीशांच्या संख्येचा प्रश्न असो किंवा न्यायालयात आवश्यक असलेल्या मूलभूत सुविधांचा प्रश्न असो – न्यायालयांनी केलेल्या निर्देशनाबाबतची अनास्था एकसारखीच राहिली आहे. याचप्रमाणे विविध राज्यांमध्ये वेळोवेळी वेगवेगळ्या राजकीय पक्षांची सत्ता होती, परंतु आदेशांचे पालन न करण्याची प्रथा अनेक राज्यांमध्ये एकसारख्याच प्रमाणात पाळली गेली आहे असे दिसते.

या सगळ्यातून न्यायपालिकेला शिकवला जाणारा धडा हा दुसरा मुद्दा आहे. न्यायालयांना आणि त्यातही सर्वोच्च न्यायालयासारख्या कामाचा प्रचंड ताण असणाऱ्या न्यायालयांना, प्रत्येक जण प्रांजळपणा आणि विवेकबुद्धीला अनुसरून न्यायालयीन आदेशांचे ताबडतोब आणि संपूर्णपणे पालन करेलच असे गृहीत धरूनच काम करत राहावे लागते. इतकेच नाही, तर सरकारे आणि अन्य संबंधित व्यक्तींनी निर्देशांचे पालन केले नाही, तर ज्या व्यक्तीला त्याचा त्रास सहन करावा लागला, ती व्यक्ती अशी गोष्ट न्यायालयाच्या नजरेस आणून देईल असेही गृहीत धरले जाते. ही दोन्ही गृहीतके वास्तवाला पूर्णत: धरून नाहीत असे आता नुकत्याच

पाहिलेल्या काही घटनांवरून म्हणावे लागते.

धडा घ्यायचा तो हाच, की आपल्या निर्देशांची अंमलबजावणी होत आहे की नाही हे न्यायालयांनीच स्वयंस्फूर्तपणे वेळोवेळी पडताळून पाहायची गरज आहे. हे काम केले जावे याला सध्याच्या काळात एक विशेष कारण आहे. एखादा निकाल म्हणजे नवा कायदाच जाहीर केल्यासारखे असते, किंवा कायदा आणि घटनेच्या अनुसरणानुसार काय योग्य आहे ते दर्शवले जाते, तेव्हा त्या निकालाद्वारे वादाच्या मुद्द्यावर अंतिम निर्णयच होत असतो. परंतु कार्यपालिकेने किंवा इतरांनी काही उपाययोजना करावी असे निकालाद्वारे जेव्हा सूचित केले जाते, तेव्हा एका अर्थाने ती त्या मुद्द्यावरील नवी सुरुवात असते. शासनाला आणि अन्य व्यक्तींना कर्तव्याचे पालन करण्याचे आदेश न्यायालयाने द्यावे म्हणून आपण सर्वच जण न्यायालयांकडे धाव घेत असतो, त्यामुळे अशा स्वरूपाचे निकाल ही वरचेवर घडणारी गोष्ट झाली आहे.

याहूनही पुढची गोष्ट म्हणजे कर्तव्यपालनात निष्काळजीपणा करणाऱ्या व्यक्तीला कठोर शिक्षा झाली पाहिजे. कारण, जेव्हा न्यायालयाच्या आदेशांकडे दुर्लक्ष केले जाते, तेव्हा केवळ विशिष्ट खटल्यापुरती उद्दिष्टे साधण्याचा सर्वोच्च न्यायालयाचा हेतू असफल होतो असे नसते, तर न्यायालयाच्या अधिकाराची हानीच होत असते. तसेच पालन न करण्याबद्दल किंवा अर्धवटच पालन करण्याबद्दल शिक्षा न झालेल्या प्रत्येक घटनेमुळे अधिकारांची धडधडीत पायमल्ली करणाऱ्यांचे धारिष्ट वाढते, आणि ते पुन:पुन्हा तसेच करत राहतील याची शाश्वती वाढते.

न्यायालयाच्या आदेशांचे तंतोतंत पालन व अंमलबजावणी होईल याची खातरजमा करण्यापेक्षाही न्यायपालिकेच्या स्वच्छ चारित्र्यावर जरादेखील शिंतोडे उडणार नाहीत याची न्यायपालिकेनेच काळजी घेणे जास्त महत्त्वाचे आहे.

आपल्यापैकीच कुणीतरी जेव्हा अडकलेले असते

ज्यांच्याबद्दल आदर वाटावा अशा – कदाचित फक्त दोन किंवा तीनच असतील अशा – मोजक्या संस्थांमध्ये न्यायपालिकेची गणना होते. अजूनही जिथे न्याय मिळू शकेल असे जनतेला वाटते अशा मोजक्या यंत्रणांपैकी ही एक मानली जाते. आणि खरोखरच अस्सल न्यायदानाचे नमुने असलेल्या अनेक निकालांचे श्रेयस हे या आदरामागचे कारण आहे.

सर्वप्रथम, सार्वजनिक जीवनामध्ये अशी जबाबदारीची भावना न्यायपालिका आणि प्रसारमाध्यमांच्या काही विभागांमुळे – स्पष्टच सांगायचे, तर काही मोजक्या न्यायाधीशांमुळे आणि काही पत्रकारांमुळे टिकून राहिली आहे.

दुसरे म्हणजे, गेली सत्तर वर्षे, न्यायपालिकेने – त्यातही विशेषत: सर्वोच्च न्यायालयाने – अभिव्यक्तिस्वातंत्र्याचा हक्क अबाधित राखण्याचा आटोकाट प्रयत्न केला आहे.

तिसरे म्हणजे, संसदेने आपल्या अधिकाराचा गैरवापर करण्यावर असलेले एकमेव बंधन केशवानंद भारती खटल्यामध्ये[१] न्यायालयाने दिलेल्या निकालामुळेच आज अस्तित्वात आलेले आहे. याचप्रमाणे बोम्मईच्या खटल्यामध्ये[२] सर्वोच्च न्यायालयाने निकाल देण्यापूर्वी कार्यपालिकेने कलम ३५६ चा किती सर्रासपणे

---

१. केशवानंद भारती वि. केरळ राज्य, (१९७३) ४ एससीसी २२५.

२. एस. आर. बोम्मई वि. भारत सरकार, (१९९४) ३ एससीसी १.

आणि सातत्याने वापर केला होता आणि कार्यपालिकेतर्फे केल्या जाणाऱ्या घटनेतील कलमांच्या या अतिरेकी गैरवापरावर न्यायपालिकेमुळे कसा जबरदस्त आणि जनहिताचे रक्षण करणारा अंकुश लावला गेला हेदेखील आपण लक्षात ठेवायला हवे.

चौथी गोष्ट म्हणजे, मर्यादित स्वरूपाच्या असल्या, तरी आपल्या सार्वजनिक जीवनामध्ये ज्या काही जनहितकारी सुधारणा घडून आल्या, त्या प्रसंगी आपल्या अधिकारक्षेत्राच्या परिघाबाहेर जाण्याच्या दोषारोपाचा धोका पत्करून न्यायालयांनी हाती घेतलेल्या उपक्रमांमुळेच घडल्या आहेत. उमेदवार निवडणूक लढवण्यासाठी उभे राहत असतील तेव्हा त्यांनी भरावयाच्या नामांकन अर्जात सर्वोच्च न्यायालयाने केलेल्या बदलाचेच उदाहरण घ्या. मी स्वत: त्या वेळी सत्ताधारी सरकारमध्ये सामील होतो, आणि नामांकन अर्जामध्ये उमेदवाराच्या शैक्षणिक पार्श्वभूमीचा व गुन्हेगारी स्वरूपाचा पूर्वेतिहास यांचा समावेश असावा अशा सर्वोच्च न्यायालयाने निवडणूक आयोगाला दिलेल्या सल्ल्याला अनेक राजकारणी आणि त्यापैकी काही तर मंत्रिपदावर असलेले लोक किती हिरिरीने विरोध करत होते हे मी प्रत्यक्ष घेतलेल्या अनुभवातून सांगू शकतो. तसेच, राजकारणी लोकांच्या हाती राहिले असते, तर ज्या लोकांना गुन्ह्याबाबत दोषी ठरवले गेले आहे त्यांना सार्वजनिक पदावर राहण्यास किंवा निवडणूक लढवण्यास मनाई करणारा जो बदल नुकताच घडवला गेला आहे, तो प्रत्यक्षात कधीच घडला नसता. विधानमंडळांमध्ये बसणे आणि आपल्याला, सामान्य नागरिकांना, पाळावे लागणारे देशाचे-राज्याचे कायदे बनवणे, इतकेच नाही, तर आपल्या राज्यघटनेमध्ये कोणत्या मार्गाने काय सुधारणा होईल किंवा होणार नाही यावर निर्णय घेण्याच्या अनेक लक्षणीय राजकारण्यांच्या अधिकारावर केवळ सर्वोच्च न्यायालयामुळेच योग्य अंकुश लावला गेला आहे.

पाचवी गोष्ट म्हणजे, न्यायपालिकेने अधिकारक्षेत्राचे उल्लंघन केल्याची जी टीका केली जाते, तसे उल्लंघन करण्याची गरज खरेतर कार्यपालिका किंवा विधायकांनी आपल्या कर्तव्यपालनात केलेल्या कुचराईमुळे निर्माण झाली आहे. अत्यंत घृणास्पद गुन्हे केल्याबद्दल शिक्षा झालेल्या व्यक्तींना मदत करणारे स्वघोषित 'स्वच्छ' गटातले लोकदेखील विधायक म्हणून ज्या निर्लज्जपणे काम करत आहेत ते या गोष्टीचे ढळढळीत उदाहरण आहे. याचे विपरीत परिणाम वेळोवेळी अगदी स्पष्टपणे समोर आले आहेत. विधायकांनी यावर कोणतीही कार्यवाही केली नाही. आणि याचे कारण तर अगदी स्पष्टच होते : कायद्यात असा बदल करण्याचा अधिकार ज्यांच्या हाती होता, त्यांनाच अशा कायद्यातील बदलाचा फटका सगळ्यात आधी सोसावा लागला असता. असे विपरीत परिणाम असलेल्या तरतुदीत सुधारणा करणे विधायकांना शक्यच झाले नाही, त्यामुळेच सर्वोच्च न्यायालयाला त्यात हस्तक्षेप करावा लागला.

त्यामुळे मी स्वत:ला – एक नागरिक म्हणून आणि वाचणे व लिहिणे हे ज्याचे कामच आहे अशी व्यक्ती म्हणून – न्यायपालिकेच्या ऋणाईतांपैकी एक मानतो. आणि याचबरोबर आपल्या विधानमंडळांच्या आणि परिणामी कार्यपालिकेच्या कार्यदर्जामधल्या धोक्याची पातळी ओलांडलेल्या ऱ्हासामुळे मी न्यायपालिकेकडे अधिकाधिक अपेक्षेने पाहू लागतो. न्यायपालिकेच्या हाती आज असलेल्या अनन्यसाधारण संधीमुळे आपण न्यायपालिकेकडे जास्तच आशेने पाहत आहोत. घडवून आणावयाचा बदल विधानमंडळांमार्फत घडवून आणण्यासाठी जितक्या लोकांना त्या बदलाची आवश्यकता पटवून द्यावी लागेल, त्यापेक्षा कितीतरी कमी संख्येच्या न्यायाधीशांना तो बदल पटवून द्यायची गरज असेल. शिवाय समूहाचा विचार केला, तरी आपल्या विधायकांपेक्षा किंवा अगदी मंत्र्यांपेक्षादेखील न्यायाधीशांचा समूह जास्त बहुश्रुत आहे. आणखी एका कारणासाठी अशी संधी उपलब्ध आहे : आज कोणत्या ना कोणत्या तरी न्यायालयापुढे चाललेल्या खटल्यांमध्ये २०/३० पेक्षा जास्त राजकारणी उभे केलेले असतात. त्यापैकी १५/२० प्रसिद्ध राजकारण्यांना सात/आठ वर्षांसाठी जरी तुरुंगात धाडले गेले, तरी गेल्या तीस वर्षांत ज्या काही विकृत गोष्टी घडल्या,– उदाहरणार्थ, गुन्ह्याचा तपास करणाऱ्या संस्था ज्या प्रमाणात सत्ताधाऱ्यांच्या ताटाखालचे मांजर झालेल्या आहेत ते पाहिले –तरी त्यानंतरदेखील भ्रष्टाचाऱ्यांना अंती शिक्षा होतेच असा विश्वास हजारो लोकांच्या मनात जागा होईल. दुष्टांवर वचक ठेवण्याबाबत आपल्याला शक्य आहे तेवढे तरी काम करावे, असा हुरूप या एका गोष्टीमुळे सामान्य नागरिकाच्या मनात जागा होईल. खरोखरच, आज नव्या विधायक कामांची सुरुवात केवळ काही मोजके न्यायाधीशच करू शकतात.

हे सगळे जरी खरे असले, तरी काही काळजी करण्यासारखे मुद्दे आहेत हेदेखील तितकेच खरे आहे.

न्यायाधीशांची निवड आणि नियुक्तीसंदर्भातला कार्यपालिकेचा अधिकार सीमित करणाऱ्या एका साधनासंदर्भातल्या – न्यायाधीशांच्या बदल्यांसंदर्भातल्या दुसऱ्या निकालाबाबत – मी वापरलेला वाक्प्रयोग वापरायची मुभा असल्यास – कटू अनुभवानंतर का होईना, पण 'चोराकडून जामदारखान्याच्या किल्ल्या हिसकावून घेतल्या गेल्या, असेच मी म्हणेन.' हा वाक्प्रचार मी न्यायाधीशांच्या बदल्याच्या[३] संदर्भातल्या दुसऱ्या निकालाबाबत वापरेन. 'या निकालामुळे न्यायाधीशांची निवड व नियुक्ती संदर्भातला कार्यपालिकेचा अधिकार सीमित झालेला होता.' कारण असे, की गेल्या काही वर्षांमध्ये निकालाच्या माध्यमातून साधन निर्माण केलेल्या

---

३. एस. पी. गुप्ता वि. भारत सरकार, (१९८१) सुप्रा. एससीसी ८७

न्यायाधीशांनाच, ते साधन म्हणजे – सर्वांत अनुभवी, वरिष्ठ न्यायाधीशांचा समावेश असलेल्या कार्यकारिणीच्या हाती – नामांकन झालेल्या न्यायाधीशांबरोबर विशिष्ट प्रकारच्या नियुक्तीसाठी आडव्यवहार करण्याचे साधन ठरत आहे – असे वाटू लागले होते. सत्ता पुन्हा आपल्या हाती यावी म्हणून कार्यपालिकेने या टीकेचा फायदा घेतला. परंतु, प्रत्येक विचारी माणसाला दिलासा देत सर्वोच्च न्यायालयाने हा प्रयत्न हाणून पाडला. परंतु असा प्रयत्न होण्यासाठी पूरक अशी पार्श्वभूमी तयार झाली होती म्हणजेच सर्व काही आलबेल नव्हते. आणि मग भविष्यात निवड करण्यासाठी कार्यकारिणीसमोर पूर्वीच्या पद्धतीऐवजी उमेदवारांची प्रत्यक्ष गुणवत्ता हाच मार्गदर्शक निकष ठरला.

दुसरे म्हणजे, एक नवी धडाकेबाज सुरुवात करण्याची– उदाहरणार्थ, भ्रष्टाचाराला आळा घालण्यासंबंधात– आयुष्यात एकदाच मिळणारी संधी न्यायपालिकेला उपलब्ध आहे, पण त्या संधीचा प्रयोग करण्याची जितकी गरज आहे, तितक्या दृढतेने केला जात नाही हेदेखील खरे आहे. अनेक वेळा आणि बहुतेक वेळा, जे सत्तेमध्ये असतात त्यांच्या सोयीनुसार खटले न्यायालयात रेंगाळत राहतात, ठेवले जातात. आणि केवळ भ्रष्टाचाराच्या खटल्यांचेच नाही– तर अतिरेक्यांनी केलेल्या बॉम्बस्फोटांसंदर्भातल्या खटल्यांचेदेखील काय झाले ते आठवा. पुरावे कमकुवत किंवा विकृत केले जात आहेत हे सर्वांना दिसते आहे– आणि हे रोजच्या रोज सुनावण्या घेणाऱ्या न्यायाधीशांच्या लक्षात तर साहजिकपणेच येत असेल, आणि त्यामुळेच असे बदल आपल्या अधिकारक्षेत्रात घडू न देण्यासाठी ते जास्त पात्र ठरतात. आणि असे असूनही पक्षकार त्यांच्या डोळ्यांदेखत एक दिवस कशाचे तरी समर्थन करतात आणि दुसऱ्याच दिवशी ते खोटे ठरवून गाडून टाकतात. दुसरीकडे न्यायाधीश मात्र हा सर्व प्रकार शांतपणे पाहत बसतात.

तिसरी गोष्ट म्हणजे एक व्यक्ती म्हणून आपणा सर्वांप्रमाणे न्यायाधीशदेखील सहृदय असावे ही अपेक्षा गैर नाही, तरीही– मी या विचारमंथनाला ज्या प्रकरणाने सुरुवात केली – त्या उदाहरणातून असेच दिसते की न्यायव्यवस्थेचा एकुणात विचार करता ती हृदयशून्यच बनली आहे याबद्दल कोणतीच शंका उरत नाही.

चौथे म्हणजे, इतर संस्थांप्रमाणेच न्यायपालिकेच्या उत्तमतेला धर्मनिरपेक्षतेसंदर्भात उतरण लागली असून, त्याचे स्वरूप समजण्यासाठी १९५० च्या सुमारास दिले गेलेले निकाल आणि आजचे निकाल यांची तुलना करून पाहिली तरी पुरेसे होईल, आणि अलीकडच्या काळातील निकालांची काही उदाहरणे आपण लवकरच पाहणार आहोत.

संशयातीत असणे

न्यायपालिका 'संशयातीत' आहे असे फारच थोडे जण आज म्हणू शकतील. एखाद्या दंडाधिकाऱ्याला किंवा न्यायाधीशाला एखादा निर्णय घेण्यापासून थोपवले जाते, तेव्हा आपल्या काळजाला घरे पडतात. दी इंडियन एक्स्प्रेस या बहुतेक वेळा सरकारधार्जिण्या असणाऱ्या वृत्तसमूहात काम केल्याच्या स्वानुभवातून मी हे निश्चितपणे सांगू शकतो. आपल्या संरक्षणासाठी आम्ही न्यायालयाकडे निश्चितच धाव घेऊ शकत होतो, तरीदेखील एखाद्या वर्तमानपत्राला किंवा लेखकाला खरे संरक्षण वाचकांच्या त्याच्यावरील विश्वासातूनच मिळते याची मला खात्री पटली होती. सरतेशेवटी आम्ही जे काही करत होतो ते जनतेच्या हितरक्षणासाठीच करत होतो याच्या वाचकांना वाटत असलेल्या खात्रीमुळेच आमचे रक्षण होऊ शकत होते – आणि ते तसे झालेही – ही वस्तुस्थिती होती. एखाद्याचे काम हे इतक्या प्रत्ययकारीपणे जनहितार्थ केलेले दिसून यायला हवे, की सत्ताधारी जेव्हा त्याच्यावर हात उगारतात, तेव्हा त्या वर्तमानपत्राला किंवा लेखकाला त्याने केलेल्या जनहिताच्या गोष्टीसाठी नाहक अडकवले जात आहे, आणि वर्तमानपत्राची बाजू न्याय्य असून सत्ताधाऱ्यांकडेच काहीतरी लपवण्यासारखे आहे ही भावना वाचकांच्या मनात आपसूकपणे जागी व्हायला हवी. दी इंडियन एक्स्प्रेस जनहितार्थ काम करत असल्याचे स्पष्टपणे दिसत असल्यामुळेच राजीव गांधी यांच्या सरकारने जेव्हा जेव्हा आम्हावर छापे टाकले, किंवा आमच्या विरोधात दावे दाखल केले आणि चौकशी सत्रे सुरू केली, तेव्हा तेव्हा आमच्या वर्तमानपत्राचा खप वाढला. त्यामुळे मला एक खरेखुरे व्यंगचित्र – ज्यामध्ये आमच्या एका मोडकळीला आलेल्या टेबलावर खांदे पाडून बसलेल्या पंतप्रधानांच्या पाठीमागे फलकावर इंडियन एक्स्प्रेस असे लिहिलेले, आणि टेबलावर त्यांच्या पुढ्यात 'वितरण व्यवस्थापक' असा हुद्दा दर्शवणारी पाटी दाखवणारे – व्यंगचित्र – काढण्याची विनंती आमच्या व्यंगचित्रकाराला करणे शक्य झाले. न्यायाधीशांचे कामदेखील संशयातीतपणे जनहितार्थ नसल्याची भावना लोकांच्या मनात जागी झाली, व्यक्तिसापेक्षता बाजूला ठेवून न्यायाधीशांचे काम सहृदयतेने चालत नाही असे वाटू लागले, व्यवस्थाच हृदयशून्य झाली आहे असे जनतेला वाटत राहिले, तर जेव्हा जेव्हा कार्यपालिका किंवा विधानमंडळे न्यायव्यवस्थेवर हात उगारू पाहतील, तेव्हा जनता न्यायपालिकेच्या समर्थनासाठी उभी राहणार नाही.

यातून तीन आवश्यकता दिसू लागतात. अधिकार आणि अधिकारक्षेत्र कमकुवत करण्याचा थोडासा जरी प्रयत्न झाला तरी – प्रस्तावित न्यायिक नियुक्ती आयोगाच्या सदस्यसंख्येचे पारडे आपल्या बाजूला झुकवून जास्तीचे अधिकार मिळवण्याचा

राजकीय कार्यपालिकेने चालवलेला प्रयत्न जसा नुकताच उधळून लावला गेला तसा – तो हाणून पाडण्याइतपत न्यायपालिकेची भूमिका ठाम असली पाहिजे. दुसरे म्हणजे न्यायपालिकेने जलदगती, निश्चित स्वरूपाचा आणि स्पष्ट न्याय दिला पाहिजे – म्हणजेच जनता न्यायव्यवस्थेकडे आपले सुरक्षाकवच म्हणून पाहील, आणि मग कार्यपालिकेने न्यायपालिकेवर दंडेलशाही करण्याचा प्रयत्न केला तर ती प्रत्यक्षात आपल्यावरच केली जाणारी दंडेलशाही आहे अशी जनतेला जाणीव होईल. तिसरी आणि सर्वांत महत्त्वाची गोष्ट म्हणजे, आज प्रत्येक जण दुसऱ्याच्या नैतिक अध:पतनावर सहजपणे विश्वास ठेवत असला तरी – न्यायाधीश व्यक्ती मात्र व्यक्तिगत हेतू किंवा फायदा साधण्याच्या मिषाने कधीही कोणतीच चुकीची कृती करणार नाही याचा विश्वास बाळगावा इतकेच नाही, तर न्यायाधीशांवरील अशा आरोपांना कुणीच थाराही देऊ नये.

कोणतीही संस्था, शासनव्यवस्था ही दडपशाहीच्या जोरावर चालत नाही, किंवा त्यांनी केलेल्या हुकमांचे पालन न करणाऱ्यास जबर शिक्षा केली जाण्याच्या दहशतीच्या जोरावरही टिकून राहू शकत नाही. न्यायपालिकादेखील न्यायालयांच्या अवमानासंबंधात कारवाई करण्याच्या अधिकाराच्या बळावर चालत नाही हेही समजून घ्यायला हवे. संस्था चालतात, शासनव्यवस्था चालते ती विश्वासार्हतेच्या, लोकांच्या मनात असलेल्या आदर-सन्मानाच्या भावनेच्या बळावर. आणि म्हणूनच अगदी एका न्यायाधीशांच्या गैरकारभारामुळेदेखील संपूर्ण व्यवस्थेच्या प्रतिष्ठेला तडा जाऊ शकतो; चारित्र्यावर डाग पडतात, आणि त्यामुळे एकूणातच न्यायपालिकेचे अधिकार कमकुवत होतात.

आणि कोणतीही गोष्ट फार काळ लपलेली राहत नाही हेदेखील लक्षात ठेवायला हवे. हवा तसा निकाल मिळवून देण्याचे 'व्यवहार' करणारा दलालच त्याबद्दलची माहिती जाहीरपणे सांगत फिरेल आणि अमुक एका न्यायाधीशाबरोबर आपले चांगले संबंध असल्याचा गवगवा करेल, कारण अशा मौखिक प्रचाराच्या बळावरच त्याचा धंदा वाढणार असतो. अशा व्यवहारातून निष्पन्न झालेल्या निकालांमधले दोष तर स्पष्टपणे दिसून येतातच, आणि त्यामुळेच पडद्यामागे काहीतरी घडले आहे याचा अंदाज येतो. काहीही झाले तरी कज्जे-खटल्यांमधला सर्वांत मोठा पक्षकार – म्हणजे शासनव्यवस्था - अशा कमकुवत दुव्यांवर लक्ष ठेवूनच असते, आणि तिला ते दिसून येतातच. मग त्या क्षणापासून अशा न्यायाधीशावर त्यांची हुकमत चालू लागते.

यामधून कमीत कमी तीन मुद्दे सामोरे येतात. प्रथमत: अर्थातच प्रत्येक न्यायाधीशाचे चारित्र्य निष्कलंक असलेच पाहिजे. दुसरे म्हणजे, याकडे बहुतेक वेळा डोळेझाक केली जाते असे सांगताना मला खेद होतो, पण न्यायाधीशांनी

अधिकृतीपेक्षा इवलीशीदेखील जास्त मेहेरबानी कार्यपालिकेकडून स्वीकारू नये. या संदर्भात न्यायमूर्ती व्ही. डी. तुळजापूरकरांच्या निवृत्तीचा प्रसंग मला स्पष्टपणे आठवतो. त्यांना व सौ. तुळजापूरकरांना निरोप देण्यासाठी अनिता आणि मी त्यांच्या घरी गेलो होतो. घरात सरकारी फर्निचरव्यतिरिक्त फारसे काही नव्हतेच, त्यांचे व्यक्तिगत सामानसुमान अगोदरच मुंबईला पाठवलेले होते. आम्ही त्यांना निरोप द्यायला रेल्वे स्टेशनवर गेलो. दोघेही ट्रेनमध्ये जाऊन चेअर-कारमधल्या आपापल्या आसनावर बसले. निवृत्त झाले त्याच दिवशी त्यांनी त्यांचे दिल्लीतील शासकीय निवासस्थान सोडले होते. काही महिन्यांनी मी मुंबईत आलो होतो. त्यांच्याशी संपर्क करून त्यांना भेटावयाची इच्छा व्यक्त केली. त्यांनी सांगितलेल्या पत्त्यावर पोहोचलो, तर ते एका अगदी खुराड्यासारख्या लहानशा कार्यालयात बसलेले दिसले. मला आश्चर्य वाटल्याचे पाहून ते म्हणाले, 'याच जागेतून मी सुरुवात केली, आणि मी इथेच परतून आलो आहे.' आजकालचे न्यायाधीश कोणत्या ना कोणत्या आयोगावर आपली नेमणूक व्हावी यासाठी काय काय करत असतात ते कानावर आले, की हा विरोधाभास प्रच्छन्नपणे समोर येतो आणि मन उद्विग्न होते.

याबरोबरच एक उपसिद्धान्तदेखील समोर येतो. कोणत्याही न्यायाधीशावर मामुली स्वरूपाचेदेखील दोषारोप झाले, तरी सर्व न्यायाधीशांनी एकत्र येऊन त्यावर कारवाई करायला हवी. 'अरे, हा माझा भाऊ आहे, माझ्या पक्षाचा आहे, आपण त्याच्या बाजूने उभे राहिले पाहिजे,' असा निष्ठेचा विकृत अर्थ लावून त्यानुसारच कामे करणे हे राजकारणी लोकांनी आपली सनदशीरपणाबद्दलची विश्वासार्हता गमावण्यामागचे एक प्रमुख कारण आहे. परंतु अशा समर्थनासाठी ज्या हिरिरीने राजकारणी लोक उभे राहतात, तितक्या जोमाने न्यायाधीश मंडळी त्यांच्याच एखाद्या सहकाऱ्याला अडचणीत टाकणारी गोष्ट घडत असताना सहकाऱ्याचे समर्थन करायला उभी राहत नाही. दोन्ही मुद्दे अधिक स्पष्ट होण्यासाठी – अशा घटनांचे पर्यवसान कशात होते, आणि अत्यावश्यक कामातदेखील चालढकल केल्याचा परिणाम म्हणून न्यायपालिकेच्या प्रतिष्ठेची कशी हानी झाली आहे – याची दोन उदाहरणेच पुरेशी आहेत.

टपालाच्या चुकीच्या बटवड्यामुळे एक सत्य उजेडात येते

दिनांक १३ ऑगस्ट २००८ रोजी पंजाब आणि हरियाणा उच्च न्यायालयातील न्यायाधीश निर्मलजित कौर यांच्या निवासस्थानी सुरक्षारक्षकाचे काम करणाऱ्याच्या हातात एका व्यक्तीने एक पुडके दिले. त्यांच्या कार्यालयात काम करणाऱ्या एका

व्यक्तीने ते पुडके एका खटल्यासंदर्भात दिल्लीहून कागदपत्रे आल्याचे सांगत त्यांच्याकडे दिले. त्यांनी त्या व्यक्तीलाच ते पुडके उघडायला सांगितले आणि कागदपत्रांऐवजी पैसे – पंधरा लाख रुपये – पुडक्यात असल्याचे पाहून त्यांना धक्काच बसला. त्यांनी कार्यालयीन कर्मचाऱ्यांकरवी ते पुडके आणून देणाऱ्या व्यक्तीला पकडले. पोलिसांना बोलावले गेले. त्या व्यक्तीला कोठडीत दाखल केले गेले. तसेच न्यायाधीश महोदयांनी ही बाब ताबडतोब उच्च न्यायालयाच्या सरन्यायाधीशांना कळवली.[४]

टपाल आणून देण्याचे काम केलेल्या व्यक्तीची चौकशी आणि त्यानंतर केलेल्या तपासातून पाच गोष्टी उघडकीस आल्या :

- टपाल आणून देणारी व्यक्ती, हरियाणा राज्याचे त्या काळचे महाअधिवक्ता श्री. संजीव बन्सल यांच्याकडे निम्न श्रेणीतील मुन्शी म्हणून काम करत होती.
- ते पैसे उच्च न्यायालयातच न्यायाधीश असलेल्या निर्मल यादव यांच्यासाठी होते. 'निर्मलजी'ना पैसे द्यावे असे मुन्शीला सांगितले होते, पण त्याने 'निर्मलजित' असे ऐकले – आणि त्यामुळे घटनेची सत्यता पडताळून पाहायला मदत झाली.
- हे पैसे म्हणजे त्या वेळी अपर महाअधिवक्तापदावर असलेल्या श्री. संजीव बन्सल यांना स्वारस्य असलेल्या एका मालमत्तेसंदर्भातल्या खटल्यात अनुकूल निकाल दिल्याबद्दल दिलेली लाच होती.
- केंद्रीय गुन्हे अन्वेषण विभागाच्या तपासातून असे निष्पन्न झाले, की तो निकाल त्या न्यायाधीशांशी 'जवळचे संबंध' असलेल्या रविंदर सिंग नावाच्या एका व्यावसायिकाच्या 'प्रभावाखाली' दिला गेला होता.
- त्या व्यावसायिकाने ते पैसे दिल्लीमधल्या एका हॉटेलमालकामार्फत पोहोचविले होते.[५]

---

४. या घटनेचा तपशील पुन्हा उपलब्ध करून दिल्याबद्दल मी *दी ट्रिब्यून* मधील सौरभ मलिक आणि *दी इंडियन एक्स्प्रेस* मधील वरिंदर भाटिया यांचा ऋणी आहे. सौरभ नसता, तर या प्रकरणातला एक महत्त्वाचे वळण असलेला टप्पा माझ्या लक्षात आला नसता. या विवेचनामध्ये अवतरणचिन्हांकित किंवा लक्षवेधी स्वरूपात लिहिलेला मजकूर सौ. निर्मल यादव वि. केंद्रीय गुन्हे अन्वेषण विभाग, सन २०११चे फौजदारी संकीर्ण, क्र.एम-१४२८९ या खटल्यासंदर्भात पंजाब आणि हरियाणा उच्च न्यायालयाचे न्यायमूर्ती परमोद कोहली यांनी दिलेल्या आदर्शवत निकालपत्रातून घेतला आहे.

५. ज्याचे वर्णन वरिंदर भाटिया, 'नवी दिल्ली, पंजाब आणि हरियाणा न्यायपालिकेमध्ये व्यवस्थित सुरक्षितता किंवा मोर्चेबंदी असलेला व्यावसायिक' अशा प्रकारे करतात, तो.

सुरुवातीला राज्याच्या पोलीस खात्यातर्फे चालवला जाणारा तपास काही काळानंतर केंद्रीय गुन्हे अन्वेषण विभागाकडे सोपवला गेला.

केंद्रीय गुन्हे अन्वेषण विभागाच्या माहितीनुसार, ठरलेले पैसे न मिळाल्यामुळे न्यायमूर्ती निर्मल यादव यांनी १५ लाख रुपयांची पुन्हा मागणी केली. आणि ही रक्कम दुसऱ्या दिवशी, १४ ऑगस्ट २००८ रोजी सकाळी त्यांना पोहोचती करण्यात आली.

ज्या प्राधिकृत व्यक्तीने नेमणूक केली त्या व्यक्तीकडून परवानगी घेतल्यानंतरच न्यायाधीशांवर खटला दाखल करता येतो, आणि आत्ताच्या आपल्या विषयासंदर्भात ती व्यक्ती म्हणजे भारताचे राष्ट्रपती आहेत, हे आपल्याला माहीत आहे. वीरास्वामी खटल्यासंदर्भात[६] निकाल निश्चित करताना सर्वोच्च न्यायालयाने असे सांगितले, की राष्ट्रपतींनी भारताच्या सरन्यायाधीशांशी सल्लामसलत करायला हवी. अशा स्वरूपाच्या अन्य निकालांमध्ये न्यायालयाने असेही नमूद केले आहे, की अशी 'सल्लामसलत' ही 'परिपूर्ण आणि परिणामकारक' असणे अनिवार्यपणे आवश्यक आहे. आत्ता चर्चा करत असलेल्या, न्यायमूर्तींवर खटला दाखल करण्याच्या मुद्द्यावर वीरास्वामी खटल्याच्या निकालातून खरे म्हणजे सर्वोच्च न्यायालयाने त्याची पुढील स्वरूपाची प्रक्रियाच निश्चित केली आहे :

सरन्यायाधीश हे न्यायपालिकेचे प्रमुख या नात्याने न्यायपालिकेच्या प्रामाणिकपणाची व निष्पक्षपातीपणाची काळजी घेणारे असतात. म्हणूनच एखाद्या न्यायाधीशावरच फौजदारी स्वरूपाचा खटला दाखल करण्याबाबत भारताच्या सरन्यायाधीशांना अंधारात न ठेवणे अत्यावश्यकच आहे. अशा प्रकरणांमध्ये योग्य तो सल्ला देण्यासाठी त्यांची पात्रता जास्त वरच्या स्तरावर असेल आणि भारताच्या सरन्यायाधीशांच्या सल्लामसलतीमुळे शासनाला उचित निष्कर्ष काढण्यात अत्यंत मोलाची मदतच होईल. म्हणून भारताच्या सरन्यायाधीशांचा सल्ला घेतल्याशिवाय कोणत्याही उच्च न्यायालयातील कोणत्याही न्यायाधीशाविरुद्ध, उच्च न्यायालयातील सरन्यायाधीशांविरुद्ध, किंवा सर्वोच्च न्यायालयातील न्यायाधीशाविरुद्ध फौजदारी प्रक्रिया संहितेच्या कलम १५४ अंतर्गत फौजदारी स्वरूपाचा खटला दाखल करू नये असा आम्ही आदेश देतो. सरन्यायाधीशांच्या या मताला शासनव्यवस्थेने यथोचित मान द्यावा अशी अपेक्षा आहे. दंडसंहितेच्या कलमांनुसार एखादा खटला दाखल करण्यास पात्र नाही असे सरन्यायाधीशांचे

---

६. के. वीरास्वामी वि. भारत सरकार १९९१ (३) एससीसी ६५५.

मत असेल, तर तसा खटला दाखल करू नये. जर भारताच्या सरन्यायाधीशांवरच गुन्हेगारी स्वरूपाचे गैरवर्तन केल्याबाबत खटला दाखल करण्याचा मुद्दा असेल, तर शासनाने सर्वोच्च न्यायालयातील अन्य न्यायाधीश किंवा एकापेक्षा जास्त न्यायाधीशांचा सल्ला घ्यावा. खटला दाखल करण्यास परवानगी देण्याच्या मुद्द्यावर विचारविनिमय केला जात असताना दिली जाणारी परवानगी अशा सल्लामसलतीद्वारे झालेल्या मार्गदर्शनानुसार आणि भारताच्या सरन्यायाधीशांच्या सल्ल्यास अनुसरून दिली जाणे उचित आणि आवश्यक आहे.

केंद्रीय गुन्हे अन्वेषण विभागातदेखील कारवाईची आवश्यकता नाही असे म्हणणारे कारवाई विभागाचे संचालक आणि आवश्यकता आहे असे म्हणणारे गुन्हे अन्वेषण विभागाचे संचालक, यांच्यात या विषयावर मतभेद होते. त्यामुळे अशा परिस्थितीत काय करावे याबाबत विभागाच्या मार्गदर्शक पुस्तिकेत दर्शविल्यानुसार केंद्रीय गुन्हे अन्वेषण विभागाने शासनाला महान्यायप्रतिनिधींचा सल्ला घेण्यास सुचवणारे पत्र लिहिले.

गोष्टी इथून पुढे अधिकाधिक रंजक आणि उत्कंठावर्धक होऊ लागल्या.

महान्यायप्रतिनिधीपदावर विराजमान होते मिलन बॅनर्जी. त्यांनी व्यक्त केलेले मत म्हणजे ढळढळीत वस्तुस्थितीकडे धडधडीतपणे डोळेझाक करण्याचा उत्तम नमुना होता. असं पहा, की या वेळेपर्यंत केंद्रीय अन्वेषण विभागाने काही महत्त्वाच्या घटना वस्तुनिष्ठपणे सिद्ध करून दाखवल्या होत्या. मुन्शी आणि अन्य व्यक्तींच्या जबान्यांद्वारे रुपये १५ लाख पोहोचते केले जाण्याव्यतिरिक्त, न्यायमूर्ती निर्मल यादव आणि रविंदर सिंग यांच्यामध्ये काही लागेबांधे – उदाहरणार्थ, त्यांच्यामधील टेलिफोनवरील संभाषणे, या व्यक्तीने न्यायाधीशांना भेट म्हणून दिलेली विमानप्रवासाची तिकिटे, मोबाइल फोन इत्यादी स्वरूपाच्या व्यवहारांमधून त्यांच्यामध्ये असलेले घनिष्ठ संबंध – असल्याचेदेखील सिद्ध केले होते. इतकेच नव्हे, तर अन्वेषण विभागाने असेही शोधून काढले होते, की न्यायमूर्ती निर्मल यादव, त्या वेळी हरियाणा राज्याच्या वित्तमंत्रिपदावर असलेला त्यांचा भाऊ, रविंदर सिंग आणि अन्य काही व्यक्तींनी हिमाचल प्रदेशमधील सोलन येथे जमीनखरेदीसाठी एकजूट केली होती, आणि या कामासाठी पदाधिकाराचा गैरवापरदेखील केला होता. आता ही पार्श्वभूमी लक्षात ठेवून या महान्यायप्रतिनिधी महाशयांनी चर्चेच्या विषयावर काय मत व्यक्त केले ते वाचले, म्हणजे जे ढळढळीतपणे प्रत्यक्षपणे दिसते आहे त्याच्याकडे पूर्ण डोळेझाक करण्यासाठी देशांतर्गत व्यवस्थेमध्ये कायदेपालनाची जबाबदारी योग्यप्रकारे पार पाडली जाण्याची काळजी घेण्याबाबत सर्वोच्च पदावर

असणाऱ्या अधिकाऱ्याला किती महत्प्रयास करावे लागले होते ते समजून येईल.

'९. म्हणून, एक युक्तिवादाचा मुद्दा म्हणून न्यायमूर्ती निर्मल यादव यांनी १५ लाख रुपयांची मागणी केली होती असं गृहीत धरलं, तरीही न्यायाधीश यादव यांच्या समोर चालवल्या जात असलेल्या किंवा चालवला जाणार असलेल्या कोणत्याही प्रकरणाशी श्री. रविंदर सिंग यांचा कोणत्याही प्रकारचा संबंध असल्याचे शाबीत करणारा कोणताही पुरावा उपलब्ध नाही इतकेच नाही, तर न्यायाधीश यादव यांच्या न्यायाधीशपदाच्या अधिकृत कार्याशीदेखील आरोपी रविंदर सिंग यांचा कोणत्याही स्वरूपाचा संबंध असल्याचादेखील एकही पुरावा उपलब्ध नाही. संदर्भित रक्कम रविंदर सिंग यांच्याकडून अस्तित्वात आली होती आणि ती संजीव बन्सल यांच्या हातून पोहोचविली जात होती एवढेच खरे आहे. त्यामुळे रविंदर सिंग व न्यायाधीश यादव यांच्यात काही लागेबांधे होते आणि त्यामुळे त्या रकमेची मागणी केली गेली आणि तो पोहोचविलीदेखील गेली हे फिर्यादी पक्षाने वादातीतपणे सिद्ध करणे आवश्यक आहे. सगळ्या उपलब्ध पुराव्यांवर विश्वास ठेवायचा म्हटले, तरी असे काही लागेबांधे असल्याचे दूरान्वयानेदेखील सिद्ध होत नाही. गुन्हे अन्वेषण विभागाने केलेल्या आरोपानुसार न्यायाधीश यादव आणि संजीव बन्सल यांच्यादरम्यान गत काळात काही लागेबांधे असतील किंवा नसतीलही. परंतु सध्या आपल्या विचारार्थ असलेल्या प्रस्तुत प्राथमिक माहिती अहवालामधील विषयासंदर्भात ही बाब तपासकार्याचा विषय होऊ शकत नाही. काहीही असले तरी, ही रक्कम न्यायाधीश यांच्या न्यायाधीशपदाच्या अधिकृत कार्यासंबंधात दिली गेल्याचे किंवा रविंदर सिंग किंवा संजय बन्सल यांचा किंवा अन्य कोणत्याही व्यक्तीचा वैयक्तिक स्वरूपाचा फायदा होण्याच्या उद्देशाने मागितली गेली किंवा दिली गेल्याचे सिद्ध करणारा कोणताही पुरावा उपलब्ध नाही. आणि म्हणून नोंदणी झालेल्या सर्व साक्षी-पुराव्यांच्या आधारे न्यायाधीश निर्मल यादव यांच्याविरुद्ध कलम ११ व १२ नुसार कोणताही गुन्हा शाबीत होत नाही. परिणामी, कलम ११ व १२ सहित कलम १२०-ब अंतर्गत करण्यात आलेला आरोप आधारहीन आहे.

१०. या टप्प्यावर पोहोचताना न्यायमूर्ती यादव यांना रविंदर सिंग व संजीव बन्सल यांच्याकडून मोबाइल, विमानप्रवासाची तिकिटे इत्यादी गोष्टी मिळाल्या होत्या म्हणून कलम ११ अंतर्गत गुन्हा झाला असल्याचा उप-विधी सल्लागारांचा समज झाला असावा असे मला तुमच्या नजरेस आणून द्यायचे आहे. माझ्या मते, न्यायाधीश यादव आणि रविंदर सिंग यांच्यात

काही अधिकृत नातेसंबंध असल्याचा कोणताही पुरावा उपलब्ध नसल्यामुळे या प्रकरणात कलम ११ लागू होत नाही.

११. भारतीय दंडविधान संहितेतील तरतुदींच्या अनुषंगाने आरोप करण्यात आलेल्या गुन्ह्यांवर विचार करायचा झाला, तर आरोपी सर्वश्री संजीव बन्सल, निर्मल सिंग, राजीव गुप्ता यांच्या जबान्या किंवा त्यांनी चंदिगड येथील स्थानिक पोलिसांना सुपूर्द केलेल्या दस्तावेजांमध्ये न्यायाधीश यादव या प्रकरणात कोणत्याही प्रकारे गुंतल्या असल्याच्या आरोपाचा लवलेशही नाही. असे दिसते, की १५ लाख रुपये जप्त झाल्याबरोबर आरोपितांनी १५ लाख रुपये निर्मल सिंग यांना पोहोचते करण्यासंदर्भात एक कल्पित कहाणी रचली असावी. अतिरिक्त विधि सल्लागारांनी जो मुद्दा योग्यप्रकारे लक्षात आणून दिला, त्यानुसार अशा जबान्या किंवा दस्तावेज हे पहिली खबर नोंदवली जाण्यापूर्वीच स्थानिक पोलिसांकडे सुपूर्द केले आहेत, आणि म्हणून, भारतीय दंडविधान संहितेची १९२/१९३ ही कलमे इथे लागू होत नाहीत. अपर विधि सल्लागारांनी असेही लक्षात आणून दिले, की पोलिसांना दिलेली जबानी ही कायद्याच्या दृष्टीने पुरावा म्हणून ग्राह्य समजली जात नाही, त्यामुळे भारतीय दंडविधान संहितेचे कलम १९९ देखील लागू होत नाही. आणि म्हणून भारतीय दंडविधान संहितेच्या कलम १९३, १९९, किंवा कलम २०० सह कलम १९२ मधील तरतुदींच्या अनुषंगाने सद्य परिस्थितीचा विचार केल्यास आरोपी सर्वश्री संजीव बन्सल, रविंदर सिंग आणि निर्मल सिंग यांनी कोणताही गुन्हा केला असण्याबद्दल गंभीर संदेह निर्माण होतो. तसेच, काहीही असले, तरी न्यायाधीश निर्मल यादव यांच्यापुरतेच बोलायचे, तर सर्वश्री संजीव बन्सल, रविंदर सिंग आणि निर्मल सिंग यांनी त्यांच्याबरोबर संगनमत करून त्यांच्यावर केल्या गेलेल्या आरोपांपैकी कोणताही गुन्हा केला असण्यासंदर्भात पुराव्याचा अल्पसा अंशदेखील उपलब्ध नाही. जिथे कलम १२०-ब अंतर्गत न्यायाधीश यादव यांच्याविरुद्ध खटला दाखल करण्याइतपत पुरेसा पुरावा निश्चितच उपलब्ध नाही, तिथे भारतीय दंडविधान संहितेच्या १९२/१९३ सारख्या गंभीर गुन्ह्यासंबंधीच्या कलमांतर्गत खटला दाखल करणे तर फार दूरची गोष्ट आहे.

एक न्यायाधीश आणि पैशाचा उगमस्रोत यांच्यामध्ये 'अधिकृत नातेसंबंध' असायलाच हवेत का? पैशाच्या उगमस्रोताचा न्यायाधीशांच्या 'अधिकृत कार्या'शी संबंध दिसायलाच हवा का? गुन्हे अन्वेषण विभागाने तपासकार्य करून शोधून काढलेले

पुरावे उधळून लावण्यासाठी फक्त 'असे दिसते, की...' असे म्हणणे, – तेदेखील कशाच्या आधाराने 'असे दिसते, की' म्हटले आहे ते न सांगता – 'रुपये १५ लाख जप्त झाल्याबरोबर, संदर्भित आरोपींनी आरोपी निर्मल सिंग यांच्याकडे पैसे पोहोचते करण्याबाबत एक कल्पित कथा रचली' असे म्हणणे पुरेसे आहे? आणि अशा किती खटल्यांमध्ये – 'पोलिसांसमोर दिलेल्या जबान्या 'कायद्याच्या दृष्टीने पुरावा ठरत नाहीत' – हा निकष वापरला गेला?

बॅनर्जी यांनी काढलेल्या निष्कर्षांना केंद्रीय गुन्हे अन्वेषण विभागाने तपशीलवार उत्तरे दिली. त्यांनी शोधून काढलेल्या पुराव्यांची पुन्हा एकदा उजळणी करण्याव्यतिरिक्त; पहिली खबर फक्त रुपये १५ लाख न्यायाधीश निर्मलजित कौर यांचे घरी पोहोचविण्यात आले या घटनेशी संबंधित होती, तसेच सोलन येथील जमीनखरेदीबाबत तपास करण्यास सरन्यायाधीशांनी सहमती दर्शवली नव्हती, म्हणून त्या गोष्टीचा या प्रकरणामध्ये विचार करता येणार नाही, असा महान्यायप्रतिनिधींनी काढलेला निष्कर्ष याचीदेखील त्यांनी नोंद घेतली. गुन्हे अन्वेषण विभागाने पुढे असेही नोंदवले, की खरेतर भारताच्या सरन्यायाधीशांनी अशी सहमती दिली होती – आणि त्याच्या पुष्ट्यर्थ त्यांनी सर्वोच्च न्यायालयाचे महासचिव यांचेकडून ४ सप्टेंबर २००८ रोजी पाठवलेले पत्रच हजर केले.

आणि या टप्प्यावर प्रकरणाला आणखी एक पिळा पडला, खरंतर तीन पिळे पडले.

गोष्टी येथपर्यंत येत असतानाच योगायोगाने काही बदल घडत होते. न्यायमूर्ती के. जी. बाळकृष्ण यांचे जागी न्यायमूर्ती एस. एच. कपाडिया आले होते. कायदेमंत्री एच. आर. भारद्वाज यांचे जागी वीरप्पा मोईली आले होते. आणि मिलन बॅनर्जी यांचे जागी महान्यायप्रतिनिधीपदावर गुलाम ई. वहानवटी या आणखी एका न्यायतत्पर अधिकाऱ्याने कार्यभार हाती घेतला होता.

रोख रक्कम अगदी दारापर्यंत पोहोचविण्याच्या प्रकरणात पुढे तपासकार्य करण्यास केंद्रीय अन्वेषण विभागाला परवानगी नाकारली गेली होती असे प्रसारमाध्यमांनी जनतेला सांगितले. १५ जुलै २००९ रोजी कायदेमंत्र्यांनी केलेली नोंद अशी आहे–

> *करण्यात आलेले आरोप अतिशय गंभीर स्वरूपाचे आहेत. केवळ काही तांत्रिक कारणांसाठी ते बाजूला सारता येणार नाहीत. संदर्भित खटला पुढे चालवला गेला नाही तर लोकांचा न्यायपालिकेवरचा विश्वास ढासळू लागेल.*
>
> *वरील गोष्टी विचारात घेता, या प्रकरणासंदर्भात मत जाणून घेण्यासाठी आणि पात्रतेनुसार परीक्षण करण्यासाठी हे प्रकरण सध्याचे महान्यायप्रतिनिधी*

यांचेकडे पाठवावे, असे आमचे ठाम मत आहे.

दिनांक १९ नोव्हेंबर २००९ रोजी गुन्हे अन्वेषण विभागाने मनुष्यबळ संवर्धन विभागाला पत्र लिहिले आणि या प्रकरणाची पुन्हा एकदा चौकशी व्हावी तसेच नव्या महान्यायप्रतिनिधींचे मतही जाणून घ्यावे अशी विनंती केली.

वहानवटी यांनीदेखील आपला डोळा बंद केला : निर्मल यादव, रविंदर सिंग आणि इतरांनी केलेल्या जमीन खरेदी व्यवहाराकडे आपण पाहणार नाही अशी मिलन यांनी खातरजमा केली होती, वहानवटी यांनीदेखील – रुपये १५ लाख चुकीच्या पत्त्यावर पोहोचल्याच्या मूळच्या मुद्द्याला बगल देण्याचीच खातरजमा केली. त्यांनी सोलन येथील जमिनीच्या खरेदीसंदर्भातल्या व्यवहारांवर लक्ष केंद्रित केले आणि त्यावर पुढीलप्रमाणे निकाल दिले :

> असे नोंदवले गेले आहे, की रविंदर सिंग नावाच्या व्यक्तीने सोलन येथे न्यायमूर्ती निर्मल यादव यांचेसह संयुक्तपणे जमीन खरेदी केली, आणि याचा संबंध श्री. संजीव बन्सल यांच्या म्हणण्यानुसार ज्या पत्रामध्ये न्यायमूर्ती निर्मल यादव यांना त्यांचे जवळचे मित्र रविंदर सिंग यांचेमार्फत १५ लाख रुपये पोहोचते करण्याबाबत लिहिले आहे त्या पत्रातील परिच्छेद क्र.५ शी जोडलेला आहे. यावरून असे दिसते की संदर्भित पत्राच्या परिच्छेद क्र.६ मध्ये रविंदर सिंग आणि जमीन खरेदीच्या व्यवहाराचा आलेला उल्लेख याद्वारे रविंदर सिंग आणि न्यायमूर्ती निर्मल यादव यांच्याकडे असलेले १५ लाख रुपये यांचा एकमेकांशी काहीतरी संबंध असावा. दिनांक ०४.०९.२००८ च्या पत्रातील मजकूर पाहता सोलन येथील जमीन विकत घेण्यासंदर्भात कोणताही गैरव्यवहार झाला असल्यासंदर्भात काहीही उल्लेख नाही.
>
> ४. माननीय सरन्यायाधीश यांचे तपासकार्यास परवानगी देणारे पत्र खटल्यासंबंधीच्या कागदपत्रात सामील केलेले नाही. दिनांक ०४.०९.२००८ च्या पत्रासंदर्भात ते लिहिले असावे असे मी गृहीत धरतो. वर उल्लेखिल्यानुसार दिनांक ०४.०९.२००८ च्या पत्रात सोलन येथील मालमत्ता खरेदीच्या संदर्भात आरोप करण्यात आलेल्या गैरव्यवहारासंबंधी काहीही लिहिलेले नाही. त्यामुळे सोलन येथील जमीन खरेदीसंदर्भातल्या गैरव्यवहारांचा शोध घेण्यास सरन्यायाधीशांनी परवानगी दिली होती असे म्हणता येणार नाही.
>
> ५. पोलीस अधीक्षकांच्या दिनांक १३.०१.२००९ च्या अहवालातील परिच्छेद क्र.१५.१२ मध्ये पुढीलप्रमाणे नोंदविलेले असल्याने त्यांचाही तसाच समज झाल्याचे दिसून येते :

‘१५.१२. हिमाचल प्रदेशमधील सोलन जिल्ह्यात जमीन खरेदी प्रकरणात न्यायमूर्ती सौ. निर्मल यादव (ए-६) आणि अन्य १७ जणांवर खोटे दस्तावेज बनवणे, फसवणूक आणि न्यायमूर्ती सौ. निर्मल यादव (ए-६) यांचेकडून त्यांच्या पदाचा गैरवापर करण्याबाबत खटला दाखल करण्यासंबंधीच्या नोंदी पाहता सकृतदर्शनी असे गुन्हे घडले असल्याचे दिसते. हा एक वेगळाच गुन्हा असल्याने, तो वेगळ्या भौगोलिक अधिकारक्षेत्रात घडलेला असल्याने, त्याचा तपास वेगळाच करायला हवा, त्यासाठी माननीय सरन्यायाधीश आणि हिमाचल प्रदेश सरकार यांचेकडून, के. वीरास्वामी वि. भारत सरकार (१९९१ एससीआर (३) १८९) या खटल्याच्या निकालपत्राच्या मार्गदर्शनानुसार आणि डीएसपीई कायद्यातील कलम ५ व ६ अंतर्गत अधिसूचना जारी करून परवानगी घेतली जाणे आवश्यक आहे.

६. यावरून हे स्पष्ट होते, की पोलीस अधीक्षकांच्या मतेदेखील सोलन येथील जमीन खरेदीसंदर्भात खोटे दस्तावेज बनवणे, फसवणूक आणि पदाचा गैरवापर हे सगळे मिळून एक वेगळा गुन्हा आहे आणि तो वेगळ्या भौगोलिक क्षेत्रात घडलेला आहे, म्हणून तो वेगळाच तपासला जावा आणि त्यासाठी भारताच्या सरन्यायाधीशांची के. वीरास्वामी खटल्याद्वारे केलेल्या मार्गदर्शनानुसार परवानगी मिळवणे आवश्यक आहे.’

दिनांक ७ डिसेंबर २००९ रोजी कायदा व न्याय खात्याचे सचिव श्री. डी. आर. मीना यांनी केंद्रीय अन्वेषण विभागाच्या संचालकांना एका पत्राद्वारे असे कळवले, की ‘उपलब्ध पुराव्यांचे विश्लेषण करून, विद्वान महान्यायप्रतिनिधींनी असे मत नोंदवले आहे, की ‘आरोप करण्यात आलेले गुन्हे संजीव बन्सल, रविंदर सिंग आणि निर्मल सिंग यांनी न्यायमूर्ती यादव यांच्याबरोबर कारस्थान करून केले होते असे सिद्ध करणारा अंशात्मकदेखील पुरावा नाही’ आणि ‘या प्रकरणी भारताच्या सरन्यायाधीशांबरोबर चर्चा केल्यानंतर त्यांनीदेखील सध्या या प्रकरणी कोणतीही कारवाई करण्याची आवश्यकता नसल्याचेच नमूद केले होते.’

यास अनुसरून पात्र प्राधिकरणाने खटला दाखल करण्यास परवानगी नाकारल्याचे नमूद करून गुन्हे अन्वेषण विभागाने आपला ‘प्रकरण समाप्ती अहवाल’ विशेष न्यायाधीशांच्या न्यायालयास सादर केला.

भारताच्या सरन्यायाधीशांच्या सल्लामसलतीनंतर परवानगी नाकारली गेल्याची बातमीदेखील ठळक मथळ्यांनिशी छापली गेली. प्रकरण सरन्यायाधीशांकडे पाठवलेच गेले नव्हते, आणि खटला दाखल करण्यास परवानगी नाकारावी अशी शिफारसदेखील त्यांनी केली नव्हती असे कळवणारे पत्र १० फेब्रुवारी २०१० रोजी सर्वोच्च

न्यायालयाच्या महासचिवांनी वर्तमानपत्रांना लिहिले.

२६ मार्च २०१० रोजी विशेष न्यायाधीशांनी 'प्रकरण समाप्ती अहवाल' फेटाळला, आणि या प्रकरणात आणखी तपास करण्याची गुन्हे अन्वेषण विभागाला विनंती केली.

आता हा प्रश्न भारताच्या सरन्यायाधीशांकडे योग्य पद्धतीने पाठवला गेला होता. अशा प्रकारच्या घटनांसंदर्भात कारवाई करण्यासंबंधीची पद्धत मे १९९७ पासून निश्चित केली गेली होती. त्या पद्धतीला अनुसरून सरन्यायाधीशांनी – अलाहाबाद, गुजरात आणि दिल्ली येथील उच्च न्यायालयातील तीन न्यायाधीशांची एक अंतर्गत समिती स्थापन केली. या समितीने १९ साक्षीदारांची तपासणी केली, त्यात न्यायाधीश निर्मल यादव, न्यायाधीश निर्मलजित कौर आणि इतरांचाही समावेश होता. त्यांनी दस्तावेज तपासले, तसेच टेलिफोनवरील संभाषणांचादेखील अभ्यास केला. १५ लाख रुपये खरोखरच न्यायमूर्ती निर्मल यादव यांच्यासाठीच होते असा निष्कर्ष तपासाअंती निष्पन्न झाला.

शेवटी एकदाचे १ मार्च २०११ रोजी, म्हणजे बटवड्यातील चुकीच्या घटनेनंतर अडीच वर्षांनी राष्ट्रपतींनी न्यायाधीश निर्मल यादव यांचेवर खटला दाखल करण्यास परवानगी दिली.

या खटल्यात नाव गोवले गेल्यानंतर न्यायाधीश निर्मल यादव यांची उत्तराखंड येथील उच्च न्यायालयात बदली करण्यात आली आणि त्या तेथे आपले न्यायदानाचे कर्तव्य बजावत राहिल्या.

४ मार्च २०११ रोजी – म्हणजेच घटना घडल्यानंतर अडीच वर्षांनी – गुन्हे अन्वेषण विभागाने आरोपपत्र दाखल केले. न्यायाधीश यांच्यावर भ्रष्टाचाराचा, आणि गुन्हा करण्यासाठी इतरांबरोबर कारस्थान करण्याचा आरोप ठेवण्यात आला. संदर्भित रक्कम – चुकीच्या पत्त्यावर – पोहोचती झाल्यानंतर दुसऱ्याच दिवशी हिमाचल प्रदेशमध्ये त्यांनी त्यांच्या भावाबरोबर (त्यावेळचे हरियाणाचे वित्तमंत्री) आणि अन्य नातेवाइकांसह जमीन खरेदी केल्याचा उल्लेखदेखील आरोपपत्रामध्ये करण्यात आला! ४ मार्च २०११ हा त्यांच्या न्यायाधीशपदाच्या कारकिर्दीचा अखेरचा दिवस होता : त्या त्याच दिवशी निवृत्त झाल्या.

दाखल केलेल्या आरोपपत्राला आव्हान दिले गेले.

तपशिलात शिरून सुनावण्या घेतल्यानंतर १४ नोव्हेंबर २०११ रोजी उच्च न्यायालयाने आव्हान फेटाळून लावले. परवानगीसंदर्भातील प्राधिकृत व्यक्तीने एकदा खटला दाखल करण्यास मान्यता नाकारल्यानंतर ती तिचे मत बदलू शकत नाही आणि मान्यता देऊ शकत नाही हा युक्तिवादाचा प्रमुख मुद्दा होता. कायद्यातील

तरतुदी आणि घटनाक्रमाची आदर्शवत पुनर्बांधणी केल्यानंतर उच्च न्यायालयाने असे दाखवून दिले, की (१) नवे पुरावे समोर मांडले जात असतील तर पात्र प्राधिकरणाने पूर्वी नाकारलेली परवानगी उलट फिरवण्यावर कोणतेही बंधन नाही; आणि (२) सर्वोच्च न्यायालयाच्या अनेक निकालांद्वारे आवश्यक ठरवली गेलेली भारताच्या सरन्यायाधीशांशी करावयाची सल्लामसलत फक्त एकदाच केली गेली, आणि त्यामुळे त्यांनी किंवा राष्ट्रपतींनीदेखील आपले मत उलट फिरवण्याच्या दाव्याला कसलाही आधार नाही.

प्रकरणाला आणखी तिढे आणि वळसे पडलेच. ३१ जुलै २०१३ रोजी म्हणजे – चुकीचा बटवडा झाल्यानंतर पाच वर्षांनी – चंदिगड येथील गुन्हे अन्वेषण खात्याच्या न्यायालयाने न्यायाधीश निर्मल यादव आणि इतरांवरील आरोपपत्राचा स्वीकार केला.

आणि त्यानंतर दिनांक ३ मे २०१६ रोजी – म्हणजे बटवड्यानंतर साडेसात वर्षांनी – विशेष न्यायाधीशांनी या खटल्यातील आरोप निश्चित केले.

खटला अजूनही न्यायचौकशी न्यायालयापुढे चालवला जात आहे.

ज्यांच्या मुन्शीने चुकीचे ऐकले आणि त्यामुळे चुकीच्या ठिकाणी टपाल पोहोचते केले ते अपर महाअधिवक्ता मेंदूतील गाठीच्या आजारामुळे निधन पावले आहेत.

न्यायाधीश निर्मल यादव निवृत्त झाल्या आहेत.

ज्यांनी धोक्याची घंटा वाजवली त्या न्यायाधीश निर्मल कौर सध्या राजस्थान उच्च न्यायालयात न्यायाधीश म्हणून काम करत आहेत.

नऊ वर्षांनंतरदेखील हे प्रकरण पहिल्याच टप्प्यात आहे.

या घटनाक्रमातून अनेक शिकण्यासारख्या गोष्टी पुढे येतात :

- 'प्रकरण समाप्ती अहवाल' स्वीकारण्यास नकार देणाऱ्या विशेष न्यायाधीशांची आदर्शवत् भूमिका
- आव्हान परतवून लावण्यात उच्च न्यायालयाने दाखवलेली चपळाई व चोखंदळपणा
- जयललिता यांच्या कर्नाटक उच्च न्यायालयासमोरच्या खटल्यामध्ये ज्या वकिलांनी त्यांच्या अशिलास सोयीचा ठरणारा युक्तिवाद जोरदारपणे केला – त्या वकिलांचीदेखील भूमिका
- देशातील कायदाव्यवस्थेच्या उच्चतम अधिकाऱ्यांची भूमिका : ते सरकारांच्या न्यायिक विचारधारेचे प्रतीक म्हणून कार्य करत होते का, तसेच न्यायपालिकेचे सल्लागार म्हणूनदेखील कार्य करत होते का, की ते समाजात प्रभावी

असलेल्यांच्या हाताखालचे नोकर म्हणून कार्य करत होते?

- नागरी सेवादात्यांची भूमिका : कायद्याने निश्चित केलेल्या स्वरूपात अनिवार्य असलेली सरन्यायाधीशांबरोबरची सल्लामसलत झालीच नव्हती असे नोंदींवरून स्पष्ट दिसत होते, तसेच न्यायाधीशांवर खटला दाखल करण्यासंबंधीची परवानगी मिळवण्यासाठी संदर्भित दस्तावेज पात्र प्राधिकरणाकडे म्हणजेच राष्ट्रपतींकडे पाठवलेच गेले नव्हते हेदेखील स्पष्ट दिसत होते. म्हणून, याचा – कायदा आणि वस्तुस्थिती यांचा – आधार घेत विधी सचिवांनी परवानगी नाकारल्याचे पत्र तर लिहिले नाही ना? सरन्यायाधीशांबरोबर सल्लामसलत झाल्यावरच परवानगी नाकारली गेली असल्याचा तर्क त्यांनी कशाच्या आधारावर बांधला होता?
- इतका गंभीर स्वरूपाचा ठपका असूनदेखील न्यायाधीश निर्मल यादव यांना उत्तराखंडच्या उच्च न्यायालयात बदली करून पाठवण्याचा विचित्र निर्णय घेतला जातो हे आणखी एक विशेष. न्यायाधीश कर्नन यांना कोलकाता उच्च न्यायालयात पाठवण्यासारखी कृती किंवा अशा बदल्यांसारख्या गोष्टी असंख्य वेळा झाल्याचा परिणाम म्हणून सिक्कीम किंवा त्यासारखी ईशान्येकडील असहाय राज्ये, किंवा अगदी उत्तराखंडचीच गोष्ट पहा – या राज्यांच्या डोक्यावर हा अख्ख्या देशाचे लक्ष लागून राहिलेला भार जबरदस्तीने का टाकला जातो बरे? शिवाय यातून एक नवाच मुद्दा उपलब्ध झाला, तो असा, की उत्तराखंड राज्याच्या उच्च न्यायालयात बदली केल्याचा मुद्दा संदर्भित न्यायाधीशांच्या समर्थनार्थ वापरला गेला. मग उच्च न्यायालयापुढे असा युक्तिवाद केला गेला, की न्यायव्यवस्था सल्लागार मंडळाने त्यांची बदली केली, याच गोष्टीतून हे सिद्ध होते, की खटल्यातील वस्तुस्थिती तपासल्यावर आणि सरन्यायाधीशांचा सल्ला घेतल्यानंतर मान्यता देणाऱ्या प्राधिकरणाने त्यांच्या विरुद्ध खटला दाखल करण्यास परवानगी नाकारली. जर राष्ट्रपती आणि सरन्यायाधीशांनी त्यांच्याविरुद्ध खटला दाखल करता येऊ शकतो असा निष्कर्ष काढला असता, तर ज्या सल्लागार मंडळाचे सरन्यायाधीशदेखील एक सदस्य आहेत, त्या मंडळाने दुसऱ्या एका उच्च न्यायालयात न्यायदानाचे कार्य करण्याची मुभा दिली असती का?

आणि अर्थातच या सगळ्यापेक्षाही वरचढ असा एक केंद्रवर्ती प्रश्न उरतोच : एखाद्या गंभीर स्वरूपाच्या गुन्ह्याचे प्रकरण जनतेसमोर उघड होते, त्यात उच्च न्यायालयातील एक न्यायाधीशच अडकलेले असतात, आणि ते प्रकरण न्यायप्रक्रियेच्या

पहिल्याच टप्प्यात नऊ वर्षे अडकून पडते – या सगळ्याचा न्यायपालिकेच्या प्रतिमेवर एकूणातच काय परिणाम होतो? व्यवस्थेत उद्‌भवलेली दूषित गाठ तत्परतेने काढून टाकली जाईल असा निष्कर्ष जनता काढू शकेल, की सहकारी न्यायाधीशाचा जास्तीत जास्त सहानुभूतीने विचार केला जाईल अशाच प्रकारे न्यायव्यवस्था रचली गेली आहे, असे जनतेने समजावे?

न्यायाधीशांना आणि मला मूर्ख ठरवलं गेलं आहे

चंदिगडमध्ये चुकीच्या ठिकाणी टपाल पोहोचविण्याची घटना घडली त्याच म्हणजे २००८ सालामध्ये तीन वर्षे तपासकार्य केल्यानंतर केंद्रीय गुन्हे अन्वेषण विभागाने प्राप्तिकर अपीलीय न्यायाधीकरणाच्या एका सदस्यावर कोलकाता येथील एका लेखापरीक्षकांच्या भागीदारी व्यवसायाच्या ग्राहकाला धार्जिण्या स्वरूपाचा 'पूर्वनियोजित' निकाल देण्याबद्दल खटला दाखल केला होता. त्या सदस्याच्या घरावर धाड टाकण्यात आली होती आणि २८ लाख रुपये जप्त करण्यात आले होते. निकालपत्रांमधील – त्यापैकी काही निकाल तर तोपर्यंत जाहीरही केले गेले नव्हते – अशा निकालपत्रांमधील मजकूर त्या भागीदारी व्यावसायिकांच्या संगणकांवर सुरक्षित ठेवल्याच्या बातम्या जानेवारी २०१२ उजाडेपर्यंत दी इंडियन एक्स्प्रेसने जनतेसमोर मांडायला सुरुवात केली होती. याचा अर्थ न्यायाधीकरणाच्या काही सदस्यांनी खटल्याच्या निकालाचे त्यांचे काम न्यायव्यवस्थेबाहेरील संस्थेकडे सोपवले असल्याचे दिसत होते. न्यायाधीकरणाच्या २३ सदस्यांनी संदर्भित भागीदारी व्यवसायाला धार्जिण्या स्वरूपाचे एकूण ६९ निकाल दिले असल्याचा संशय गुन्हे अन्वेषण विभागाने आपल्या अहवालाद्वारे व्यक्त केला होता; ही गोष्ट वर्तमानपत्राने जनतेसमोर उघड केली. या धंद्याचे जाळे दूरवर पसरले होते यात शंका नव्हती. मे २०१२ मध्ये वर्तमानपत्राने असे छापले, की भागीदारी व्यवसायाच्या 'संगणकाच्या हार्ड डिस्कमधून अगोदरच तारखा घालून ठेवलेली ७५ निकालपत्रे अन्वेषण विभागाने जप्त केली'. 'अर्थात, चेन्नई, मुंबई, कोलकाता आणि हैदराबाद येथील प्राप्तिकर अपीलीय न्यायाधीकरणांद्वारे यातील ५७ निकालपत्रे जाहीरही करण्यात आली होती'. बारा निकालपत्रांच्या बाबतीत, त्यामधील मजकूर ती निकालपत्रे प्रत्यक्ष जाहीर होण्यापूर्वीच हस्तगत करण्यात आली होती. ती जेव्हा प्रत्यक्षात जाहीर केली गेली तेव्हा त्यातील मजकूर भागीदारी व्यवसायाच्या संगणकावरून मिळालेल्या मजकुराशी तंतोतंत जुळत असल्याचे दिसून आले.

उच्च न्यायालयात न्यायपीठावर विराजमान असलेले न्यायाधीश आणि अन्य १६ जणांसंदर्भात अन्वेषणाची कार्यवाही करण्याची परवानगी केंद्रीय गुन्हे अन्वेषण

विभागाला अद्यापदेखील मिळाली नसल्याची बातमी वर्तमानपत्राने प्रसिद्ध केली. गुन्हे अन्वेषण विभागाने आठ सदस्यांविरुद्ध प्राथमिक चौकशीची कारवाई सुरू केली होती – कारण हे सदस्य निवृत्त झाले असल्याने सरकारकडून संमती मिळवण्याची आवश्यकता नव्हती. परंतु बाकीच्यांसंदर्भात मात्र अन्वेषण विभागाने प्राप्तिकर अपीलीय न्यायाधीकरणाच्या १५ सदस्यांविरुद्ध आणि प्राप्तिकर खात्याच्या चार अधिकाऱ्यांविरुद्ध प्राथमिक चौकशीची कारवाई सुरू करण्यास परवानगी देण्यासाठी विधी खात्याला विनंतिअर्ज केला होता. विधी खात्याने तो विनंतीअर्ज महान्यायप्रतिनिधी यांचेकडे पाठवला. चार वर्षे उलटून गेली. सरतेशेवटी मे २०१२ मध्ये गुन्हे अन्वेषण विभागाला बाकीच्या सदस्यांविरुद्ध आणि अधिकाऱ्यांविरुद्ध कारवाई करण्याची परवानगी मिळाली.

मे २०१४ पर्यंत एका खटल्याचे कामकाज सुरू झाले होते. गुन्हे अन्वेषण विभागाने बाकी सर्व खटले बंद केले होते! पुरेसा पुरावा नव्हता... पैसे दिले जाणे आणि त्याबदल्यात काम करून घेणे असा थेट संबंध प्रस्थापित करणारा पुरावा नव्हता असे त्यांचे म्हणणे होते. आणि त्याहीपेक्षा मोठे आश्चर्य म्हणजे, निकालपत्र 'पूर्वलिखित' असल्याचा आरोप सिद्ध करता येत नाही, आणि खंडपीठाकडील मनुष्यबळ कमतरतेमुळे लेखापाल व्यावसायिकांकडून साहाय्य मिळवणे ही सर्वसामान्य प्रथाच होती असा गुन्हे अन्वेषण विभागाने निष्कर्ष काढला असल्याची एक्स्प्रेसने बातमी दिली.[७]

या आणि अशा अन्यत्र घडणाऱ्या गोष्टी अन्य प्रकारेदेखील होत असल्याचा प्रत्यक्ष पुरावा माझ्याकडे आहे. मला भोपाळ येथील नॅशनल ज्युडिशियल अकादमीमध्ये भाषण करण्यासाठी आमंत्रित केले होते. परिषदेमध्ये सर्वोच्च न्यायालयातील न्यायाधीश, उच्च न्यायालयातील न्यायाधीश, सत्र न्यायाधीश आणि राज्यातील अन्य न्यायाधीशांसह विधी खात्यातील वरिष्ठ अधिकारीदेखील सहभागी झाले होते. जेव्हा त्यांच्यापैकीच कुणीतरी अडकलेले असते, तेव्हा न्यायपालिकेने स्वयंस्फूर्तपणे व त्वरेने कार्यवाही करणे आवश्यक का आहे हे उदाहरणाद्वारे स्पष्ट करण्यासाठी मी प्राप्तिकर अपीलीय न्यायाधीकरणाच्या प्रकरणाचा उल्लेख केला, आणि प्रकरणाचा सोक्षमोक्ष लावण्यात कायदे-नियमांचा काथ्याकूट, किंवा कायद्याच्या तरतुदींच्या आडोशाने दिरंगाई केल्यामुळे परिणामी न्यायपालिकेवरच संशयाची सुई स्थिर होते असे म्हणालो.

---

७. या सगळ्या गोष्टींसंदर्भात सविस्तर माहितीसाठी दी इंडियन एक्स्प्रेसच्या ११ जानेवारी २०१२, ९ फेब्रुवारी २०१२, १४ मे २०१२ आणि ५ मे २०१४ या दिवशीचे राहुल त्रिपाठी आणि रितु सरीन यांचे लेख पहा.

त्या दिवशी सहभोजन चालू असताना एका सर्वांत वरिष्ठ अधिकाऱ्याने स्पष्टीकरण द्यावे तसे सांगितले, 'साहेब, तुम्हाला वस्तुस्थिती नीट कळलेली नाही असे वाटते. निकालपत्रांच्या मसुद्यातील मजकूर लेखापाल कंपनीच्या संगणकावर सापडला याचा अर्थ तो तिथेच तयार केला जात होता असे नसते. थोडे जास्त पैसे कमावण्यासाठी आमचे लघुलिपिक कार्यालयातील कामाच्या वेळेनंतर अशा भागीदारी कंपन्यांमध्ये अर्धवेळ काम करतात. न्यायाधीकरणातील सदस्यांनी त्यांना सांगितलेला मजकूर लघुलिपिकांनी लघुलिपीत लिहून घेतलेला असतो आणि असे लिहिलेले कागद ते अर्धवेळ काम करण्याच्या ठिकाणी घेऊन जातात, मग त्या कंपनीच्या टंकलेखनाच्या कामातून वेळ मिळेल तसे हा लघुलिपीतला मजकूर ते टंकलिखित करत जातात. इतकं साधं, सरळ स्पष्टीकरण आहे याचं.'

ही गोष्ट दी इंडियन एक्स्प्रेस या वर्तमानपत्रात छापल्या गेलेल्या – 'निकालपत्रे 'पूर्व-लिखित' होती असा गुन्हे अन्वेषण विभागाने केलेला आरोप सिद्ध करणे शक्य नाही, आणि कर्मचारी संख्या अपुरी असल्यामुळे न्यायालये व खंडपीठे अशा कामांसाठी प्रचलित प्रथेला अनुसरून लेखापाल कंपन्यांची मदत घेतात' – या बातमीशी किती मिळती-जुळती होती, ते पहा. फरक एवढाच होता, की खंडपीठांनी लेखापाल कंपन्यांची मदत घेण्याऐवजी, त्या वरिष्ठ अधिकाऱ्याच्या म्हणण्यानुसार लघुलिपिक थोडे जास्त पैसे कमावण्यासाठी अशी मदत घेत होते! इथे टेबलावर बसलेल्या न्यायाधीशांची आणि माझीही तो वरिष्ठ अधिकारी मूर्खांत गणना करत होता असे मला त्याला सुनवावे लागले. पहिली गोष्ट म्हणजे लघुलिपिकांना निकालपत्रांचे मसुदे वगैरे कार्यालयाबाहेर घेऊन जाण्यास सख्त मनाई असते. दुसरे म्हणजे त्यांना अर्ध-वेळ काम करण्यासदेखील मनाई असते – त्यातही न्यायाधीकरणासमोर चालणाऱ्या दाव्यात गुंतलेल्या पक्षकारांपैकी कोणत्याही पक्षकाराच्या कार्यालयात काम करण्यास तर कदापिही नसतेच. आणि तिसरी गोष्ट म्हणजे, अशा कंपन्यांच्या संगणकावर एकूणसत्तर निकालपत्रे कशी काय सापडावी, त्यातही एका लेखापाल कंपनीच्या संगणकावर तर अद्याप जाहीर व्हावयाची असलेली बारा निकालपत्रे का बरे असावी? या प्रश्नाला उत्तर नव्हते, तेव्हा त्या अधिकाऱ्याने ऐकले न ऐकल्यासारखे करून स्वत:च्या जेवणाकडे लक्ष पुरवायला सुरुवात केली.

एखाद्या न्यायाधीशानेच काहीतरी चूक केल्याचा संशय घेतला जात असतो, तेव्हा त्या प्रकरणाची चौकशी आणि कार्यवाहीदेखील अतिशय जलद गतीने व्हावी याची न्यायपालिकेने खबरदारी घेणे अत्यावश्यक आहे. दुसरे म्हणजे 'अरे, हा आपला सहकारी न्यायाधीश आहे' अशी खोटी जवळीक, वा निष्ठा बाळगणे चूक आहे. एखादी साधी गाठदेखील असल्याचा संशय घेतला जात असेल, तरी ती संसर्गजन्य रोगाचीच असल्याचे मानून ती कीड संपूर्ण न्यायव्यवस्थेला लागू नये

म्हणून न्यायपालिकेने अशी गाठ मुळापासून काढून टाकण्याचे काम करणे अनिवार्य आहे.

शेवटी न्यायपालिका म्हणजे एखाद्या टेकडीवर असलेल्या, केवळ आकर्षक दिसते म्हणून नव्हे, तर आदर्श वाटते म्हणून पाहिले जाणाऱ्या घरासारखी असते. प्रत्येक न्यायाधीशाच्या वैद्यकीय उपचारांसंदर्भात झालेल्या आणि सर्वोच्च न्यायालयातर्फे भरपाई करण्यात आलेल्या खर्चाच्या रकमेबद्दलच्या माहितीसारखी सर्वसामान्य माहितीची केलेली विचारणा धुडकावून लावण्याद्वारे न्यायपालिका सामान्यांचा त्यांच्यावरील विश्वास दृढ करत असते का? न्यायाधीश आणि त्यांच्या निकटवर्ती कुटुंबीयांच्या मालमत्तेबद्दल विचारलेली माहिती देण्यास नकार देण्याद्वारेदेखील विश्वास दृढ करण्याचे काम होत असते का? सुनावण्या पूर्ण झाल्या आहेत, निष्कर्षदेखील काढले आहेत पण प्रत्यक्षात निकालपत्रे जाहीर केली गेली नाहीत अशा स्थितीतल्या खटल्यांबद्दल, विवादास्पद मुद्द्यांबद्दल माहिती मिळवण्यासाठी दाखल केलेली याचिका न्यायपालिका जेव्हा फेटाळते तेव्हा न्यायदानाच्या पवित्र कार्याबद्दल न्यायपालिका गंभीरपणे विचार करत असल्याबद्दल सामान्य नागरिकांच्या मनात असलेला विश्वास अधिक दृढ होतो की कमजोर होतो?[८]

दुसरे म्हणजे, न्यायाधीश, न्यायव्यवस्था यांच्यासहित कोणत्याही संस्थेचे, व्यवस्थेचे, अध:पतन अचानक घडणाऱ्या मोठ्या आघातामुळे होत नसते, तर वर्षानुवर्षे त्या व्यवस्थेला लागलेल्या धुपणीमुळे होत असते हे आपण लक्षात ठेवले पाहिजे. केली जाणारी प्रत्येक ढिलाई, उच्च नीतिनियमांपासून घेतलेली फारकत आपल्याला अध:पतनाच्या आणखी खालच्या पातळीवर नेत असते. आणि मग आपण अगतिकपणे अध:पतनाच्या तीव्र उताराच्या, गुळगुळीत रस्त्यावरून वेगाने गडगडत जातो. राजकारणी मंडळींचे झालेले नैतिक अध:पतन ही आपल्यासाठी घणघण वाजणारी धोक्याची घंटाच ठरावी.

न्यायाधीशांवर केल्या जाणाऱ्या आरोपांची शहानिशा करण्याच्या सध्या प्रचलित असलेल्या कार्यपद्धती आणि व्यवस्थांची नव्याने पुनर्तपासणी व पुनर्आखणी करणे एवढेच पुरेसे नाही. गंभीर त्रुटींबाबत करावयाच्या पद्धती आणि व्यवस्थांबद्दलदेखील पुन्हा सखोल विचारमंथन करण्याची असलेली गरज नुकत्याच घडलेल्या एका दु:खद घटनेमुळे अधोरेखित होते.

---

८. तुलनेसाठी पहा : अंजली भारद्वाज आणि प्रशांत भूषण, 'अ ट्रान्स्फरन्सी डेफिसिट,' दी इंडियन एक्स्प्रेस, २२ फेब्रुवारी २०१८.

बने हैं अहल-ए-हवस मुद्दई भी मुन्सिफ भी...

मागील प्रकरणात दिसून आलेल्या आपण घ्यावयाच्या धड्यांच्या थेट विरुद्ध पद्धतीची कार्यवाही प्रत्यक्ष सर्वोच्च न्यायालयानेच करायला सुरुवात केल्यामुळे न्यायपद्धतीचा असा विपरीत दिशेने विकास होत असल्याचे पाहून प्रचंड नैराश्य येणे साहजिक आहे. केवळ न्यायालयापुरतेच नाही, तर एकंदरीतच समाजमनावर प्रभाव टाकणाऱ्या आणि जनमानस अस्वस्थ करून टाकणाऱ्या तीन खटल्यांची उदाहरणे पाहिली तर आपल्या आजूबाजूला काय घडत आहे हे स्पष्ट होईल.

एक आत्महत्येसंदर्भातील चिठ्ठी

श्री. कालिखो पुल हे १९९५ पासून अरुणाचल प्रदेशचे निर्वाचित प्रतिनिधी होते. फेब्रुवारी २०१६ मध्ये ते अरुणाचल प्रदेशचे मुख्यमंत्री झाले. दुर्दैवीरीत्या सर्रासपणे चालणाऱ्या घोडेबाजाराला, पक्षबदल करण्याला – देशाच्या ईशान्य भागात ऊत आला. प्रकरण सर्वोच्च न्यायालयाकडे नेण्यात आले. न्यायालयाने १३ जुलै २०१६ रोजी दिलेल्या निकालाने त्यांचे सरकार बरखास्त झाले.

पुल यांचे शव ९ ऑगस्ट २०१६ रोजी दोरीला लटकलेल्या अवस्थेत सापडले. अतिरिक्त जिल्हा दंडाधिकाऱ्यांना त्यांच्या शवाजवळ एक ६० पानी निवेदन सापडले. प्रत्येक पानावर पुल यांनी स्वाक्षरी केलेली होती. पुल यांनी ज्या दिवशी – म्हणजे ८ ऑगस्ट २०१६ रोजी – आत्महत्या केली ती तारीख त्यांनी केलेल्या शेवटच्या स्वाक्षरीखाली लिहिलेली होती.

ईशान्येकडील राजकीय परिस्थितीची ज्याला थोडीशी तोंडओळख जरी असेल तरी – मला तर अखिल आसाम विद्यार्थी संघटनेचे आसाममध्ये आंदोलन चालू होते तेव्हा ते जवळून अनुभवल्यामुळे आणि श्री. वाजपेयी यांच्या सरकारमध्ये ईशान्येकडील राज्यांची व्यवस्था पाहण्याचे काम माझ्या हाती असल्यामुळे – त्या साठ पानी निवेदनात बरेच तथ्य होते – हे समजले असते. त्यांनी तपशीलवार वर्णन केलेला भ्रष्टाचार, राज्यातील जनतेच्या कामांसाठी राखून ठेवलेला पैसा त्या त्या भागातील राजकारणी लोकांद्वारे कसा भलत्याच कामांकडे वळवला गेला होता आणि वळवला जात होता – हे सगळे म्हणजे ईशान्येकडील राज्यांना मिळालेला शापच होता, आणि हेच त्या राज्यांमधील निष्पाप, साध्याभोळ्या जनतेचे महादुर्भाग्य होते. व्यक्तिगत आयुष्याबद्दल लिहिलेल्या परिच्छेदांव्यतिरिक्तच्या मजकुराच्या प्रत्येक परिच्छेदामध्ये सांख्यिक पुष्टीसह परिस्थितीचे वस्तुनिष्ठ वर्णन केलेले होते.

पुल यांच्या निवेदनात प्रकरण गुवाहाटी उच्च न्यायालय आणि त्यानंतर सर्वोच्च न्यायालयापर्यंत कसे पोहोचले, त्यानंतरचा घटनाक्रम कसा होता, याच्या वर्णनाबरोबरच श्री. पुल यांनी उच्च पदी बसलेल्या, अगदी ते ज्या पक्षाचे होते, त्या काँग्रेस पक्षातल्या उच्च पदावर असलेल्या व्यक्तींवर, तसेच दोन भूतपूर्व सरन्यायाधीश, तसेच त्या वेळी सरन्यायाधीशपदी असलेल्या न्यायाधीशांवर, त्या वेळी सर्वोच्च न्यायालयाच्या दुसऱ्या सर्वांत वरिष्ठ पदावरच्या न्यायाधीशांवर आणि वरिष्ठ वकिलांवरदेखील अत्यंत स्पष्ट आणि दूरगामी परिणाम करणारे केलेले आरोप आपल्या सध्याच्या चर्चेसाठी खूप महत्त्वाचे आहेत. त्यांच्या निवेदनाचा सारांश सांगायचा, तर – सर्वोच्च न्यायालयाकडून त्यांच्या बाजूने निकाल दिला जाण्यासाठी त्यांच्याकडे प्रचंड मोठ्या रकमेची मागणी करण्यात आली होती. इतकी मोठी रक्कम जमा करण्यासाठी आपल्याकडे उत्पन्नस्रोतही नाहीत आणि तसे करणे आपल्याला पटत नाही; आपल्या विरोधकांकडे या दोन्ही गोष्टी भरपूर प्रमाणात आहेत, आणि त्या मार्गानेच त्यांनी त्यांच्या बाजूचा निकाल पदरात पाडून घेतला आहे; असे त्यांनी लेखी स्वरूपात कळवले.[१]

---

१. श्री. पुल यांनी आपले निवेदन स्वत:च्या हस्ताक्षरात, ज्या भाषेवर त्यांचे प्रभुत्व होते त्या, हिंदीमध्ये लिहिले. निवेदनाचा इंग्रजीत अनुवादित केलेला संपूर्ण मजकूर वाचण्यासाठी 'न्यायव्यवस्थेची जबाबदारी आणि परिवर्तन : एक मोहीम' या विषयासंदर्भातल्या http://judicialreforms.org/cjar-covering-note-along-with-mr-kalikho-pul-former-arunachal-pradesh-cms-complete-suicide-note-without-redactions/ या संकेतस्थळावर पाहावे. विशेषत: निवेदनातील परिच्छेद क्र.९.७-८, १५.१९-२७ यांचे लक्षपूर्वक वाचन करावे.

अरुणाचल प्रदेशचे भूतपूर्व राज्यपाल श्री. राज खोवा यांनी श्री. पुल यांनी निवेदनाद्वारे केलेले आरोप अतिशय गंभीर स्वरूपाचे असल्याचे आणि त्यात तथ्यही असल्याचे प्रतिपादन केले आणि त्याचा सखोल तपास केला जाणे गरजेचे आहे असेही ते म्हणाले.

श्री. पुल यांनी निवेदनाद्वारे केलेल्या आरोपांची छानबीन करण्यासाठी एक स्वतंत्र चौकशी सुरू करावी अशी श्री. पुल यांच्या विधवा पत्नी, श्रीमती दांग्विमसाई पुल यांनी सरन्यायाधीशांकडे मागणी केली. न्यायाधीशांविरुद्ध त्याच्या कार्यशैलीवर आक्षेप घेणारा खटला दाखल करण्यापूर्वी सरन्यायाधीशांची परवानगी घेणे आवश्यक असल्याचे आपण वीरस्वामीच्या खटल्यापासून[२] पाहिले आहेच. आता निवेदनामध्ये त्या वेळच्या सरन्यायाधीशांवरच आरोप केला असल्यामुळे, तसेच पुढील काळात सरन्यायाधीश बनणार असलेल्या न्यायाधीशांवरदेखील आरोप असल्यामुळे, हे प्रकरण निकालासाठी अन्य वरिष्ठ न्यायाधीशांकडे पाठवले जाणे आवश्यक होते. ते झालेच नाही. इतकेच नव्हे, तर हा मुद्दा व्यवस्थापनविषयक होता, कारण त्यात न्यायालयाच्या कार्यशैलीबद्दल विचार केला गेला होता. परंतु तसे करण्याऐवजी सरन्यायाधीशांनी हे प्रकरण स्वत:च्या हातात घेतले, निवेदनपत्रालाच याचिका म्हणून ग्राह्य मानले, आणि ते पुढील न्यायिक कारवाईसाठी न्यायालय क्रमांक १३ कडे सुपूर्द केले. कायद्याबाबत सल्ला घेतल्यानंतर श्रीमती पुल यांनी याचिका मागे घेतली आणि त्याऐवजी पहिली खबर नोंदवण्यासाठी सर्वांत वरिष्ठ असलेल्या तीन न्यायाधीशांकडे परवानगी मागितली.

यानंतर प्रकरणाने अनेक-विविध वळसे घेतले. सारांश असा, की या सगळ्या प्रयत्नांमधून काहीही निष्पन्न झाले नाही. म्हणजे यात न्यायाधीश आणि वकील, त्याहूनही महत्त्वाचे म्हणजे न्यायालय, जिंकले की हरले?

यातून तीन गोष्टी स्पष्टपणे दिसतात. प्रथमत: काहीच निष्पन्न झाले नाही असे म्हणणे चुकीचे आहे. कारण श्री. पुल यांनी केलेले आरोप तर जीव धरून आहेतच. पण हे न्यायालये आणि न्यायाधीशांच्या प्रतिष्ठेसाठी चांगले आहे का?

दुसरे म्हणजे, आत्महत्या करतेवेळी लिहिलेले ते निवेदनपत्र कितपत मौल्यवान होते याची शहानिशा करण्यासाठी फक्त एक आठवडाभराचे तपासकार्य पुरेसे होते. कारण त्या पत्रात विशिष्ट प्रसंग-घटना, तारखा, सरकारी योजना, पैशाचे बहिर्गमनाचे मार्ग आणि इतरही सर्व गोष्टी तपशीलवार दिलेल्या होत्या. सर्वसाधारण पडताळणी करूनदेखील निवेदनातील आरोपांना काय आणि कशाचा आधार आहे, ते प्रस्थापित करता आले असते. योजना, कार्यक्रम, बहिर्गमनाचे मार्ग इत्यादीविषयी केली

---

२. के. वीरास्वामी वि. भारत सरकार, (१९९१) ३ एससीसी ६५५

गेलेली विधाने – सर्व न्यायाधीश आणि न्यायालयांच्या संदर्भात असलेली विधाने – जर कल्पनाविलासाचा भाग आहे असे दिसले असते, तर सकृतदर्शनी तरी न्यायाधीश आणि न्यायालयांकडून काय प्रतिसाद मिळाला ते तपासणे महत्त्वाचे राहिले नसते. उलटपक्षी, निवेदनातील विधाने आणि वस्तुस्थिती एकमेकांशी जुळणारी असती – श्री. पुल यांनी नमूद केलेल्या योजना, पैशाच्या बहिर्गमनाचे त्यांनी यादीच करून दिलेले मार्ग, पैसे भलत्याच कामी वळवण्यासाठी वापरली जाणारी साधने इत्यादी – जर खरोखरच त्यांनी निवेदनपत्रात वर्णन केल्याप्रमाणे अस्तित्वात असत्या, तर त्यांनी केलेल्या इतर विधानांची शहानिशा करणेदेखील क्रमप्राप्त ठरते. पण इतका साधासा प्रयत्नदेखील केला गेला नाही.

तिसरी गोष्ट म्हणजे या बाबतीत कायदा अस्तित्वात आहे. आपल्या न्यायालयांमध्ये मृत्युकालीन कथन अतिशय महत्त्वाचे समजले जाते. आणि भारतीय पुरावे कायद्यातील या संदर्भातील कलमांनुसार आत्महत्येच्या वेळी केलेल्या निवेदनालादेखील मृत्युकालीन कथनासारखेच मानले जाते. जर संबंधित व्यक्तीने त्याला व्यक्तिशः माहीत होणे शक्य असलेली, आणि ज्यात ती व्यक्ती स्वतः अडकलेली असण्याची वस्तुस्थिती वर्णन केली असेल, तर अशा निवेदनाला पुराव्याचा दर्जा दिलेला आहे. भारतीय पुरावे कायद्याचे कलम ३२ काय सांगते ते पहा :

३२. मृत किंवा जिचा शोध लागत नाही अशा व्यक्तीने वस्तुस्थितीबद्दल केलेल्या विधानांचा कामकाजाशी संदर्भ असलेले खटले – मृत किंवा जिचा शोध घेता येत नाही, किंवा जी साक्ष देण्यास समर्थ नाही, किंवा जिल्हा न्यायालयात उपस्थित करण्यास अवाजवी स्वरूपाचा दीर्घ काळ किंवा खर्च करावा लागेल, अशा व्यक्तीने वस्तुस्थितीबाबत केलेली लेखी वा तोंडी विधाने, ही पुढील प्रकारच्या खटल्यांमध्ये संदर्भित वस्तुस्थितीचेच वर्णन असल्याचे गृहीत धरले आहे –

(१) जेव्हा ते विधान मृत्यूच्या कारणाबद्दल असते – एखाद्या व्यक्तीच्या मृत्यूचे कारण हाच वादाचा मुद्दा असेल तर अशा वेळी मरणाऱ्या व्यक्तीने तिच्या मृत्यूस कारणीभूत असलेल्या गोष्टीबद्दल विधान केले असेल, किंवा एखाद्या व्यावहारिक परिस्थितीतून उत्पन्न झालेल्या मृत्यूच्या कारणाबद्दल विधान केले असेल तर.

विधाने करणारी व्यक्ती विधाने करत असताना मृत्यूची अपेक्षा करत असली किंवा नसली, आणि त्या व्यक्तीच्या मृत्यूचे कारण हा वादाचा मुद्दा असलेल्या खटल्याचे स्वरूप कोणतेही असले, तरी.

...(३) किंवा ती विधाने करणाऱ्याच्याच हिताविरोधात असतील तर

व्यक्तीला मिळण्याची शक्यता असलेल्या शिक्षेसंदर्भात किंवा कोणत्याही मालमत्तेमध्ये असलेल्या त्या व्यक्तीच्या स्वारस्यासंदर्भात स्वत: त्या व्यक्तीलाच हानिकारक ठरेल, किंवा जर विधान खरे असेल, तर स्वत: त्या व्यक्तीलाच फौजदारी कारवाईला किंवा नुकसानभरपाईच्या कारवाईला सामोरे जावे लागेल अशी विधाने.

(४) किंवा विधानाद्वारे सार्वजनिक हक्क किंवा प्रथा, किंवा सार्वजनिक हिताच्या मुद्द्याबाबत मत व्यक्त केले गेले असेल तर – जेव्हा अशा विधानाद्वारे एखादा सार्वजनिक हक्क वा अधिकार अस्तित्वात असल्याचे किंवा सार्वजनिक किंवा सर्वसामान्य जनतेच्या हिताच्या गोष्टीबद्दल त्या व्यक्तीने आपले मत व्यक्त केले असेल, किंवा अशी हिताची गोष्ट अस्तित्वात असल्याची माहिती असल्याचे मत व्यक्त केले असेल, आणि असे विधान तसा हक्क वा अधिकार, प्रथा किंवा वादाचा मुद्दा उपस्थित होण्यापूर्वीच केलेले असेल तर

अशी विधाने मृत्युकालीन कथनेच समजली जावीत.

आता श्री. पुल खरोखरच मृत्यू पावले होते. त्यांनी कथन केलेल्या गोष्टी, त्यांना व्यक्तिश: 'माहीत असण्याची शक्यता' होतीच होती. आपले स्वत:चेच आयुष्य संपवण्यास भाग पाडणारी परिस्थिती त्या निवेदनात नक्कीच वर्णिलेली होती. त्यातले अनेक खुलासे त्यांना स्वत:लाच उघडे पाडणारे होते, म्हणजेच ते त्यांच्या स्वत:च्याच हिताविरोधात होते. त्यांनी केलेली विधाने सर्वसामान्य जनतेला अवगत होण्याच्या आणि जनहिताच्या दृष्टीनेदेखील निश्चितच महत्त्वाची होती.

वर उल्लेखिलेल्या प्रकरणांच्या चर्चेतून शिकायला मिळालेल्या धड्यांचा विचार करता, विवेकबुद्धीने चालायचे म्हटले, तर अशा मुद्द्याला 'नैसर्गिक मृत्यू'च्या अधीन करण्याऐवजी, ते निवेदनपत्र प्रकाशात आल्याबरोबर न्यायपालिकेने एक अत्यंत नि:स्पृह व नि:पक्षपाती चौकशी सुरू करण्याचा मार्ग पत्करणे आवश्यक होते.

एक खुनाची शक्यता

आणखी एक प्रकरण, आणि त्यावरची न्यायपालिकेची प्रतिक्रिया फार म्हणजे फारच गंभीर परिणाम करणारी होती – कारण त्यामध्ये पैशांचा नव्हे, तर खुनाच्या शक्यतेचा प्रश्न गुंतलेला होता. सोहराबुद्दीन नावाचा माणूस आणि त्याच्या पत्नीचा २००५ साली गुजरातमध्ये खून झाला होता. गुजरात पोलिसांबरोबर झालेल्या

'चकमकी'मध्ये तो मारला गेल्याचा दावा करण्यात आला होता. मग त्या गरीब पत्नीचं काय? तीदेखील त्या 'चकमकी'चाच भाग होती का? हा सगळा बेबनाव घडवून आणल्याचा तत्कालीन गृहमंत्री आणि नंतर भाजपाचे अध्यक्ष झालेल्या अमित शहा यांचेवर आरोप होता. हा खटला गुजरात राज्यात नि:पक्षपातीपणे चालवला जाणे शक्य नसल्याचा निष्कर्ष काढून उच्च श्रेणीतील न्यायालयांनी हा खटला महाराष्ट्र राज्याकडे सोपवण्याचे आदेश दिले. सर्वोच्च न्यायालयानेदेखील हा खटला एकाच न्यायाधीशांपुढे सुरुवातीपासून शेवटपर्यंत, अंतिम निकाल जाहीर करण्यापर्यंत चालवला जावा असे आदेश दिले. गुन्हे अन्वेषण विभागाचे खटले चालवणाऱ्या मुंबईतील विशेष न्यायालयाकडे हा खटला पाठवण्यात आला. श्री. जे. टी. उत्पात हे तेथील न्यायाधीश होते. न्यायालयात हजर होण्यासाठी त्यांनी अमित शहा यांच्या नावे एकामागून एक समन्स काढली. अमित शहा आलेच नाहीत. शहा यांना न्यायालयात हजर राहण्यापासून सूट मिळावी यासाठी एकसारखे प्रयत्न करणाऱ्या शहा यांच्या वकिलांना त्यांनी २० जून २०१४ रोजी चांगली समज दिली आणि शहा यांनी न्यायालयात २६ जून रोजी हजर राहावे असे आदेश दिले. आणि काय आश्चर्य! २५ जून रोजी त्यांची बदली झाली! हा खटला सुरुवातीपासून शेवटपर्यंत एकाच न्यायाधीशांसमोर चालवला जावा असे आदेश २७ सप्टेंबर २०१२ रोजीच सर्वोच्च न्यायालयाने दिलेले असूनदेखील ही बदली झाली. आणि त्यांची बदली कोणी केली? मुंबई उच्च न्यायालयाचे प्रमुख सरन्यायाधीश ज्या समितीचे अध्यक्ष आहेत, आणि हा खटला सुरुवातीपासून शेवटपर्यंत एकाच न्यायाधीशासमोर चालवला जावा याची खातरजमा करण्यासाठी तसे आदेश सर्वोच्च न्यायालयाने ज्या व्यवस्थापकीय समितीला दिले होते, त्याच समितीने ही बदली केली होती.

मग या खटल्याचे कामकाज पाहण्यासाठी ब्रिजगोपाल हरिकृष्ण लोया या नव्या न्यायाधीशांची नेमणूक करण्यात आली. शहा यांची निर्दोष मुक्तता करावी यासाठी त्यांच्यामागे पुन:पुन्हा तगादा लावला गेला. आपण असे करू शकत नाही – खटल्याच्या नोंदींची पाने १०,००० पेक्षा जास्त आहेत, आणि ते दस्तावेज अभ्यासल्याशिवाय कोणताही निर्णय घेणे शक्य नाही असे त्यांनी मध्यस्थी करणाऱ्यांना सांगितले. त्यांच्या न्यायालयातदेखील हजर न राहण्याचे काम शहा इमानेइतबारे करत राहिले. लोया यांनी गैरहजर राहण्याबद्दल कारणे दाखवण्याची मागणी केली. आणि यासाठी पुढील सुनावणीची १५ डिसेंबर ही तारीख निश्चित केली.

नागपूर येथे होत असलेल्या एका लग्नाला उपस्थित राहण्याचा त्यांना आग्रह केला गेला. अतिशय उत्तम तब्येत असलेल्या, त्यामुळे कोणत्याही आजारपणाचा इतिहास नसलेल्या, त्यातही हृदयासंबंधीच्या कसल्याही आजाराचा लवलेशही

नसलेल्या लोया यांना ३० नोव्हेंबर २०१४ च्या रात्री हृदयविकाराचा जबरदस्त झटका येऊन त्यातच त्यांचे १ डिसेंबर २०१४ रोजी अगदी पहाटेच निधन झाल्याचे सांगितले गेले.

अचानक कुठून तरी, त्यांच्या कुटुंबीयांशी कोणत्याही प्रकारे संबंध नसलेल्या, दोन व्यक्ती जादू झाल्यागत अवतीर्ण झाल्या – त्यांच्याकडे न्यायाधीशांच्या पत्नी, बहिणी, वडील असे सर्व अगदी दूर – मुंबई, लातूर, धुळे, जळगाव, औरंगाबाद – अशा ठिकाणी राहणाऱ्या – नातेवाइकांचे दूरध्वनी क्रमांक होतेच – मग त्यांनी न्यायाधीशांचे निधन झाल्यानंतरच्या पहाटेच्या ५ वाजल्यापासून सगळ्यांना फोन करायचा आणि न्यायाधीशांचे शव गातेगाव या लातूरपासून ३० किलोमीटरवर असलेल्या एका दुर्गम भागातील गावात पाठवले जात असल्यामुळे त्यांनीही त्या गावी जावे असे निरोप सांगण्याचा सपाटा लावला.

फक्त फोनवरील निरोपच नव्हे, तर शव पाठवण्यासाठी केलेली गातेगावाची निवड हेदेखील एक रहस्यच होते. सर्वसामान्यपणे न्यायाधीशांची पत्नी आणि कुटुंबीय राहत होते त्या मुंबईमध्ये शव नेले जाणे सयुक्तिक होते. नंतर प्रचंड मानसिक धक्क्यातून सावरत असतानादेखील शव पोचवण्यासाठी कोणीही आले नव्हते याचे त्यांना त्या वेळी आश्चर्य वाटल्याचे त्यांनी सांगितले होते. याहीउपर जात कुटुंबीयांना अंत्यविधी करण्याची घाई करण्यात आली असेही त्यांनी सांगितले.

निरंजन टाकळे नावाच्या एका धाडसी पत्रकाराने या गूढ मृत्यूचा दीड वर्ष मागोवा घेतला. तेव्हा त्यात अनेक प्रकारच्या तर्कविसंगत गोष्टी दिसून आल्या. बराच काळ टोलवाटोलवी केल्यानंतर तो पत्रकार ज्या 'दी वीक' या मासिकासाठी काम करत होता, त्या मासिकाच्या वरिष्ठांनी या पत्रकाराने जे काही शोधून काढले होते, ते न छापण्याचा निर्णय घेतला. त्याने नोकरीचा राजीनामा दिला, आणि वस्तुस्थितीचे आणखी पुरावे गोळा करत राहिला. सरतेशेवटी त्याच्या शोधकार्याला कॅराव्हान या प्रकाशनाने 'ऑनलाइन'[३] स्वरूपात प्रकाशित केले. ते अतिशय सनसनाटी ठरले.

श्री. लोया यांनी आपल्या पत्नीला रात्री ११ वाजता फोन केला होता. ते चाळीस मिनिटे बोलत होते. कोणत्याही प्रकारचा अस्वस्थपणा वाटत असल्याचा

---

३. तुलनेसाठी, निरंजन टाकळे, यांचा कॅराव्हानच्या २० नोव्हेंबर २०१७च्या अंकात 'अ फॅमिली ब्रेक्स इट्स सायलेन्स : शॉकिंग डीटेल्स इमर्ज इन डेथ ऑफ जज प्रिसाइडिंग ओव्हर सोहराबुद्दीन ट्रायल' या शीर्षकाचा लेख, तसेच अतुल देव आणि अनोश मालेकर यांचा कॅराव्हानच्या २१ डिसेंबर २०१७ च्या अंकामधील 'डेथ ऑफ जज लोया : पॉसिबल मॅनिप्युलेशन ऑफ रेकॉर्ड्स ॲन्ड इनकन्सिस्टंट न्यू टेस्टिमोनीज रेझ फर्दर क्वेश्चन्स' या शीर्षकाचा लेख वाचा.

त्यांनी साधा उल्लेखही केला नव्हता. शासनाचे उच्चपदस्थ वापरत असलेल्या सरकारी अतिथिगृहामध्ये त्यांची राहण्याची व्यवस्था झाली होती. पहाटे ४ वाजता त्यांनी छातीमध्ये दुखत असल्याचे सांगितले असे सांगितले गेले. अतिथिगृहाजवळ अनेक वाहने उपलब्ध असणे शक्य होते. त्यांना तिथून जवळच असलेल्या, आणि तज्ज्ञ डॉक्टरांची सेवा उपलब्ध करू शकणाऱ्या दोन प्रसिद्ध रुग्णालयांपैकी कुठेही नेले गेले नाही. त्याऐवजी त्यांना एका हाडांवर उपचार करणाऱ्या रुग्णालयात – ज्याच्या मालकाचे उजव्या विचारसरणीच्या अनेक संस्थांशी संबंध होते – अशा रुग्णालयात नेण्यात आले. शासकीय अतिथिगृहापासून त्या रुग्णालयापर्यंतच्या प्रवासाला ४५ मिनिटे लागली असे सांगितले गेले होते. कॅराव्हानच्या वार्ताहरांनी प्रत्यक्षात हा प्रवास करून पाहिला तेव्हा त्याला केवळ ६ मिनिटे लागतात असे दिसून आले. रुग्णालयात अनेक न्यायाधीश उपस्थित होते असे सांगितले गेले होते – पण त्यापैकी एकालाही आपल्या सहकाऱ्याचे नाव सांगता आले नाही. आघाडीच्या वर्तमानपत्रात छापल्या गेलेल्या बातम्या, प्रतिबातम्यांमध्ये ईसीजी चाचणीचा आलेखच जसाच्या तसा छापला गेला. आलेख छापणाऱ्या यंत्राने आलेख काढला गेल्याची वेळ पहाटे ५ वाजून ११ मिनिटे आणि तारीख ३० नोव्हेंबर २०१४ अशी – म्हणजेच लोया यांना हृदयविकाराचा झटका आल्याचे सांगितले जात होते त्या तारखेच्या पूर्ण एक दिवस आधीची तारीख व वेळ – छापली होती! चौकशी करता रुग्णालयातील अधिकाऱ्यांनी हे 'तांत्रिक अडचणी'मुळे घडले असल्याचे पालुपद लावले. मात्र दुसऱ्या कोणत्याही ईसीजीबाबत ही 'तांत्रिक अडचण' उद्‌भवली नव्हती हे विशेष. इतकेच नव्हे, तर लोया यांना जो हृदयविकाराचा जबरदस्त झटका आल्याचे सांगितले जात होते त्याचा मागमूसही या आलेखात दिसत नव्हता. मृत्यूची वेळ सकाळी ६ वाजून १५ मिनिटे अशी नोंदवलेली होती. परंतु कुटुंबीयांना न्यायाधीशांचे निधन झाल्याचे निरोप दूरध्वनीवर पहाटे ५ वाजल्यापासूनच यायला लागले होते. शासकीय वैद्यकीय महाविद्यालयातील एक आणि पोलीस ठाण्यातील एक – अशा दोन माहीतगार स्रोतांनी – या प्रकरणाचा पाठपुरावा करणाऱ्या कॅराव्हानच्या चमूला न्यायाधीश पहाटे नव्हे, तर मध्यरात्रीच्या सुमारास निधन पावले असल्याची खबर त्यांना मिळाली असल्याचे सांगितले होते.

मरणोत्तर शवपरीक्षा १ डिसेंबर रोजी १० ते ११ वाजण्यादरम्यान केली गेल्याचे सांगितले गेले होते. सहज नजर पडली तरी मुळात लिहिलेल्या तारखेवर गिरवून तारखेत फेरफार केला गेल्याचे लक्षात येत होते. अहवालावर पोलीस सब-इन्स्पेक्टरची न्यायाधीशांचा पुतण्या असल्याची ओळख सांगणाऱ्या कुणाची तरी स्वाक्षरी होती : परंतु न्यायाधीशांना कोणी पुतण्या नव्हताच. शवपरीक्षा ज्या वेळेदरम्यान केली गेली असे म्हटले गेले होते, तशी ती केल्याचे मान्य केल्यास

गातेगावसारख्या दुर्गम गावी न्यायाधीशांचे शव प्रत्यक्षात ज्या वेळी पोहोचले होते, त्या वेळी पोहोचवले जाणे शक्यच नव्हते. अतिथिगृहातील रहिवासाच्या नोंदणी पुस्तिकेतील नोंदींमध्येदेखील फेरफार केल्याचे स्पष्टपणे दिसत होते. खोलीमध्ये दोन व्यक्तींपुरतीच शयनव्यवस्था असूनदेखील तिथे तीन न्यायाधीश झोपल्याची नोंद पुस्तिकेमध्ये झालेली दिसत होती.

स्वत: एक डॉक्टर असलेल्या न्यायाधीशांच्या बहिणीने – न्यायाधीशांच्या डोक्यावर मागच्या बाजूला जखमा आणि रक्त दिसत होते, त्यांचे कपडेदेखील रक्ताने माखले होते, खासकरून त्यांच्या शर्टावर डाव्या खांद्यापासून कमरेपर्यंत रक्ताचे डाग होते – असे श्री. टाकळे यांना सांगितले होते, आणि पोलिसांचे अहवाल या बाबतीत नुसते मौनच नव्हते, तर अगदी उलट स्वरूपाची नोंद दाखवत होते... आणि यांसारख्या अनेक ठळक तफावती होत्या.[४]

परंतु तिकडे न्यायालयात काय घडत होते ते पाहू. लोया यांच्या जागी एम. व्ही. गोसावी या नव्या न्यायाधीशांची नियुक्ती झाली होती. आणि त्यानंतर काही दिवसांतच, म्हणजे कल्पनाशक्तीला कितीही ताण दिला तरी पुराव्यांची तपशीलवार छाननी करून व सुनावण्या घेऊन ३० डिसेंबर २०१४ रोजी निकाल दिला असेल असे मान्य करताच येणार नाही, अशा परिस्थितीत त्यांनी अमित शहा यांना आरोपातून मुक्त केले. म्हणजे चौकशीला सामोरे न जाताच शहा यांना दोषमुक्त केले गेले होते – ही तर कायद्याची आणि त्याचबरोबर सर्वोच्च न्यायालयाच्या विशिष्ट आदेशांची धडधडीतपणे केलेली पायमल्ली होती.

नोंदवलेल्या पहिल्या खबरी, दाखल केलेली आरोपपत्रे यांमधून – सोहराबुद्दीन, त्याची पत्नी कौसरबी आणि तुलसीराम प्रजापती हा त्या जोडप्याच्या पोलिसांनी केलेल्या अपहरणाचा महत्त्वाचा साक्षीदार, या तिघांनाही खोट्या चकमकींमध्ये मारण्यात आले होते – असेच गुन्हे अन्वेषण विभागाचे म्हणणे होते. गुजरात उच्च न्यायालयाने शहा यांना दिलेल्या जामिनाच्या आदेशाला अन्वेषण विभागाने जोरदार विरोध केला होता, आणि त्यांनी सर्वोच्च न्यायालयात या आदेशाविरुद्ध याचिकादेखील दाखल केली होती. खरेतर शहा हे एका 'खंडणी जाला'चे मुख्य होते, या खुनांमागे 'फार मोठे कारस्थान' होते, शहा त्या कारस्थानातील महत्त्वाची व्यक्ती होते; परिणामी त्या कारस्थानाचाच एक भाग म्हणून हे खून झाले होते; तसेच 'त्यांच्या आज्ञेमुळे आणि दबावामुळेच वरिष्ठ पोलीस अधिकाऱ्यांनी सोहराबुद्दीन, कौसरबी आणि तुलसीराम प्रजापती यांच्या खुनाच्या प्रकरणात ते गुंतले असण्याची

---

४. या सगळ्या प्रकरणाबद्दल कॅराव्हानमधील वर उल्लेख केलेले लेख, व कॅराव्हानतर्फे निरंजनचा लेख प्रसिद्ध होण्यापूर्वी माझी निरंजनबरोबर झालेली संभाषणे पाहावी.

सर्व चिन्हे मिटवण्याचा प्रयत्न केला, आणि न्यायालयाची (सर्वोच्च न्यायालयाची) दिशाभूल करण्याचादेखील प्रयत्न केला', फोनवरील संभाषणांच्या नोंदी पाहता खून होत असताना शहा 'पोलिसांच्या अखंड संपर्कात' होते...' असेही त्यांनी आपल्या आरोपपत्रामध्ये म्हटले होते. परंतु आता मात्र शहा यांना दोषमुक्त केले जात असताना गुन्हे अन्वेषण विभागाने त्याच्या विरोधात नुसते बोटदेखील उचलले नाही.

असं होण्याचं काय बरं कारण असावं? मे २०१४ मध्ये केंद्रात आणि ऑक्टोबर २०१४ मध्ये महाराष्ट्रात भाजपाचे सरकार सत्तेवर आले होते.

इथे मामला फक्त भ्रष्टाचाराचा नव्हता, तर एका संभाव्य, निदान दाट शक्यता असलेल्या खुनाचा होता. आपण यापूर्वी चर्चिलेल्या प्रकरणांमधून घेतलेल्या धड्यांच्या अनुषंगाने विचार करायचा, तर सर्वोच्च किंवा उच्च न्यायालयाने सामोऱ्या आलेल्या वस्तुस्थितीची त्वरित नोंद घ्यावी आणि त्या गूढ, संशयास्पद परिस्थितीतील मृत्यूच्या कारणाचा त्वरेने आणि सखोल तपास करावा असा विचार माझ्या मनात आला असता – कारण या न्यायालयांनी सर्व प्रकारच्या प्रकरणांचा तपास स्वयंस्फूर्तपणे आपल्या हाती घेतल्याची अनेक उदाहरणे आपल्याला माहीतच आहेत.[५] परंतु तसे होण्याऐवजी त्या आघाडीवर निःशब्द शांतता होती. नोव्हेंबर २०१७च्या तिसऱ्या आठवड्यात या घटनेबाबतचा खळबळजनक तपशील प्रकाशित झाल्यानंतरही आणि न्यायाधीश श्री. लोया यांच्या नातेवाइकांच्या मुलाखतींच्या ध्वनिचित्रफिती प्रसिद्ध झाल्यानंतरदेखील न्यायपालिका विरुद्ध दिशेला तोंड करून बसलेली होती. सरतेशेवटी ४ जानेवारी २०१८ रोजी मुंबई वकील संघटनेने हे प्रकरण मुंबई उच्च न्यायालयात धसाला लावायचे ठरवले : या मृत्यूच्या घटनेची सखोल तपासणी व्हावी अशी मागणी करणारी याचिका त्यांनी दाखल केली. न्यायालयाने याचिका दाखल करून घेतली, आणि काही सूचना प्रसारित केल्या.

मुंबई उच्च न्यायालयाने सूचना प्रसारित केल्यानंतर काही दिवसांतच, अचानकपणे आणखी एक 'जनहितार्थ' याचिका सर्वोच्च न्यायालयामध्ये दाखल झालेली पाहायला

---

५. आणि याच्यासाठी मला उदाहरणे शोधायची गरज वाटत नाही. माझ्या स्वतःच्याच अनुभवातले एक उदाहरण मी लगेच देऊ शकतो. मी इंडियन एक्स्प्रेसमध्ये एक अग्रलेख लिहिला. तत्कालीन सरन्यायाधीशांनी स्वयंस्फूर्तपणे त्याची दखल घेतली, आणि माझ्याविरुद्ध न्यायालयाच्या अपमानाचा दावा दाखल केला. या खटल्याची टांगती तलवार सव्वीस वर्षे माझ्या डोक्यावर होती. पाच न्यायाधीशांच्या खंडपीठाने मला दोषमुक्त केले आणि तसे करताना माझ्या बाजूने सादर करण्यात आलेली सर्वच्या सर्व निवेदने ग्राह्य मानली गेली होती.

मिळाली. याचिका करणाऱ्याने आपण एक मुंबईस्थित पत्रकार[६] असल्याचे सांगितले होते. या 'पत्रकाराने' मुंबई उच्च न्यायालयाने स्वीकृत केलेल्या याचिकेसंबंधातील कार्यवाहीमध्ये सामील होण्याचा प्रयत्न केला नाही. तो सर्वोच्च न्यायालयाकडे गेला. सर्वसामान्यपणे पाहता, मुंबई उच्च न्यायालयाने हाच मुद्दा हाती घेतला असल्याने सर्वोच्च न्यायालयाने त्या याचिकाकर्त्याला त्यामध्ये सामील व्हायला सांगितले असते. पण या वेळी सरन्यायाधीशांनी तो रिट अर्ज दाखल करून घेतला. त्यांनी तो नुसताच 'दाखल करून' घेतला नाही, तर त्यापुढील कार्यवाहीची घाई करून दुसऱ्याच दिवशी पटावरदेखील घेतला! आणि त्यानंतर एक विलक्षण गोष्ट घडली. जर सरन्यायाधीशपदावरील व्यक्ती – श्री. लोया यांच्या मृत्यूला तीन वर्षांपेक्षा जास्त काळ लोटल्यानंतर – अचानकपणे जागी झाली, तिला या गंभीर घटनेचे प्रचंड मोठे महत्त्व कळले, असे म्हणावे, तर त्यांनी ते प्रकरण निवाड्यासाठी एखाद्या वरिष्ठ अनुभवी न्यायाधीशांच्या हाती सोपवायला हवे होते. परंतु, प्रत्याक्षात सरन्यायाधीशांनी ते न्यायाधीश श्री. अरुण मिश्रा यांच्या न्यायालय क्रमांक १० कडे वर्ग केले.

इथे इतिहासाची पुनरावृत्ती होत होती – परंतु न्यायालयांच्या भूमिका उलट झाल्या होत्या! आपल्या नियंत्रणाखाली राखण्यास अवघड जाईल अशा न्यायालयाकडे प्रकरण जाण्यापूर्वीच ते आपल्याला धार्जिण्या असलेल्या न्यायालयाकडे तातडीने वर्ग करायचे, तिथे त्या प्रकरणाचे पुढील कामकाजदेखील त्वरेने सुरू करायचे, ही तर सोहराबुद्दीन खटल्याच्या कामकाजाची सुरुवातीपासूनची पद्धतच झाली होती. सर्वोच्च न्यायालय हस्तक्षेप करेल अशी भीती वाटल्यामुळे प्रकरण अगोदरच आपल्या हाती घेऊन गुजरात राज्य शासनाने घाईघाईनेच गुजरातमधील न्यायालयात

---

६. कॅराव्हान प्रकाशनाने या 'पत्रकारा'ची पार्श्वभूमी उघड केली : तो फारसा क्रियाशील पत्रकार नव्हताच, उलट, आपण भाजपा पक्षाच्या मुंबई प्रदेशाध्यक्षांच्या निकटवर्तीयांपैकी असल्याचा तो दावा करतो, असे त्याला ओळखणाऱ्या माणसांनी प्रकाशनाला सांगितले. आणखी एक रिट अर्ज दाखल केला गेला – हा स्वत:ला काँग्रेसवाला म्हणवणाऱ्या व्यक्तीने केला होता. पक्ष कार्यकर्त्यांनी या माणसाची आपल्याला माहिती नाही आणि त्याच्या रिट अर्जाचीही नाही असे सांगितले. या दाव्याचा पाठपुरावा करणारे वरिष्ठ वकील श्री. दुष्यंत दवे यांच्याशी प्रत्यक्ष बोलल्यावर असे लक्षात आले, की दोन्ही याचिका मुंबई उच्च न्यायालयात याच मुद्द्यावर चालू असलेल्या अतुल देव यांच्या याचिकेच्या सुनावण्यांना खीळ घालण्यासाठी दाखल केल्या असल्याचा निष्कर्ष निघाला. 'सर्वोच्च न्यायालयाकडे आलेल्या लोया प्रकरणातील याचिकाकर्त्यांच्या पार्श्वभूमीमुळे खरेतर याचिकांच्या कायदेशीरपणाबद्दलच प्रश्न निर्माण होतात.' http://www.caravanmagazine.in/vantage/backgrounds-loya-petitioners-supreme-court-raise-questions-legitimacy-petitions

या प्रकरणासंबंधातील आरोपपत्रे दाखल केली. प्रजापती मृत्यू प्रकरणातील सर्व नोंदी आपल्याकडे पाठवाव्या असे आदेश दिल्यानंतर काय घडले, त्याची आठवण करून देत सर्वोच्च न्यायालयाने काय घडत होते त्याची पुढीलप्रमाणे नोंद केली :

> *...परंतु गुजरात पोलीस मात्र प्रजापती प्रकरणातील सर्व नोंदी गुन्हे अन्वेषण विभागाला देण्यासही तयार नव्हते आणि या प्रकरणी स्वतंत्रपणे तपासकार्य करण्याची परवानगीदेखील देत नव्हते. त्याऐवजी गुजरात पोलिसांनी तपासकार्य पूर्ण केल्याचे दाखवले, आणि सोहराबुद्दीनच्या प्रकरणाप्रमाणेच घाईघाईने ३०.०७.२०१० रोजी आरोपपत्रदेखील दाखल केले, त्यापाठोपाठ ३१.७.२०१० ला पुरवणी आरोपपत्र, बनसकंथा जिल्हा, दांता येथील प्रथम श्रेणी न्याय दंडाधिकाऱ्यांसमोर दाखल केले. या दंडाधिकाऱ्यांनी तितकीच चपळाई दाखवत हे प्रकरण अवघ्या दोन दिवसांत म्हणजे ०२.०८.२०१० रोजी फौजदारी प्रक्रिया संहितेच्या कलम २०७ च्या तरतुदींचे योग्य पालन न करताच सत्र न्यायालयाकडे वर्ग केले.*

सोहराबुद्दीन आणि प्रजापती प्रकरणातील परिस्थितीला लागलेल्या नव्या वळणावर वस्तुस्थितीचा आणखी अभ्यास करून सर्वोच्च न्यायालयाने पुढील निरीक्षणे नोंदवली,

> *... अशा रीतीने प्रजापती प्रकरणदेखील सोहराबुद्दीन प्रकरणाच्याच वाटेने पुढे जात आहे असे दिसते. सुरुवातीला तो कोणत्याही प्रकारच्या चकमकीत मारला गेल्याचे राज्य शासनाकडून संपूर्णपणे नाकारले जात होते. परंतु चकमकीचे कथानक खोटे असल्याचे नाकारणे अशक्य होत आहे असे दिसल्यावर गुजरात पोलिसांनी तातडीने तपासकार्य केले आणि आरोपपत्रदेखील दाखल केले. या आरोपपत्राच्या आधारे एका बाजूने चौकशीचे कार्य लवकरात लवकर संपवण्याचा प्रयत्न केला गेला आणि दुसरीकडे आरोपपत्र दाखल केल्यानंतर व केल्यामुळे या न्यायालयाला आणखी तपासकार्य करण्याचे आदेश देण्याचे अधिकारच उरत नाहीत असा युक्तिवाद केला गेला. अशा प्रकारे या दोन्ही प्रकरणांची संपूर्ण वस्तुस्थिती कधीच उजेडात येऊ नये असा प्रयत्न केला असल्याचे स्पष्टपणे दिसून येते.”*[७]

---

७. केंद्रिय गुन्हे अन्वेषण विभागाच्या आरोपपत्रातील मजकूर आणि सोहराबुद्दीन व प्रजापती प्रकरणातली सर्वोच्च न्यायालयाची निरीक्षणे अभ्यासण्यासाठी केंद्रीय गुन्हे अन्वेषण विभाग वि. अमितभाई अनिलचंद्र शहा आणि केंद्रीय गुन्हे अन्वेषण विभाग वि. डाह्याभाई गोबरजी वंझारा (२०१२) १० एससीसी ५४५ यांचे एकत्रित वाचन करा.

याच युक्त्यांचा पुन्हा वापर केला गेला – फरक इतकाच, की या वेळी नाटकात सहभागी व्यक्तींसमोर आपला हेतू साधण्यासाठी ज्यांना कामाला लावायचा विचार होता, ते निम्न श्रेणीतील न्यायालयांऐवजी प्रत्यक्ष सर्वोच्च न्यायालयच होते, ही आणखी दुर्दैवाची गोष्ट होती!

'सरन्यायाधीशांनी घेतलेला हा अशा प्रकारचा निर्णय' हेच सर्वोच्च न्यायालयाची कार्यपद्धती दबावतंत्राने कशा प्रकारे शब्दश: वाकवली जात होती याकडे जनतेचे लक्ष वेधण्यासाठी थेट पत्रकार परिषद घेण्याचे पाऊल उचलण्यामागचे तात्कालिक कारण होते, असे न्यायमूर्ती चेलमेश्वर आणि न्यायमूर्ती रंजन गोगोई यांनी, १२ जानेवारी २०१८ रोजी, न्यायमूर्ती मदन बी. लोकूर आणि न्यायमूर्ती कुरियन जोसेफ यांच्यासह घेतलेल्या अभूतपूर्व अशा पत्रकार परिषदेमध्ये सांगितले.

न्यायालय क्रमांक १० मध्ये जे काही घडले त्याचे यथार्थ वर्णन वरिष्ठ वकील, श्री. दुष्यंत दवे यांनी पुढील शब्दांत केले आहे :

> *मुंबई उच्च न्यायालयात न्यायमूर्ती लोया यांच्या गूढ मृत्यूच्या प्रकरणाची सुनावणी होण्याची शक्यता आहे असे जाहीर झाल्याबरोबर चक्रे फिरण्यास सुरुवात झाली...*
>
> *प्रकरण १२ जानेवारी २०१८ रोजी सुनावणीसाठी ठेवण्यात आले होते. मुंबई उच्च न्यायालयासमोर दाखल केलेल्या रिट अर्जांचा विचार करून सध्याच्या प्रकरणाची सुनावणी घेऊ नये अशी माननीय खंडपीठाला कळकळीची विनंती केली, परंतु माझी विनंती कठोरपणे फेटाळली गेली. रिट अर्ज करणाऱ्यांचे प्रतिनिधित्व नोंदविण्यात आलेल्या वकिलांनी केले, ते वरिष्ठ विधी सल्लागारांनी केले नव्हते, यावरून त्या दिवशीच्या कामकाजाकडे फारसे गंभीरपणे पाहिले गेले नव्हते किंवा न्यायालयाला एकूणच गोष्टीबद्दल जास्त आत्मविश्वास वाटत असावा असे दिसले.*
>
> *सुनावणी झटपट उरकली गेली, कोणताही युक्तिवाद झाला नाही, कसलीही चर्चा झाली नाही, महाराष्ट्र राज्याचे प्रतिनिधित्व करणारे उपस्थित आहेत का एवढीच न्यायालयाने चौकशी केली. आश्चर्य म्हणजे – कोणत्याही प्रकारची सूचना दिलेली नसूनदेखील महाराष्ट्र शासनाचा – भाजपा सरकारचा – प्रतिनिधी न्यायालयात उपस्थित होता.*
>
> *न्यायालयात आणि न्यायालयाबाहेर, भाजपाच्या विविध राज्य सरकारांचे प्रतिनिधित्व करणारे वकील हजर होते आणि त्यात श्री. अमित शहा यांचे निकटवर्तीय समजले जाणारे भारताचे अपर महान्यायअभिकर्तादेखील होते. हे सगळं खरोखरच घडतंय यावर विश्वासच बसत नव्हता. न्यायालयाने*

‘मरणोत्तर शवपरीक्षा अहवाला’सह सर्व दस्तावेज न्यायालयासमोर सोमवार, दिनांक १५ जानेवारी रोजी हजर करण्याचा आदेश महाराष्ट्र शासनाच्या वकिलांना दिला.

हे पुरेसं नव्हतं म्हणून की काय, १६ जानेवारी या सुनावणीच्या पुढच्या तारखेला पुढीलप्रमाणे आदेश काढला गेला तेव्हा जे काही घडलं ते कोणत्याही न्यायाधीशाच्या किंवा मान्यवर वकिलाच्या न्यायिक नैतिकतेला पुरेसा धक्का देणारंच होतं :

‘सात दिवसांच्या आत दस्तावेज नोंदवून घेण्यात यावेत, आणि योग्य वाटल्यास याचिकाकर्त्यांना आवश्यक तितक्या प्रती देण्यात याव्या. उचित पात्रतेच्या खंडपीठासमोर ठेवण्यात आले.’

याचिकाकर्ते सर्वोच्च न्यायालयाकडे जातात, तेव्हा बहुतांश वेळा न्यायाधीश त्यांना आधी संदर्भित उच्च न्यायालयाकडे जाण्याचा आदेश देताना दिसतात – या सर्वसाधारण शिरस्त्यापेक्षा कितीतरी विपरीत होते हे.

परंतु शिकावयाचे धडे अजून संपलेले नाहीत. दवे यांनी केलेले वर्णन अस्वस्थता वाढवते, त्याला ‘वकिलाचा आजार’ असेही म्हटले जाते, त्याकडे आपण नंतर वळू :

वरील आदेशाचे काळजीपूर्वक वाचन केले असता असे दिसते, की एका याचिकाकर्त्याचे प्रतिनिधी म्हणून श्री. पल्लव सिसोदिया, वरिष्ठ वकील, उपस्थित होते, तर उत्तरवादी, महाराष्ट्र शासनाच्या वतीने श्री. हरीश साळवे उपस्थित होते. श्री. पल्लव सिसोदिया हे श्री. अमित शहा यांच्यासाठी गुजरात उच्च न्यायालयाने याच सोहराबुद्दीन चकमक खटल्यामध्ये, तो महाराष्ट्र राज्याकडे पाठवला जाण्यापूर्वी, मंजूर केलेल्या जामिनाच्या आदेशाला गुन्हे अन्वेषण विभागाने दिलेल्या आव्हानाच्या ‘अपिलासाठी विशेष मुभा (फौ.) क्र.९००३/२०१०’ या खटल्यामध्ये, उपस्थित होते. ते श्री. राम जेठमलानी, वरिष्ठ विधिज्ञ, यांचेसह दिनांक २७.०९.२०११, २८.०९.२०११ व २९.०९.२०११ रोजी उपस्थित होते, असे सर्वोच्च न्यायालयाच्या कामकाजाच्या नोंदींद्वारे उघड होते. त्यानंतरदेखील याच प्रकरणासंदर्भात पण दुसऱ्या कोणत्यातरी आरोपीच्या वतीने ते ३०.११.२०११ व ०६.०९.२०१२ रोजी उपस्थित होते.

श्री. हरीश साळवे सोहराबुद्दीनचा भाऊ रुबाबुद्दीन याच्या वतीने २००७ सालचा रिट अर्ज (फौ.) क्र.६ या खटल्यात एकापेक्षा जास्त वेळा

उपस्थित होते आणि राज्य शासनाने अपील दाखल केले नसल्यामुळे हर्ष मंदर हे याचिका दाखल करण्यास पात्र नाहीत या मुद्द्याच्या आधारे मुंबई उच्च न्यायालयाने दिलेल्या दोषमुक्ततेच्या निकालाविरोधात आणि आदेशाविरोधात हर्ष मंदर यांनी दाखल केलेल्या २०१६ सालच्या अपिलासाठी विशेष मुभा (फौ.) क्र.५००० या खटल्यामध्ये त्यांनी श्री. अमित शहा यांची बाजू यशस्वीपणे लढवली होती.[८]

त्या चार न्यायाधीशांनी केलेले मतप्रदर्शन, सर्वसामान्य जनतेमध्ये प्रचंड प्रमाणात उसळून आलेला वाद याचा काहीतरी परिणाम झालाच असावा. असं म्हणतात, की आपापल्या न्यायालयात त्या त्या दिवसातल्या खटल्यांचे कामकाज पाहायला जाण्यापूर्वी सर्व न्यायाधीश चहापानासाठी रोज एकत्र येतात, त्या वेळी न्यायमूर्ती अरुण मिश्रा अगदी खचलेले दिसले. ते खूप आणि प्रामाणिक कष्ट करत होते, आणि आता त्यांचे सारे न्यायपटुत्व व प्रामाणिकपणावरच प्रश्नचिन्ह उभे केले जात होते, असे ते म्हणाले होते. सरन्यायाधीश आणि न्यायाधीश चेलमेश्वर यांनी त्यांचे सांत्वन करताना म्हटले होते : 'हे व्यक्तिशः तुमच्याबद्दल नाही, हे संस्था म्हणून चालणाऱ्या कार्याविषयी आहे.' अंततः न्यायमूर्ती मिश्रा आणि त्यांचे न्यायालय क्र.१० मधील सहकारी न्यायाधीश, यांनी हे प्रकरण 'योग्य खंडपीठापुढे' प्रस्तुत केले जावे असा आदेश दिला. आपला चतुराईचा निर्णय असा आपल्याकडेच परत आल्याचे पाहून सरन्यायाधीशांनी स्वतःच अग्रणी असलेल्या खंडपीठाकडे हा खटला चालवण्यास दिला. खंडपीठ बदलले होते पण निर्णयातले इतर घटक तेच होते – आता या खटल्याची सुनावणी २२ जानेवारी २०१८ रोजी, म्हणजे मुंबई उच्च न्यायालयात ज्या दिवशी सुनावणी झाली असती त्याच्या आदल्या दिवशी घेतली जाणार होती.

कैदी का दिल बहलाने को
दरबान बदलते जाते हैं...

---

८. तुलनेसाठी, दुष्यंत दवे, 'डेथ ऑफ अ जज : देअर ईज मच मोअर दॅन मीट्स दी आय,' बार ॲण्ड बेन्च, १९ जानेवारी २०१८ हा लेख पहा. सिसोदिया यांनी उत्तर दिले : एका स्वतंत्र तपासकार्याच्या समर्थनामुळे स्वारस्याचा कसा संघर्ष उत्पन्न होतो हे त्यांना समजले नाही, त्यांनी आपले मत बदलले नाही : बार ॲण्ड बेन्च, २१ जानेवारी २०१८. खरा प्रश्न अर्थातच : 'अशा 'स्वतंत्र' तपासनीसांची निवड कोण करणार?' असा होता.

त्यांच्यापैकीच एका व्यक्तीचा खून झाला असण्याची शक्यता असलेले प्रकरण जर न्यायपालिका अशाप्रकारे हाताळणार असेल, तर सर्वसामान्य नागरिक कसल्या आणि कितपत संरक्षणाची आशा बाळगू शकतो?

हे पुस्तक पूर्ण होत असतानादेखील सर्वोच्च न्यायालयाच्या त्रिसदस्यीय पीठासमोर सुनावण्या होत आहेत. दवे यांनी व्यक्त केलेल्या अनुमानाप्रमाणे एक गोष्ट प्रत्यक्षात घडली आहे : मुंबई उच्च न्यायालयाला या प्रकरणाबाबतची कार्यवाही पुढे चालवण्यास मनाई करण्यात आली आहे, न्यायमूर्ती लोया यांच्या मृत्यूबाबत कोणतीही स्वतंत्र चौकशी केली जावी असे आपल्याला वाटत नसल्याचे सांगून आपण हा खटला पुढे नेत नसल्याचे त्या मुंबईस्थित 'पत्रकारा'ने सर्वोच्च न्यायालयाला सांगितले आहे!

मध्यस्थ आणि अतिरिक्त जोडणीद्वारे ऐकलेली फोनवरील संभाषणे[९]

वैद्यकीय महाविद्यालये हा एक मोठा धंदा आहे – त्याचप्रमाणे महाविद्यालये स्थापन करण्यास परवानगी देणे हादेखील एक मोठा धंदाच आहे. एखादे महाविद्यालय उभारण्यासाठीच्या मूलभूत सुविधाही नसलेल्या आणि वैद्यकीय शिक्षण देण्यासाठी आवश्यक असलेली ज्ञान-कौशल्येदेखील नसलेल्या कोणत्याही पक्ष वा गटाचे लोक असे महाविद्यालय स्थापन करण्याची परवानगी मिळवू शकतात हा विषय दीर्घ काळापासून जनतेसाठी चर्चेचा विषय आहे. केंद्र सरकारने २०१५ साली वैद्यकीय अभ्यासक्रमामध्ये विद्यार्थ्यांना प्रवेश देण्यासाठी परवानगी मिळवण्याकरिता अर्ज करणाऱ्या ४६ गटांचे अर्ज मेडिकल कौन्सिल ऑफ इंडियाच्या (अखिल भारतीय वैद्यकशास्त्र परिषदेच्या) एका परीक्षण-अहवालाच्या आधारे फेटाळले होते. लखनौमध्ये एक नवे वैद्यकीय महाविद्यालय स्थापन करण्याची परवानगी मागणारा प्रसाद एज्युकेशन ट्रस्टचा अर्जदेखील या फेटाळलेल्या अर्जांमध्ये होता. परंतु, फक्त तीनच दिवसांनंतर, सर्वोच्च न्यायालयाच्या निर्देशनानुसार स्थापन करण्यात आलेल्या

---

९. पुढील दोन कलमे 'न्यायव्यवस्थेची जबाबदारी आणि परिवर्तन : एक मोहीम' या मोहिमेअंतर्गत दाखल केलेल्या रिट अर्ज आणि याचिकांमध्ये वादातीतपणे सिद्ध झालेल्या वस्तुस्थितीवर आणि या रिट अर्जांसोबत जोडलेल्या दस्तावेजांवर, अतिरिक्त जोडणीद्वारे ऐकलेल्या संभाषणांचे शब्दांकन व गुन्हे अन्वेषण विभागाच्या प्राथमिक चौकशी अहवालावर आधारित आहेत. सर्व संदर्भित दस्तावेज सीजेएआर यांच्या संकेतस्थळावर उपलब्ध आहेत. विशेषत: पुढील संकेतस्थळे पाहावी, http://judicialreforms.org/cjar-complaint-cji-house-procedure/; http://judicialreforms.org/wp-content/uploads/2018/01/Final-Review-1.pdf

एका अवेक्षण समितीने शासनाच्या निर्णयावर कुरघोडी करत तो बाजूला सारला, आणि त्या ट्रस्टला त्यांना हवे होते तसे महाविद्यालय स्थापण्याची परवानगी मिळाली.

स्वत:चाही नावलौकिक काही फारसा चांगला नसलेल्या – मेडिकल कौन्सिल ऑफ इंडियाने (अखिल भारतीय वैद्यकशास्त्र परिषदेने) – महाविद्यालयाची तपासणी केली होती. परवानगी मिळवताना मान्य केलेल्या शर्तींची अंमलबजावणी करण्यात ते महाविद्यालय अपयशी ठरले होते; वैद्यकशास्त्राचे शिक्षण देण्यासाठी आवश्यक असलेली ज्ञान-कौशल्ये आणि मूलभूत सुविधा यांची वानवाच होती. मग शासनाने दोन निर्णय घेतले : प्रथमतः विद्यार्थ्यांना प्रवेश देण्यास त्या महाविद्यालयाला दोन वर्षांसाठी मनाई केली – या काळात आवश्यक स्वरूपाच्या मूलभूत सुविधा आणि तज्ज्ञ मार्गदर्शकांची सेवा महाविद्यालयातर्फे पुरवण्याची व्यवस्था केली जावी अशी अपेक्षा होती; आणि दुसरे म्हणजे महाविद्यालयाने बँकेद्वारे दिलेल्या रुपये दोन कोटीच्या हमीचे रोख रकमेत रूपांतर केले जावे.

ट्रस्टने या निर्णयांविरुद्ध सर्वोच्च न्यायालयात अपील केले. न्यायमूर्ती दीपक मिश्रा यांच्या मुखाने बोलणाऱ्या न्यायालयाच्या खंडपीठाने वैद्यकशास्त्र परिषदेने केलेल्या या महाविद्यालयाच्या, तसेच परवानगी नाकारण्यात आलेल्या अन्य महाविद्यालयांच्या परीक्षणाची पुनर्तपासणी करण्याचे शासनाला आदेश दिले. हे घडले १ ऑगस्ट २०१७ रोजी.

त्यानंतर दोनच दिवसांनी शासनाने आपल्या पूर्वीच्याच निर्णयांवर ठाम राहण्याचे ठरवले.

महाविद्यालयाच्या प्रवर्तकांनी ओरिसा उच्च न्यायालयातील आय. एम. कुद्दुसी नावाच्या एका निवृत्त न्यायाधीशांशी संपर्क साधला, आणि बहुधा त्यांच्या सल्ल्यानुसार, सर्वोच्च न्यायालयात दाखल केलेली याचिका मागे घेतली. त्याऐवजी, तशाच प्रकारची याचिका अलाहाबाद उच्च न्यायालयात दाखल केली. त्यांनी ज्या दिवशी याचिका दाखल केली त्याच दिवशी – म्हणजे २५ ऑगस्ट २०१७ रोजी – अलाहाबाद उच्च न्यायालयातील न्यायमूर्ती नारायण शुक्ला आणि न्यायमूर्ती वीरेन्द्र कुमार यांच्या खंडपीठाने : पुढील सुनावणी होईपर्यंत हे महाविद्यालय शिक्षण प्रसाराचे काम चालू ठेवू शकते असा आणि बँकेद्वारे दिलेल्या हमीचे रोख रकमेत रूपांतर करण्यास स्थगिती देणारा – अंतरिम आदेश दिला.

सर्वोच्च न्यायालयाकडे धाव घेण्याची पाळी आता वैद्यकशास्त्र परिषदेवर आली होती. ट्रस्टच्या वकिलांनी सुनावणीदरम्यान पवित्रा बदलला आणि आपण फक्त बँकेद्वारे दिलेल्या हमीचे रोख रकमेत रूपांतर न करण्याची विनंती करत असून, ते ज्ञानदान इत्यादी कार्ये सुरू ठेवणार नसल्याचा युक्तिवाद केला. पुन्हा एकदा

न्यायाधीश मिश्रा[१०] यांच्याच नेतृत्वाखाली काम करणाऱ्या सर्वोच्च न्यायालयाच्या खंडपीठाने – यावर विश्वास ठेवला. त्यांनी वैद्यकशास्त्र परिषदेची याचिका निकालात काढली. त्यांनी अलाहाबाद उच्च न्यायालयात प्रलंबित असलेला रिट अर्जही निकालात काढला. त्यांनी कलम ३२[११] अंतर्गत एक नवा रिट अर्ज सर्वोच्च न्यायालयापुढे दाखल करण्याची ट्रस्टला परवानगी दिली. ट्रस्टनेदेखील आज्ञाधारक मुलाप्रमाणे सर्वोच्च न्यायालयाच्या खंडपीठाने परवानगी दिल्यानंतर एकाच दिवसात, ३१ ऑगस्ट २०१७ रोजी, शिफारस करण्यात आलेला रिट अर्ज दाखल केला. त्या अर्जात – महाविद्यालयाला विद्यार्थ्यांना प्रवेश देण्यास मनाई करणारा आणि बँकेद्वारे दिलेल्या हमीचे रोख रकमेत रूपांतर करणारा शासनाचा निर्णय – रद्द करण्याची विनंती करण्यात आली.

इथून पुढे तारखाच एक कथा सांगतात. ट्रस्टने ३१ ऑगस्ट २०१७ रोजी आपला रिट अर्ज दाखल केला. त्या रिट अर्जाची सुनावणी ४ सप्टेंबर २०१७ रोजी ठेवण्यात आली. त्या दिवशी सरन्यायाधीश मिश्रा यांच्या नेतृत्वाखालील खंडपीठाने बँकेद्वारे दिलेल्या हमीचे रोख रकमेत रूपांतर करण्यावर पुढील सुनावणीच्या तारखेपर्यंत स्थगितीचा आदेश दिला – ही सुनावणी ११ सप्टेंबर रोजी ठेवण्यात आली.

---

१०. न्यायमूर्ती दीपक मिश्रा यांनी सरन्यायाधीशपदाची सूत्रे २८ ऑगस्ट २०१७ रोजी हाती घेतली. त्यांचा कार्यकाल २ ऑक्टोबर २०१८ पर्यंत वाढवला आहे.

११. ७७ घटनेच्या या कलमाचा अर्थविस्तार मोठा आहे आणि त्याद्वारे घटनेने प्रदान केलेल्या मूलभूत हक्कांची अंमलबजावणी करण्यासाठीचे घटनादत्त उपाय योजण्याचे अधिकार निश्चित केले गेले आहेत. हे कलम पुढीलप्रमाणे आहे :
३२. या भागाद्वारे निश्चित केलेल्या हक्कांच्या अंमलबजावणीसाठीचे उपाय :-
(१) या भागाद्वारे प्रदान केलेल्या हक्कांच्या अंमलबजावणीसाठी विहित पद्धतीद्वारे सर्वोच्च न्यायालयाला विनंती करण्याच्या हक्काची हमी या कलमाद्वारे दिली आहे.
(२) कोणत्याही हक्काच्या अंमलबजावणीसाठी हेबियस कॉर्पस, मँडॅमस, प्रोहिबिशन, को वॉरन्टो आणि सर्टिओररी अशा कोणत्याही योग्य स्वरूपाच्या रिट्स सहित कोणतेही रिट्स किंवा आदेश देण्याचे सर्वोच्च न्यायालयास अधिकार असतील.
(३) वरील कलम (१) व (२) अन्वये सर्वोच्च न्यायालयास प्रदान करण्यात आलेल्या अधिकारांना कोणतीही बाधा उत्पन्न न होता, संसद कोणत्याही न्यायालयास कलम (२) अन्वये सर्वोच्च न्यायालयास प्राप्त अधिकारांचा प्रयोग आपल्या अधिकारक्षेत्राच्या भौगोलिक मर्यादेमधे करण्याची अधिकृती कायद्याने देऊ शकते.
(४) या घटनेमधे तशा स्वरूपाची तरतूद नसल्यास या कलमान्वये प्राप्त असलेला हक्क प्रलंबित करता येणार नाही.

ट्रस्टच्या प्रवर्तकांतर्फे केल्या जात असलेल्या प्रयत्नांबद्दल आणि त्यांनी निवृत्त न्यायाधीश श्री. कुद्दुसी यांच्याशी संपर्क साधला असल्याची कुणकुण गुन्हे अन्वेषण विभागाला लागली. त्यांनी त्यांची फोनवरील संभाषणे अतिरिक्त जोडणीद्वारे ऐकण्यास सुरुवात केली होती. ३ व ४ सप्टेंबर रोजी ट्रस्टचे जोरदार समर्थन करणारी एक व्यक्ती, ओरिसा उच्च न्यायालयाचे माजी न्यायाधीश श्री. कुद्दुसी, आणि ओरिसामधील भुवनेश्वर येथे राहणारा एक मध्यस्थ माणूस यांच्यादरम्यान झालेल्या संभाषणांद्वारे अतिशय हानिकारक विचारांची देवघेव झाली. 'दिल्लीच्या मंदिरात प्रसाद पोहोचता करणे अत्यावश्यक'... काम '१०० टक्के होण्याची हमी' कारण 'जो आपला माणूस आपला कर्णधार आहे, म्हणून कर्णधारामार्फतच काम केले जात आहे'... (हे होते ३ सप्टेंबरच्या संभाषणातले बोलणे : सरन्यायाधीश मिश्रा यांच्या नेतृत्वाखालील खंडपीठाने रिट अर्ज ४ सप्टेंबर रोजी दाखल करून घेतला. 'सामान' पोहोचविणे अत्यावश्यक होते – 'प्रसाद' पोहोचला नाही तर काहीच होणार नाही' – परंतु भेटीगाठी करणे शक्य नाही, कारण सरकारचे प्रत्येकावर लक्ष आहे... आगाऊ रक्कम किती द्यायची त्यावरची घासाघीस—एकूण रक्कम किती द्यायची त्यावरची घासाघीस – मध्यस्थ व्यक्तीने ती रक्कम कशी कमी केली, आता ती दोन्ही बाजूंनी कशी मान्य केली आहे : 'हो, संभाषण अगदी स्पष्ट होते. घासाघीस करता तीनावर आले आहे, तीनपेक्षा कमी असतील तर ते काम करण्यास तयार नाहीत.' आणि या पैशांमुळे फक्त सध्याच्या खटल्यावरील निकालाचीच काळजी घेतली जाणार नाही, तर... साहेब, मला इथे कोणत्याही प्रकारची जोखीम पत्करायची नाही, कारण १०० टक्के यशाची हमी मिळते आहे. जर – तरची बातच नाही. एकदा काम झालं, की साहेब १०-१५ महिने बसतील. १४-१५ कामे करून घेतील, तुमचादेखील विश्वास बसेल त्यांच्यावर. ते अगदी १०१ टक्के काम करतीलच... 'फक्त एकच काम नाही असे आपले पिताश्री सांगताहेत, ते म्हणताहेत, ते आपले कर्णधारच म्हणताहेत की, भारतात कुठेही... काहीही काम असले, तरी ते करायला तयार आहेत.' ओरिसाचे माजी न्यायाधीश म्हणताहेत, 'मी ज्यांना पूर्वीपासून ओळखतो अशी एक व्यक्ती आहे किंवा असे म्हणा, की मी ज्यांना पूर्वीपासून ओळखतो त्या व्यक्तीने माझ्याकडे विचारणा केली आहे'... माजी न्यायाधीश पुढे बोलतात, 'नाही, तिथे पैसे असतील, तर कुणीतरी घरात जायला हवं, कुणीतरी बोलायला हवं'... अख्ख्या रकमेची तत्काळ व्यवस्था करण्यात अडचणी : त्यामुळे सुनावणी सोमवारी, ११ नोव्हेंबरला ठेवली आहे – ती ३-४ दिवस पुढे ढकलायची व्यवस्था करा... 'दोन माणसं दिलीत, तर आम्ही तारीख ३-४ दिवस पुढे ढकलू...' आणि शेवटी प्रवर्तक मध्यस्थ व्यक्तीशी बोलतात : 'तुम्ही आत्ता आमच्याकडून दोन घ्या, आणि आदेश निघाला, की आम्हाला प्रवेश घेता येतील, मग न्यायाधीशांना

आम्ही एक कोटी पोहोचते करू. तुमच्या घरी, कुद्दुसी साहेबांच्या घरी, असं काहीतरी करता येईल तर पहा.'

केंद्रीय गुन्हे अन्वेषण विभागाने कुद्दुसी आणि इतरांच्या घरी धाडी टाकल्या. त्यात त्यांना सुमारे दोन कोटी रुपये रोख रक्कम मिळाली. त्यांनी माजी न्यायाधीश आणि इतरांनादेखील अटक केली – त्यात ट्रस्टचे समर्थन करणारी व्यक्ती आणि भुवनेश्वरला राहणाऱ्या मध्यस्थ व्यक्तीचादेखील समावेश होता.

'न्यायव्यवस्थेची जबाबदारी आणि परिवर्तन' या संदर्भात मोहीम चालवणाऱ्यांना विश्वसनीय सूत्रांनी असे सांगितले, की दुसरे संभाषण झाल्यानंतर, गुन्हे अन्वेषण विभागाने गोळा केलेला सर्व ऐवज सरन्यायाधीशांपुढे मांडला आणि अलाहाबाद उच्च न्यायालयातील न्यायाधीश नारायण शुक्ला यांच्या विरोधात पहिली खबर नोंदवण्यास परवानगी देण्याची विनंती केली. सरन्यायाधीश मिश्रा यांनी परवानगीस नकार दिला, आणि त्याऐवजी 'अंतर्गत चौकशी'चा पर्याय निवडला. न्यायाधीश शुक्ला यांचा या प्रकरणात सहभाग असल्याचे विश्वसनीयरीत्या समजले असूनदेखील त्यांनी हा पर्याय निश्चित केला. प्राथमिक चौकशी अहवालामध्ये काही प्रमाणात अशी नोंद आहे :

> *श्री. आय. एम. कुद्दुसी आणि श्री. बी. पी. यादव दिनांक २५.०८.२०१७ रोजी सकाळी माननीय न्यायाधीश श्री. नारायण शुक्ला यांना त्यांच्या लखनौ येथील घरी या प्रकरणासंदर्भात भेटले आणि त्यांनी शुक्ला यांना बेकायदेशीर रोख रक्कम दिली असेही स्रोतांनी सांगितले. माहिती स्रोताने असेही सांगितले, की २५.०८.२०१७ रोजी सन २०१७ च्या संकीर्ण खंडपीठ क्र.१९८७० या प्रसाद एज्युकेशन ट्रस्टने दाखल केलेल्या खटल्यासंदर्भात, ज्या खंडपीठाने आदेश जारी केला, त्या खंडपीठामध्ये माननीय न्यायमूर्ती श्री. नारायण शुक्ला हेदेखील एक सदस्य होते. पुढील तारखेपर्यंत, म्हणजे ३१.०८.२०१७ पर्यंत विनंतीअर्ज दाखल करणाऱ्यांच्या महाविद्यालयाचे नाव ज्ञानदान करू शकणाऱ्या महाविद्यालयांच्या यादीतून वगळले जाऊ नये असे खंडपीठाच्या आदेशाद्वारे निर्देशित करण्यात आले. तसेच बँकेच्या हमीच्या रोखीकरणावरदेखील पुढील तारखेपर्यंत स्थगिती देण्यात आली. पुढे असे स्पष्टीकरणदेखील देण्यात आले, की या आदेशाच्या आधारे, विद्यार्थ्यांना प्रवेश देण्याचा हक्क प्राप्त झाल्याचा कोणताही दावा विनंतीअर्ज करणाऱ्या पक्षास करता येणार नाही...*
>
> *मिळालेल्या बेकायदेशीर रकमेचा काही भाग परत करणार असल्याचे न्यायाधीश श्री. नारायण शुक्ला यांनी श्री. आय. एम. कुद्दुसी यांना*

सांगितल्याची माहिती लवकरच स्त्रोतांनी दिली.

प्रथमदर्शनी पाहताच एक जनतेचा सेवक या नात्याने कर्तव्यपालन करत असताना माननीय न्यायाधीश श्री. नारायण शुक्ला या अलाहाबाद उच्च न्यायालयाच्या लखनौ खंडपीठातील सदस्याने ओरिसा उच्च न्यायालयातील निवृत्त न्यायाधीश श्री. आय. एम. कुद्दुसी, श्रीमती भावना पांडे, श्री. बी. पी. यादव आणि प्रसाद एज्युकेशन ट्रस्टचे श्री. पलाश यादव, तसेच वेंकटेश्वर वैद्यकीय महाविद्यालयाचे श्री. सुधीर गिरी आणि इतर अनेक जण यांच्याबरोबर संगनमत करून अत्यंत निंदनीय गैरवर्तन केले आहे, असे वरील घटनांद्वारे दिसते.

सरन्यायाधीशांनी आपले मत जरादेखील बदलले नाही. न्यायाधीश शुक्ला यांच्या विरुद्ध कार्यवाही करण्यास परवानगी नाकारल्यानंतर गुन्हे अन्वेषण विभागाने आपला प्राथमिक चौकशी अहवाल ८ सप्टेंबर रोजी नोंदविला. सर्वोच्च न्यायालयाने ११ सप्टेंबर रोजी ट्रस्टचा रिट अर्ज १८ तारखेस सुनावणीला घेण्याचे आदेश दिले – ट्रस्टचे समर्थन करणाऱ्या व्यक्तीने सुनावणी '३-४ दिवसांनी' पुढे ढकलण्याची व्यवस्था करण्याबाबत मध्यस्थ व्यक्तीला सांगितले होते ते तुम्हाला आठवत असेलच असे मला वाटते. १८ तारखेला न्यायमूर्ती मिश्रा यांच्या नेतृत्वाखालील खंडपीठाने बँकेच्या हमीचे रोखीकरण करू नये असे आदेश दिले; आणि त्याचबरोबर अखिल भारतीय वैद्यकशास्त्र परिषदेला या महाविद्यालयाचे पुन:परीक्षण करण्याचे आदेश दिले. कारण उघड झालेले नाही, पण आदेश १८ सप्टेंबर रोजी दिले असूनही सर्वोच्च न्यायालयाच्या वेबसाइटवर मात्र २१ सप्टेंबर रोजी उपलब्ध झाले.

संदेश आणणाऱ्यालाच गोळी घालणे

'न्यायव्यवस्थेची जबाबदारी आणि परिवर्तन' या संदर्भात मोहीम चालवणाऱ्यांना – सीजेएआर गटाला – गुन्हे अन्वेषण विभागाने शोधून काढलेल्या गोष्टींची माहिती मिळाली होती, अतिरिक्त जोडणीद्वारे ऐकलेल्या संभाषणात काय बोलले गेले आणि अलाहाबाद उच्च न्यायालयातील न्यायाधीश शुक्ला यांच्या विरुद्ध कार्यवाही करण्यासाठी त्यांनी सरन्यायाधीशांकडे मागितलेल्या परवानगीचे काय झाले तेदेखील माहीत झाले होते.

त्या माहितीच्या अनुषंगाने सीजेएआरने ६ नोव्हेंबर २०१७ रोजी सर्वोच्च न्यायालयात एक रिट अर्ज दाखल केला. त्यांच्या रिट अर्जाचे सारांशरूप पाहता त्यात असे म्हटले होते, की गुन्हे अन्वेषण विभागाच्या हातात हे प्रकरण राहू दिले

तर न्यायपालिकेची स्वायत्तता धोक्यात येईल : कारण राजकीय कार्यपालिकेला गुन्हे अन्वेषण विभागाने शोधून काढलेली माहिती निश्चितपणे मिळेल, आणि अशा माहितीचा उपयोग ते एकेका न्यायाधीशाला व्यक्तिगतरीत्या दबावाखाली आणण्यासाठी करतील; म्हणून गुन्हे अन्वेषण विभागाने पहिल्या खबरीत नोंदवलेल्या आरोपांबाबत तपास करण्यासाठी व प्राथमिक चौकशीमध्ये त्यांनी सादर केलेल्या पुराव्यांची छाननी करण्यासाठी सर्वोच्च न्यायालयाच्या एका निवृत्त न्यायाधीशाच्या नेतृत्वाखाली एक विशेष तपासनीस पथक गठित करण्याची विनंती करत आहोत. ८ तारखेला सरन्यायाधीश घटनापीठाचे सदस्य म्हणून काम पाहत होते, तेव्हा प्रचलित प्रथेनुसार, प्रशांत भूषण यांनी हा विषय न्यायालय क्र.२ मध्ये, अनुभवाने वरिष्ठ अशा न्यायमूर्ती जे. चेलमेश्वर यांच्या अध्यक्षतेखालील खंडपीठासमोर मांडला. न्यायमूर्ती चेलमेश्वर आणि त्यांचे सहकारी न्यायमूर्ती अब्दुल नझीर यांनी हे प्रकरण त्यांच्यासमोर १० तारखेला सुनावणीसाठी ठेवण्याचा आदेश दिला. मात्र ८ तारखेलाच काही वेळानंतर, सरन्यायाधीशांनी नुकत्याच काढलेल्या एका आदेशाद्वारे तो रिट अर्ज सुनावणीसाठी दुसऱ्या एका खंडपीठाकडे पाठवला जात असल्याचे सर्वोच्च न्यायालयाच्या नोंदणी कार्यालयाने प्रशांत भूषण यांना कळवले.

९ तारखेला आणखी एक वकील, कामिनी जैस्वाल यांनी याच विषयावर एक वेगळा रिट अर्ज दाखल केला. हादेखील न्यायालय क्र.२ कडे वर्ग झाला. न्यायमूर्ती चेलमेश्वर आणि नझीर यांनी हे प्रकरण त्यांच्यासमोर १२.४५ वाजता सुनावणीस ठेवण्याचे आदेश दिले. सरन्यायाधीश ज्या घटनापीठाचे सदस्य म्हणून काम करत होते, त्या पीठाची जेवणाची सुटी सर्वसाधारणपणे १२.४५ किंवा १ वाजता होत असते. परंतु सरन्यायाधीशांनी काहीतरी घरगुती कामाचे कारण सांगून त्या दिवशीचे कामकाज बारा वाजताच स्थगित केले. इकडे न्यायालय क्र. २ मध्ये, विषयाची मांडणी ऐकून झाल्यावर, विषयाचे गांभीर्य लक्षात घेता, न्यायमूर्ती चेलमेश्वर व नझीर यांनी कामिनी जैस्वाल यांच्या रिट अर्जावरचे कामकाज न्यायालयातील पाच सर्वांत अनुभवी न्यायाधीशांच्या खंडपीठासमोर १३ तारखेला सुरू करावे असे आदेश दिले.

पुढल्याच दिवशी, म्हणजे १० नोव्हेंबर २०१७ रोजी, पहिला रिट अर्ज, जो एका परीने सरन्यायाधीशांनी न्यायाधीश चेलमेश्वर आणि नझीर यांचेकडून काढून घेतला होता, तो न्यायमूर्ती सिक्री आणि अशोक भूषण यांच्या खंडपीठासमोर सुनावणीसाठी आला. प्रशांत भूषण यांच्या रिट अर्जासारख्याच उपाययोजनेची मागणी करणारा कामिनी जैस्वाल यांचा रिट अर्ज पाच सर्वाधिक अनुभवी न्यायाधीशांच्या खंडपीठासमोर ठेवला जावा असे आदेश न्यायमूर्ती चेलमेश्वर आणि नझीर यांनी यापूर्वीच दिले असल्याचे प्रशांत यांनी त्यांना सांगितले. प्रशांत यांचा रिट अर्ज

कामिनी जैस्वाल यांच्या अर्जाला जोडला जाऊन ते दोन्ही अर्ज त्या पाच जणांच्या मोठ्या खंडपीठापुढे सुनावणीसाठी जावे असे घडणे सयुक्तिक होते. परंतु न्यायमूर्ती सिक्री आणि भूषण यांनी रिट अर्ज उचित निर्देशनासाठी सरन्यायाधीशांसमोर ठेवण्याचे आदेश दिले.

कधी ऐकण्यातही आली नसेल इतकी कर्तव्यतत्परता त्या दिवशी, म्हणजे १० नोव्हेंबर रोजी दिसली, आणि दुपारी २.४५ वाजता एक सूचना लावली गेली, त्या सूचनेनुसार, सीजेएआरने दाखल केलेला रिट अर्ज दुपारी ३ वाजता, म्हणजे आणखी फक्त पंधरा मिनिटांनी, सरन्यायाधीशांच्या अध्यक्षतेखालील सात न्यायाधीशांच्या खंडपीठासमोर सुनावणीसाठी घेतला जात आहे असे कळवले गेले. वकील लोक धावतच न्यायालय क्र.१ मध्ये गेले, तेथे त्यांना दोन गोष्टी दिसल्या. सात न्यायाधीशांपैकी न्यायमूर्ती सिक्री आणि भूषण – या दोन न्यायाधीशांनी या प्रकरणाची त्याच दिवशी सकाळी सुनावणी घेतली होती– त्या दोन्ही न्यायाधीशांची नावे आणि त्यांच्यासाठीच्या खुर्च्यांदेखील खंडपीठामधून घाईघाईने काढून टाकल्या जात होत्या. आणि दुसरी गोष्ट म्हणजे, अनेक वकिलांनी – त्यातही प्रामुख्याने वकील संघटनेचे पदाधिकारी असलेले वकील, ज्यांचा सामना आपल्याला आणखी एकदा करावा लागणारच आहे, त्यांनी – न्यायासनापुढे मोठी गर्दी केली होती. ज्यांचा रिट अर्ज सुनावणीसाठी नियोजित केला होता, त्या सीजेएआरचे प्रतिनिधित्व करणारे प्रशांत भूषण यांना – जे त्या प्रकरणाशी कोणत्याही प्रकारे संबंधित नाहीत अशा वकील मंडळींनी – आरडाओरडा करून घालवून लावले. न्यायमूर्ती चेलमेश्वर आणि नझीर यांचा कामिनी जैस्वाल यांच्या रिट अर्जावरील आदेश कायद्याच्या दृष्टीने चुकीचा आहे असे ते उच्चरवाने पुन:पुन्हा सांगत होते. सरन्यायाधीशांनी त्यांना काय बोलायचे होते ते बोलू दिले. लवकरच खंडपीठाने आपला निर्णय दिला : फक्त सरन्यायाधीशच न्यायव्यवस्थेचे अधिपती होते, त्यांच्याव्यतिरिक्त अन्य कोणालाही खंडपीठ गठित करण्याचे अधिकारच नव्हते. पर्यायाने, जैस्वाल यांचा रिट अर्ज त्यांच्यासमोर सुनावणीसाठी ठेवलेला नव्हता, तरीदेखील सरन्यायाधीश आणि त्यांच्या सहकारी न्यायाधीशांनी, 'जैस्वाल यांचा रिट अर्ज पाच जणांच्या खंडपीठापुढे सुनावणीसाठी ठेवावा' असा न्यायमूर्ती चेलमेश्वर आणि न्यायमूर्ती नझीर यांनी दिलेला आदेश रद्द केला. आणि त्याऐवजी हा रिट अर्ज सरन्यायाधीश गठित करतील त्या खंडपीठासमोरच सुनावणीसाठी जाईल असा निर्णय या घाईघाईने गठित केलेल्या खंडपीठाने घेतला.

मग कामिनी जैस्वालचा अर्ज सरन्यायाधीशांनी स्थापन केलेल्या त्रिसदस्य खंडपीठासमोर १४ नोव्हेंबर रोजी सुनावणीसाठी आला. गुन्हे अन्वेषण विभागाच्या शोधकार्यातून मिळालेल्या माहितीचे स्वरूप आणि एक विशेष तपासनीस पथक

गठित करण्याची अनिवार्यता या विषयाशी संबंधित असलेल्या अर्जाची सुनावणी सरन्यायाधीश ज्या खंडपीठाचे सदस्य असतील अशा खंडपीठासमोर घेतली जाऊ नये असा जैस्वाल यांचा अर्ज कायद्याच्या दृष्टीने चुकीचा आहे असे सांगत न्यायाधीशांनी तो रिट अर्ज रद्द केला. त्याहीपुढे जाऊन, जैस्वाल यांनी पहिल्या खबरीबद्दल व्यक्त केलेली काळजी – आपल्याला धार्जिण्या स्वरूपाचे आदेश मिळवण्यासाठी लाच दिली जाणे – वगैरे गोष्टींमध्ये काहीही तथ्य नाही, तसे आरोप करणेच मुळात अनैतिक आणि अनावश्यक आहे, आणि ते फक्त सर्वोच्च न्यायालयाची बदनामी करण्यासाठी केले गेलेले आहेत, असेही नमूद केले.

२७ तारखेला याच तीन न्यायाधीशांनी सीजेएआरच्या रिट अर्जाचीदेखील सुनावणी घेतली. १ डिसेंबर रोजी हा 'एक संपूर्णत: तिरस्करणीय, धक्कादायक आणि अजिबात दखल न घेण्याजोगा' अर्ज आहे असे म्हणत तो धुडकावून लावला. कामिनी जैस्वाल यांचा रिट अर्ज फेटाळून लावल्यानंतरदेखील सीजेएआरने त्यांच्या अर्जाचा पाठपुरावा केला म्हणून न्यायालयाने त्यांना रुपये पंचवीस लाखांचा दंडदेखील ठोठावला.

साहजिकच सीजेएआरने या आदेशाच्या पुनरवलोकनासाठी अर्ज केला. गुन्हे अन्वेषण विभागाने मिळवलेल्या संभाषणांच्या नोंदी आणि नोंदविलेल्या पहिल्या खबरीवर त्यांच्या रिट अर्जात नमूद केलेल्या गोष्टी पूर्णत: आधारित होत्या. ज्या मुद्द्याकडे त्यांनी लक्ष वेधले होते, तो खरोखरच जनतेच्या दृष्टीने अत्यंत महत्त्वाचा होता, इतकेच नाही, तर प्रत्यक्ष सर्वोच्च न्यायालयाच्या इभ्रतीच्या दृष्टीनेदेखील महत्त्वाचा होता. न्यायाधीशांनी असा निर्णय दिला, की सर्वोच्च न्यायालयातील न्यायाधीशांची नावे रिट अर्जात लिहून सीजेएआरने न्यायालयाची बदनामी केली आहे : कारण वस्तुत: रिट अर्जात तसा कोणताही उल्लेख नाही. न्यायाधीशांनी असेही म्हटले, की ट्रस्टच्या 'हिताचे रक्षण करणारे कोणते आदेश संमत केले गेले असावेत याचेच आम्हाला नवल वाटत आहे' : परंतु हे तर सहजपणे दिसून येत होते, आणि सीजेएआरने ते आदेशामागून आदेशांची सूचिका बनवून दाखवून दिले होते. कामिनी जैस्वाल यांचा रिट अर्ज फेटाळला गेला होता, म्हणून आपल्या रिट अर्जाचा पाठपुरावा करण्याचे सीजेएआरचे प्रयत्न म्हणजे न्यायालयाचा अवमान होय असे म्हणणे गैरवाजवी होते : यापूर्वीदेखील, तशी विशिष्ट विनंती केली असूनही, याच न्यायालयाच्या खंडपीठांनी दोन अर्जांचा एकत्रित विचार करण्यास नकार दिला होता; इतकेच नाही, तर आपल्या रिट अर्जातील मुद्द्याच्या समर्थनासाठी आपली बाजू मांडण्याचा पूर्ण अधिकार याचिकाकर्त्याला असतोच – दुसऱ्या रिट अर्जाची बाजू मांडली जात असताना महत्त्वाचा युक्तिवाद समाधानकारकपणे केलाच गेला नसण्याचीदेखील शक्यता विचारात घेणे आवश्यक होते; हे सगळे असले तरी

सर्वोच्च न्यायालयासह सर्व न्यायालये आपले पूर्वीचे मत बदलूही शकतात... रुपये पंचवीस लाखांचा दंड सीजेएआरची बाजू न ऐकताच ठोठावलेला होता : खरोखरच, सुनावणीदरम्यान इतक्या मोठ्या रकमेच्या दंडाला पात्र ठरणाऱ्या स्वरूपात सीजेएआरचा वकील बाजूची मांडणी करत असल्याची सूचनादेखील त्या वकिलाला दिली गेली नव्हती; तसेच दोन्ही रिट अर्ज सारख्याच स्वरूपाचे होते असे न्यायाधीशांचेच म्हणणे असताना कामिनी जैस्वाल यांना अशा प्रकारचा दंड ठोठावण्यात आला नव्हता. सरन्यायाधीश ज्या खंडपीठाचे सदस्य नसतील, अशा खंडपीठासमोर सुनावणी घेण्याच्या विनंतीबद्दल बोलायचे, तर वस्तुस्थिती अशी होती, की गुन्हे अन्वेषण विभागाच्या पहिल्या खबरीत नोंदवल्याप्रमाणे त्या वैद्यकीय महाविद्यालयासंदर्भातील सर्व कारवाया करण्यात गुंतलेल्या प्रवर्तक, समर्थक आणि मध्यस्थांच्या प्रकरणांची सुनावणी झालेल्या प्रत्येक खंडपीठामध्ये सरन्यायाधीश एक सदस्य म्हणून सामील होतेच; आणि आपल्याच प्रकरणाचा न्यायनिवाडा करायला आपण स्वत:च न्यायाधीश म्हणून बसू शकत नाही हे तर न्यायदानाचे सर्वमान्य प्रस्थापित तत्त्व आहे...

लवकरच, म्हणजे १५ जानेवारी २०१८ रोजी सीजेएआरने मुख्य न्यायाधीशांसह पाच सर्वांत वरिष्ठ न्यायाधीशांविरुद्ध औपचारिकरीत्या एक तक्रार दाखल केली. ही तक्रार म्हणजे बऱ्याच काळानंतर माझ्या वाचनात आलेली एक अतिशय प्रेरणादायी आणि उचललेल्या एका अत्यंत धाडसी पावलाचा दस्तावेजच होती. त्यामध्ये केल्या गेलेल्या आणि टाळल्या गेलेल्या अनेक कर्तव्यांचे कथन होते. अर्थातच प्रसाद एज्युकेशन ट्रस्टचे प्रकरण हाताळले जाण्याच्या पद्धतीच्या तपशीलवार वर्णनाचा त्यामध्ये समावेश होता. गुन्हे अन्वेषण विभागाने त्यांच्या तपासकार्याद्वारे शोधून काढलेल्या वस्तुस्थितीदर्शक गोष्टी त्यामधे उद्‌धृत केल्या होत्या. तसेच त्यात अतिरिक्त जोडणीद्वारे मिळवलेल्या संभाषणांचाही समावेश होता. पुढीलप्रमाणे काही नवे मुद्देदेखील उपस्थित केले होते : चेलमेश्वर-नझीर खंडपीठाचा आदेश त्यापूर्वीची तारीख घातलेल्या आदेशाद्वारे रद्द केला असल्याचे दिसत होते याचा उल्लेख आला होता. संबंधित अधिकाऱ्यांनी खोट्या ठरवलेल्या, ओरिसा राज्यात दाखल केलेल्या एका प्रतिज्ञापत्राद्वारे अनेक वर्षांपूर्वी त्या काळी केवळ एक सर्वसामान्य नागरिक असलेल्या श्री. मिश्रा यांनी खरेदी केलेल्या एका जमिनीच्या तुकड्याबद्दलदेखील त्यात पृच्छा केली गेली होती; तसेच त्या जमिनीची मालकी त्यांनी सत्तावीस वर्षांनंतर आणि सर्वोच्च न्यायालयाचे न्यायाधीश बनल्यानंतरदेखील कशी सोडली नव्हती याबद्दलदेखील प्रश्न उपस्थित केले होते. त्यांच्या विरुद्ध अंतर्गत चौकशी - प्रक्रिया सुरू करावी अशी मागणीही या तक्रारीद्वारे केली गेली होती.

'जेव्हा एखादे वस्तुमान दुसऱ्या वस्तुमानावर जोर लावत असते, तेव्हा दुसरे

वस्तुमानदेखील पहिल्या वस्तुमानावर विरुद्ध दिशेने तितकाच जोर लावत असते,' या न्यूटनच्या तिसऱ्या नियमानुसारच न्यायाधीशदेखील काम करतात हे स्पष्टच आहे.

'परंतु माझ्या या चर्चेचा समारोप मी आशावादी विचारांनी करू शकतो का?' मी विचार करत राहतो. न्यायालयाच्या अवमानाविषयी पुनरवलोकन करण्याबाबतच्या त्यांच्या याचिकेचे पुढे काय होणार असे मी प्रशांत भूषण यांना विचारले. ते म्हणाले, ज्या तीन न्यायाधीशांनी त्यांचा रिट अर्ज 'पूर्णत: तिरस्करणीय, बदनामीकारक, आणि अनावश्यक' असल्याचा निर्णय दिला होता, आणि ज्यांनी तो पंचवीस लाखांचा दंडही ठोठावला, त्याच न्यायाधीशांसमोर हा रिट अर्जदेखील सुनावणीसाठी ठेवला जाईल. आणि त्याची सुनावणी खुल्या स्वरूपाची नसेल. आपली बाजू मांडण्यासाठी वस्तुनिष्ठ गोष्टी मांडण्याची किंवा कायद्याला अनुसरून युक्तिवाद करण्याची कोणतीही संधी प्रशांत यांना मिळणार नाही; न्यायाधीश आपापसातच त्यावर खासगीमध्ये चर्चा करतील. त्यांनी पूर्वी दिलेला निर्णयच त्यांनी कायम केला, तर एक दुरुस्ती याचिका दाखल करायची संधी प्रशांत यांना मिळेल. आणि त्या याचिकेची सुनावणी कोण घेईल? ती सुनावणी सरन्यायाधीश, तीन सर्वांत अनुभवी वरिष्ठ न्यायाधीश आणि ज्यांनी प्रथमत: दंड ठोठावला ते तीन न्यायाधीश हे सर्व मिळून घेतील. चार ते तीन! काय करावे, कुठे जावे...

बने हैं अहल-ए-हवस मुद्दई भी मुन्सिफ भी
किसे वकील करें किस से मुन्सिफी चाहें...

लोभी लोकच न्यायव्यवस्था चालवत आहेत आणि न्यायपीठाच्या अधिकारपदावरदेखील बसले आहेत

तर मग वकील तरी कुणाला करायचं आणि न्याय मिळण्याची अपेक्षा तरी कुणाकडून करायची...

हे सगळं पुरेसं वाईट होतंच. परंतु लवकरच संपूर्ण देशालाच जबरदस्त हादरा बसून वस्तुस्थिती दिसते त्याहीपेक्षा कितीतरी वाईट आहे याची जाणीव झाली, न्यायपालिकेची आणि त्याद्वारे संपूर्ण देशाची सगळी व्यवस्थाच खिळखिळी करून टाकणाऱ्या प्रथा-पद्धती कशा जबरदस्तीने चालवल्या जात आहेत याचीही जाणीव झाली. त्यांनी एकेका न्यायाधीशाला तर आपल्या दबावाखाली राखलं होतंच पण त्याहीपुढे जात सर्वोच्च न्यायालयाच्या हृदयावरच थेट आघात केला होता.

तीव्रता कमी करणे आणि त्याचे परिणाम

सर्वोच्च न्यायालयाच्या सर्वांत वरिष्ठ न्यायाधीशांनी जानेवारी २०१८ मध्ये सरळ सरळ जनतेसमोर जाहीरपणे निवेदने केल्यामुळे न्यायालयामध्ये काय चाललेले होते त्याची एक झलक आपल्याला बघायला मिळाली, आणि त्यामुळे एका अनर्थकारी गोष्टीचा पुन्हा शिरकाव झाल्याचेही दिसून आले. आपल्यासारख्याच न्यायाधीशांच्यादेखील काही आवडीनिवडी असतातच हे सर्वांनाच माहीत आहे, आणि ते एका अर्थाने साहजिकच आहे : दूरचं उदाहरण घ्यायचं तर अमेरिकेच्या सर्वोच्च न्यायालयातले काही न्यायाधीश हे 'काटेकोर शब्दरचनाशास्त्री' असतात – त्यांच्यासाठी प्रत्येक गोष्ट घटनेतील तरतुदींच्या शब्दांच्या चौकटीतच आणि त्यांचे समाधान होईल अशा पद्धतीने सिद्ध करून दाखवणे अत्यावश्यक असते; तर त्यांच्या इतकेच सुप्रसिद्ध असलेल्या इतर काही न्यायाधीशांचा तरतुदींचा अर्थ लावण्याबाबतचा दृष्टिकोन व्यापक स्वरूपाचा असतो. भारतातदेखील, आणि विशेषत: १९७० सालापासून, बहुतेक न्यायाधीश घटनेतील तरतुदींच्या शब्दश: अर्थावर जोर देताना दिसतात, तर काही जणांना त्या शब्दांच्या पलीकडे जाऊन त्या शब्दरचनांमधून काही जास्त सखोल व व्यापक अर्थ सांगितला आहे का याचा शोध घेणे हे आपले कर्तव्यच आहे असे वाटते – अलीकडच्या काळात राज्यघटनेतील कलम २१ ची व्याप्ती कशाप्रकारे वाढवली गेली याचे आपण साक्षी आहोतच. जे स्वत:ला 'प्रागतिक' समजत होते, त्यांना राज्यघटनेतील तरतुदींचा ज्याप्रकारे अर्थ लावला जात होता त्यामध्ये आमूलाग्र बदल करणे नुसते योग्यच नव्हे तर ते अनिवार्यच आहे असे वाटत होते : सर्वोच्च न्यायालयातील एक न्यायाधीश श्री. डी. ए. देसाई यांनी तर आपण ही व्यवस्था आतूनच मोडून काढण्यासाठी व्यवस्थेत सामील झालो आहोत असे जाहीर करून टाकले. दृष्टिकोनातील अशा फरकांचे प्रतिबिंब नंतर विशिष्ट गोष्टींमधून दिसत राहिले. काही न्यायाधीश जवळजवळ जाणीवपूर्वक कामगारधार्जिणे होते – 'बोनस म्हणजे राखून ठेवलेला पगार' असे ते म्हणत – तर दुसरे काही – किंवा इतर सर्वच जण जास्त पारंपरिक विचार करत. सर्वोच्च न्यायालयाच्या एका खंडपीठाने त्यांच्यासमोर अपीलाद्वारे सुनावणीस आलेल्या जवळजवळ सर्वच फाशीच्या शिक्षा कायम केल्या तर दुसऱ्या खंडपीठाने त्यांच्यासमोर आलेल्या बहुतेक सर्व मृत्युदंडाच्या शिक्षा कमी केल्या.[१२] त्यामुळे साहजिकच वस्तुस्थिती काय आहे किंवा अगदी कायदा काय सांगतो, यापेक्षाही खटला

---

१२. गौतम भाटिया, 'मास्टर ॲन्ड दी रोस्टर,' दी इंडियन एक्स्प्रेस, १५ जानेवारी २०१८.

कोणत्या खंडपीठासमोर चालणार आहे यावर खटल्याचा निकाल अवलंबून असतो असा समज पसरला यात नवल नव्हते. परिणाम अटळ होता : अनेक पक्षकारांनी आपले प्रकरण एका विशिष्ट खंडपीठापुढे सादर व्हावे आणि ते दुसऱ्या खंडपीठापासून दूर राखले जावे यासाठी हर तऱ्हेचे उपाय केले. न्यायालयाचे नोंदणी कार्यालय आणि सरन्यायाधीशांचे कार्यालय या जागा विशेष महत्त्वाच्या आणि 'लक्ष'णीय ठरू लागल्या.

या प्रथेवर उपाय म्हणून काही पद्धती आणि संकेत विकसित करण्यात आले. खंडपीठांची रचना विषयवार केली जाईल असे ठरवण्यात आले – एखाद्या न्यायाधीशांनी कायद्याच्या एखाद्या विशिष्ट क्षेत्रात अधिक ज्ञान-कौशल्य संपादित केले असेल तर विषयवार खंडपीठ स्थापन करताना साहजिकच या गोष्टीला महत्त्व दिले जावे असे मानले गेले. प्रकरणे जसजशी येत जातील, तशी सुरुवातीला प्रकरणास लागू असणाऱ्या कायद्याच्या सर्वसामान्य क्षेत्रातील कामकाज पाहणाऱ्या खंडपीठांकडे पाठवली जावीत, आणि दुसऱ्या टप्प्यात, त्या खंडपीठांपैकीच 'संगणकाद्वारे' निवड झालेल्या एखाद्या विशिष्ट खंडपीठाकडे एकेक प्रकरण सुपूर्द केले जावे, असे नव्या पद्धतीचे स्वरूप असल्याचे मानले गेले.

इतर काही संकेतदेखील निर्माण झाले. संवेदनशील प्रकरणे- ज्यामध्ये राज्यघटनेतील तरतुदींचा अर्थ लावण्याची आवश्यकता असेल किंवा उच्च पदावरील व्यक्ती त्या प्रकरणात गुंतलेली असेल – तर अशी प्रकरणे मोठ्या खंडपीठाकडे सोपवली जावी, आणि या खंडपीठांचे कामकाज वरिष्ठ न्यायाधीशांनी चालवावे, असे मानले गेले. तसेच एकदा एखाद्या प्रकरणाची सुनावणी काही न्यायाधीशांसमोर सुरू झाली, की ते प्रकरण त्यांच्याकडून काढून घेतले जाऊन दुसऱ्या खंडपीठाकडे पाठवले जाऊ नये असेही मानले गेले. जर न्यायाधीशांची संख्या जास्त असलेल्या खंडपीठासमोर एखादे प्रकरण सुनावणीसाठी पाठवावे असे एखाद्या खंडपीठाने ठरवले, तर ते प्रकरण मोठ्या खंडपीठाकडे पाठवले जावे. आणि जे न्यायाधीश मुळात त्या प्रकरणाची सुनावणी घेत असतील, त्यांचा नव्या मोठ्या खंडपीठामध्ये समावेश असावा. मोठ्या खंडपीठाने दिलेल्या निर्णयांचे लहान खंडपीठांनी आदर्श म्हणून पालन व अनुकरण करावे. मोठ्या खंडपीठांनी निर्णय दिलेले प्रश्न लहान खंडपीठांनी पुन्हा चर्चेस घेऊ नये, आणि निव्वळ जाता जाता मारलेल्या शेऱ्याद्वारे तरी निश्चितच नव्या वादाची सुरुवात करू नये : मिनर्व्हा मिल्सच्या खटल्यामध्ये झालेल्या युक्तिवादावर आणि मसुदा तयार करण्यावर न्यायमूर्ती पी. एन. भगवती यांनी ज्याप्रकारे शेरेबाजी केली होती – त्या शेरेबाजीचा रोख ते प्रकरण हाताळणारे त्या वेळचे सरन्यायाधीश वाय. व्ही. चंद्रचूड यांच्यावर होता हे तर स्पष्टच होते; आणि कार्यपालिकेने या शेरेबाजीचा फायदा घेतला आणि त्यांना मूलभूत महत्त्वाच्या

वाटणाऱ्या प्रकरणांसाठी त्याचा वापर करायचे ठरवले.[१३] पण अशा घटना क्वचितच घडतात, आणि मिनर्व्हा मिल्सच्या प्रकरणासंदर्भात घडले, त्याचप्रमाणे अशा

---

१३. ज्या निरीक्षणांच्या शेऱ्यांमुळे राजकीय कार्यपालिकेला त्यांच्या सोयीचा अर्थ काढणे शक्य झाले आणि अभिव्यक्ती स्वातंत्र्यावरील वाजवी/गैरवाजवी बंधनांसारख्या महत्वाच्या मुद्द्यावर निकाल दिले गेलेली प्रकरणे पुन्हा विचारार्थ घेण्याची विनंती करण्याचे धाडस झाले – ते सगळे इतक्या वर्षांनंतर वाचतानादेखील अतिशय सूचक वाटते – आणि एक धोक्याची घंटा मनामध्ये सतत घणघणत राहते. न्यायमूर्ती पी. एन. भगवती यांनी लिहिले होते ते असे :

या प्रश्नावर साधारणपणे तीन आठवडे युक्तिवाद केला गेला होता आणि त्यामध्ये दोन्ही पक्षांनी अभ्यासपूर्ण आणि सखोल चिंतन करून आपली बाजू मांडली होती या गोष्टीकडे या टप्प्यावर लक्ष वेधावेसे वाटते. युक्तिवादांची सुनावणी २२ ऑक्टोबर १९७९ रोजी सुरू झाली आणि १६ नोव्हेंबर १९७९ रोजी संपली. युक्तिवाद संपल्यानंतर इतक्या महत्वाच्या मुद्द्यांवर सरन्यायाधीशांनी निकालाचा मसुदा प्रसृत करण्यापूर्वी किंवा नंतर तरी न्यायाधीशांच्या परिषदेमध्ये एक 'नि:पक्ष आणि प्रांजळ विचारविनिमय' होईल, आणि माझ्या सहकाऱ्यांचे विचार त्यांना ऐकवण्याची संधी मला मिळेल किंवा ते शक्य नसेल, तर किमान माझ्या मताशी सहमत होण्यासाठी मला त्यांची मनधरणी करण्याचा प्रयत्न तरी करता येईल, अशी मला आशा वाटत होती. परंतु प्रत्यक्षात मात्र केशवानंद भारती वि. केरळ राज्य या खटल्यामध्ये जी अवस्था सरन्यायाधीशांची झाली होती त्याच अवस्थेमधे मी पोहोचलो असल्याचे मला दिसून आले. विद्वान सरन्यायाधीशांनी त्या खटल्यात आपली निरीक्षणे अशाप्रकारे नोंदवली होती :

> 'मला माझे स्वतंत्र निकालपत्र लिहिणे टाळायचे होते, पण तो पर्याय आता माझ्यासमोर उरलेलाच नाही असे दिसते. आम्ही पूर्ण पीठसंख्येने म्हणजे सर्व १३ न्यायाधीश सुनावणीसाठी बसलो आणि नि:पक्ष आणि प्रांजळ विचारविनिमय झाल्यावर, माझ्या लब्धप्रतिष्ठित बंधूंपैकी कोणा एकाचे तरी विचार सर्वांसमोर मांडण्याची मला संधी मिळेल अशी मला आशा वाटत होती, पण आम्हाला अचानक उदभवणाऱ्या परिस्थितीने मात दिली,'

उद्भवलेली परिस्थिती म्हणजे काय, तर आपापल्या बाजूच्या समर्थनाचे विचार मांडण्यासाठी वकिलांनी एवढा वेळ घेतला, की 'त्यांचे युक्तिवाद संपल्यानंतर आपल्या निकालपत्रांचा मसुदा तयार करण्यासाठी' न्यायाधीशांकडे अगदीच थोडा वेळ उरला. इथेदेखील तशीच परिस्थिती आहे, म्हणजे ती तशी अचानक म्हणावी अशी नाही, पण टीकेचा भडिमार होत असलेल्या घटनेच्या कलमांमधील दुरुस्त्यांचे प्रयत्न हाणून पाडण्याबद्दलचे त्यांचे विचार समजून घेण्यासाठी माझ्या सहकाऱ्यांशी चर्चा करण्याची संधीदेखील न मिळताच मला माझे स्वत:चे वेगळे मत नाइलाजाने नोंदवावे लागत आहे.

घटनांवर कायदा क्षेत्रात काम करणाऱ्या समुदायाकडून नेहमीच तीव्र प्रतिक्रिया व्यक्त होताना दिसतात.

असेही किंवा तसेही, किंवा कदाचित न्यायालयावर असलेल्या कामाच्या प्रचंड ताणामुळे असेल, पण युक्तिवादांची सुनावणी खूप आधीच म्हणजे १६ नोव्हेंबर १९७९ रोजी पूर्ण झाली होती, तरीदेखील त्यानंतर दीर्घ काळपर्यंत न्यायिक विचारविनिमय परिषद किंवा चर्चा झालीच नाही, तसेच ज्यावर चर्चा होऊ शकली असती, असा निकालाचा कोणताही मसुदा पसृत केला गेला नाही. ८ मे १९८० रोजी, म्हणजे न्यायालय उन्हाळ्याच्या सुटीसाठी बंद होण्याच्या फक्त दोन दिवस आधी, माझ्यासह ज्यांनी सुनावणीत भाग घेतला होता ते सरन्यायाधीश आणि अन्य तीन न्यायाधीशांनी टीकेचे लक्ष्य ठरलेल्या घटनादुरुस्त्या घटनेच्या मूलभूत वैशिष्ट्यांचा भंग करत असल्याकारणाने अवैध ठरवण्याचा व रद्द करण्याचा निर्णय घेतला असल्याचे आणि असा आदेश देण्याची कारणे त्यांच्याकडून नंतर कळवली जातील असे मला कळवण्यात आले. इथे काय घडत होतं पहा; निष्पक्ष आणि प्रांजळ विचारविनिमय करण्यासाठी कोणतीही न्यायविषयक परिषद किंवा चर्चा न्यायाधीशांमधे झालेली नव्हती तसेच निकालाचा कोणताही मसुदा प्रसारित करण्यात आला नव्हता त्यामुळे सरन्यायाधीश आणि त्यांचे इतर तीन विद्वान साथी न्यायाधीश कशाच्या आधारे घटनादुरुस्त्या रद्द करण्याच्या निर्णयाप्रत पोहोचले होते ते मला कळायला काही मार्गच नव्हता. जर एखादी न्यायिक परिषद किंवा चर्चा झाली असती किंवा संदर्भित घटनादुरुस्त्या अवैध व रद्द ठरवणाऱ्या निकालपत्राचा मसुदा कारणमीमांसेसहित प्रसारित झाला असता तर परिपूर्ण आणि प्रांजळ चर्चेनंतर किंवा निकालपत्राच्या मसुद्यातील कारणमीमांसेवर विचार केल्यानंतर, सरन्यायाधीश व त्यांचे तीन विद्वान साथी न्यायाधीश यांनी घेतलेल्या भूमिकेशी सहमत होण्याचा, किंवा माझा सहमतीचा विचार नसता, तर त्यांची भूमिका त्यांनी बदलावी आणि माझ्या विचारांशी सहमत व्हावे यासाठी त्यांच्याशी विचारविनिमय करण्याचा निर्णय मला घेता आला असता. न्यायिक सामुदायिकतेचे हेच खरे सार आहे. माझ्या मते, न्यायालयीन निकाल हा न्यायालयाचे घटक असणाऱ्या न्यायाधीशांच्या एकत्रित विचारमंथनाचे फलित असणे अत्यंत आवश्यक आहे, आणि खंडपीठातील एक किंवा त्यापेक्षा जास्त न्यायाधीश, अन्य सहन्यायाधीशांकडे दुर्लक्ष करून व त्यांच्याबरोबर आपल्या निष्कर्षांमागच्या कारणांबाबत चर्चा न करताच आणि त्याचप्रमाणे त्यांच्या निकालपत्राचा मसुदा प्रसारित करून आपल्याच बरोबर असणाऱ्या खंडपीठातील इतर सहकाऱ्यांना त्याची माहिती व त्यावर चर्चेची संधी न देताच त्यांचे स्वत:चे वेगळे मत व्यक्त करतील असे म्हणत असतील, तर तसे निर्णय हे सामूहिक विचारमंथनाचा परिणाम म्हणून दिले गेले आहेत असे म्हणता येणार नाही असे मी नम्रपणे नमूद करू इच्छितो. असे झाले, तर न्यायप्रक्रियेमधे प्रचंड गोंधळ माजेल आणि – ज्याच्याकडे एक आदर्श न्यायिक संस्था म्हणून आणि ज्यांनी संपूर्ण देशातल्या न्यायप्रक्रियेला एक

अलीकडच्या काळात असे संकेत किंवा रूढी पाळण्यात अतिशय ढिसाळपणा होताना दिसतो. मोठ्या खंडपीठांनी दिलेल्या निकालांना लहान खंडपीठांनी मार्गदर्शक समजून काम करण्याच्या संकेताची कदाचित सर्वांत जास्त पायमल्ली होताना दिसते. यात काही व्यक्तींना आपण 'प्रागतिक' असल्यामुळे पूर्वीच्या निकालांमधून मिळालेली न्यायदानाची दिशाच बदलणे हे आपले परम कर्तव्य आहे असे वाटते, आणि आत्तापर्यंत इतके असंख्य आणि वैविध्यपूर्ण निकाल दिले गेले आहेत, आणि त्याचबरोबर इतक्या न्यायाधीशांनी चऱ्हाट लावणारी निकालपत्रे दिली आहेत, की

चांगली दिशा आणि शिस्त लावावी अशी अपेक्षा असते- त्या देशाच्या सर्वोच्च न्यायालयानेच असा अनारोग्यकारी प्रघात पाडला जाण्यास प्रोत्साहन देऊ नये असे वाटते. कारणमीमांसा नमूद न करताच घटनादुरुस्ती रद्द करण्याचा आदेश जाहीर करणे चुकीचे होते असेच मला वाटत होते. सर्वसाधारणपणे कारणे स्पष्ट करून दिलेल्या निकालाद्वारेच खटला निकाली काढला जाऊ शकतो आणि अशा निकालानंतर त्याच्या अंमलबजावणीचा आदेश काढावयाचा असतो. कधी कधी नागरिकाच्या स्वातंत्र्याचा प्रश्न असेल किंवा मृत्युदंडाच्या अंमलबजावणीचा मुद्दा असेल किंवा कारणमीमांसेसहित निकालपत्र तयार करण्यासाठी लागणाऱ्या वेळामुळे खटला जिंकणाऱ्या पक्षकारावर विपरीत परिणाम होण्याची शक्यता असेल, तर, न्यायालय, न्याय प्रत्यक्षात केला जाण्याच्या उद्देशाने, आधी आदेश संमत करते आणि कारणमीमांसा नंतर देते, परंतु कायद्यानुसार निश्चित केलेल्या पद्धतीपासून दूर जाण्यास न्यायालय प्रवृत्त होण्याच्या घटना अगदी अपवादात्मकच आहेत. परंतु, इथे युक्तिवाद पूर्ण झाल्यानंतर न्यायालय सुमारे साडेपाच महिने थांबले होते आणि कारणमीमांसा तयार नसतानाच आदेश जारी करण्याइतकी कोणतीच आणीबाणीची परिस्थिती उद्भवलेली नव्हती, आदेश तयार करण्यातल्या २२ महिन्यांच्या विलंबामुळे कोणत्याही पक्षाच्या हिताला कोणतीही बाधा पोहोचणार नव्हती, कारण त्या आदेशाने तो रिट अर्ज निकाली तर काढला जाणारच नव्हता आणि अनेक मुद्द्यांवर निर्णय होणे अधांतरीच राहून ते उन्हाळी सुटी संपल्यावरच होणे शक्य होते. म्हणजेच न्यायालयाचे कामकाज उन्हाळी सुटी संपल्यावर पुन्हा चालू झाल्यानंतर विशिष्ट निर्णय घेण्यामागची कारणे स्पष्ट करून आदेश दिला गेला असता तरी त्यामुळे न्यायदानाच्या उदात्त हेतूला कोणत्याही प्रकारे बाधा उत्पन्न होणार नव्हती. ९ मे १९८० रोजी या सर्व कारणांमुळे 'या प्रकरणासंदर्भातला माझा आदेश मी कारणमीमांसेसहित दिल्यानंतर अंतिम आदेश काढणे उचित आहे' असे नमूद करून चुकीच्या ठरवल्या गेलेल्या संदर्भित घटनात्मक सुधारणांच्या (घटनादुरुस्त्या) वैध-अवैधतेबद्दल कोणतीही कारणे न देताच आदेश जारी करण्यास नकार देणारा आदेश काढणे मला भाग पडले. दुर्दैवाने या आदेशामुळे माझ्याबद्दल मोठ्या प्रमाणात गैरसमज निर्माण झाले आणि म्हणूनच मी त्या वेळी तसा का वागलो ते नीट स्पष्ट करावे असे मला वाटले.' मिनर्व्हा मिल्स वि. भारत सरकार, (१९८०) ३ एससीसी ६२५.

कुणालाही त्यामधून आपल्या मुद्द्याच्या पुष्टीकरणासाठी आवश्यक तो उतारा शोधून काढणे अगदीच सोपे ठरते. परंतु यामुळे न्याय दिला जाण्याबाबतच्या अनिश्चिततेत भरच पडते आहे.

परंतु गेल्या दोन वर्षांत तर या अनिश्चिततेची जागा यात काहीतरी विशिष्ट पद्धत अनुसरली जात असावी अशा भीतीने घेतली आहे. एकामागून एक संवेदनशील प्रकरणे – विशेषत: ज्या प्रकरणात त्या वेळी सत्तारुढ असलेल्या मंडळींना स्वारस्य असते – अशी प्रकरणे एका विशिष्ट न्यायाधीशाच्या नेतृत्वाखालच्या खंडपीठाकडेच सोपवली जातात असे दिसते. एखाद्या खंडपीठातील न्यायाधीशांसमोर अंशत: सुनावणी झालेली प्रकरणे त्यांच्याकडून काढली जाऊन दुसऱ्या खंडपीठाकडे पाठवली जातात, बहुतांश वेळा स्वत: सरन्यायाधीशच ती प्रकरणे स्वत:कडे घेताना दिसतात. पुन्हा असेही दिसते की सत्तारूढ मंडळींना विशेष स्वारस्य असलेल्या प्रकरणांमध्ये – उदाहरणार्थ केंद्रीय गुन्हे अन्वेषण विभागाच्या संचालकपदाच्या नेमणुकीसंदर्भात न्यायमूर्ती गोगोई, आधार प्रकरणात न्यायमूर्ती चेलमेश्वर आणि एस. ए. बोबडे – यांच्या समोर अंशत: सुनावणी झालेली असूनही त्या प्रकरणाच्या पुढील सुनावण्या ज्या खंडपीठासमोर व्हावयाच्या, त्यामधून अचानकपणे या न्यायमूर्तींना चक्क वगळण्यात येते. एखाद्या दोन न्यायाधीशांच्या खंडपीठाला एखाद्या प्रकरणातले मुद्दे विचारमंथन करण्याच्या दृष्टीने इतके महत्त्वाचे आहेत, की त्या प्रकरणाची सुनावणी मोठ्या खंडपीठासमोर व्हावी असे वाटले, तर खरोखरच तसे मोठे खंडपीठ स्थापन केलेही जाते, पण, प्रस्थापित प्रथेला धडधडीतपणे डावलून, ज्या न्यायाधीशांसमोर सुनावणी होत होती, त्या न्यायाधीशांना नव्या खंडपीठातून सपशेल वगळलेच जाते. विशेषत: जास्त संवेदनशील प्रकरणांच्या सुनावणीपासून वरिष्ठ न्यायाधीशांना दूरच ठेवले जाते : सहारा-बिर्ला डायऱ्यांचे प्रकरण अधिक अनुभवी आणि अधिक कार्यकाल असणाऱ्या न्यायाधीशांच्या दहा खंडपीठांना बाजूला ठेवून न्यायमूर्ती अरुण मिश्रा यांच्या नेतृत्वाखालील खंडपीठाकडे सोपवले गेले – अनेक सत्तारूढ व्यक्तींची नावे उघड होण्याची भीती, त्यांच्याबरोबर समाजातील इतर अनेक प्रतिष्ठित व्यक्ती गुंतलेल्या असणे; प्रचंड मोठ्या रकमांची देवाणघेवाण झालेली असणे असे या प्रकरणाचे स्वरूप होते; या प्रकरणासारखेच आपण आधी पाहिलेले खालिको पुल आत्महत्या प्रकरण अधिक उच्च वरीयता आणि अनुभव असणारे न्यायाधीश सदस्य असलेल्या अकरा खंडपीठांकडे काणा डोळा करून भलत्याच खंडपीठाकडे सोपवले गेले होते ते आपल्याला माहीत आहेच.[१४]

---

१४. तुलनेसाठी पहा, दुष्यंत दवे, 'चीफ जस्टिस ऑफ इंडिया – अबाउव्ह ऑर अंडर दी लॉ?' दी इंडियन एक्स्प्रेस, १० जानेवारी २०१८. अधिक उदाहरणांसाठी

यापेक्षाही वाईट गोष्ट अशी, की राज्यघटनेतील तरतुदींबाबतच्या खटल्यांच्या सुनावणीपासूनदेखील वरिष्ठ अनुभवी न्यायाधीशांना दूर राखले जाऊ लागले – दिल्ली उच्च न्यायालयातील भूतपूर्व सरन्यायाधीश श्री. ए. पी. शाह यांनी एक उत्तम उदाहरण सांगितले ते असे : सरन्यायाधीश दीपक मिश्रा यांनी सात खटल्यांसंदर्भात घटनापीठे स्थापन केली होती, ते स्वत:च या सातही खंडपीठांचे नेतृत्व करत होते, आणि त्यातल्या एकाही खंडपीठामध्ये चार सर्वांत वरिष्ठ न्यायाधीशांपैकी एकाचाही समावेश नव्हता.[१५]

अशा गोष्टी वारंवार घडू लागल्यामुळे एका खटल्यासंदर्भात मिनर्व्हा मिल्स खटल्याची आठवण करून देणारा, एक धोक्याची घंटा वाजवणाऱ्या स्वरूपाचा कायद्याचा भंग होताना दिसला. श्री. आर. पी. लुथ्रा नावाच्या एका वकिलाने सर्वोच्च न्यायालयात असा दावा दाखल केला, की त्यांचा सर्वोच्च न्यायालयाचे न्यायाधीश म्हणून नेमणूक होण्याचा हक्क डावलण्यात आला आहे. न्यायाधीशांच्या नेमणुकांच्या प्रक्रियापद्धतीला अंतिम स्वरूप दिले गेले नसल्यामुळे, मागील महिन्यांमध्ये झालेल्या सर्व नेमणुका कायद्याच्या दृष्टीने नियमबाह्य आहेत असे त्यांचे म्हणणे होते. हे प्रकरण दोन न्यायाधीशांकडे सोपवले गेले. त्यांनी लुथ्रा यांचा दावा फेटाळला पण तसे करताना आपल्या निकालपत्रात त्यांनी असा शेरादेखील मारला, की नेमणूक प्रक्रिया-पद्धतीला अधिक विलंब न करता अंतिम स्वरूप दिले जाणे आवश्यक आहे.[१६] परंतु सर्वोच्च न्यायालयाच्या घटनापीठाने या मुद्द्यावर यापूर्वीच निकाल दिलेला होता.[१७] आणि त्या निकालानंतर या विषयावर पाच सर्वांत वरिष्ठ न्यायाधीशांच्या

न्यायमूर्ती चेलमेश्वर आणि त्यांच्या सहकाऱ्यांनी घेतलेल्या पत्रकार परिषदेच्या निमित्ताने 'न्यायपालिकेची जबाबदारी आणि सुधारणा : एक मोहीम' – चालवणाऱ्या सीजेएआर गटातर्फे १२ जानेवारी २०१८ रोजी प्रसृत केलेले टिपण पाहावे.

१५. अनंतकृष्णन जी., कौनैन शेरीफ, लिझ मॅथ्यू, मनोज सी जी, रवीश तिवारी, 'डिव्हिजन अॅन्ड बेंच' दी इंडियन एक्स्प्रेस, २१ जानेवारी २०१८.

१६. आर. पी. लुथ्रा वि. भारत सरकार, २७ ऑक्टोबर २०१७ रोजी दिलेला निकाल, (२०१७) एससीसी ऑनलाइन १२५४. पत्राच्या परिणाम स्वरूपात सरन्यायाधीशांनी ते प्रकरण तीन न्यायाधीशांच्या खंडपीठाद्वारे स्वत:कडे घेतले. या खंडपीठाने आर. पी. लुथ्रा यांचा दावा फेटाळणारा दोन न्यायाधीशांनी दिलेला निकाल कायम केला, पण या फेटाळण्याच्या निर्णयाव्यतिरिक्त आधीच्या निकालामधील इतर कोणतीही गोष्ट सिद्ध झाल्याचे मानले जाऊ नये असाही निर्णय दिला.

१७. सुप्रीम कोर्ट अॅडव्होकेट्स ऑन रेकॉर्ड असोसिएशन, (२०१६) ५ एससीसी १.

विचारमंचाने सखोल चर्चा केली होती. सरन्यायाधीशांनी ज्या दोन न्यायाधीशांकडे ते प्रकरण सोपवले होते, त्यांनी नोंदवलेल्या त्या विलक्षण निरीक्षणाबद्दल न्यायमूर्ती चेलमेश्वर आणि त्यांच्या वरिष्ठ सहकाऱ्यांनी सरन्यायाधीशांना त्यांचे म्हणणे लेखी स्वरूपात कळवले. त्यात संदर्भित प्रक्रियापद्धतीचे अंतिम स्वरूप शासनाकडे पाठवल्याला सात महिने होऊन गेले आहेत याकडे त्यांनी लक्ष वेधले. तसेच शासनाचे त्यावरील मौन हीच सहमती समजावी आणि न्यायालयाने त्या प्रक्रियापद्धतीनुसार काम सुरू करावे असेही सूचित केले.[१८]

त्या दोन न्यायाधीशांकडून अनवधानाने म्हटले, तरी नोंदवल्या गेलेल्या निरीक्षणावर सत्ताधाऱ्यांनी झडप घातली असती, आणि नेमणुकीची प्रक्रियापद्धत निश्चित झाली नव्हती असे सर्वोच्च न्यायालयानेच म्हटले असल्याचा धोशा लावला असता हे समजायला फारशी बुद्धी असण्याची गरज नव्हती. हा मुद्दा पुन्हा उचलला जाणारच होता आणि अवघ्या दोन वर्षातच न्यायाधीशांच्या निवडीमध्ये आपल्या मताला जास्त किंमत असावी यासाठी सत्ताधारी लोक दुसऱ्यांदा प्रयत्न करणार होते.

दोन महिने उलटले तरी सरन्यायाधीशांकडून काहीच उत्तर आले नाही.

आणि या सगळ्यात भर म्हणून न्यायाधीश लोया यांच्या गूढ मृत्यूचे जे प्रकरण झाले, त्यात सत्ताधाऱ्यांना नुसता धोकाच नव्हता, तर थेट खुनाच्या आरोपाचा धोका होता, आणि असे प्रकरण सर्व वरिष्ठ न्यायाधीशांना डावलून न्यायाधीश अरुण मिश्रा यांच्या हाती दिले गेले : आता ते एक नि:स्पृह न्यायाधीश असतीलही, पण सत्ताधारी पक्षाशी त्यांची असलेली जवळीकदेखील सर्वांना माहीत होती, आणि, अगदी सातत्याने उद्धृत केल्या जाणाऱ्या 'न्याय केवळ दिला जावा असे नाही, तर तो दिला गेल्याचे प्रत्यक्ष दिसावे,' या उक्तीनुसार पाहावे तर या घटनेला केवळ योगायोग म्हणून सोडून देणे फारच अवघड होते. हे प्रकरण दुसऱ्या पीठाकडे पाठवले जाण्याने शेवटची काडी पडली.

गांधीजी ज्याला 'अक्षम्य चूक' म्हणत तीच आता न्यायाधीशांसमोर दत्त म्हणून उभी होती. त्यांनी इतर उपायांचा अवलंब केला होता : त्यांनी सरन्यायाधीशांना पत्र लिहिले, ते त्यांना भेटलेही होते. परिणाम काहीच झाला नाही. त्यांच्यापुढे पर्यायच उरला नाही : मग त्यांनी आपले समज-गैरसमज लोकांपुढे मांडले.

हे पुस्तक छपाईला जात असताना, एक छोटासा बदल करण्यात आला आहे

---

१८. या सगळ्या गोष्टींसंदर्भात न्यायाधीश जे. चेलमेश्वर, न्यायाधीश रंजन गोगोई, न्यायाधीश मोहन लोकूर आणि न्यायाधीश जोसेफ कुरियन यांनी १२ जानेवारी २०१८ रोजी पत्रकार परिषदेच्या माध्यमातून भारताच्या सरन्यायाधीशांना पाठवलेले जाहीर पत्र.

: प्रबंधक कार्यालयाने कोणत्या विषयाचे खटले कोणत्या न्यायाधीशांसमोर सुनावणीस असतील याची यादी सर्वोच्च न्यायालयाच्या वेबसाइटवर प्रस्तुत केली आहे. अर्थातच हा अगदीच मामुली फरक आहे. खटले न्यायाधीशांकडे सोपवण्याची कोणतीही संस्थात्मक कार्यप्रणाली प्रस्थापित केली गेलेली नाही : मुख्य न्यायाधीश आणि मुख्य न्यायाधीश होण्याच्या प्रतीक्षेत असलेल्या न्यायाधीशांच्या समितीने खंडपीठांच्या रचनेबाबतचा निर्णय घ्यावा असे त्या चार न्यायाधीशांनी सुचवले होते – परंतु तसे काहीही केले गेलेले नाही. हा निर्णय पूर्णत: आणि फक्त मुख्य न्यायाधीशांच्या हाती राखण्यात आला आहे. विशिष्ट न्यायाधीशांकडे निवाड्यासाठी सोपवली जाणारी प्रकरणे 'पुढील आदेश मिळेपर्यंत' पद्धतीने सोपवली जात आहेत. इतकेच नाही, तर हा आदेश फक्त यापुढील प्रकरणांसाठी लागू होत असल्याचेही नमूद केलेले आहे. आणि सगळ्यात महत्वाचे म्हणजे, ज्यांचा उगम जनहित याचिकांद्वारे झाली आहे, किंवा जी प्रकरणे निवडणुकांसंबंधी आहेत, किंवा घटनादत्त पदांवरील नेमणुकांच्या बाबत आहेत – म्हणजेच, त्या त्या काळात सत्तेवर असलेल्या पक्षाचे स्वारस्य ज्या प्रकरणांमधे गुंतलेले असेल, ती सर्व प्रकरणे मुख्य न्यायाधीशांनी[१९] स्वत:च्याच हातात ठेवली आहेत. असा बदल हे पहिले पाऊल आहे, मुख्य न्यायाधीशांना या गोष्टीचे गांभीर्य लवकरच दिसून येईल आणि अंतत: ते एक संस्थात्मक कार्यप्रणाली प्रस्थापित करतील असे आशावाद्यांना वाटते. इतर लोक फक्त आत्तापर्यंत समोर आलेल्या वास्तवाच्या नोंदी करतात – त्यात कार्यपालिकेच्या कार्याच्या आत्तापर्यंतच्या इतिहासाचादेखील समावेश असतो.

आणखी मोठा अनर्थ घडू नये म्हणून न्यायव्यवस्थेत सुधार आणण्याच्या न्यायाधीशांच्या या अंतिम प्रयत्नाचे फलित काय असेल हा प्रश्न अद्याप अनुत्तरितच आहे. आपण जे काही करत आहोत त्याचे परिणाम काय होतील याची सरन्यायाधीशांना जाणीव होईल, आणि उदाहरणादाखल दिल्ली उच्च न्यायालयाच्या बाबतीत तरी प्रक्रियेमध्ये काही वेगळेपण आणणारा बदल घडवला जाईल, असे आशावादी विचार करणाऱ्यांना वाटते. दुसरीकडे सरन्यायाधीशांविरुद्धच हक्कभंगाची कारवाई सुरू करण्याच्या पर्यायाचा गांभीर्याने विचार करत असल्याचे काही राजकीय गटांनी सूतोवाच केले आहे.

---

१९. तुलनेसाठी, दी इंडियन एक्स्प्रेस, २ फेब्रुवारी २०१८.

त्यांनी ते पत्र लिहिलं नसतं तर?

२३ जानेवारी २०१७ रोजी कोलकाता उच्च न्यायालयात कार्यरत असणाऱ्या न्यायाधीश एस. सी. कर्नन यांनी पंतप्रधानांना एक पत्र पाठवले. त्यात – मद्रास उच्च न्यायालयाच्या सरन्यायाधीशांपासून सुरुवात करून एकूण वीस न्यायाधीशांची नावे देत – ते सर्व भ्रष्टाचारी आहेत असे लिहिले. 'ही सुरुवात म्हणून दिलेली यादी' आहे असेही त्यांनी पंतप्रधानांना सांगितले, आणि या न्यायाधीशांचा भ्रष्टाचार 'सक्षम तपासनीस संस्थांद्वारे सिद्ध केला जाऊ शकतो' असेही म्हटले. केलेल्या आरोपांचे समर्थन करण्यासाठी त्यांनी कोणतेही पुरावे सादर केले नाहीत.

२५ जानेवारी रोजी त्यांनी आणखी एक पत्र पाठवले – कर्नन यांनी पंतप्रधानांना पाठवलेल्या यादीमधे अबू बेन आदम यांच्या नावाप्रमाणेच ज्यांचे नाव बाकीच्या नावांच्या पुढे, अग्रस्थानी होते, त्या मद्रास उच्च न्यायालयाच्या सरन्यायाधीशांनाच त्यांनी या वेळी ते पत्र पाठवले. त्यांना होत असलेल्या सर्व त्रासांचे मूळ कारण मद्रास उच्च न्यायालयाचे मुख्य न्यायाधीशच असल्याची त्यांची धारणा असल्यामुळे ते त्यांना उद्देशून पत्र लिहीत होते असे दिसत होते. भारताचे सरन्यायाधीश आणि पीठासनावरील अन्य सदस्यांनी बोलावल्यानुसार ते त्या सर्वांना १६ फेब्रुवारी २०१६ रोजी सरन्यायाधीशांच्या कक्षात भेटले होते असे त्यांना आठवते. तेव्हा खंडपीठाचे सदस्य म्हणून काम करतानाच्या त्यांच्या वर्तनाबद्दल त्यांच्या विरुद्ध अनेक तक्रारी असल्याचे सरन्यायाधीशांनी त्यांना सांगितले होते; आणि पुढे 'त्यानंतर, न्यायमूर्ती श्री. इब्राहिम कलिफुल्ला आणि इतर बहुतेक न्यायाधीशांनी त्यांना सतत

त्रास द्यायला सुरुवात केली.' हेदेखील लिहिले. सरन्यायाधीशांनी चौकशीअंती असा कोणताही खटला त्यांच्याविरुद्ध चालवला जात नसल्याचे सांगितले होते याचीदेखील त्यांनी आठवण करून दिली होती, तसेच 'जमा झालेले सर्व दस्तावेज व कागदपत्रे कुठेतरी चुकीच्या जागी ठेवली गेली.' असल्याचेही सांगितले होते.

त्यांनी आणखी एका घटनेची आठवण सांगितली होती, ती अशी : 'एकदा उच्च न्यायालयाच्या अतिरिक्त कक्षामधील एका सभागृहामध्ये चाललेल्या सामाजिक कार्यक्रमातल्या छोटेखानी समारंभादरम्यान तुम्ही आणि न्यायाधीश श्री. अकबर अली धाड्कन माझ्यासमोर येऊन बसलात आणि अत्यंत गलिच्छ हावभाव व हातवारे करत जे असभ्य वर्तन केलेत, ते तुमच्यासारख्या सभ्य समजल्या जाणाऱ्या आणि त्यातही न्यायाधीश असलेल्या व्यक्तींकडून झालेले अत्यंत हीन प्रकृतीचे होते.'

भारताच्या सरन्यायाधीशांनी न्यायविषयक किंवा व्यवस्थापकीय स्वरूपाचे कोणतेही काम त्यांच्या हाती सोपवणे बंद केले होते त्याबद्दलदेखील त्यांनी लिहिले होते. पत्राचा शेवट करताना त्यांनी म्हटले होते, 'आता – यात गुन्हेगार कोण आहे? याचा निर्णय होणे गरजेचे आहे. तुम्ही माझा वाट्टेल तसा, हेतुपूर्वक आणि सातत्याने अपमान केलात असे माझे म्हणणे आहे. आणि म्हणून तुमच्यावर अनुसूचित जाती/जमातींवरील अत्याचार प्रतिबंधक कायद्याखाली कारवाई केली जावी.'

८ फेब्रुवारी रोजी सर्वोच्च न्यायालयाने त्यांच्याविरुद्ध स्वयंस्फूर्तपणे न्यायालयाच्या अवमानाचा आदेश जारी केला, आणि त्यांना न्यायिक किंवा व्यवस्थापकीय स्वरूपाचे कोणतेही काम देण्यात येऊ नये असा कोलकाता उच्च न्यायालयाला आदेश दिला. दिनांक ११ फेब्रुवारी रोजी कर्नन यांनी सर्वोच्च न्यायालयाच्या महाप्रबंधकांना एक पत्र पाठवले. आपण ज्यांची नावे कळवली होती, त्या 'भ्रष्ट न्यायाधीशांना वाचवण्याच्या दुष्ट हेतूने' भारताचे सरन्यायाधीश आणि त्यांच्या समवेत खंडपीठावर बसलेल्या सहा अन्य न्यायाधीशांनी आपल्याकडे कोणत्याही प्रकारचे काम न पाठवण्याचा निर्णय घेतला असा आरोपही त्यांनी केला. एखादा न्यायाधीश भ्रष्ट असल्याची तुमची खात्री असेल, 'तर त्या व्यक्तीचे नाव जाहीर करून धीटपणे भ्रष्टाचाराविरुद्ध उभे रहा,' अशा पूर्वीच्या सरन्यायाधीशांनी केलेल्या आवाहनाला अनुसरूनच त्यांनी भ्रष्ट न्यायाधीशांची यादी पाठवली होती असे त्यांचे म्हणणे होते. 'आणि म्हणूनच, पूर्वीच्या सरन्यायाधीशांचा सल्ला सध्याच्या न्यायालयाच्या अधिकारकक्षेत येत नसल्यामुळे न्यायालयाचा अवमान करण्याचा प्रश्नच उद्‌भवत नाही; आणि तसेही हा सल्ला नैसर्गिक न्यायाच्या तत्त्वांशी बांधिलकी राखणाराच आहे.' असेही ते म्हणाले.

१६ मार्च रोजी भारताचे सरन्यायाधीश आणि त्या खंडपीठातील इतर सहा न्यायाधीशांनाच उद्देशून लिहिलेल्या पत्राद्वारे ते सर्व जण 'भारतीय राज्यघटना

कायद्याचा भंग करून एका घटनाबाह्य खंडपीठाचे सदस्य' म्हणून काम करत आहेत आणि असे असताना त्यांनी न्यायालयाचा अवमान केल्याचा आरोप करून त्यांच्याकडे सर्वच प्रकारचे काम सोपवणे थांबवले आहे. त्यांनी पत्राद्वारे पंतप्रधानांना कळवलेल्या भ्रष्ट न्यायाधीशांना वाचवण्यासाठीच त्यांनी असे केले असल्याचा त्यांनी पुनरुच्चार केला. 'आणि म्हणून माझी मन:शांती ढासळवल्याबद्दल आणि माझ्या सर्वसामान्य जीवनात खळबळ माजवल्याबद्दल, आणि त्याचबरोबर कायद्याची काहीच माहिती नसल्याने १२० कोटी भारतीय जनतेसमोर जाहीररीत्या मला अवमानित केल्याबद्दल मला नुकसानभरपाई द्यावी असे मी सर्वच्या सर्व सात न्यायाधीशांना आवाहन करतो.' 'आता हा आदेश प्राप्त झाल्याच्या तारखेपासून सात दिवसांच्या आत सर्व सातही न्यायाधीश नुकसानभरपाई देतील, आणि ती न दिल्यास तुम्ही घेतलेल्या भूमिकेप्रमाणेच भूमिका घेऊन, मी तुमच्यावर सोपवल्या जाणाऱ्या न्यायिक आणि व्यवस्थापकीय स्वरूपाच्या कामांवर बंधने घालीन.'

१७ मार्च रोजी पुन्हा एकदा 'न्यायिक कार्याबद्दल ज्ञानाचा अभाव असल्याकारणाने वाट्टेल तसा व हेतुपूर्वक' कारभार चालवत असल्याचा त्यांनी सरन्यायाधीशांवर आरोप केला आणि 'अशा अत्यंत हीन प्रकारच्या खोडसाळ वर्तनामुळे शेवटी सामान्य नागरिकाचे जीवनच धोक्यात पडणार आहे,' असा धोक्याचा इशाराही त्यांनी दिला. आणि म्हणून अवमानाची कारवाई बंद करावी आणि त्यांना काम न देण्याचे आदेशही मागे घ्यावे असे त्यांनी जाहीर केले. नंतर त्याच दिवशी त्यांनी सरन्यायाधीश आणि त्यांच्या सहकाऱ्यांना आणखी एक पत्र पाठवले : सर्वोच्च न्यायालयाने त्यांच्याविरुद्ध काढलेल्या जामीनपात्र वॉरन्टची अंमलबजावणी करण्यासाठी पोलीस त्यांच्या घरी आले होते, आणि 'उचित कारणे नमूद करून ते वॉरन्ट मी नाकारले' असे ते नमूद करतात. 'अशा प्रकारची पापकर्मे आपल्यासारख्या न्यायमूर्तीकडून घडणे आणि त्याद्वारे अत्याचारविरोधी कायद्याचा भंग करणाऱ्या गोष्टी करणे हे पूर्णपणे नियमबाह्य असून एका दलित न्यायाधीशाची त्यामुळे अवहेलना होत आहे. म्हणून न्यायालयांची प्रतिष्ठा व इभ्रत अबाधित राखण्यासाठी तुम्ही मला देत असलेला त्रास थांबवावा अशी मी आपणास विनंती करतो.'

सर्वोच्च न्यायालय आपल्या आदेशाबाबत ठाम राहिल्यामुळे, १३ एप्रिल रोजी कर्नन यांनी आपले घर हेच आपले 'तात्पुरते न्यायालय' असल्याचे घोषित करून देशहितासाठी व सामान्य नागरिकांच्या जिवाचे, मालमत्तेचे संरक्षण करणे आणि सर्वांना न्याय मिळावा या हेतूने 'स्वयंस्फूर्तपणे' एक प्रदीर्घ न्यायिक आदेश संमत केला. यात त्यांनी भारताच्या सरन्यायाधीशांनी आणि त्यांच्या सहा सहकाऱ्यांनी 'नैसर्गिक न्यायाच्या तत्त्वाचे उल्लंघन आणि भारतीय घटनात्मक कायद्याचा भंग केल्यानंतर, घटनेतील अत्यंत महत्त्वाच्या अशा कलम १४ व २१ चा भंग

करताना कायद्यानुसार विहित कार्यपद्धती न अनुसरता' आदेश संमत केल्याचा आरोप केला. त्याहीपुढे जात 'आत्यंतिक आकसाने आणि सूडबुद्धीने एक घटनाबाह्य खंडपीठ स्थापन केल्याने घटनेतील कलम २१९ चादेखील भंग केला' असाही त्यांच्यावर आरोप केला. सर्वोच्च न्यायालयाने दिलेल्या आदेशांना त्यांनी (शब्दाचे आद्याक्षर ठळक स्वरूपात लिहून) 'अत्याचार' असे नाव दिले, आणि ते आदेश अनुसूचित जाती आणि जमाती (अत्याचार प्रतिबंध) अधिनियम १९८९, आणि त्यानंतरचा सुधारित अधिनियम, यांचा भंग करणारे आहेत असेही म्हटले. जर 'एखादी व्यक्ती घटनेच्या भाग नऊमध्ये सूचित केलेल्या स्वरूपाचे एखाद्या पंचायतीचे किंवा सार्वजनिक स्वरूपाच्या समितीचे किंवा भाग नऊ-अ मध्ये सूचित केलेल्या स्वरूपाचे एखाद्या नगरपालिकेचे सदस्यपद किंवा अध्यक्षपद धारण केलेल्या अनुसूचित जातीच्या किंवा अनुसूचित जमातीच्या व्यक्तीस धाकदपटशाही करून घाबरविण्याचा किंवा त्याच्या सर्वसाधारण कर्तव्ये बजावण्याच्या कामात आडकाठी आणण्याचा प्रयत्न करत असेल' तर अशी व्यक्ती ज्या कलमाचा भंग करत असते त्या कलमाचा न्यायाधीशांनी त्यांच्यावर कारवाई करताना भंग केला होता, असे त्यांचे म्हणणे होते – म्हणजे पंचायती आणि नगरपालिकांच्या संदर्भात लागू असणारे कलम इथे थेट उच्च न्यायालयाच्या न्यायाधीशांवरच लागू करण्यात आले होते, नाही का? याशिवाय 'एका अनुसूचित जाती किंवा अनुसूचित जमातीच्या सदस्याला जनतेच्या नजरेत असलेल्या ठिकाणी हेतुपूर्वक अवमानित करणे आणि धाकदपटशाही करून घाबरवण्याचा' गुन्हा केल्याबद्दलदेखील त्यांनी त्या न्यायाधीशांना संदर्भित कलमानुसार दोषी ठरवले होते. तसेच अनुसूचित जाती व जमातींच्या विरोधात समाजामध्ये द्वेषभावना, आकस व वैर निर्माण करण्याबद्दलदेखील दोषी ठरवले होते.

आपले निकालपत्र ३१ मार्च रोजी जाहीर केल्याची आणि त्यात १९८९ च्या कायद्याअंतर्गत सात न्यायाधीशांना आरोपी करण्यात आल्याची त्यांनी नोंद केली आणि पुढे, 'आता त्या ७ माननीय न्यायाधीशांनी गुन्हा जाहीर करणे व त्यांना सुनावण्यात येणाऱ्या शिक्षेसंदर्भात २८.०४.२०१७ या दिवशी ११.३० वाजेपर्यंत, जे माझे सध्याचे 'तात्पुरते' न्यायालय आहे, त्या माझ्या राहत्या घरी, उपस्थित होऊन, स्वत: किंवा त्यांच्या वकिलाद्वारे उत्तर द्यावे... '

त्यांनी काढलेल्या आदेशांद्वारे त्या न्यायाधीशांनी त्यांचा अपमान केल्याचा आणि छळ केल्याचा आरोप त्यांनी न्यायाधीशांवर केला होता. तसेच ते न्यायाधीश देशाबाहेर जाऊ नयेत याची खातरजमा करण्याचे आदेशदेखील त्यांनी विमानतळ प्राधिकरणास दिले. त्या न्यायाधीशांना आपली पारपत्रे प्राधिकरणाकडे सुपूर्द करण्यास निर्देशित केले... तसेच त्यांच्या आदेशाविरुद्ध कोणत्याही न्यायालयाकडे दाद

मागण्यास त्या न्यायाधीशांना त्यांनी मनाई केली. 'याशिवाय मी यापूर्वीच दिलेल्या, ज्यास अंतिम स्वरूपात मान्यता मिळाली आहे, त्या जप्तीच्या आदेशानुसार रुपये १४ कोटींची नुकसानभरपाईची रक्कम वसूल होईपर्यंत न्यायाधीशांच्या निवृत्तिवेतनासंदर्भातील कोणतेही फायदे सर्वोच्च न्यायालयाच्या नोंदणी कार्यालयाने त्यांना देऊ नयेत.'

'वागणुकीत जातीविषयक पूर्वग्रह दाखवण्याद्वारे ते राष्ट्रीय गुन्हेगार' ठरले असल्याचे त्यांनी जाहीर केले आणि 'त्यांना कोणत्याही देशात प्रवेश करण्यास परवानगी दिली गेली तर ते तिथेही जाती-द्वेष पसरवण्याची शक्यता आहे' म्हणून कोणत्याही देशाने त्या सातपैकी एकाही न्यायाधीशास त्यांच्या देशात प्रवेश करण्यास परवानगी देऊ नये असे सार्वजनिक आवाहनदेखील त्यांनी केले.

न्यायमूर्ती कर्नन यांची मन:स्थिती ठीक नसल्याचे सांगत सरन्यायाधीशांनी न्यायालयाच्या अवमानासंदर्भातली त्यांच्यावरील कारवाई स्थगित केली होती. कर्नन यांना यातही 'आणखी एक मोठा अपमान' दिसला. कर्नन यांनी आपली बाजू मांडण्यासाठी एक वकील नेमावा असा सल्ला सरन्यायाधीशांनी दिला. 'या न्यायालयातील माझ्या कारकिर्दीदरम्यान सुमारे २५,००० खटल्यांचा' निकाल लावलेला आहे, तेव्हा माझी बाजू लढवण्यास मीच जास्त सक्षम आहे असे कर्नन यांनी त्याला उत्तर दिले. सरन्यायाधीशांनी – कदाचित विनोदाने – ते सर्व खटले रद्दच केले गेले होते की काय, असा प्रश्न विचारला होता. 'अशा प्रकारची भाषा वापरण्यानेदेखील माझ्या देशाच्या सर्वोच्च न्यायालयात अपमानच केला गेला.' त्या सात न्यायाधीशांनी एका दलितावर अत्याचार केले असल्याचे या सर्व घटनांद्वारे सिद्ध झाले.[१]

आपल्या घराच्याच केलेल्या तात्पुरत्या न्यायालयात त्या सात न्यायाधीशांना

---

१. '२५,००० खटले निकाली' काढल्याच्या त्यांच्या म्हणण्याला पुष्टी देऊ शकेल असा काही पुरावा उपलब्ध होऊ शकेल का? असे राहुल उन्नीकृष्णन नावाच्या चेन्नईमधील माझ्या एका वकील मित्राला मी विचारले. त्यावर त्याने उत्तर दिले : न्यायाधीश कर्नन यांनी निकाल दिलेल्या एकूण खटल्यांची संख्या शोधणे अतिशय कठीण आहे. मनुपत्रामध्ये (न्यायालयीन निकालांचे माहितीपत्र) न्यायालयातून काढल्या गेलेल्या १०६८ निकालपत्रांमध्ये त्यांचा सहभाग होता असे नमूद केले गेले आहे. त्या १०६८ पैकी ९१५ निकालपत्रे ते एकटेच न्यायाधीश असताना दिली गेली आहेत. बाकीची १५३ ते विविध खंडपीठाचे सदस्य असताना दिली गेली आहेत. परंतु खंडपीठांनी दिलेल्या त्या सर्व १५३ निकालपत्रांचे लेखन त्यांनी केले होते असा त्याचा अर्थ होत नाही. राहुलने पुढे असेही सांगितले, की, त्यांनी दिलेल्या निकालांमध्ये मोठ्या प्रमाणात अनियमितता तर होतीच आणि त्यातून तर्कनिष्ठ विचारांचा अभावच दिसून येत असे.

व्यक्तिश: किंवा आपल्या वकिलाच्या माध्यमातून उपस्थित राहण्यास सांगण्याव्यतिरिक्त न्यायमूर्ती कर्नन यांनी लोकसभेच्या सभापतींना 'एक मोठा राष्ट्रीय गुन्हा करणाऱ्या' सात न्यायाधीशांवर महाअभियोग चालवला जावा अशी विनंतीदेखील केली. तसेच त्यांनी परराष्ट्र सचिवांनादेखील 'जोपर्यंत संसदेतर्फे जातिभेदासारख्या गंभीर व घृणास्पद गुन्ह्याबद्दल ठोस कारवाई केली जात नाही, तोपर्यंत वर उल्लेखिलेल्या सात न्यायाधीशांना अन्य कोणत्याही देशात जाण्याची परवानगी देऊ नये' अशी विनंती केली.

न्यायमूर्ती कर्नन यांची मन:स्थिती सुदृढ आहे की नाही हे तपासून पाहण्यासाठी त्यांची वैद्यकीय चाचणी करावी असे सर्वोच्च न्यायालयाने निर्देशित केले. अशा चाचणीला सामोरे जायला त्यांनी नकार दिला. इतकेच नाही, तर ८ मे रोजी एक आदेश काढून त्यांनी भारताच्या सरन्यायाधीशांसह अन्य सहा न्यायाधीश मिळून सात जणांना, आणि त्यात आणखी एका म्हणजे आठव्या न्यायाधीशाची भर घालून, सगळ्यांना पाच वर्षे सश्रम कारावासाची शिक्षा सुनावली. त्यांना स्वत:ला दोन कोटी रुपये नुकसानभरपाई म्हणून देण्याव्यतिरिक्त सर्व सात न्यायाधीशांनी अनुसूचित जाती आणि अनुसूचित जमाती अत्याचार प्रतिबंध कायद्यातील व्याख्येनुसार 'अत्याचार' केल्याबद्दल दंड म्हणून प्रत्येकी १ लाख रुपये अनुसूचित जाती आणि अनुसूचित जमातींच्या राष्ट्रीय आयोगाला द्यावेत, असेही त्यांनी निर्देशित केले.

आता सर्वोच्च न्यायालयापुढील पर्यायांची आणि सहनशक्तीचीदेखील मर्यादा संपली होती. ९ मे २०१७ रोजी सात न्यायाधीशांच्या खंडपीठाने न्यायालयाचा अवमान केल्याबद्दल त्यांना अटक करण्याचे आणि सहा महिने तुरुंगवास भोगायला लावण्याचे आदेश दिले. इतके होईपर्यंत, अद्याप कोलकाता उच्च न्यायालयात कार्यरत असलेल्या न्यायमूर्ती कर्नन यांनी कोलकात्यातून पलायन केले होते.

अनेक शोध संस्थांच्या एका महिन्यापेक्षाही जास्त काळ अनेक शहरे आणि ठिकाणी चाललेल्या शोधकार्यानंतर, त्यांना कोईम्बतूरजवळ पकडण्यात आले. कोलकात्यामध्ये परत आणल्यावर त्यांना प्रेसिडेन्सी जेल येथे ठेवण्यात आले.

एखादा विनोदी फार्स असावा तशा सुरू झालेल्या या प्रकाराचे आता शोकांतिकेत रूपांतर झाले होते. अनेकांना त्या न्यायाधीशांबद्दल वाईट वाटले. त्यांना मदतीची खरोखरच गरज होती हे स्पष्टच दिसत होते.

व्यक्ती स्तरावर ही खरंच एक शोकांतिका होती. परंतु एका व्यक्तीच्या दैवगतीपेक्षाही कितीतरी मोठा आवाका असलेले प्रश्न या प्रसंगाद्वारे उभे ठाकले. 'फ्रंटलाइन' या नियतकालिकाने छापलेल्या मुखपृष्ठ कथेतील काही उताऱ्यांच्या वाचनाने या प्रकरणातील वस्तुनिष्ठ गोष्टींची आठवण ताजी होईल आणि त्यातून शिकण्यासारखे काही धडे प्रकर्षाने सामोरे येतील :

...एका दशकापेक्षा जास्त काळ मद्रास उच्च न्यायालयामध्ये वकील म्हणून काम केल्यानंतर मार्च ३०, २००९ रोजी ६५ वर्षीय चिन्नस्वामी स्वामिनाथन कर्नन यांची बारमधील एक वकील या पदावरून मद्रास उच्च न्यायालयाच्या खंडपीठातील सदस्यपदावर बढती करण्यात आल्याच्या घटनेमधून सध्याच्या वादग्रस्त प्रकरणाची सुरुवात झाली असे मानावे लागेल. आणखी दोन वर्षांनी त्यांना कायमस्वरूपी न्यायाधीश करण्यात आले होते.

तोपर्यंत त्यांचे नावदेखील कुठे ऐकिवात नव्हते. त्यांच्या खडपीठातील सदस्यपदावरील नियुक्तीचे त्या वेळी अनेकांना आश्चर्यच वाटले होते. आणि तेव्हापासून तामिळनाडूच्या कुद्दलोर जिल्ह्यातील एका खेड्यातून व दलित वर्गातून आलेले न्यायाधीश कर्नन नेहमीच कोणता ना कोणता तरी वाद ओढवून घेण्यामुळे चर्चेत व प्रकाशझोतात राहिले आहेत.

न्यायपालिकेतील अनेक निरीक्षकांच्या दृष्टीने त्यांचे विक्षिप्त वागणे आणि मानसिक संतुलन बिघडल्याची लक्षणे यांमधली सीमारेषा अगदी धूसर होती. त्यांच्या वागण्यातील अनिश्चितता कुणाच्याही सहजपणे लक्षात येईल अशीच होती. त्यांची कोलकाता येथे बदली झाल्यावर त्यांनी सर्वोच्च न्यायालयाला लिहिलेल्या पत्रात 'मानसिक नैराश्य' आल्याचा केलेला दावा हे अगदी अलीकडचे उदाहरण होते. याशिवाय, अवमानाच्या प्रकरणात त्यांना न्यायालयात हजर राहण्यासाठी दिलेल्या सूचनेनुसार सर्वोच्च न्यायालयासमोर स्वत: हजर झाले असताना त्यांनी खंडपीठाला 'आपले शारीरिक व मानसिक संतुलन ढळले' असल्याचे सांगितले. आणि ते नेहमीच आपल्याला आपण एका विशिष्ट जातीचे असल्यामुळेच बळीचा बकरा बनवले जाते असे पालुपद चालू ठेवतात तसेच ते सहकारी न्यायाधीशांना जातिभेद करण्याबाबतच्या दहशतीखाली ठेवण्याचेच काम करत असतात आणि आपल्याच चुकीमुळे अडचणीत सापडल्यावर याच जातिभेदाच्या मुद्द्याचा अडचणीतून सुटका करण्यासाठीही ते वापर करतात असे दिसते.

२०११ साली मद्रास उच्च न्यायालयाच्या खंडपीठातील सदस्य म्हणून काम करत असताना त्यांनी आपल्याबरोबरच खंडपीठाचे सहसदस्य असलेल्या न्यायाधीशांवर आपण दलित असल्यामुळेच आपल्याला त्रास दिल्याचा आरोप केला होता. आपण दलित आहोत म्हणूनच 'आपल्याला त्रास दिला जातो व बळीचा बकरा केले जाते' असा आरोप आपल्याच सहकारी न्यायाधीशांवर आणि मद्रास उच्च न्यायालयाचे तत्कालीन सरन्यायाधीश श्री. आर. के. अगरवाल यांच्यावरदेखील करून याची लेखी तक्रार राष्ट्रीय

अनुसूचित जाती आयोगाकडेदेखील केली होती.[२]

या घटनाक्रमातून अनेक प्रश्न उभे राहतात :

- बार असोसिएशनच्या वकिलांमधून कर्नन यांची निवड आणि उच्च न्यायालयाचे न्यायाधीश म्हणून झालेली नियुक्ती कशाच्या आधारे झाली असावी? तसे ते काही आघाडीचे आणि लक्षवेधी कामगिरी करणारे वकील नव्हते. उलट मद्रास उच्च न्यायालयात तीस वर्षे वकिली करणाऱ्या एका अतिशय आदरणीय वरिष्ठ वकिलांच्या म्हणण्यानुसार : ते कुणाला माहीतदेखील नव्हते. २००९ साली त्यांची निवड आणि न्यायाधीश म्हणून नियुक्ती झाली. खंडपीठात काम करायला लागल्याच्या पहिल्या दिवसापासूनच त्यांचा विक्षिप्तपणा दिसू लागला होता. असे असतानाही दोनच वर्षांनी, २०११ मध्ये त्यांना कायमस्वरूपी न्यायाधीश म्हणून कसे काय नेमले गेले? इतकेच नव्हे, तर दर दोन-चार आठवड्यांनी त्यांच्या कोणत्या ना कोणत्या तरी स्वरूपाच्या विक्षिप्तपणामुळे सहकारी न्यायाधीशांच्या मनात धास्तीच निर्माण होत असे, आणि तरीदेखील चांगली सात-आठ वर्षे कर्नन उच्च न्यायालयातील न्यायाधीश म्हणून काम करतच होते.
- मद्रास उच्च न्यायालयाचे सरन्यायाधीश श्री. आर. के. अगरवाल यांच्याकडे कर्नन यांच्याबद्दल तक्रारीमागून तक्रारी येऊन पडल्यामुळे त्यांनी भारताच्या सरन्यायाधीशांना कर्नन यांची दुसऱ्या कुठल्या तरी उच्च न्यायालयात बदली करण्याची शिफारस केली. परंतु हा 'उपाय' मद्रास उच्च न्यायालयाच्या सरन्यायाधीश पदावर आलेल्या त्यानंतरच्या व्यक्तीच्या पाठपुराव्यामुळे योजला गेला. आणि कर्नन यांची कोलकाता उच्च न्यायालयात बदली झाली. आता त्यांच्या कोलकाता उच्च न्यायालयात केलेल्या अशा बदलीमुळे कोणत्या समस्येवर, आणि कसला 'उपाय' झाला होता? अतिदक्षता विभागात डाव्या कोपऱ्यात साचलेले घातक टाकाऊ पदार्थ उचलून उजव्या कोपऱ्यात ठेवले म्हणजे त्यांच्यापासून असलेला धोका कमी होतो का?
- कर्नन यांनी, त्यांच्याच शब्दात सांगायचं, तर त्या भ्रष्टाचार केल्याचा आरोप केलेल्या वीस न्यायाधीशांची नावे 'छापली' नसती, धडाधड

---

२. इलन्गोवन राजशेखरन, 'जस्टिस सी. एस. कर्नन : अ कॉन्ट्रोव्हर्शियल करिअर,' फ्रन्टलाइन, १० जून २०१७

एकामागून एक पाठवलेली पत्रे पाठवली नसती आणि ती प्रसारमाध्यमांना उपलब्ध करून दिली नसती, तर ते न्यायाधीश म्हणून उर्वरित काळातदेखील खटल्यांचे निकाल देत बसले असते—त्यांनी दिलेल्या निकालांनी कित्येकांच्या जीवनावर आणि भवितव्यावर गंभीर परिणाम झाले असते. तसे घडणे न्याय्य झाले असते का?

- सर्वोच्च न्यायालयापुढेदेखील त्यांच्या विरुद्ध कारवाई करण्याचा – त्यांनी केली त्याऐवजी – दुसरा कोणता पर्यायच शिल्लक नव्हता. परंतु मी ज्यांच्याशी बोललो त्यापैकी अनेक वरिष्ठ अनुभवी वकिलांच्या मते कर्नन यांचे प्रकरण अन्य कुठल्यातरी पद्धतीने हाताळणे आवश्यक होते असे दिसले. म्हणजेच यातून प्रकरण हाताळण्याच्या पद्धतीत काहीतरी दोष असण्याची शक्यता दिसत होती. चुका करणाऱ्या न्यायाधीशांवर कारवाई करण्याच्या घटनेने निश्चित केलेल्या पद्धती, त्यांना शिस्त लावण्याच्या पद्धती, आणि शेवटी त्यांच्यावर महाअभियोग चालवण्याचा उपाय हे एवढेच काही पुरेसे नाही. इतर काही– म्हणजे या सर्व प्रक्रियापद्धतीला लागणारा वेळ वगैरे गोष्टी बाजूला ठेवल्या – तरी देशाच्या संसदेकडून येणारा निर्णय सरतेशेवटी एक राजकीय निर्णयच असतो. या संदर्भात महाभियोग सुरू करण्यापर्यंत गेलेल्या न्यायमूर्ती रामस्वामी यांचे प्रकरण आठवा. एकाही काँग्रेसवाल्याला त्यांच्या विरुद्ध जमा झालेल्या पुराव्यामध्ये तथ्य असल्याचे दिसलेच नाही, आणि, त्याचबरोबर, पुरावा पुरेसा नसल्याचे इतर कोणत्याही पक्षाच्या एकाही सदस्याला जाणवलेच नाही असे म्हणता येईल का? कर्नन यांचे प्रकरण महाभियोग चालवण्यासाठी खरोखरच संसदेपर्यंत गेले असते, तर त्यांच्या विशिष्ट जातीचे असण्याच्या वस्तुस्थितीचा दबाव जितका प्रत्यक्ष कर्नन यांच्यावर होता तितकाच अनेक खासदारांच्यावर आणि अनेक राजकीय पक्षांच्या नियामक मंडळांवरदेखील प्रभावी ठरला असता अशी मला भीती वाटते.
- ज्या प्रकारे कर्नन यांना केवळ त्यांच्या दलित असण्यामुळे इतरांचा प्रत्येक 'पवित्रा, नव्हे उभे राहण्याची नैसर्गिक लकब आणि हावभाव' देखील त्यांचा केला जाणारा अपमान, त्यांच्यावर केला जाणारा अत्याचार आहे असे वाटत होते, त्यातून शिकण्यासारखा एक मुद्दा होता : प्रत्येक गोष्टीकडे दलित/अ-दलित अशा भेदभावानेच बघण्याच्या त्यांच्या अत्यंत एकांगी दृष्टिकोनाचा त्यांच्यापुढे मांडल्या जाणाऱ्या युक्तिवादावर आणि वस्तुस्थितीवर विचार करतानादेखील परिणाम होत नसेल का? तसेच अनुसूचित जाती आणि अनुसूचित जमाती अत्याचार प्रतिबंध कायद्याच्या

तरतुदींचा कर्नन यांनी ज्या अक्कलहुशारीने उपयोग केला त्यातूनदेखील एक शिकण्यासारखी गोष्ट आहे. त्याचा काही परिणाम झाला नाही, कारण त्याचा प्रयोग त्यांनी चक्क भारताचे सरन्यायाधीश आणि त्यांच्या सहा सहन्यायाधीशांवर केला होता. परंतु त्यांच्या जागी कुणी सामान्य नागरिक असता तर काय झाले असते? कायद्याचा असा गैरवापर केला जाण्याला सामान्य नागरिक रोखू शकला असता का? खरा मुद्दा त्या सामान्य व्यक्तीला जो अन्याय सहन करावा लागला असता त्याच्याही पलीकडचा आहे. अनुसूचित जाती व जमातींच्या संरक्षणासाठीचा अत्यावश्यक उपाय असे अनेकांना ज्या तरतुदीबद्दल वाटते, त्या कायद्याच्या तरतुदीविरोधातच कर्नन यांनी केलेल्या गैरवापरामुळे उग्र प्रतिक्रिया निर्माण होणार नाहीत काय?[३]

---

३. न्यायाधीश कर्नन यांच्या बेशिस्त वर्तनाचा तपशील दिल्यानंतर, आणि न्यायालयाचा अवमान केल्याबद्दल त्यांना दोषी ठरवण्याचा सर्वोच्च न्यायालयाचा निर्णय कसा पूर्णपणे तर्कसंगत व न्याय्य आहे हे दाखवून दिल्यानंतरदेखील कायदा आणि न्यायालयाच्या कामकाज पद्धतीसंदर्भात अनेक प्रश्न या प्रकरणातून उपस्थित होत असल्याचे श्री. अरविंद दातार यांनी नमूद केले. त्यांनी या मुद्द्यांची पुढीलप्रमाणे यादीच केली :

१. आधी न्यायाधीश कर्नन यांना दोषी ठरवणे आणि त्यानंतर शिक्षा सुनावण्यासाठी खटला स्थगित करणे योग्य ठरले असते का? (त्याच दिवशी दोषी ठरवण्यात आलेल्या विजय मल्ल्या यांच्या खटल्यामधे तसे केले गेले होते आणि त्यांना शिक्षा सुनावण्याचे काम १० जुलै पर्यंत स्थगित ठेवले गेले होते.)

२. अशीच पद्धत अनुसरून एखादे उच्च न्यायालय एखाद्या जिल्हा स्तरीय दंडाधिकाऱ्याला शिक्षा सुनावू शकते का?

३. सर्वोच्च न्यायालयाच्या दोन न्यायाधीशांचे खंडपीठ अशा स्वरूपाची शिक्षा सुनावू शकते का? अशी शिक्षा सुनावण्यासाठी खंडपीठातील न्यायाधीशांची संख्या किती असणे आवश्यक आहे?

४. ज्याला सर्वसामान्यपणे 'महाभियोग प्रक्रिया-पद्धत' असे म्हटले जाते, त्या घटनेच्या कलम १२४ (४) अंतर्गत विहित केलेल्या पद्धतीनुसारच उच्च न्यायालयातील न्यायाधीशांना पदावरून दूर केले जाण्याची तरतूद घटनेमध्ये केलेली आहे. सध्याच्या खटल्यामधील न्यायाधीश कर्नन हे ११ जून २०१७ रोजी निवृत्त होणार होते. त्यांच्या नोकरीची बरीच वर्षे शिल्लक असती, तर न्यायालयाचा अवमान केल्याबद्दल दोषी ठरवले गेल्यानंतर कलम १२४(४) मधील अनिवार्य

पुढील पानावर

स्वरूपाच्या तरतुदींनुसार त्यांना उच्च न्यायालयातील न्यायाधीशपदावरून हाकलून दिले गेले असते का?

५. तुरुंगवासाची शिक्षा सुनावली गेल्यानंतरच कलम १२४ (४) अंतर्गत न्यायाधीशपदावरून काढून टाकण्याचा ठराव संमत करणे संसदेला भाग पडले असते का? काढून टाकण्यासाठीचा ठराव संसदेने संमत केला नाही तर काय होईल? कोणतेही काम सोपवले नसतानादेखील असे दोषी न्यायाधीश न्यायालयाच्या सेवेत राहू शकतात का?

६. न्यायदानप्रक्रियेतील गैरवर्तनाला किंवा अन्य अनुचित प्रकारांना आळा घालण्याचे उपाय योजण्यासाठी एक अंतर्गत सुधारणा यंत्रणा प्रस्थापित करणे आवश्यक नाही का?

तुलनेसाठी पहा, अरविंद दातार, 'जस्टिस सी. एस. कर्नन – ॲन्ड इग्नोमिनियस ॲन्ड', बार ॲन्ड बेंच ११ मे २०१७, https://barandbench.com/justice-cs-karnan-ignominious-end-arvind-datar/

भाषापाटव

जयप्रकाश नारायण यांचा मृत्यू झाला होता –त्यांच्या किडन्या निकामी झाल्यामुळे जितका आला असेल तितकाच अशक्तपणा त्यांना जनता पार्टीच्या अपयशामुळे आणि विखुरण्यामुळे आला होता. जनहिताचे खंदे पुरस्कर्ते, न्यायाधीश व वकील असलेले श्री. व्ही. एम. तारकुंडे हे पीपल्स युनियन फॉर सिव्हिल लिबर्टीजचे अध्यक्ष होते. मी त्या संस्थेचा सर्वसाधारण सचिव होतो. जयप्रकाश नारायण यांच्या सन्मानाच्या निमित्ताने आम्ही वार्षिक संवाद सभा आयोजित करत होतो. न्यायमूर्ती व्ही. आर. कृष्ण अय्यर यांनी एका वर्षी समाजाचे प्रबोधन करावे म्हणून तशी त्यांना विनंती करायचे आम्ही ठरवले. त्यांच्या प्रागतिक दृष्टिकोनाबद्दल ते प्रसिद्ध होते आणि त्यांनी दिलेल्या अनेक निकालांमुळे नागरिकांना न्याय मिळवण्याचे नवे पर्याय उपलब्ध होत होते. आम्ही आयोजित करत असलेल्या भाषणसत्रांबद्दल श्री. तारकुंडे त्यांच्याशी बोलले, आणि अधिक तपशिलासाठी मला त्यांच्याकडे पाठवत असल्याची कल्पनादेखील दिली.

न्यायाधीश कृष्ण अय्यर यांनी दिलेल्या काही निकालांच्या विरोधात मी माझी मते जोरदारपणे मांडली होती – त्यात आरक्षणासंदर्भातला त्यांचा निकाल होता, आणि प्रागतिक म्हणवणाऱ्यांसाठी त्या काळी महत्त्वाच्या असलेल्या मुद्द्यांवरचे त्यांचे काही निकाल होते, त्यामुळे त्यांना भेटायचे म्हटल्यावर माझ्या मनात जरा धाकधूकच होती. विशेषत: श्रीमती इंदिरा गांधी यांच्या विरोधात न्यायाधीश जगमोहन लाल सिन्हा यांनी दिलेल्या निकालावर त्यांनी काढलेल्या सशर्त स्थगिती आदेशाबद्दल मी सडकून टीका

केली होती. खंडपीठात असतानाच त्यांनी सौ. इंदिरा गांधी यांना असे सूचित केले होते, की अडचणीतून बाहेर पडण्याचा एक मार्ग त्यांना उपलब्ध होता : पर्यायाने, आत्ता कायद्याची जी स्थिती आहे, त्या चौकटीत राहून मी इतकेच करू शकतो, असेच ते म्हणाले होते; पण अर्थातच, तुम्ही जर कायद्यातच सुधारणा केलीत, तर सर्वोच्च न्यायालयाला कायद्याच्या सुधारित तरतुदींनुसारच खटला चालवावा लागेल. आणि इंदिरा गांधींच्या खंद्या समर्थकांनी पुढे हीच गोष्ट केली होती.[१]

मी त्यांच्याकडे गेलो तेव्हा ते केरळमधील लोकांची ओळख असलेली लुंगी आणि शर्ट घालून व्हरांड्यात बसले होते, आणि आपल्या स्टेनोला काहीतरी मजकूर लिहून घ्यायला सांगत होते. मला वाटत असलेली भीती अगदीच अनाठायी होती. त्यांनी माझे अतिशय सौहार्दपूर्ण स्वागत केले. 'या, या, शौरी, या. तुम्ही येणार आहात म्हणून तारकुंडे यांनी मला सांगितले होते. तुम्ही बसा ना. हे जरा काम संपवतो, मग आपण सविस्तर बोलू.' ते मजकूर सांगत असताना मी ते ऐकत होतोच, पण त्यांच्यासमोर पडलेल्या खटल्यांच्या कागदपत्रांच्या बरोबरीने दोन/तीन शब्दकोश आणि एक ज्ञानकोशदेखील तिथे मला दिसला. न्यायमूर्ती मजकूर सांगता सांगता थांबत होते, ज्ञानकोशात संदर्भ पाहत होते, क्वचित कधी शब्दकोशातही बघत होते आणि त्यांना मजकुरात हवा असलेला गहन अर्थाचा शब्द किंवा तसा अर्थ सांगणारी वाक्यरचना करून पुन्हा मजकूर सांगायला सुरुवात करत होते. आपल्या राज्यघटनेवरच्या टीकाग्रंथांच्या दोन आवृत्त्यांमध्ये श्री. एच. एम. सीरवई यांनी न्यायमूर्ती कृष्ण अय्यर यांनी लिहिलेला मजकूर आणि त्या मजकुराचा अर्थ लावताना येऊ शकणाऱ्या अडचणी याविषयी एक विशेष परिशिष्टच अंतर्भूत केले होते.

अर्थात, अनेक वेळा निकालपत्रांमधून शब्दजड भाषा, शब्दबंबाळपणा अजूनही दिसून येत असतोच. या संदर्भात न्यायाधीश दीपक मिश्रा यांनी बदनामी प्रकरणात[२]

---

१. न्यायमूर्ती कृष्ण अय्यर यांचे भारतीय न्यायशास्त्र क्षेत्रातील योगदान, त्यांच्या मनाचा कल कसा योग्य दिशेलाच होता त्याचे जोरदार समर्थन करणारा एक दृष्टिकोन, आणि त्यांनी केलेल्या कायद्याच्या कक्षांच्या विस्तारामुळे, कलमांचा अर्थ लावण्यात दाखवलेल्या कल्पकतेमुळे लक्षावधी लोकांचे न्याय मिळण्याबाबत कसे समाधान झाले, हे सर्व समजण्यासाठी पहा : फली एस. नरिमन, 'बिफोर मेमरी फेड्स, ॲन ऑटोबायोग्राफी,' हे हाउस, इंडिया, नवी दिल्ली, २०१०.

२. सुब्रमणियन स्वामी वि. भारत सरकार आणि इतर (२०१६) ७ एससीसी २२१. न्यायमूर्ती मिश्रा यांच्या भाषेकडे श्री. टुंकू वरदराजन यांनी सर्वप्रथम लक्ष वेधले. तुलनेसाठी पहा, टुंकू वरदराजन यांचे 'जजमेंट बाय थिसॉरस' किंवा सर्वोच्च न्यायालयाचे भाषाप्रयोग – यावरील 'प्रोपोनमेंट इन ओपग्नेशन', दी वायर, १६ मे २०१६.

दिलेल्या निकालपत्रातला सुरुवातीचा परिच्छेद या बाबतीत उदाहरण म्हणून बहुतेक वेळा उद्धृत केला जातो, आणि त्यातले इतर परिच्छेदांचे दाखलेदेखील या संदर्भात दिले जातात. बदनामी हा एखाद्या व्यक्तीविरुद्धचा फक्त दिवाणी स्वरूपाचा गुन्हा आहे, की त्याशिवाय तो एक फौजदारी गुन्हादेखील आहे असा मूळ वादाचा मुद्दा होता : एका अर्थाने तो होताच, एक तर ज्याने बदनामी केली, त्याला दंड भरावा लागण्याबरोबरच तुरुंगवासदेखील भोगावा लागणे अपेक्षित होते, कारण बदनामीमुळे त्या व्यक्तीचे सामाजिक नातेसंबंध दुरावतात त्यामुळे तो समाजाविरुद्ध आणि शासनाविरुद्ध केलेला गुन्हाच ठरतो. न्यायाधीश मिश्रा[३] यांनी आपल्या निकालपत्राची सुरुवात अशी केली होती :

भारतीय राज्यघटनेच्या कलम ३२ अंतर्गत दाखल करण्यात आलेल्या या रिट याचिकांच्या संचाद्वारे भारतीय राज्यघटनेच्या कलम ३२ अन्वये साकार झालेल्या प्रत्येक भारतीय नागरिकाच्या भाषण व अभिव्यक्ती स्वातंत्र्याच्या सर्वोत्कृष्ट संकल्पनेचे छिद्रान्वेषण आणि अगोचर विसंगती निर्माण करून त्यात योजिलेल्या शब्दांचे, शब्दसमूहांचे, बहुविध आणि बहुस्तरीय, असीम, अमर्याद आणि निरंकुशपणे प्रयोग करता येतील असे अर्थ-वर्ण-पट निर्माण करून; एखाद्याच्या सामाजिक प्रतिष्ठेच्या पुनरुज्जीवनाच्या व समर्थनाच्या अंतस्थ हेतूने फौजदारी कायद्यांमधील तरतुदींमधील 'रास्तपणा'च्या संकल्पनेमध्ये अनुस्यूत असल्याचे गृहीत धरलेल्या अधिकारांतर्गत नियंत्रणे, निर्बंध लादणे आणि मूळ संकल्पनांचा न्यायदानासंदर्भातील अर्थ संकुचित करण्याचे उघड उघड केलेले प्रयत्न दिसून येतात. भारत सरकार आणि तक्रारदारांनी असे विधान केले आहे, की प्रस्तुत रास्त निर्बंध, कोणताही मूलभूत हक्क निरंकुशपणे उपभोगण्यासाठी उपलब्ध नसण्याच्या, सांस्कृतिक आणि सामाजिक जडणघडणीच्या गुणविशेषांच्या, व तत्कालीन परिस्थितीच्या सापेक्ष असण्याच्या तत्त्वप्रणालीवर आधारित आणि घटनेने सोदाहरण स्पष्ट केलेल्या मापदंडावर आधारित असेच आहेत; कारण प्रत्येक हक्क-उपभोगामध्ये इतरांच्या हक्कांचा आदर करण्याचे कर्तव्य अंगीकारलेले व सामावलेलेच असते आणि त्याद्वारे समाजघटकांमध्ये सुसंवाद राखला जाण्याच्या आणि पर्यायाने सौहार्दपूर्ण समाजव्यवस्था राखली जाण्याच्या हेतूने व्यक्ती-व्यक्तीमधील परस्पर संबंधांमध्ये सहभावना व सहकारितेची भावना जोपासली जाणे

---

३. त्या वेळी ते ज्या पदावर होते ते. हे लिहीत असताना ते भारताचे सरन्यायाधीश आहेत.

अपेक्षित असते; आणि याचिकाकर्त्यांतर्फे असे विधान करण्यात आले आहे, की कुणा एका व्यक्तीच्या सामाजिक प्रतिष्ठेची काळजी घेणे आणि पर्यायाने सामाजिक सलोखा राखण्याच्या नावाखाली फौजदारी कारवाईच्या धमकीद्वारे विचार आणि अभिव्यक्तिस्वातंत्र्याचा मूलभूत हक्क बाधित होऊ नये किंवा त्याच्या अर्थव्याप्तीचा संकोचही होऊ नये; कारण अशा गोष्टी आता इतिहासजमा झाल्या आहेत, ज्या काळी सत्ताधीश प्रजेवर सत्ता गाजवत असत आणि त्यांना विरोध करणाऱ्या संकल्पनाच पूर्णत: नष्ट केल्या जात त्या वसाहतवादी युगाचे ते विशेष लक्षण होते; आणि कसेही असले, तरी सामाजिक प्रतिष्ठेसारख्या मुद्द्यावरील वादासाठी दिवाणी न्यायालयाकडे दाद मागता येऊ शकते, म्हणजेच तो उपाय उपलब्ध आहेच शिवाय पृथक् विचारधारेच्या अनुषंगाने पाहिले, तरी बदनामीचा खटला फौजदारी कायद्याखाली चालवण्याचे कोणतेही तर्कसंगत कारण देता येत नाही, उलट तसे केल्याने कायद्यातील तरतुदींमध्येच अंतर्वक्रता येते व त्याचबरोबर व्यक्तिगत स्वातंत्र्यावर अवास्तव निर्बंध येऊ शकतात आणि पुढे जाता प्रगल्भ लोकशाहीच्या विकासासाठी व त्या दिशेने करावयाच्या खऱ्या प्रगतीसाठी अत्यावश्यक असलेल्या टीकात्मक व विरोधी विचार व्यक्त करण्यावरच गदा येऊ शकते.

वकिलांनी न्यायालयासमोर सादर केलेल्या निवेदनांचा न्यायाधीशांनी सारांशरूपात असा उल्लेख केला :

'मौखिक सुनावण्यांदरम्यान केले गेलेले वैचारिक विस्तार व सूक्ष्म भेद आणि शाब्दिक खल वगळता न्यायालयासमोरील निवेदने पूर्णांशाने नोंदवण्याचे प्रयत्न केले जातील असे आम्ही तत्काळ नमूद करतो...'

बदनामीचा दावा हा एखाद्या व्यक्तीविरुद्ध केला गेलेला केवळ दिवाणी स्वरूपाचा गुन्हा असून तो शासनाविरुद्ध केला गेलेला फौजदारी स्वरूपाचा गुन्हा नाही, असे प्रतिपादन करणाऱ्या वकिलांच्या युक्तिवादाचा सारांश यानंतरच्या परिच्छेदांमध्ये मांडण्यात आला. आणि त्यानंतर पुढील विषयासंदर्भातला भाग मांडला गेला :

हरकती उपस्थित करण्यात पुरस्कृती

आणि आणखी बरेच काही. परंतु, या भाषापाटवाचीदेखील एक ठरावीक पद्धत असते. मनोज निरुला वि. भारत सरकार[४] या खटल्यात एखाद्या घृणास्पद गुन्ह्याबद्दल दोषी ठरवल्या गेलेल्या व्यक्तीस मंत्रिपरिषदेमध्ये सामावून घेतले जाऊ

४. मनोज निरुला वि. भारत सरकार (२०१४) ९ एससीसी १.

नये अशी याचिकाकर्त्याने विनंती केली होती. न्यायमूर्ती मिश्रा यांनी प्रथेनुसार आपल्या औपचारिक भाषणाची सुरुवात अलंकारिक भाषेत केली :

> 'कोणत्याही लोकशाही राज्यव्यवस्थेची संकल्पना ही मुळातच भ्रष्टाचाराचा तिरस्कार करणारी असते, विशेषत: उच्चपदीय स्तरावरील भ्रष्टाचाराची घृणा करणारीच असते, तसेच राजकारणाचे गुन्हेगारीकरण होण्याच्या कल्पनेचादेखील तिरस्कार करणारी असते, कारण त्यामुळे सामूहिक संस्कृतीविशेषांचे कायदेशीरपणच लयाला जाते, नागरिकांच्या आशा आणि आकांक्षांवर नैराश्याचे सावट पडते, आणि त्यात कायद्याने चालणाऱ्या राज्यकारभाराची गाडी रुळांवरून उतरवण्याची नसली, तरी त्यात अडथळे आणण्याची क्षमता नक्कीच असते. लोकशाहीच्या – लोकांचे, लोकांनी आणि लोकांसाठी चालवलेले सरकार – अशा प्रकारे केलेल्या उत्तम व्याख्येद्वारे अशा शासनव्यवस्थेमध्ये खरोखरीचे नियमपालन प्रस्थापित असणे, सकारात्मक औचित्य, समर्पित वृत्तीचे शिस्तपालन आणि चांगल्या शासनव्यवस्थेची कोनशिलाच समजले जाणारे घटनादत्त नैतिकतेचे पावित्र्य राखण्याचे सातत्यपूर्ण अनुसरण केले जाणे अपेक्षित असते.'

काही व्यक्तींनी पंजाब नॅशनल बँकेकडून घेतलेल्या कर्जाचा विषय होता, आणि कर्जाची परतफेड करण्याऐवजी या व्यक्तींनी बँकेच्या अधिकाऱ्यांविरुद्ध एकामागून एक दावे दाखल करण्यास सुरुवात केली होती या विषयावर प्रियांका श्रीवास्तव आणि अन्य वि. उत्तर प्रदेश राज्य[५] या खटल्यामध्ये विचार केला गेला. न्यायमूर्ती श्री. मिश्रा यांनी अशाप्रकारे सुरुवात केली,

> 'सांप्रतच्या अपिलाद्वारे जे उदासीनतेच्या रंगात बुडालेले, मनाची घालमेल वाढवणारे समाजचित्र उभे राहते, ते पाहून काही अनैतिक वर्तन करणारे, कोणतीही तात्त्विक बांधिलकी नसलेले आणि दुष्ट प्रवृत्तीचे दावेदार लोक, न्यायालये म्हणजे एखादी वैविध्यपूर्ण प्रयोग करण्याची प्रयोगशाळाच असल्यासारखे मानून अत्यंत चतुराईने व कल्पकतेने तयार केलेल्या दाव्यांद्वारे न्यायालयांचे दरवाजे बेफिकीरपणे ठोठावून, आपल्याला सोसाव्या लागत असलेल्या अपरिमित दु:खाचे व त्रासाचे करुणाजनक चित्र आपल्या याचिकेत

---

५. प्रियांका श्रीवास्तव आणि अन्य वि. उत्तर प्रदेश राज्य (२०१५) ६ एससीसी २८७.

योजलेल्या भाषापाटवाने गडद रंगात रंगवून न्यायालयाच्या कार्यप्रणालीचा मनमानीपणे व त्यांच्या इच्छेनुसार कौशल्यपूर्ण दुरुपयोग कसा काय करून घेऊ शकतात, तसेच खरा अंतस्थ हेतू वैधानिक प्राधिकरणांना त्रास देण्याचाच असला, तरी त्याबद्दल जराशीही खंत किंवा टोचणी न बाळगता, उपरोल्लेखित प्राधिकरणातील अधिकारी व्यक्तींवर एक व्यक्ती म्हणून मानसिक दबाव टाकण्याच्या प्राथमिक हेतूने सर्व गोष्टींचे कल्पक नियोजन कसे काय करू शकतात अशा विचारांनी मन उद्विग्न तर होतेच पण या सगळ्या प्रकारामध्ये सामाजिक घडी उद्ध्वस्त करण्याची क्षमता पाहता मन अतिशय अस्वस्थदेखील होते, कारण फौजदारी स्वरूपाच्या खटल्यांमध्ये न्यायालयाच्या दारापर्यंत खेचत आणले जाणे त्यांना पसंत पडणारे नसते, इतकेच नव्हे, तर ज्या कोणत्या आर्थिक संस्थेचे ते प्रतिनिधित्व करत असतील त्या संस्थेवर त्यांनी पुढे केलेला 'एकमेव समझोता' प्रस्ताव स्वीकारणे भाग पडेल अशा प्रकारचा दबाव टाकता येईल व त्याचबरोबर ज्या कर्जबुडव्यांनी कर्ज घेतले होते त्या लोकांची त्यांच्याविरुद्ध दाखल केलेले खटले रद्द केले जाण्याची आशाही जिवंत राहील याचाच ते विचार करतात. आणि ते प्रत्यक्षात घडवून आणण्यासाठी अशा वरकरणी त्रासग्रस्त पण अतिशय धोकादायक व्यक्ती कसे हातखंडे प्रयोग करतात त्याची झलक आपल्याला पुढे पाहायला मिळेलच. आपण चर्चेसाठी घेतलेल्या खटल्यासंदर्भातले हेच दुःखद व दुर्दैवी वास्तव आहे, आणि त्याचीच आठवण काढताना यातना होतात.'

निकालपत्राच्या वाचनातून आपण अशा गोष्टी शिकतो – '... बहुधा पुराणकथेतील सॉलोमनसारख्या स्व-केंद्रित शहाणपणाच्या कल्पनेची मशागत करणारा उत्तरवादी क्र. ३...' आपल्या हाती असलेल्या विषयाशी फारसा संबंध नसलेल्या प्रकरणाची माहिती आपल्याला फक्त काहीतरी शिकण्यासाठी सांगितली जात आहे, '... आत्ताचा वादाचा मुद्दा वेगळा असला, तरी अशा प्रकारच्या मुद्द्याबद्दल न्यायालयाने काय विचार केला आणि सरतेशेवटी कर्ज घेणाऱ्या व्यक्तीलाच त्याची अरेरावी आणखी जोमाने दाखवता यावी यासाठी काय उपाय सुचविला, अशा स्वरूपाच्या मुद्द्यावर आपण चर्चा केलेली आहे...', 'सध्या तरी, काही काळासाठी तरी आपल्याला कालयंत्रामध्ये बसून राहणे आवश्यक आहे' असे आपण शिकलो, '... या ठिकाणी आम्हीच आम्हाला तसे म्हणण्याची मुभा दिली, तर ज्या अधिकारी व्यक्तींना फौजदारी स्वरूपाच्या खटल्यांना सामोरे जावे लागत आहे त्या अधिकाऱ्यांच्या मनामध्ये भीती उत्पन्न करण्याच्या कलेत उत्तरवादी क्रमांक तीनने कसे प्रावीण्य

संपादन केले आहे हे सांगणे उचित ठरेल,' खरेतर, '...उत्तरवादी क्रमांक तीनने कुकल्पकतेने निर्माण केलेला घोटाळ्यांचा चक्रव्यूह एवढ्यावरच संपत नाही. न्यायप्रक्रियेचा कल्पक दुरुपयोग करण्यासाठीचा दुर्दम्य उत्साह त्याच्यापाशी होता असेच दिसते', नंतर आपण हेदेखील शिकलो, की 'जेव्हा एखादा सामान्य नागरिक आर्थिक संस्थेकडून कर्ज घेतो, तेव्हा त्याची परतफेड करणे, तसेच त्या बाबतीत चुकारपणा न करणे किंवा आपण त्या गावचेच नाही अशी बतावणी न करणे हे त्याचे कर्तव्यच असते' – गावचेच नाही अशी बतावणी करणे, लखलखीत प्रकाशझोतात वावरत असताना, चुकारपणा करणे? हे कसे काय शक्य आहे,... तुम्ही विचार करत राहता...[६]

व्हॉलंटरी हेल्थ असोसिएशन ऑफ पंजाब वि. भारत सरकार[७] या खटल्यात सामोऱ्या आलेल्या मुद्द्यामुळे न्यायाधीश हेलावून गेले. तो स्त्रीभ्रूणहत्येचा मुद्दा होता. या संदर्भात कायदा संमत केलेला आहे. समाजप्रबोधनासाठी सरकारतर्फे कार्यशाळाही घेतल्या जातात. परंतु हे पातक घडतच असते. सहकारी न्यायाधीश, श्री. के. एस. पनिक्कर राधाकृष्णन यांनी एक संक्षिप्त आणि स्पष्ट निकालपत्र लिहिले – त्यात एकूण नऊ परिच्छेद होते, शेवटचा फक्त दोन ओळींचा होता. त्यातील एका परिच्छेदामध्ये त्यांनी शासनाने कार्यवाही करण्यासाठीचे अकरा निर्देश लिहिले. आपल्या सहकारी न्यायाधीशांनी जे काही सांगितले आहे त्याच्याशी आपण त्यांनी दिलेल्या निर्देशांसहित सहमत आहोत, परंतु त्याशिवाय आणखीही काहीतरी

---

६. अशा प्रकारच्या प्रघातांवर विविध समाजघटकांकडून टीका केली गेली आहे. संक्षिप्त पण उपयुक्त अशा 'ऑन जजमेंट रायटिंग' या विषयावरील लेखमालेमध्ये न्यायमूर्ती एम. जगन्नाथ राव यांनी असे म्हटले आहे, की '... काही न्यायाधीशांना अति अलंकारिक भाषा वापरणे आवश्यक आहे असे वाटते. आणि तसे करण्याच्या कळकळीमुळे ते समोरील परिस्थितीसंदर्भात एकतर पूर्णपणे अयोग्य, नाहीतर पूर्णपणे अवास्तव शब्द वापरतात. माझ्या मते, निकालपत्राची भाषा दाव्याशी संबंधित पक्षकार जनता किंवा कायदाक्षेत्रात व्यवसाय करणाऱ्या किंवा इतर न्यायाधीशांनादेखील समजावयास सोपी असणे अत्यावश्यक आहे. आपली उपजत नसेल अशी लफ्फेदार वाक्यांची, अलंकारिक भाषा वापरण्याची आणि त्यामधून सांगावयाचे तथ्य शोधत बसण्याची धडपड वाचकाला करायला लावण्याची काहीही आवश्यकता नसते.' हा उतारा ज्या दोनापैकी पहिल्या लेखातून घेतला आहे, तो लेख, ते दिल्ली उच्च न्यायालयाचे सरन्यायाधीश असतानाच्या काळात उत्तर प्रदेश ज्युडिशियल ट्रेनिंग ॲन्ड रिसर्च इन्स्टिट्यूट, लखनऊ यांनी प्रकाशित केलेल्या लेखावर आधारित आहे.

७. व्हॉलंटरी हेल्थ असोसिएशन ऑफ पंजाब वि. भारत सरकार, (२०१३) ४ एससीसी १.

लिहिण्याची आपल्याला गरज वाटते असे मत न्यायमूर्ती मिश्रा यांनी नोंदविले. पुढे त्यांनी अशा प्रकारचे निरीक्षण नोंदवले :

> माझ्या विद्वान बंधूंनी केलेल्या शब्दांकनाशी आणि त्यांनी क्रमवारीसहित केलेल्या निर्देशनाशी मी आदरपूर्वक सहमत असल्याचे नमूद करतो. परंतु, आपणासमोरील समस्येचा खरा अर्थ पाहता, तसेच प्रस्तुत प्रश्नाचा व्यापक संदर्भ लक्षात घेता, आणि उपाययोजनेबद्दलची जागरूकता उत्तम प्रकारे निर्माण केली नाही, तर आपल्या देशाला भविष्यकाळात ज्या विस्फोटक परिस्थितीला सामोरे जावे लागेल, त्याचा विचार करता, निर्देश क्रमांक (८) मध्ये मला काहीतरी भर घालण्याची इच्छा आहे.

तो निर्देश या भयंकर प्रघातामध्ये लपलेल्या समाजविघातक गोष्टीबद्दल नागरिकांना जागरूक करण्यासाठी सरकारने करावयाच्या उपायांसंबंधातला होता. कार्यशाळा घेतल्या जात होत्या का, तर होय, जागृती शिबिरे घेतली गेली का, तर होय, पण, न्यायमूर्ती मिश्रा नोंद करतात :

> राज्य शासन आणि केंद्रशासित प्रदेशांमध्ये राज्य स्तरावर व जिल्हा स्तरावर अशा कार्यशाळा व जागृती शिबिरे घेतली जातात पण ती रोजच्या कामातला एक भाग असल्यासारखी कशीतरी उरकली जातात, प्रश्नाचे गांभीर्य समजून न घेता केलेल्या प्रयत्नात प्रामाणिकपणादेखील नसल्यामुळे ते अर्थहीन व अंती परिणामशून्य ठरतात हे तर सर्वश्रुतच आहे. संदर्भित कायद्यातील तरतुदींची आत्तापर्यंत परिणामकारक अंमलबजावणीच झालेली नाही हे समजण्यासाठी बिरबलाची बुद्धी असायची काहीच आवश्यकता नाही, कारण केवळ कायद्याचा तसा आदेश आहे म्हणून नव्हे, तर मुलीचा गर्भ इतरही अनेक कारणांसाठी नष्ट करायचा नाही याबद्दल वाढत्या क्रमाने सामाजिक, सांस्कृतिक, मानसिक आणि कायदेविषयक जागरूकता निर्माण करण्याच्या निकडीसंदर्भात अधिकारी व्यक्तींचा कारभार पूर्णत: सुस्तीचाच नव्हे तर हलगर्जीपणाचादेखील राहिलेला आहे.

यानंतर न्यायाधीशांनी या दुष्प्रवृत्तींच्या संख्येनेही अतिशय मोठ्या आणि रंगांची सरमिसळ झालेल्या वैचारिक मुळांचे विविध रंग / वैविध्यपूर्णता / विस्तार यांवर भाष्य केले :

काही विशिष्ट चुकीच्या संकल्पना, आत्मकेंद्रित परंपरा, सामाजिक नियमांबाबतचा विकृत दृष्टिकोन, आणि सामूहिक हिताचा कोणताही विचार न करता पूर्णपणे समाजातील प्रतिष्ठेबाबतच्या वैयक्तिक कल्पनांचे पछाडलेपण या सगळ्या गोष्टींवर मूलत: आधारित असलेल्या सामाजिक विचारधारणेमध्ये स्त्रीभ्रूणहत्येची मुळे खोलवर गेलेली आहेत. मुलीला गर्भातच मारण्याचा जे जाणीवपूर्वक प्रयत्न करतात त्यांना एका मुलीची हत्या केल्याने भविष्यकाळातल्या एका स्त्रीला सुळावर चढवल्यासारखेच होत असते याची जाणीवच नसते. वेगळ्या भाषेत सांगायचे, तर सध्याची पिढी स्वत:च्याच पिढीसाठी दु:खाला आमंत्रण देत आहे आणि त्याचबरोबर भावी पिढीच्या दु:खाची बीजेदेखील पेरत आहे, कारण अंतत: याचा स्त्री-पुरुषांच्या संख्या-प्रमाणावर विपरीत परिणाम होऊन त्यातून अनेक-विविध सामाजिक समस्या निर्माण होतात. स्त्रीच्या अंगी मुळातच असलेले कार्यकौशल्य आणि तिला अधिक सक्षम करण्याच्या असलेल्या गरजेवर आपण लक्ष केंद्रित करणे अत्यावश्यक आहे हे मान्य केल्याशिवाय या संदर्भातली कोणतीही जागरूकता मोहीम परिपूर्ण ठरणार नाही असे मला आवर्जून नमूद करावयाचे आहे.

परंतु ही झाली फक्त वैचारिक पूर्वपीठिका :

मुलीबद्दलच्या मर्यादित आणि संकुचित विचारधारणेमुळेच स्त्रीभ्रूणहत्या होते असे म्हटल्यास वावगे ठरणार नाही. गर्भात असलेल्या बाळाला, केवळ मुलगी म्हणून जन्माला येण्याच्या शक्यतेमुळे, धरणीमातेचे दर्शन घेण्याची परवानगी दिली जात नाही. एम. सी. मेहता वि. तामिळनाडू राज्य आणि इतर, एमएएनयू/एससी/०१६९/१९९७ : एआयआर १९९७एससी ६९९ या खटल्याचे काम पाहणाऱ्या त्रि-सदस्यीय खंडपीठाने वेगवेगळ्या कारखान्यांमध्ये किंवा खाणींमध्ये काम करणाऱ्या बालकामगारांच्या व्यापक समस्येवर जे. हंसारिया यांच्या मुखाने आपले विचार व्यक्त करताना निकालपत्रात अशी सुरुवात केली :-

> मी एक बालक आहे.
> अख्खे जग माझ्या आगमनाची वाट पाहते.
> मी पुढे कोण होणार याकडे अवघी पृथ्वी उत्सुकतेने पाहत असते.
> अवघ्या मानवसंस्कृतीचा समतोल माझ्या असण्यावर अवलंबून असतो.
> कारण माझ्या अस्तित्वानेच उद्याच्या जगाला आकार प्राप्त होणार आहे.

मी एक बालक आहे.

माझे भवितव्य तुम्ही तुमच्या हातात धरले आहे.

मी यशस्वी होणार की अपयशी, हे बहुतांशी, तुम्हीच निश्चित करता.

मी याचना करतो, जगणे सुखाचे करण्यासाठी लागणाऱ्या गोष्टी, तुम्ही मला द्या.

माझे जगणे सगळ्या जगाला वरदायी ठरावे यासाठी मला प्रशिक्षित करा, अशी कळकळीची विनंती मी तुम्हाला करतो.

हे तर अवतरण चिन्हांकित उताऱ्याचे अवतरण झाले :

मामेई जीन कोल यांच्या कवितेतील वरील ओळी हेच अपील असल्याचे न्यायालयाने मानले आणि खंडपीठाने त्यात विल्यम वर्डस्वर्थच्या 'मुलात मानवाचा पिता असतो' या ओळीची भर घातली. न्यायालयाने 'मूल' या शब्दाला विशेष महत्त्व दिले आहे म्हणून मी या ओळी इथे पुन्हा उद्धृत केल्या आहेत, कारण सगळं जग त्याच्या/तिच्या आगमनाची आतुरतेने वाट पाहत असतं असंच बाळाला वाटत असतं. मुलगी असेल, तर तिचे रूपांतर, आधी सांगितल्याप्रमाणे एका स्त्रीमध्ये होत असते. तिचे जीवन-स्फुलिंग गर्भाशयातच विझवून टाकणे योग्य नाही, कारण तसे केल्याने समाजावर महासंकट कोसळेल हे निश्चित. असे कृत्य, ना आज, ना उद्या, कोणत्याही काळात हसण्यावारी घालवले जाऊ शकत नाही. अशा कृत्यामुळे केवळ अश्रुपात आणि अधिक अश्रुपातच संभवतो, कारण यात अंती मानवतेचाच गळा घोटला जात असतो.

न्यायाधीशांनी आपला संदेश आणखी स्पष्टपणे कळावा यासाठी पुढे म्हटले :

विश्वकवी रवीन्द्रनाथ टागोर यांनी मुलाविषयी बोलताना असे म्हटले होते : देव माणसाबाबत अद्याप नाउमेद झालेला नाही, हाच संदेश घेऊन प्रत्येक मूल या जगात येत असते.

खूप वर्षांपूर्वी चार्ल्स डिकन्स याने माणसाच्या बालकाबद्दल असे म्हटले होते : जन्माला येणारे प्रत्येक मूल हे आधी जन्मलेल्या मुलापेक्षा जास्त चांगले असते.

ज्या समाजात स्त्रीचा आदर केला जात नाही, त्या समाजाला सुसंस्कृत म्हणता येणार नाही असे म्हणणे अतिशयोक्तीचे ठरणार नाही. मागील

शतकाच्या पूर्वार्धातल्या काळात स्वामी विवेकानंद म्हणाले होते :-

पक्षी एकाच पंखाने उडू शकत नाही, त्याचप्रमाणे स्त्रियांना मागासलेलेच ठेवले गेलेला देश प्रगती करूच शकणार नाही.

यानंतरचे आवाहन गर्भपातास सहमती देणाऱ्या स्त्रियांनाच अत्यंत आग्रहपूर्वक करणे अत्यावश्यक होते :

एखाद्या स्त्री-गर्भाची हत्या होत असते, तेव्हा आपण स्वत: आई असूनदेखील आपल्याच बाळाचा जीव घेत आहोत याची त्या मातेला जाणीव असणे अत्यावश्यक आहे. सामाजिकदृष्ट्या गर्भपाताचा हाच अर्थ लावला जात असतो. स्त्री-गर्भ नष्ट करण्यामुळे खरेतर एका स्त्रीची हत्या होत असते. कायद्याने हे निषिद्ध आहे; पोथ्या-पुराणांमध्ये याला मनाई आहे; तत्त्वज्ञानामध्ये याची निर्भर्त्सना केली गेली आहे, नीतीशास्त्रामध्ये याची अवहेलना केली गेली आहे, नैतिकतेने याचा निषेध केला आहे आणि समाजशास्त्राने याचा तिरस्कारच केला आहे. हेन्रिक इब्सेन याने स्त्रीच्या व्यक्तिस्वातंत्र्यावर जास्त जोर दिला. जॉन मिल्टनने तिला देवाच्या निर्मितीपैकी सर्वोत्तम निर्मिती म्हटले. या संदर्भात अलेक्सिस द टॉकविल यांच्या डेमॉक्रसी इन अमेरिका मधील काही ओळी उद्धृत करणे इथे सयुक्तिक ठरेल :-

'या (अमेरिकी लोकांच्या) अद्वितीय भरभराटीचे आणि वाढत्या सशक्तपणाचे श्रेय कशाला द्यावे, असे जर मला कुणी विचारले, तर ते त्यांच्या महिलांच्या सक्षम असण्यालाच द्यावे असेच मी उत्तर देईन.'

उलटपक्षी मला जर कुणी हा प्रश्न विचारला, तर हरियाणामध्ये इब्सेन, मिल्टन आणि द टॉकविल यांच्या वचनांची मात्रा चालणार नाही : गुन्हा करणाऱ्याला कठोर आणि तत्काळ शिक्षा करण्याचाच जास्त चांगला परिणाम होईल असेच मी म्हणेन. या अवतरणांना पुष्टी देण्यासाठी न्यायाधीशांनी आपल्या स्वत:च्याच निकालपत्रांचा आधार घेतला :

या टप्प्यावर अजित सावंत मजग्वई वि. कर्नाटक राज्य एमएएनयू/एससी/०८२२/१९९७ : (१९९७) ७ एससीसी ११० या खटल्यासंदर्भातील दोन परिच्छेद उद्धृत करणे फायद्याचे ठरेल असे मला वाटते :-

सामाजिक विचारवंत, तत्त्वज्ञ, नाटककार, कवी आणि लेखकांनी मानववंशातील स्त्रीजातीची नेहमी प्रशंसा केली आहे आणि तिच्या स्वभावाचे

व व्यक्तिमत्त्वाचे वर्णन करण्यासाठी सुंदर उपमांचा प्रयोग केला आहे, इतकेच नाही, तर तिच्या काहीशा विचित्र वागण्याबद्दलदेखील कधी काळी बोलायची वेळ आली, तरी त्यांनी त्यातही तिची प्रशंसा करण्याचा मार्ग सोडलेला नाही. उपरोधिक बोलतानादेखील त्यांनी कधीही प्रमाणभाषेच्या मर्यादा ओलांडल्या नाहीत आणि उच्च अभिरुचीच्या भाषेचाच प्रयोग केला आहे. मादाम दे स्टाएल या त्यांच्यातल्याच एका महिलेने काढलेल्या 'मी पुरुष नाही याचा मला आनंद वाटतो, कारण तसे असते, तर मला एका स्त्रीशी विवाह करावा लागला असता,' अशा उद्‌गारातूनदेखील विलक्षण बुद्धिमत्तेचे दर्शनच होते. जेव्हा शेक्सपियरने 'वाढते वय तिला अशक्त करू शकत नाही, किंवा तिच्या ठायी असलेल्या अमर्याद विविधतेला प्रथांचे जुनाटपण येऊ शकत नाही,' असे लिहिले, तेव्हा त्यातही बुद्धिमत्ता, नव्हे, सुबुद्ध शहाणपण दिसले. 'स्त्री'चा आदर करण्याविषयी या महान लेखकांनी कितीही कंठशोष केला असला, 'महिलांचा मान राखा! आपल्या मर्त्य जीवनामध्ये त्या साक्षात नंदनवन फुलवत असतात' असे शिलरनेदेखील म्हटले असले, आणि आपल्या महाभारतातदेखील तिला मोक्षाचा स्रोत म्हटले असले, तरीदेखील 'महिलां'विरुद्ध केल्या जाणाऱ्या गुन्ह्यांमध्ये वाढ होणे सुरूच आहे, आणि आजकाल तर या प्रकारांनी अत्यंत धोकादायक स्तर गाठला आहे.

ज्या काळातल्या लोकांना अत्यंत सुसंस्कृत समजले जाते, त्याच काळात 'स्त्री'च्या विरुद्ध, तेदेखील मूल गर्भावस्थेत असताना केवळ एक मुलगी जन्माला येईल म्हणून तो जीवच नष्ट करण्याचे गुन्हे केले जातात ही अतिशय दुर्दैवाची गोष्ट आहे. ते मूल जन्माला आले, तर ते आपले आयुष्य एक मुलगी म्हणून जगायला सुरुवात करते, नंतर ती पत्नी बनते आणि यथावकाश माता बनते. आपल्या तान्हुल्याला जोजवण्यासाठी ती पाळणा हलवते, आपल्या बाळावर उदंड प्रेम करते आणि जसजसे बाळ वाढू लागते, तसतसे आपल्या व्यक्तिमत्त्वात जे काही चांगले आहे ते सर्व काही ती आपल्या बाळाला देते. बाळाचे भवितव्य आणि व्यक्तिमत्त्व तीच घडवते. देवाच्या अशा अनुपम निर्मितीबद्दल क्रूरता बाळगण्याचा विचारदेखील करवत नाही. पत्नीचा छळ करण्याच्या कृतीचे वर्णन 'अत्यंत दुष्टबुद्धीचे आणि हेटाळणीयोग्य कृती' असेच करता येईल.

('विशेष महत्त्व दिले,') न्यायाधीशांनी नोंद केली. म्हणजे असं पहा, की इथे एका निकालपत्रात मादाम दे स्टाएल , शेक्सपियर, शिलर आणि महाभारत अशा महान

गोष्टींमधली अवतरणे उद्‌धृत केलेल्या एका निकालपत्राचा अवतरणचिन्हांकित स्वरूपात उल्लेख केला जात होता![८] आता स्त्री आणि मुलगी हे शब्द अवतरणचिन्हांकित करण्यामुळे द्यावयाचा संदेश अधिक प्रभावीपणे कसा काय पोहोचविला जाणार होता हे मला फारसे कळले नव्हते. तो मुद्दा जरा बाजूला ठेवला, आणि महाभारतात काय सांगितले गेले तेदेखील बाजूला ठेवले, तरी कोणत्याही संस्कृतीच्या संदर्भात महिला अत्यंत महत्त्वाच्या असतात या गोष्टीचे आणखी समर्थन करणे गरजेचे होते. त्यामुळे न्यायाधीशांनी पुढे म्हटले,

'महिलांच्या हक्कांचा विस्तार हेच संपूर्ण सामाजिक प्रगतीचे मूलभूत तत्त्व आहे.' असे चार्ल्स फोरियर यांनी बऱ्याच वर्षांपूर्वी सांगून ठेवले आहे.

या विषयाबाबत अधिकारवाणीने काहीतरी सांगणाऱ्या आपल्या देशाबाहेरच्या लोकांचे प्रमाण फारच जास्त झाले आहे असे वाटते आहे का? तर मग थांबा, निकालपत्रातला अजून बराच मजकूर आपल्याला वाचायचा आहे :

पुराणकाळाचे पुनरवलोकन करताना आपल्या स्मृतींमधील स्त्रीला समाजामध्ये उच्च स्थान देणाऱ्या काही श्लोकांचा संदर्भ सांगावासा वाटतो. निक्कू रामच्या खटल्यामध्ये (सुप्रा) या न्यायालयाने 'श्लोका'ची पहिली ओळ उद्‌धृत केलेली आहेच. त्यातली दुसरी तितकीच महत्त्वाची असलेली ओळ अशी आहे :-

'यत्र तास्तु ना पूज्यन्ते सर्वस्तत्राफलाः क्रियाः'

वरील उक्तीचा काहीसा मुक्त अनुवाद खाली दिला आहे :

जेथे त्यांना यथोचित आदर आणि सन्मानाने वागवले जात नाही, तेथील सर्व क्रिया अनुत्पादक ठरतात.

---

८. मूळ निकालपत्र गळा दाबला गेल्याने झालेल्या एका स्त्रीच्या मृत्यूसंदर्भातले होते. तिच्या पतीनेच तिचा खून केला असे म्हटले जात होते. चौकशी न्यायालयाने त्याला दोषमुक्त केले होते. उच्च न्यायालयाने चौकशी न्यायालयाचा दोषमुक्ततेचा निर्णय उलटा फिरवला होता. सर्वोच्च न्यायालयाने उच्च न्यायालयाचा निर्णय उचलून धरला. न्यायाधीशांनी उद्‌धृत केलेल्या दोन परिच्छेदांच्या आधी याचा समावेश केला असावा – कारण याची भाषादेखील अलंकारिकच होती : 'लिंगवर्चस्वाची लढाई – ही नेहमीच बुद्धिचातुर्याची लढाई राहिली आहे. आज मात्र त्याचे आकर्षण नष्ट झाले आहे. बुद्धिचातुर्याचा ऱ्हास होऊन त्याची जागा आता शारीरिक हिंसाचार, यातना, मानसिक क्रौर्य, आणि स्त्रीचा खून, त्यातही विशेषतः **पत्नीचा** (हा शब्द मूळ मजकुरात असाच ठळक केला आहे) खून' अशा युद्धसदृश कृत्यांनी घेतली आहे. परंतु तसे केल्याने कदाचित या खटल्यातल्या घटनेशी थेट संदर्भ जोडला गेला असता.

गत काळातल्या आणखी एका विद्वानांची याच मुद्द्यावर बोलण्याची स्वत:ची अशी शैली होती, ते म्हणतात :

'भार्तृ भ्रातृ पितृज्ञाति स्वस्नुस्वसुरादेवरैः
बंधुभिश्च स्त्रियाः पूज्याः भूषणाच्चदानस्नैः'

वरील उक्तीचा काहीसा मुक्त अनुवाद खाली दिला आहे :

पती, बंधू, पिता, नातलग, सासू, सासरे, दीर आदि सासरकडचे नातलग आणि अन्य नातेवाईक यांच्या बरोबरीने स्त्रीचा आदर केला गेला पाहिजे आणि तिला तिच्या सन्मानार्थ दागदागिने, वस्त्रेप्रावरणे इत्यादी सारख्या भेटवस्तू स्नेहादरपूर्वक दिल्या गेल्या पाहिजेत.

पुढील ओळींद्वारे पुन्हा एकदा विचारांची परिपक्वता दिसून आली :-

'अतुलम् यत्र तत्तेजः सर्वदेवशरीरजम् ।
एकस्थम् तदभुन्नारी व्याप्तलोकत्रयम् त्विषा ।।'

वरील उक्तीचा काहीसा मुक्त अनुवाद खाली दिला आहे :

सर्व देवांच्या शारीर आकृतींमधून उत्पन्न झालेल्या, त्रिलोक व्याप्त करणाऱ्या आणि त्यांना एकसंध करणाऱ्या अतुलनीय तेजातून स्त्रीचा जन्म झाला आहे.

आता आपल्या पुराणकाळातील ऋषी-मुनींकडून सध्याच्या काळातील एका ब्रिटिश महात्म्याकडे वळू या :

भूतकाळातून पुढे चालत वर्तमानात येताना स्त्रियांच्या समानतेबद्दल आणि त्यांच्या समाजातील भूमिकेबद्दल लॉर्ड डेनिंग यांनी केलेल्या वक्तव्याकडे मी आदराने पाहतो :-

'पुरुषाइतक्याच स्त्रीच्या भावनादेखील तीव्र असतात, आणि ती तितक्याच सुस्पष्टपणे विचार करू शकते. पुरुष आपल्या कार्यक्षेत्रात जसे उपयुक्त कार्य करतो तसे तीदेखील तिच्या कार्यक्षेत्रात उपयुक्त कार्य करत असते. पुरुषाइतकेच तिलादेखील – तिच्या व्यक्तिमत्त्वाचा परिपूर्ण विकास करण्यासाठी – व्यक्तिस्वातंत्र्य मिळण्याचा हक्क आहे. तिच्या विवाह करण्यामुळे ती पतीची सेविका बनत नाही, तर समान हक्काची भागीदार बनते. समाजजीवनात

त्याचे काम जास्त महत्त्वाचे असेल, तर तिचे कुटुंबाच्या संदर्भातील कामदेखील तितकेच महत्त्वाचे असते. एकाचे दुसऱ्याशिवाय पानदेखील हलणार नाही. त्यांच्यापैकी कोणीही दुसऱ्यापेक्षा वरचढ नाही, की दुसऱ्यापेक्षा खालच्या पातळीचा नाही. ते समसमान आहेत.

मूल आणि स्त्रिया समाजामध्ये अत्यंत परिणामकारक भूमिका बजावत असतात हा मुद्दा ठसवण्यासाठीच मी या न्यायालयाने जाहीर केलेल्या काही विशिष्ट निकालपत्रांचा, ज्ञानी आणि विचारवंतांच्या वक्तव्यांचा, कवी, तत्त्वज्ञ आणि कायदेपंडितांनी मांडलेल्या विचारांचा उल्लेख केला आहे. बालकाची निरागसता आणि स्त्रीची सृजनशील बुद्धिमत्ता कदापिही बाजूला ढकलली किंवा किरकोळीत गणली जाऊ शकणार नाही. स्त्रीच्या केल्या जाणाऱ्या आदर-सन्मानावरून देशाच्या संस्कृतीची ओळख निर्माण होत असते. स्त्रियांचा आदर करणे हे आपले परमकर्तव्य असल्याची जाणीव सध्याच्या युगातील लोकांमध्ये जागी ठेवणे हे मानवतेची अत्यावश्यक संकल्पना जिवंत ठेवण्यासाठी आवश्यक आहे. आधुनिक काळाच्या अनुषंगाने समाजातील प्रत्येक व्यक्तीने विज्ञाननिष्ठ विचार करणे आवश्यक आहे, कारण ती सध्याची सामाजिक गरजदेखील आहे. जाणीवनिर्मितीची दिखाऊ मोहीम या बाबतीत कुचकामाचीच ठरेल. शासनव्यवस्थेतील अधिकारी, अशासकीय संस्था आणि इतर स्वयंसेवकांनी जागरूकता निर्मिती शिबिरे खरोखरच परिणामकारक असतील याची काळजी घेणे आवश्यक आहे. या संदर्भात काम करणाऱ्या व्यक्तींनी या कामाकडे सेवाधर्माच्या भावनेने पाहणे, वाईट प्रथेविरुद्ध चालवायची मोहीम म्हणून पाहणे गरजेचे आहे. जागृती निर्माण करणे ही एक कला तर आहेच, पण त्यात विज्ञानही आहे आणि त्यात केवळ संख्याज्ञानाचा संबंध नाही हेदेखील त्यांनी समजून घेतले आणि स्वीकारले पाहिजे. जागरूकता निर्माण करण्यासाठीचे भाषण इतर कंटाळवाण्या भाषणांसारखे नसावे. जाणीवनिर्मितीची शिबिरे युक्लिडच्या भौमितिक तत्त्वांवर आधारलेली नसावीत. या शिबिरांद्वारे स्त्रीभ्रूणहत्येच्या गंभीर परिणामांबद्दलची जाणीव समाजपुरुषाच्या हाडांमध्ये भिनवली जावी यासाठी चिकित्सक वृत्तीबरोबरच सामाजिक दक्षतेची संकल्पना उराशी बाळगून काम करणे आवश्यक आहे. जागरूकता निर्मितीच्या मोहिमा योग्य प्रकारे चालवल्या गेल्या नाहीत, तर लोकांना दिल्या जाणाऱ्या मार्गदर्शनाला काही अर्थच उरणार नाही आणि दोन दगडांवर पाय ठेवून चालणाऱ्या माणसासारखी ही मोहीमदेखील तोंडावर आपटेल आणि त्याचबरोबर प्रत्येक जण मोहिमेचा उपहास करून त्यापासून पळून जाण्याचा मार्ग स्वीकारेल.

रोजच्या व्यवहारातल्या भाषेत सांगताना, शिबिरे कशी घेतली जावी, याचे काय उत्तर असेल? न्यायाधीशांनी काही संदर्भ देत या प्रश्नाचे असे उत्तर दिले :

'जागरूकता शिबिर कसे घेतले जावे हे अचूकपणे सांगता येणार नाही. समाजातल्या कोणत्या प्रकारच्या आणि स्तरातल्या लोकांना उद्देशून असे शिबिर घ्यायचे आहे त्यावर ते अवलंबून असेल.'

परंतु एक गोष्ट मात्र स्पष्ट होती : असे शिबिर घेणारे पुरुष आणि स्त्रिया बहुश्रुत आणि ज्ञानसमृद्ध असणे अत्यावश्यक होते :

> अशा प्रकारच्या जागरूकता मोहिमेचे काम करणाऱ्या व्यक्तीने स्वत:ला घटनेतील संकल्पना, संस्कृती, तत्त्वज्ञान, धर्म, पौराणिक ग्रंथातील आज्ञा व निर्देश, संदर्भित कायद्याच्या तरतुदीनुसार अनिवार्य असलेली कृत्ये आणि यापेक्षाही महत्त्वाचे म्हणजे आधुनिक विज्ञानक्षेत्रातील नित्य नव्या घडामोडींच्या माहितीसंकलनाद्वारे या कामासाठी सिद्ध करणे अतिशय आवश्यक आहे. अशा जागरूकता निर्मिती शिबिरांमध्ये संबोधित केल्या जात असलेल्या व्यक्तींच्या मनावर संदर्भित कायद्याच्या तरतुदींचा भंग केल्यास होणाऱ्या शिक्षेचा मुद्दा प्रकर्षाने ठसवणे गरजेचे आहेच, पण त्याचबरोबर असा कायदा करण्यामागचा उदात्त हेतू लक्षात घेऊन कायद्याचे पालन करण्याबरोबरच आत्मोन्नती साधण्याचे महत्त्वदेखील बिंबवले जाणे गरजेचे आहे या मुद्द्यावर विशेष जोर देण्याची गरज नाही. अशा एकात्मीकरणाद्वारे अपेक्षित परिणाम साधता येईल. याव्यतिरिक्त या सामाजिक गरजेचे महत्त्व पटवण्यासाठी माहितीपट दाखवता येतील; व त्याद्वारे समाजमनामध्ये ही संकल्पना रुजवता, जोपासता येईल, कारण मनाच्या दृढ निश्चयासमोर संकटांचे पर्वतदेखील वितळतात. जागरूकता मोहिमेचे काम करणाऱ्या लोकांमध्ये धीटपणा व संयमदेखील असणे आवश्यक आहे. त्यांच्या विचार आणि कृतीमध्ये कणभरदेखील गोंधळलेपणा किंवा संभ्रम असू नये. त्यांनी या मुद्द्याकडे एक समस्या म्हणून पाहावे आणि त्यावर उपाय सुचवण्यासाठी मुळात समस्येचे पूर्ण आकलन करून घेणे आवश्यक असल्याचे त्यांना माहीत असावे. समाजाच्या समूहविचारांचे व्याकरण समजून घेत, समाजमनात घर करून बसलेले टाकाऊ गंड लक्षात घेऊन, त्यावर मात करत लोकांच्या मानसिकतेमध्ये बदल घडवण्याचे काम त्यांना करायचे आहे हे त्यांनी कायम लक्षात ठेवणे गरजेचे आहे. स्त्रीभ्रूणहत्या हे संपूर्ण मानवजातीचे अमानवीकरण करणारे कृत्य आहे हे अत्यंत स्पष्ट शब्दांत सांगणे अत्यावश्यक आहे.

हे सगळे अगदी खरे. पण या सगळ्या अवतरणांमधल्या बोधवाक्यांमुळे न्यायशास्त्रामध्ये कशाची भर पडली? निकालपत्रामध्ये याची जागा होती, की सार्वजनिक ठिकाणच्या भाषणामध्ये होती? याबाबतदेखील न्यायाधीशांचे स्वत:चे असे तर्कशास्त्र होते :

अशा जागरूकता मोहिमा केल्या जातील, तेव्हा यांकडे लक्ष पुरवले जावे या उद्देशाने मी जागरूकता मोहिमेसाठी आवश्यक असलेल्या उपरोल्लेखित गुणविशेषांवर जास्त भर दिला आहे, कारण प्रामाणिकपणे करावयाच्या जागरूकता मोहिमेचा हाच हेतू आणि उद्दिष्टदेखील आहे.

पुष्टीकरणासाठी पुनरावर्तन

परंतु ही गोष्ट अर्थातच एवढ्यावरच संपणार नव्हती. ही भयंकर प्रथा समूळ नष्ट करण्यासाठी सर्वोच्च न्यायालयाने २००१ सालापासून वेळोवेळी आदेश काढले होते.[९] आपण नुकत्याच पाहिलेल्या एका खटल्याच्या निकालपत्राद्वारे न्यायालयाने पुन्हा एकदा २०१३ साली असेच आदेश काढले. समस्येचे गांभीर्य लक्षात घेऊन काढलेले आदेश साक्षात सर्वोच्च न्यायालयाने काढले असूनही आदेशांचे संपूर्ण पालन करणे तर दूरच, नोव्हेंबर २०१४ मध्ये न्यायालयापुढे सुनावणीस आलेल्या एका खटल्याच्या कामकाजातून – देशातल्या अनेक राज्यांनी – त्यात आसाम, बिहार, गोवा, गुजरात, केरळ आणि मध्य प्रदेश यांचा समावेश होता – एक अगदी प्राथमिक स्वरूपाचे कामदेखील केले नव्हते : सर्वोच्च न्यायालयाच्या निर्देशनानुसार सादर करावयाची प्रतिज्ञापत्रेदेखील त्यांनी सादर केली नव्हती.

२०१४ साली अखिल भारतीय वैद्यकीय संघटनेने सर्वोच्च न्यायालयात एक रिट अर्ज दाखल केला. कायद्यानुसार करायच्या ज्या गोष्टी न केल्याबद्दल वैद्यकक्षेत्रातील व्यावसायिकांना न्यायालयात खेचले जात होते त्या केवळ संबंधित अर्ज भरताना होणाऱ्या कारकुनी स्वरूपाच्या चुका होत्या. संदर्भित कायद्यामध्ये गुन्ह्यांचे वर्गीकरण केलेले नव्हते, सर्वच गुन्हे अ-जामीनपात्र आणि एकत्रितपणे सजा भोगण्यास पात्र नव्हते, तसेच अशा कायद्यामुळे त्याची अंमलबजावणी करणाऱ्या अधिकाऱ्यांच्या हाती अमर्याद अधिकार सोपवले जात होते, त्यामुळे हा कायदा म्हणजे

---

९. तुलनेसाठी पहा, सेंटर फॉर एन्क्वायरी इनटू हेल्थ अॅन्ड अलाईड थीम्स (सीईएचएटी) आणि इतर वि. भारत सरकार आणि इतर, एमएएनयू/एससी/०२९१/२००१, (२००१) ५ एससीसी ५७७; आणि सेंटर फॉर एन्क्वायरी इनटू हेल्थ अॅन्ड अलाईड थीम्स (सीईएचएटी) आणि इतर वि. भारत सरकार आणि इतर, एमएएनयू/एससी/०७००/२००३, (२००३) ८ एससीसी ३९८.;

लाचलुचपतीसाठीचे एक नवे चराऊ कुरण झाले होते, याकडे संघटनेने आपल्या अर्जाद्वारे लक्ष वेधले. परिणामी हा विषय २०१६ साली पुन्हा एकदा न्यायालयासमोर आला.[१०] या वेळी न्यायाधीश दीपक मिश्रा आणि न्यायाधीश शिव कीर्ति सिंग हे खंडपीठाचे सदस्य होते. दोघांच्या वतीने न्यायाधीश मिश्रा यांनी न्यायनिर्णय जाहीर केला. पंजाबच्या व्हॉलंटरी हेल्थ असोसिएशनने दाखल केलेला अंमलबजावणीतील त्रुटी दाखवणारा (त्यांनी तो २००६ साली दाखल केला होता) रिट अर्ज आणि अखिल भारतीय वैद्यकीय संघटनेचा रिट अर्ज यावर आता एकत्रितपणे विचार केला जाणार होता.

आतापर्यंत आपल्या चांगल्याच परिचयाच्या झालेल्या आणि अपेक्षित स्वरूपाच्या शब्दजड भाषेतच निकालपत्राची सुरुवात झाली. २००६ साली सामोरे आलेले मुद्दे त्यापूर्वीदेखील न्यायालयापुढे आले होते, 'आणि त्यावर अत्यंत गंभीरपणे व प्रामाणिकपणे विचारविनिमय केला गेला होता.' असे न्यायालयाने मत नोंदवले. आणि ते पुन्हा एकदा विचारार्थ घेतले जात आहेत :

> कारण, एका सुसंस्कृत समाजाच्या अस्तित्वाशी ते थेटपणे निगडित आहेत, मानवजातीच्या प्रगतीशी संबंधित आहेत, आणि ते एखाद्या सजीवाच्या धरणीमातेच्या स्पर्शाचा आणि सुगंधाचा अनुभव घेण्याच्या हक्काचाच गळा दाबण्याचा अत्यंत हीन प्रयत्न उघड करत आहेत. आणि आमचे विचार व्यक्त करण्याचे स्वातंत्र्य घेऊन आम्हाला असे म्हणावेसे वाटते की संदर्भित मुद्दे प्रामाणिक वाक्चातुर्य व संतुलित अतिशयोक्तीच्या साहाय्याने प्रकाशझोतात आणले गेले आहेत आणि त्याद्वारे आगामी काळातल्या माणुसकीच्या विनाशासंबंधीची धोक्याची घंटाच वाजवली गेली आहे. हे कोणत्याही गटाबद्दलचे भाकीत नाही, तर ते एकूणातच सामाजिक भविष्यकाळाबद्दलचे भाष्य आहे. भविष्यकाळ आकाराला येण्यात सगळ्यांचाच हात असणार आहे, तसा तो असायलाही हवाच.

यानंतर न्यायालयाने स्त्रीभ्रूणहत्या थांबवण्यासाठी जाहीर केलेल्या निकालपत्रांची आणि निर्देशांची उजळणी करायला सुरुवात केली. २०१३ सालच्या निकालपत्रामध्ये न्यायालयाने अजित सावंत मजग्वई वि. कर्नाटक राज्य[११] या खटल्यातील उतारे

---

१०. व्हॉलंटरी हेल्थ असोसिएशन ऑफ पंजाब वि. भारत सरकार आणि इतर., एमएएनयू/एससी/१४३३/२०१६, (२०१६) १० एससीसी २६५.

११. (१९९७) ७ एससीसी ११०.

उद्धृत केले होते ते आपण पाहिलेच आहे. आताही न्यायालयाने तेच उतारे पुन्हा उद्धृत केले, आणि त्यात भर घालताना, 'अगदी वेगळ्याच संदर्भातली निरीक्षणे असली, तरीदेखील त्याद्वारे या समस्येचा गाभाच वर्णिलेला आहे असे वाटते, म्हणून आम्हाला ती पुन्हा उद्धृत करणे योग्य वाटते,' असे म्हटले – म्हणजे इथे एका न्यायाधीशांनी स्वत:च्याच पूर्वीच्या निकालपत्रात उद्धृत केलेले आणखी एका निकालपत्रातले उतारे पुन्हा उद्धृत केले होते. यानंतर त्यांनी न्यायालयाने २००१ व २००३ साली दिलेले निर्देश पुन्हा एकदा उद्धृत केले. त्यानंतर २०१३ मध्ये दिलेले निर्देश पुन्हा उद्धृत केले. निर्देशांच्या या शेवटच्या संचामध्ये या क्रूर प्रथेपासून दूर राहण्यासाठी लोकांना प्रशिक्षित करण्याबद्दलचे निर्देशदेखील होते, त्यामुळे या ठिकाणी न्यायाधीश मिश्रा यांनी असे निरीक्षण नोंदवले, 'आमच्या विचारांशी सहमती दर्शवणारे काही उतारे पुन:प्रकाशित करणे फायद्याचे ठरेल असे आम्हास वाटते' – हे सहमतीचे विचार म्हणजे २०१३ सालच्या निकालपत्रातले त्यांचे स्वत:चेच विचार होते : त्या परिच्छेदांमध्ये लोकांना प्रशिक्षित करण्याच्या निर्देशाबाबत सहमती दर्शवण्याबरोबरच, महिलांच्या समाजातील भूमिकेबद्दल आणि उच्च स्थानाबद्दल, बालकांबद्दल, त्यातही मुलींबद्दल थोडे विस्ताराने भाष्य करणे त्यांना आवश्यक वाटले होते. यानंतर आला गोषवाऱ्याचा भाग, आणि काही राज्यांनी या संदर्भात सादर केलेल्या माहितीबद्दलच्या चर्चेचे वर्णन होते. यानंतरच्या भागात संदर्भित कायद्यातील तरतुदी विस्तारपूर्वक नोंदवल्या होत्या – हे यापूर्वीच्या प्रत्येक निकालपत्रामध्ये केलेले होतेच. आणि यानंतर होते २०१३ मध्ये व्यक्त केलेल्या मताच्या विरोधात सूर लावून व्यक्त केलेले समारोपाचे शब्द :

> या खटल्यातील विषयासंदर्भातले विचार शेवटी सारांशरूपात मांडताना दुसरा कोणताही अर्थ काढला जाण्याची शक्यता किंवा संदिग्धतेला अजिबात वाव न ठेवता असे खात्रीपूर्वक सांगायचे आहे, की कोणत्याही व्यक्तीने, समाजगटाने किंवा आस्थापनेने स्त्रीबरोबर अन्याय्य वागणूक करण्याची, तिचा अनादर करण्याची, असमानता किंवा कोणत्याही प्रकारे भेदभाव करण्याची मानसिकता बाळगणे हे पूर्णपणे घटनाबाह्य आहे. एकंदरीतच जीवनाबद्दलचा अनैतिक दृष्टिकोन आणि कायदा पाळण्याविषयीची बेपर्वाई यामुळे स्त्रीभ्रूणहत्येच्या गुन्ह्यामध्ये पालकांचा सहभाग निश्चितपणे गृहीत धरला आहे. पुरुष आणि स्त्रीला समान दर्जा, मान देणाऱ्या समाजामध्ये प्रागतिकतेचे आणि सुसंस्कृततेचे प्रतिबिंबच दिसते. पुरुषाला किंवा समाजाला कुणाही स्त्रीने जसा विचार करावा असे वाटते, तसा आणि तेवढाच विचार तिने करावा असे म्हणणे म्हणजे तिच्या विचारस्वातंत्र्याची कत्तलच होय,

आणि ते निश्चितच अपमानकारक वर्तन ठरेल. राज्यघटना आणि कायद्याच्या निकषांच्या मर्यादेत राहूनदेखील वैचारिक पर्याय स्वीकारण्याचे स्वातंत्र्य मान्य केले असताना, कायद्याच्या चौकटीबाहेरच्या वर्तनाच्या अटी व नियम दुसरे कुणीही निश्चित करू शकत नाही. स्त्री-पुरुष संख्याप्रमाणातला असमतोल हे प्रलयंकारी संकटाचे लक्षणच असून तसे घडण्याची शक्यतादेखील सर्वतोपरी टाळणे आवश्यक आहे. अशा प्रकारची सामाजिक संकटे समाजावर कोसळू नयेत म्हणून असा असमतोल कमी करणे व स्त्री-पुरुष संख्याप्रमाणाचा समतोल प्रस्थापित करण्यासाठी ठोस पावले उचलली जाणे गरजेचे आहे. भविष्यात उद्‌भवू शकणाऱ्या विपरीत परिस्थितीला सध्याची पिढीच ज़बाबदार असेल आणि म्हणूनच या पिढीने कायदेनियम धुडकावून लावत मुलगी जन्माला येण्यामध्ये बाधा निर्माण करू नये. प्रस्थापित कायदेनियमांचा आदर राखला जाण्यासाठी समाजाच्या दृष्टिकोनामध्ये आमूलाग्र बदल घडवला जाणे आवश्यक आहे.

स्वत:च्याच पूर्वीच्या निकालपत्रातील मजकुरासह इतर निकालपत्रांमधील उताऱ्यामागून उतारे उद्‌धृत करण्याऐवजी, कायद्यातील तरतुदींची नुसतीच यादी देण्याऐवजी, सर्वोच्च न्यायालयाने पुन:पुन्हा आणि वेळोवेळी दिलेल्या निर्देशांची नुसतीच उजळणी करण्याऐवजी, ज्या व्यक्तींनी त्या निर्देशांची चोख अंमलबजावणी करण्याबाबतची आपली कर्तव्ये पार पाडण्यात कुचराई केली, त्यांना प्रत्यक्षपणे कठोर शिक्षाच केली असती – तर ते या विनाशकारी संकटाचे गंभीर परिणाम कमी करण्याच्या दिशेने टाकलेले खरेखुरे पाऊल ठरले नसते का?

परंतु पंजाबच्या व्हॉलंटरी हेल्थ असोसिएशनच्या अर्जाबरोबर जोडण्यात आलेल्या दुसऱ्या – अखिल भारतीय वैद्यकीय संघटनेच्या – अर्जाचे काय झाले होते? शेवटी त्यांच्या अर्जात तर फारच व्यापक परिणाम करणारी विधाने केलेली होती. त्या विधानांच्या – म्हणजे संदर्भित कायद्यामुळे लाचलुचपतीचा एक नवा मार्ग खुला झाला आहे, या विधानाच्या खरे-खोटेपणाची शहानिशा करण्याचे कोणतेही प्रयत्न केले गेले होते का? या संदर्भात केलेल्या चौकशीद्वारे, न्यायाधीशांच्याच म्हणण्यानुसार, – न्यायालयाने दिलेल्या आदेशांबाबत पूर्णपणे बेपर्वाई असण्याच्या समस्येच्या – मुळापर्यंत पोहोचणे शक्य झाले नसते का? हे सामाजिक कार्य महत्त्वाचे तर होतेच, आणि न्यायाधीशांनादेखील त्याबद्दल काळजी वाटत होती, त्यामुळे संघटनेने केलेल्या विधानांची शहानिशा करणे क्रमप्राप्तच होते. विधाने खोटी ठरती, तर इतक्या महत्त्वाच्या विषयासंदर्भात न्यायालयाची दिशाभूल करण्याबद्दल वैद्यकीय संघटनेचे पदाधिकारी कठोर शिक्षेस पात्र ठरते. उलटपक्षी विधाने खरी ठरता, आणि

कायद्यातील तरतुदींचा खरोखरच लाच उकळण्यासाठी वापर केला असल्याचे दिसले असते, तर ती गोष्टदेखील विलक्षण महत्त्वाची ठरली असती : कारण कायद्याचा गैरवापर केला जाण्याने त्या कायद्याच्याच विरोधात गदारोळ उठू शकतो हे सर्वश्रुतच आहे – आणि परिणामी जो कायदा अस्तित्वात असण्याची गरज आहे, त्याचेच कायदेशीरपण लयास जाते, उदाहरणार्थ अनुसूचित जाती व अनुसूचित जमातींविरुद्ध अत्याचार प्रतिबंधक कायद्याच्या कर्नन यांनी केलेल्या गैरवापरामुळे असे काहीतरी घडू शकते. परंतु न्यायालयापुरताच विचार करायचा, तर एखाद्या विषयावर भाष्य केले, म्हणजे त्यानंतर आणखी काही करायची आवश्यकता नव्हती. आपण तो वैद्यकीय संघटनेचा रिट अर्ज – म्हणजे त्याचा विषय खटल्याच्या शीर्षकामध्ये वाचल्यानंतर – आपल्याला निकालपत्राचा शेवट येईपर्यंत आणखी काहीच पाहायला मिळत नाही. शेवटून तिसऱ्या परिच्छेदात संघटनेच्या विधानांचा फक्त गोषवारा दिला गेला आहे. आणि पुढच्याच परिच्छेदात ती सर्व विधाने फेटाळलेली दिसतात.

'नाही' म्हणणारा कोणीही संपादक नसणे

कधीकधी न्यायाधीशांनीदेखील एखाद्या कार्यात स्वत:ला वाहून घेतल्याचे दिसते किंवा त्यांचे काही आवडते विचार असतात, किंवा कोणत्यातरी प्रसंगाच्या निमित्ताने लिहिलेले काही उतारे किंवा कदाचित निबंध भावलेले असतात, आणि मग ते संधी मिळेल तिथे त्यांचा मुक्तहस्ते वापर करतात. शेवटी, असे करायला त्यांना 'नाही' म्हणणारा कुणी नसतोच.

रामलीला मैदान घटनेमध्ये[१२] योग शिबिराच्या निमित्ताने जमा झालेल्या लोकांना पांगविण्याची कारवाई करताना पोलिसांनी ताकदीचा अतिरेकी वापर केला असल्याच्या आरोपाची शहानिशा न्यायाधीश करत होते. दिल्ली येथील रामलीला मैदानावर एक दिवसाभराचे शिबिर भरवण्यासाठी बाबा रामदेव यांच्या अनुयायांनी परवानगी मिळवली होती. काही मंत्री त्यांना भेटायला येणार होते.

...दिवसाभराच्या शिबिराचा कालावधी वाढत वाढत रात्रीपर्यंत पोहोचला. रात्री १ वाजता पोलीस शिबिर भागात शिरले आणि त्यांनी लोकांची गर्दी हटवायचा प्रयत्न केला. बाजूच्या एका खोलीत बाबा रामदेव झोपले होते. त्यांना जागे करण्यात आले. लोकांना तिथून जायला सांगण्यासाठी आणि त्या स्वरूपाचा आदेश बाबा रामदेव यांना देण्यासाठी पोलीस मंचावर पोहोचले. पोलीस त्यांना पकडून

१२. स्वयंस्फूर्त रिट अर्ज (फौ.) २०११ सालच्या प्रकरण क्र.१२२ मधील रामलीला मैदान घटना, निकाल २० जून, २०११, (२०१२) ५ एससीसी १२५.

घेऊन जाण्यासाठीच मंचावर चढले, असे बाबा रामदेवांच्या अनुयायांचे म्हणणे होते. मग एकच गोंधळ माजला. रामदेवांनी मंचावरून खाली उडी मारली, जमलेल्या लोकांमध्ये मिसळले, आणि पळून गेले. त्यांना रेल्वे स्थानकावर अटक करण्यात आले – तेव्हा त्यांनी स्त्रिया घालतात तसला सलवार-कुर्ता घातला होता आणि दुपट्ट्याने आपली दाढी झाकली होती. आपण पळालो नसतो, तर पोलिसांनी आपल्याला ठार मारले असते असा त्यांनी नंतर दावा केला. तिकडे मैदानावरील मंडपात काही झटापटी झाल्या होत्या – लोकांनी दगडफेक केली असे पोलिसांचे म्हणणे होते, तर पोलिसांनीच लाठ्यांनी लोकांना झोडपून काढायला सुरुवात केली, अश्रुधुराची नळकांडी फेकली... असे बाबांच्या अनुयायांचे म्हणणे होते... न्यायाधीशांनी पोलिसांच्या विरोधात निर्णय दिला. घटनास्थळावरील परिस्थितीच्या चित्रणामध्ये बाबांचे अनुयायी झोपलेले दिसत होते, ते पाहायला मिळाल्यामुळे त्या आधाराने त्यांनी तसा निर्णय दिला. सुनावणी घेणाऱ्या दोघांपैकी एका न्यायाधीशाने मुख्य निकालपत्र लिहिले. दुसऱ्याने त्याला सहमती दिली. परंतु सहमती देत असतानादेखील त्यांना झोपेचे महत्त्व विषद करणे आवश्यक वाटले. शासनाची कर्तव्ये – उदाहरणार्थ सामाजिक दुर्व्यवस्थेला प्रतिबंध करण्याचे काम – आणि प्रत्येक व्यक्तीच्या हक्कांचा उपभोग घेऊ देणे यामध्ये समतोल साधला जाण्यावर त्यांनी विशेष जोर दिला.

> सामाजिक निर्बंधाचा कायदा शासनाच्या हाती सोपवला गेला आहे यात काहीच शंका नाही, परंतु अनावश्यक शासकीय हस्तक्षेप आणि अनाहूत कृती याविरुद्ध नागरिकांना संरक्षणदेखील या देशाच्या कायद्यानेच दिलेले आहे हेही तितकेच खरे आहे. स्वातंत्र्य म्हणजे काहीही करण्याचा परवाना नव्हे आणि अशा स्वातंत्र्याचा हक्क अनिर्बंध असत नाही तर तो योग्य स्वरूपाच्या कायद्यांद्वारे नियंत्रित केला जाऊ शकतो. अधिकृत हस्तक्षेपाचे स्वातंत्र्य कायद्याने नियंत्रित केले जाते, पण निव्वळ अशा नियमनाच्या आडोशाने दुसऱ्याचे स्वातंत्र्य सीमित करण्यासाठी कायद्याची अंमलबजावणी करणे शक्य नाही. या देशाच्या नागरिकांना घटनेने दिलेले मूलभूत हक्क उपभोगण्यात बाधा आणण्यासाठी पोलीस किंवा प्रशासन कोणतेही कायदेशीर कारण नसताना हेतुपूर्वक हस्तक्षेप करू शकत नाही. अशी प्रतिबंधात्मक कारवाई करण्यासाठीच्या कारणाचा सबळपणा हा एक मुद्दा झाला, पण अशा स्वरूपाच्या आदेशाच्या अंमलबजावणीचा मुद्दा त्याहीपेक्षा जास्त महत्त्वाचा आहे. हिंसक नव्हे, तर शांत झोपलेल्या समूहावर प्रतिबंधात्मक कारवाई करण्याचा आदेश अमलात आणण्याच्या प्रकाराने माझ्या मनात अस्वस्थपणाची पाल चुकचुकते. फौजदारी कायदा संहितेतील कलम १३४

सहित दिल्ली पोलीस स्थायी आदेश ३०९ मधील तरतुदींमध्ये विहित केल्यानुसार आदेशाची कोणत्याही प्रकारे जाहीर सूचना न देताच अंमलबजावणी केली जाते हे माझ्या काळजीचे कारण आहे.

चित्रीकरणामध्ये लोक झोपलेले पाहायला मिळाल्यामुळे न्यायाधीशांना झोपेच्या प्रश्नाकडे वळावे लागले:

झोपलेला माणूस हा अर्धा मृतावस्थेत असतो असे समजले जाते. त्याच्या बौद्धिक क्षमता अकार्यक्षम स्थितीत असतात. झोप ही एक अशी बेशुद्धावस्था असते, ज्या अवस्थेत माणूस आणि इतर सजीव प्राणीदेखील नियमितपणे आणि नैसर्गिकपणे जात असतात आणि त्या अवस्थेत असताना त्याच्या मज्जासंस्थेचे कार्य जवळजवळ संपूर्णत: स्थगित अवस्थेत असते. ती गुंगीची आणि विश्रांतीची अवस्था असते. ही एक अत्यावश्यक गोष्ट असून चैनीची गोष्ट नाही. जागृतावस्थेत असतानाच्या काळातील माणसाच्या बुद्धीचा तल्लखपणा, भावनिक संतुलन, निर्मितिक्षमता आणि जोम या माणसाच्या जीवनाची गुणवत्ता ठरवणाऱ्या गुणविशेषांवर थेट परिणाम करत असल्यामुळे झोप ही उत्तम आरोग्य आणि आनंदी जीवनासाठी अत्यावश्यक गोष्ट आहे.

आणि त्यानंतर, कदाचित, गर्दीमधील काही लोकांनी पोलिसांच्या दिशेने दगड आणि विटा भिरकवायला का सुरुवात केली असावी, याचे अजाणतेपणी स्पष्टीकरण देताना असे म्हटले :

म्हणजेच झोप जीवनावश्यक अशा मूलभूत गरजांचा एक जैवशास्त्रीय व अत्यावश्यक घटक आहे. झोप व्यवस्थित झाली नाही, तर मन सैरभैर होते आणि त्यामुळे आरोग्यचक्रदेखील खंडित होते.

आणि पुन्हा एकदा झोपेच्या महत्त्वावर भाष्य करताना :

विचित्र वेळी व्यत्यय निर्माण करून व्यक्तीला सर्वसाधारण स्वरूपाची झोप नैसर्गिकरीत्या घेण्यापासून वंचित ठेवले गेले, तर त्यामुळे व्यक्तीचा शक्तिपात होतो, अपचन होते आणि श्वसनसंस्थेच्या आरोग्यावरदेखील परिणाम होतो. या लक्षणांच्या प्रादुर्भावामुळे झोप अत्यावश्यक बनते आणि ती न मिळाल्यास मानसिक व शारीरिक, दोन्ही प्रकारचे त्रास भोगावे लागतात. त्यामुळे विस्तृत प्रकारचे नकारात्मक परिणाम होतात. तसेच त्यामुळे एक

माणूस म्हणून जगण्यासाठी रोजच अनिवार्यपणे वापराव्या लागणार असलेल्या सर्वसाधारण कार्यक्षमतेवर आणि उत्पादनक्षमतेवर विपरीत परिणाम होतो. झोप हा आपल्या जीवनचक्राचे पुनरुज्जीवन करणारा घटक आहे आणि म्हणूनच तो मानवी जीवनाचा अविभाज्य घटक आहे. झोपेत व्यत्यय आणणे म्हणजे व्यक्तीचा प्राथमिक स्वरूपाचा आनंद हिसकावून घेणे होय, आणि तसे केल्याने चयापचय क्रियेवर विपरीत परिणाम होतो. झोप हे थकव्यावरचे उत्तम औषध आहे आणि त्यात व्यत्यय आल्यास अनर्थ घडू शकतो.

आणि यानंतरही पुन्हा एकदा कदाचित अजाणतेपणी केलेल्या जमावाच्या वर्तनाचे स्पष्टीकरण देण्याचा प्रयत्न :

झोपेपासून वंचित राखण्याचे अतिशय विपरीत परिणाम होतात. त्यामुळे व्यक्तीच्या शांत व स्वस्थ अशा शारीरिक अवस्थेतदेखील बिघाड उत्पन्न होतो.

आणि एवढे सगळे झाल्यावर शांत, विनाव्यत्यय झोप घेण्याच्या हक्काचा समावेश करण्यासाठी घटनेच्या कलम २१च्या अर्थकक्षेचा विस्तार करण्याची पायाभरणी करण्यासाठी :

माणसाच्या माणूस असण्यामध्ये अध्याहृतच असलेल्या नैसर्गिक प्रक्रियेमध्ये व्यत्यय आल्याने माणूस म्हणून जगण्यावरच परिणाम होतो. म्हणूनच जेव्हा एखाद्या व्यक्तीला झोपेपासून वंचित ठेवले जाते, तेव्हा परिणामी तो त्या व्यक्तीवर केलेला अत्याचार ठरतो. नैसर्गिक स्वरूपात विश्रांती मिळवण्याचा हक्क नाकारणे म्हणजे हक्कभंगच होय. आणि असे जेव्हा हेतुपुरस्सरपणे, बेकायदेशीरपणे आणि कोणतेही न्याय्य कारण नसताना केले जाते, तेव्हा तो घटनादत्त मूलभूत हक्काचा भंग ठरतो.

आणि मग पुन्हा एकदा जमावाच्या वर्तनाबद्दलचे स्पष्टीकरण :

एखाद्या माणसाला अचानकपणे झोपेतून उठवण्यामुळे त्या माणसाला एक प्रकारे धक्काच बसतो आणि डोके सुन्न होते.

मग पुन्हा एकदा झोप या केंद्रीय विषयावर येणे :

अचानक जागे होण्यामुळे ऐंद्रिय ज्ञानसंपादनात पोकळी निर्माण होते. आणि म्हणून अशा कृतीमुळे व्यक्तीच्या प्राथमिक जीवनशैलीवर परिणाम होतो. सुरक्षित वातावरण असेल तेव्हाच व्यक्ती झोपेची अवस्था धारण करते.

याच कारणासाठी आपल्या निर्मात्याने ही विश्रांती मिळवण्याची सोय मानवाला जन्मत:च प्रदान केली आहे. या अवस्थेत स्नायू शिथिल होत असतात आणि ही अवस्था प्रत्येक रात्री येत असते व ती अनेक तास टिकते. ही इतकी महत्त्वाची गरज आहे, की आपल्या सर्व प्रवास व्यवस्थांमध्येदेखील प्रवास करताना झोप घेण्यासाठी सुखसोयी पुरवलेल्या असतात. म्हणूनच झोप ही जीवनावश्यकता आणि अध्याहृत स्वातंत्र्य असे दोन्ही असून ते कोणत्याही अविचारी कृतीद्वारे हिरावून घेतले जाऊ शकत नाही.

एक आयरिश म्हण असे सांगते की आरोग्याची सुरुवात झोपेपासूनच होते. होमर याने इलियड या महाकाव्यात झोपेचे वर्णन 'झोप म्हणजे मृत्यूची जुळी बहीण' असे केले आहे. त्यामुळे झोपलेला माणूस कोणत्याही गुन्ह्याच्या कृत्यामध्ये किंवा कोणत्याही कामामध्ये गुंतलेला असल्याचे मान्य करता येत नाही. महान ग्रीक तत्त्वज्ञ ॲरिस्टॉटल म्हणाला होता, की झोपली असताना सर्व माणसे सारखीच असतात. झोपेत असताना कुणी सार्वजनिक शांततेचा भंग करण्याची योजना करत होता असे गृहीत धरणे अन्यायकारी आहे आणि तसे करणे म्हणजे तो माणूस त्याच्या स्वप्नात काय करत होता ते त्याच्या स्वप्नात शिरून पाहण्यासारखेच होईल.

आणि यानंतर पोलिसांनी आदेशाची अंमलबजावणी कशी करायची ठरवली त्याकडे वळून :

झोपलेल्या जमावावर प्रतिबंधात्मक कारवाई लादण्याचा विचार जाहीर करण्याचा परिणाम काय झाला असावा यावर विचार करताना माझा गोंधळ उडतो. जमावाला पांगवण्यासाठी प्रतिबंधात्मक आदेश अमलात आणण्याचे सयुक्तिक कारण उपलब्ध असूही शकेल, पण इथे झोपलेल्या जमावावर लाठीमार करणे आणि त्यांना अचानकपणे शिबिराबाहेर फेकून देण्याचे पोलिसांकडे कोणतेही सबळ कारण असेल असे मला तरी वाटत नाही. पोलीस सकाळ होईपर्यंत का थांबू शकत नव्हते आणि तिथे जमलेल्या लोकांना शांततेने निघून जाण्यासाठी पुरेसा वेळ का देऊ शकत नव्हते, याबद्दलचा कोणताही खुलासा पोलिसांनी सादर केलेल्या प्रतिज्ञापत्रांमध्ये आणि स्पष्टीकरणांमध्ये सापडत नाही. अनुचित आणि घाईगडबडीच्या कृतीमुळे प्रचंड गोंधळ माजला आणि परिणामी उभे राहिलेले संकट संपूर्ण देशभरातल्या नागरिकांनी प्रसारमाध्यमे आणि दूरदर्शनच्या माध्यमातून प्रत्यक्षात पाहिले.

आणि त्यानंतर पुनरावृत्तीद्वारे केलेले पुनर्पुष्टीकरण :

> गर्द काळोखातल्या मध्यरात्री अशा प्रकारची कारवाई करण्याइतकी कोणती गंभीर आणि तातडीची परिस्थिती निर्माण झाली असावी याचे कोणतेही स्पष्ट कारण मला सापडत नाही. आणि म्हणून असे कोणतेही न्याय्य कारण नसल्यामुळे मी या कारवाईचा तीव्र निषेध करतो तसेच यामुळे अशा कारवाईसाठी पुरेशी सबळ कारणे असण्याबद्दलच गंभीर संशय उत्पन्न झाल्याचेदेखील नमूद करतो. या खटल्यातील हा प्रसंग म्हणजे कोणतेही न्याय्य कारण नसताना शांततापूर्ण जीवनात खळबळ माजवण्यासाठी केल्या गेलेल्या एका जुलमी विचारधारणेच्या विचित्र आविष्काराचे उदाहरण आहे. यापूर्वी वर्णिलेले झोपेचे महत्त्व आणि या आविष्काराचा एकत्रित विचार केला, की संदर्भित कारवाई स्पष्टपणे मानवी हक्कांचा भंग करणारी होती आणि त्याच वेळी जमाव पांगवण्याचा अंतिम परिणाम साधण्यासाठीच्या कायद्याने निर्धारित केलेल्या पद्धतीचेदेखील निश्चितपणे उल्लंघन करणारी होती.

मग पुन्हा एकदा झोपेचे महत्त्व :

> झोपेचे अनन्यसाधारण महत्त्व लक्षात घेऊन अनेक देशांमध्ये रात्रीच्या वेळी संचारबंदी (विमानतळावर म्हणजेच रात्रीच्या वेळी विमानांच्या उड्डाणांवर आणि उतरण्यावर बंदी) लागू केली जाते, कारण शांत झोपेचा संबंध उत्तम आरोग्याशी जोडलेला असून तो घटनेतील कलम २१चा एक अविभाज्य भागदेखील आहे. विविध कायदे-नियमांच्या तरतुदींमध्येदेखील निकालाद्वारे दोषी ठरलेल्या व्यक्तीला, कुणाही स्त्रीला रात्रीच्या वेळी अटक करण्यास आणि मान्यताप्राप्त संकल्पचित्राच्या, सर्वसमावेशक संकल्पचित्राच्या किंवा क्षेत्रीय संकल्पचित्राच्या माध्यमातून दिलेल्या अधिकृतींचे उल्लंघन करून बांधकाम केल्याचा संशय असलेल्या भागात सर्वेक्षण करण्याच्या किंवा बांधकाम पाडण्याच्या उद्देशाने रात्रीच्या वेळी प्रवेश करण्यास मनाई आहे हे इथे नमूद करणे योग्यच ठरेल. (पहा – दिवाणी प्रक्रिया संहितेतील कलम ५५, फौजदारी प्रिक्रिया संहितेतील कलम ४६ (४), आणि उत्तर प्रदेश नियोजन व विकास अधिनियम, १९७३ मधील कलम २५ आणि ४२).

आणि यातून पुढे अनेक धोकादायक शक्यतांचा भरणा असलेल्या सवलतीकडे :

अशा प्रकारच्या समस्यांबद्दल निकाल निश्चित करताना अशा स्वरूपाचे हक्क अस्तित्वात आहेत की नाहीत हा मुद्दा तितकासा महत्त्वाचा नसतो, पण शासनाच्या ताब्यात असलेल्या पोलीस यंत्रणेचा वापर करून अशा समस्या उद्भवणाऱ्या परिस्थितीचे नियंत्रण करण्याची तीव्र इच्छाशक्ती शासनाकडे आहे की नाही हा मुद्दा जास्त महत्त्वाचा ठरतो. झोपण्याच्या क्रियेसंदर्भात ती करण्याची वेळ, जागा आणि पद्धत याचे नियंत्रण करण्यामुळे घटनेने प्रदान केलेल्या हमीचा भंग होणार नाही, कारण झोपणे हा आपला मूलभूत हक्क आहे असे कुणी म्हणण्याची शक्यता कमीच आहे. आणि म्हणून, व्यक्तीला अगदी सर्वोच्च न्यायालयाच्या जागेतदेखील किंवा संसद परिसरातदेखील झोपण्याचा हक्क आहे. इतकेच नव्हे, तर मी इथे बेघर माणसांच्या पदपथावर किंवा सार्वजनिक जागी झोपण्याचा हक्क मिळण्याच्या मागणीबद्दल बोलत नाही, परंतु झोपलेल्या माणसाच्या झोपेत व्यत्यय येऊ नये इतपत बंधने घालणे शक्य आहे आणि कुठेही आणि कोणत्याही वेळी झोप घेण्याचा नागरिकाला असलेला हक्क शासकीय अधिकारी हिरावून घेऊ शकत नाहीत असे माझे मत आहे.

एक मूलभूत हक्क नाही, पण पापण्यांची उघडझाप करण्याच्या हक्काइतकाच महत्त्वाचा हक्क :

अशाप्रकारे खासगी आयुष्याचा हक्क आणि झोप घेण्याचा हक्क हे नेहमीच श्वास घेण्याच्या, खाण्यापिण्याच्या, पापण्यांची उघडमिट करण्याच्या नैसर्गिक हक्कांप्रमाणेच मूलभूत हक्क मानले गेले आहेत हे सिद्ध होते.

आणि मग आला वस्तुनिष्ठ परिस्थिती असे ज्याचे वर्णन करायला न्यायालयांना आवडते तो भाग :

इथे काहीतरी खोटारडेपणा केला जातोय अशा प्रकारची कोणतीही वदंता किंवा चर्चादेखील होताना दिसली नव्हती. उलट इथे खरोखरच एकत्र आलेले अनुयायी, तेदेखील शांततापूर्ण पद्धतीने करावयाच्या योगाभ्यासाच्या हेतूने एकत्र आलेले अनुयायी होते, आणि ते गाढ झोपलेले होते. हा किमानपक्षी, तथाकथितरीत्या, योगाभ्यासाच्या हेतूने एकत्र आलेला जमाव होता.

'किमानपक्षी, तथाकथितरीत्या'? हा म्हणजे जमावाच्या त्या एकत्र येण्याला संमती देण्यासाठी मान तुकवण्याचा प्रकार तर नव्हता? खरे म्हटले, तर नव्हता. कारण तो –

एक मानवजातीच्या जीवनमानात सुधार घडवण्याचा निश्चित उद्देश बाळगून तशी कृती करण्यासाठी एकत्र आलेल्या व्यक्तींचा समुदाय होता. या समुदायाच्या उद्दिष्टाबाबत आक्षेप घेण्यासारखे काहीच नव्हते आणि तो कुणाच्याही भावना भडकवल्या जातील असा नव्हता. उलट तो काही हानिकारक गोष्टी होऊ नयेत याची काळजी घेण्याचा होता. हा समुदाय एकत्र जमण्यामध्ये संशयास्पद किंवा कारस्थान करण्याच्या स्वरूपाचे काय होते, हा योग्य यंत्रणेद्वारे करावयाच्या तपासकार्याचा मुद्दा असणे शक्य आहे, परंतु माझ्या मते त्यांच्यावर केलेली कारवाई बेकायदेशीररीत्या आणि अपमानास्पद पद्धतीने केली गेली आहे आणि त्यामुळे त्या समुदायाला भारताच्या राज्यघटनेतील कलम २१ मध्ये मान्यता प्राप्त असलेल्या शांत झोप मिळवण्याच्या स्वातंत्र्यावर घाला घातला गेला आहे.

पुन्हा पोलिसांनी ज्याप्रकारे कारवाई केली त्याकडे वळून :

समुदायाचे असे एकत्र येणे बेकायदेशीरच असल्याचे गृहीत धरता येत नाही, आणि जरी ते तसे होते असे मानले, तरी त्यातील व्यक्ती झोपलेल्या होत्या आणि कोणतीही पूर्वसूचना न देता किंवा जाहीर घोषणादेखील न करता, आणि समुदायाला रामलीला मैदान सोडून निघून जाण्यासाठी पुरेसा वेळदेखील न देता, एकाच वेळी त्यांना पांगविण्याची कृती आणि फौजदारी प्रक्रिया संहितेच्या कलम १४४ अंतर्गत करण्यात येत असलेल्या कारवाईमुळे त्या व्यक्ती भीतियुक्त आश्चर्याने गोंधळून गेल्या. खरेतर या प्रचंड मोठ्या समुदायाची अत्यंत बेशरमपणे आणि क्रूरपणे झोपमोड करण्यात आली आणि त्यांना जबरदस्तीने तेथून पळून जायला लावल्यामुळे ते दिशाहीनपणे इतस्ततः धावत सुटले, त्यामुळे जो प्रचंड गोंधळ माजला, तो सर्वच प्रसारमाध्यमांमध्ये प्रतिबिंबित झाला.

आणि इथे पुन्हा एकदा झोपेचे महत्त्व सांगण्याचा प्रयत्न :

माणसाला जितक्या सहजपणे आणि मुक्तपणे श्वास घेण्याचा अधिकार आहे तितक्याच सहजपणे आणि मुक्तपणे झोप घेण्याचादेखील अधिकार आहे. माणसाला जिवंत राहण्यासाठी आणि सुरक्षितपणे टिकून राहण्यासाठी स्वतःचे आरोग्य जपायचे असेल तर झोप अत्यंत आवश्यक आहे. म्हणूनच झोप ही अशी मूलभूत आणि प्राथमिक स्वरूपाची गरज आहे, की ती

मिळाली नाही, तर सजीव सृष्टीचे अस्तित्वच धोक्यात येईल. आणि म्हणूनच झोपेत व्यत्यय निर्माण करणे म्हणजे छळणूक करणे आणि त्याने मानवी हक्काचा भंग होतो असे आता सर्वमान्य आहे. अत्यंत क्रूरपणे आणि थंड डोक्याने गुन्हा केल्याचे आरोप असलेल्या व्यक्तीकडून त्यासंबंधीची माहिती काढण्यासाठीची एक योग्य पद्धत असल्याचा दावा करून बऱ्याच वेळा पोलीस ज्या थर्ड डिग्री पद्धतीचा वापर करतात त्यासारखीच ही कृती म्हणावी लागेल. युद्ध सुरू असताना युद्धकैद्यांच्या बाबतीत आणि हेरगिरी करण्यात गुंतलेल्यांच्या बाबतीतदेखील ही पद्धत वापरली जाते आणि त्यांना नैसर्गिक झोपेपासून वंचित राखले जाते.

यानंतर येतात पूर्वीच्या निकालपत्रांचे संदर्भ, त्यातील अनेक अवतरणांमागून अवतरणे उद्‌धृत केली जातात, निकालपत्रांमधले उतारेच्या उतारे पुन्हा समाविष्ट केले जातात – त्यात जगण्याचा हक्क, 'जगण्या'चा अर्थ, खासगी आयुष्याचा हक्क, सार्वजनिक कायदाव्यवस्था अशा अनेक गोष्टींचा ऊहापोह होतो. मग येतात शासनव्यवस्थेने तत्काळ हस्तक्षेप कधी करावा, आणि पोलिसांनी कारवाई करण्यासाठी कोणत्या पद्धतीचा अवलंब करावा याचा तपशील सांगणारे भाग...

आणि शेवटी, येतात निष्कर्ष : 'उपरोल्लेखित कारणांच्या आधारे, माझ्या सहकारी न्यायाधीशांनी दिलेल्या निर्देशांशी माझी सहमती नोंदविते परंतु त्याचबरोबर या देशातील नागरिकांसाठी / व्यक्तींसाठी सुरक्षित आयुष्य जगण्यायोग्य परिस्थिती उपलब्ध ठेवण्यावर विपरीत परिणाम करणाऱ्या, घाईघाईने केलेल्या आणि अनावश्यक कृतीची पुनरावृत्ती होण्यास उत्तरवादी पक्षाने प्रतिबंध करावा अशी मी अग्रिम सूचनाही देतो.'

एवढा मोठा तोफखाना फक्त सहमती दर्शवण्यासाठी?

निकालपत्र एक की सहा?

भोपाळ येथील नॅशनल ज्युडिशियल अकादमीमध्ये प्राध्यापिका असलेल्या गीता ओबेराय, स्वत:चीच अवतरणे देण्यासारखाच स्वत:ला दुसऱ्याची वक्तव्ये उद्‌धृत करत असलेले दाखवणे असा आणखी एक प्रकार असल्याचे माझ्या लक्षात आणून देतात. बऱ्याच वेळा जवळपास एकाच स्वरूपाचा विषय असलेल्या अनेक याचिका न्यायाधीशांपुढे सादर केल्या जात असतात. सर्वसाधारण प्रथेनुसार त्या एकत्र केल्या जातात, आणि एकाच निकालपत्राद्वारे त्यांच्यावर निर्णय दिला जातो. पण कधी कधी न्यायाधीश प्रत्येक याचिकेचा स्वतंत्र निकालपत्राद्वारे निकाल देतो – असे

प्रत्येक निकालपत्र बहुधा तंतोतंत दुसऱ्यासारखेच असते. त्या मला तौलनिक अभ्यासासाठी निकालपत्रांचे दोन संच वाचावयाचा सल्ला देतात. कल्पना पुंडलिक जमदाडे वि. महाराष्ट्र राज्य[१३] या खटल्यामध्ये न्यायमूर्ती टी. व्ही. नलावडे यांच्यापुढे चार याचिका विचारार्थ होत्या. गर्भधारणापूर्व व प्रसवपूर्व गर्भनिदान तंत्र (लिंग निदान प्रतिबंधक) कायदा, १९९४, या कायद्याच्या तरतुदींनुसार आरोपींना दोषी ठरवणाऱ्या आदेशांच्या विरोधात या सर्व याचिका होत्या. न्यायाधीशांनी प्रत्येक प्रकरणाशी संबंधित वस्तुस्थितीचे वर्णन केले, त्याचबरोबर संदर्भित कायद्यातील तरतुदी व नियमदेखील स्पष्ट केले, आणि चारही याचिकांवरचा निर्णय एकाच निकालपत्राद्वारे दिला. याउलट त्याच उच्च न्यायालयाच्या त्याच खंडपीठातील न्यायाधीश ए. आय. एस. चीमा[१४] यांनी तंतोतंत सारखीच असली, तरी, एकेक करून सहा याचिकांसाठी सहा वेगवेगळी निकालपत्रे दिली. प्रत्येक निकालपत्रात त्यांनी संदर्भित कायद्यातील त्याच तरतुदी पूर्ण तपशिलासह उद्धृत केल्या. तेच नियम प्रत्येक निकालपत्रात उद्धृत केले. प्रत्येक निकालपत्रात त्यांनी एकसारखीच तर्कसंगती दाखवली.[१५] परिणाम? एखाद्याच्या कामगिरीचा सांख्यिकी अहवाल द्यायचा, तर न्यायमूर्ती नलावडे यांनी एकच निकाल दिला, तर न्यायमूर्ती चीमा यांनी सहा निकाल दिले असा द्यावा लागेल!

लघुलिपिक आणि शोध - यंत्रे

स्त्रिया लोकसंख्येचा अर्धा हिस्सा आहेत, माता पुढील पिढ्यांना आकार देतात, त्या सकल प्रेमभावनेचा उगमस्त्रोत आहेत, जन्माला येणारी मुलगी आहे म्हणून तिला गर्भावस्थेतच मारणे, हा खूनच आहे – यापैकी कुठली गोष्ट इतकी धूसर, अस्पष्ट असावी, की जी स्पष्टपणे कळण्यासाठी मामई जीन कोल, विल्यम वर्ड्सवर्थ, चार्ल्स

---

१३. २०१५ एएलएलएमआर (फौ.) १७.

१४. मुंबई उच्च न्यायालयाचे औरंगाबाद येथील खंडपीठ

१५. तौलनिक अभ्यासासाठी, डॉ. दत्तात्रय वि. महाराष्ट्र राज्य आणि तालुका अधिकारी @ दी मेडिकल सुपरिंटेंडेंट क्लास – वन, २०१४, एएलएलएमआर (फौ.) ३९७७; विनायक वि. महाराष्ट्र राज्य, २०१४ एएलएलएमआर (फौ.) ३३९३; डॉ. रविंद्र आणि डॉ. सुदर्शना वि. महाराष्ट्र राज्य, द्वारा डॉ. बी. आर. सोनवणे, २०१६ एएलएलएमआर (फौ.) १८७६; डॉ. सौ. निर्मला वि. महाराष्ट्र राज्य, द्वारा त्यांचे सचिव व पात्र प्राधिकरण आणि वैद्यकीय अधीक्षक द्वारा डॉ. एस. ए. साबळे, बीड, २०१६ एएलएलएमआर (फौ.) १०३४; राधाकृष्ण वि. महाराष्ट्र राज्य, २०१६ एएलएलएमआर (फौ.) १५५६; झाहीदा वि. महाराष्ट्र राज्य, २०१६ एएलएलएमआर (फौ.) २०४९.

डिकन्स, हेन्रिक इब्सेन, जॉन मिल्टन, अलेक्सिस द टॉकविल, मादाम द स्टाएल, विल्यम शेक्सपियर, शिलर, चार्ल्स फोरियर, लॉर्ड डेनिंग आणि यांच्याबरोबरच विश्वकवी रविंद्रनाथ टागोर, स्वामी विवेकानंद, महाभारत, आपल्या स्मृती यांनादेखील न विसरता, या आणि इतक्या सगळ्या महान व्यक्तींची वक्तव्ये आणि वचने; आणि अर्थातच प्रत्यक्ष सर्वोच्च न्यायालयाच्याच पूर्वीच्या निकालपत्रांमधील अवतरणे व उतारे; इतका सगळा ऐवज निकालपत्रात भरणे आवश्यक व्हावे : आणि यातील प्रत्येक वचन वेगवेगळे किंवा एकत्रितपणे – स्त्रिया या त्यांच्या केवळ अस्तित्वानेदेखील आणि संस्कृती सातत्यरक्षणासाठीदेखील अत्यंत महत्त्वाच्या आहेत - ही एकच गोष्ट सांगत नाही का? हे म्हणजे महान व्यक्ती किंवा ग्रंथांमधील अवतरणांचे एक पुस्तक कुणी हाती घेतले असावे आणि 'स्त्री', 'मूल', आणि मग 'मुलगी' अशा शब्दांच्या अनुषंगाने शोधताना जे सापडले ते सगळे जोडत जावे तसे होते.

याला समांतर अशीही एक पद्धत आहे : ती म्हणजे आपल्याला आत्ता जे काही म्हणायचे आहे, ते सर्वोच्च न्यायालयाच्या यापूर्वीच्या ज्या ज्या निकालपत्रातून म्हटले गेले आहे, ती निकालपत्रे एकामागून एक उद्धृत करण्याची पद्धत. बदनामी हा केवळ दिवाणी स्वरूपाचा गुन्हा आहे, की त्याचबरोबर तो फौजदारी गुन्हादेखील आहे, या मुद्द्यावरचे निकालपत्र हे आपल्या समोरचे आयतेच उदाहरण आहे. एखादे विधान बदनामीकारक असण्यासाठी त्यातून कसलातरी दोषारोप केलेला असणे, आणि तो नुकसान करण्याच्या उद्देशाने किंवा नुकसान होईल या जाणिवेसह केलेला असणे आवश्यक असते – हे सगळ्यांनाच माहीत आहे. मेकॉले यांनी 'स्पष्टीकरण' रूपात दिलेली उदाहरणे ही या विषयाबाबतच्या स्पष्टतेची आदर्श उदाहरणे आहेत. आणि 'अपवाद' देखील तितकेच आदर्श आहेत. पण निकालपत्रामध्ये एक ते सहा क्रमांकाची 'स्पष्टीकरणे' स्पष्ट करण्यासाठी पूर्वीच्या सहा निकालपत्रांचा आधार घेतला आहे – प्रत्येक निकालपत्रातून घेतलेले प्रत्येक अवतरण प्रत्यक्षात संदर्भित कायद्याच्या तरतुदीमधील मजकुराद्वारे सांगितलेल्या मुद्द्याचीच पुनरावृत्ती करते. 'स्पष्टीकरणे' स्पष्ट करण्यासाठी निकालपत्रात पूर्वीच्या तीस निकालपत्रांचा उल्लेख केला गेला आहे – यातील प्रत्येक निकालपत्राच्या मजकुरातून मूळ तरतुदींच्या मजकुराद्वारे सांगितलेला मुद्दाच पुन:पुन्हा सांगितला जातो. दोन ओळींमधले अंतर दुप्पट राखले असले, तरीदेखील निकालपत्र एकूण २६८ पानांपर्यंत लांबते यात आश्चर्य ते काय![१६] हे असे उताऱ्यांमागून उतारे वाचताना एकदा एक राजकारणातील व्यक्ती आणि मी गप्पा मारत उभे होतो आणि छायाचित्रकारांनी आपापले कॅमेरे सरसावून धडाधड छायाचित्रे घेण्याचा सपाटा लावला होता ते पाहून त्या राजकारणी

---

१६. www.livelaw.in या संकेतस्थळावरून

व्यक्तीने काढलेले 'अरे भाई, इतना कम सेल्फ कॉन्फिडन्स है क्या? जहाँ एक फोटो से काम चल जाएगा, आप क्लिक किये ही जा रहे हो.'[१७] हे उद्‌गार आठवले.

---

१७. भाषेच्या अलंकारिक प्रयोगाप्रमाणेच या प्रयोगावरदेखील इतरांप्रमाणेच न्यायाधीशांकडूनही टीकाटिप्पणी झाली आहे. यापूर्वी उल्लेख केलेल्या निकालपत्र लेखनासंबंधीच्या लेखमालेत न्यायमूर्ती जगन्नाथ राव यांनी असे निरीक्षण नोंदवले होते, 'याचप्रमाणे, खटल्यासंदर्भातला कायदा उद्‌धृत केला जातो, आणि त्यासाठी एकामागून एक न्यायालयीन निर्णयांचा संदर्भ दिला जातो. दोन्ही पक्षकारांनी उद्‌धृत केलेल्या सर्वोच्च न्यायालय किंवा उच्च न्यायालयाच्या निकालपत्रांमधील लांबलचक उतारे काही न्यायाधीश काढतात. तसे केल्याने कोणता पूर्वप्रस्थापित मुद्दा प्रकाशझोतात आणला जात आहे ते कळत नाही. तसेच कोणत्या निकालाचे अनुकरण केले जात आहे किंवा सध्या समोर असलेल्या वादाच्या मुद्द्याबाबत पूर्वीच्या निकालातील तर्कसंगतीचा निकष कशा प्रकारे उपयोगात आणला जात आहे किंवा कोणता मुद्दा वा निकष लक्षणीय आहे हे कळत नाही...' मग ते पुन्हा मूळ विषयाकडे वळतात : 'लांबलचक निकालपत्रांचे वेगवेगळे प्रकार असतात. काही जण करण्यात आलेल्या याचना पुन्हा विस्तारपूर्वक मांडतात आणि मग त्यावर दोन्ही पक्षकारांच्या वकिलांनी केलेल्या युक्तिवादाचा अगदी निकालपत्राचा शेवट येईतोपर्यंत विस्तृत संदर्भ देतात आणि त्यानंतरचे निष्कर्ष मात्र पुरेशी कारणमीमांसा न देताच घाईघाईने उरकल्यासारखे येतात. परिच्छेदामागून परिच्छेदांची सुरुवात याच शब्दांनी होते : 'असा दावा केला गेला आहे की...' आणि त्यात वस्तुनिष्ठता किंवा तर्कसंगती कुठेही दिसत नाही... लांबलचक निकालपत्राचा आणखी एक प्रकार म्हणजे, न्यायमूर्ती कार्डोझो म्हणतात त्याप्रमाणे 'काटछाटीचा आणि संमिश्र' असा... 'कापाकापी आणि चिकटवाचिकटवी हीच याची उपकरणे आणि वैशिष्ट्येदेखील असतात', त्यात निकालपत्रांमधले लांबलचक उतारे, एकामागून एक, संपतच नाहीत असे वाटावे अशा स्वरूपात असतात. प्रत्येक परिच्छेदाची सुरुवात : 'अ विरुद्ध ब या खटल्यात असा निकाल दिला गेला की' अशीच होते आणि त्यानंतर त्या निकालपत्रातले लांबलचक उतारे येत राहतात. उद्‌धृत केलेल्या खटल्यांमधल्या कोणत्याही विशिष्ट वैचारिक पैलूवर किंवा वस्तुस्थितीवर जोर दिलेला नसतो. वस्तुस्थिती किंवा तर्कसंगतीच्या दृष्टीने साधर्म्य असलेले खटले एकत्रदेखील केलेले नसतात. पानामागून पाने भरून अवतरणे दिल्यानंतर निकालपत्राच्या अगदी शेवटच्या भागात अचानकपणे निर्णय अवतरलेला दिसतो. समावेश केलेले उतारे आणि निष्कर्ष यामध्ये कोणतीही सुसंगती दिसत नसते. खरे म्हणजे, उद्‌धृत केलेली अवतरणे एकसारखी असतीलच असेही नसते आणि कोणत्या पूर्वघोषित निर्णयाचे अनुकरण केले जात आहे याबद्दल किंवा कोणता पूर्वघोषित निर्णय त्यांना महत्त्वाचा वाटतो याबद्दल न्यायाधीश काहीच सांगत नाहीत. निकालपत्रात अवतरणे, वचने असतात म्हणून त्यांचा उल्लेख केला जातो परंतु त्याला पूर्वघोषित आणि म्हणून पूर्वप्रस्थापित असण्याचे मूल्य नसते.'

अर्थ अगदी सरळ असला तरीही

मनोज निरुला वि. भारत सरकार [१८] या खटल्याच्या निकालपत्रातील सुरुवातीच्या भाषाविलासामधून दुसरा पैलू दिसून येतो.

निंदनीय स्वरूपाचा गुन्हा करण्याबाबत दोषी ठरलेल्या व्यक्तींना मंत्रिपरिषदेमध्ये सामावून घेण्यास परवानगी दिली जाऊ नये असा मुद्दा न्यायालयासमोर मांडला गेला होता असे आपण पाहिले. निंदनीय स्वरूपाचा गुन्हा केल्याचा केवळ आरोप केला गेलेल्या व्यक्तींचादेखील मंत्रिपरिषदेमध्ये समावेश होण्यास परवानगी न देण्याची व्यवस्था करण्यामुळे घटनेच्या कलम ७५(१) अन्वये तरतूद नसलेला अथवा त्यातून जो अर्थ ध्वनितदेखील होत नाही, अशा स्वरूपाचा अपात्रतेचा निकष आंतर्विरोधाने प्रस्थापित करण्यासारखे होईल.

हे काही फार गुंतागुंतीचे नव्हते, असे वाटेल. पण या निष्कर्षाला पोहोचण्यासाठी न्यायालयाने लांबची वाट स्वीकारली.

प्रथमत: निवडणुकांच्या शुद्धतेची खातरजमा करण्याच्या महत्त्वावर त्यांनी विस्तारपूर्वक विचार मांडले – आणि ठाम विचार मांडण्यासाठी पूर्वीच्या तीन निकालपत्रांमध्ये सर्वोच्च न्यायालयाने सांगितलेल्या गोष्टींची मदत घेतली.

यानंतर त्यांनी राजकारणाच्या झालेल्या गुन्हेगारीकरणामुळे विस्मित झाल्याचे नमूद केले. या मुद्द्याच्या पुष्टीकरणासाठी त्यांनी सर्वोच्च न्यायालयाने पूर्वी दिलेल्या तीन निकालपत्रांचा आधार घेतला. त्यानंतर एन. एन. व्होरा समितीने प्रत्यक्षात घडत असलेल्या गोष्टींबद्दल काय म्हटले होते आणि त्याचे परिणाम काय होतील याचे वर्णन केले. आणि यानंतर त्यांनी विधी आयोगाचीदेखील मदत घेतली... आणि हे सर्व काही, फक्त पुढील गोष्टीला दुजोरा देण्यासाठी,

वरील विवेचन राजकारणाच्या गुन्हेगारीकरणाबद्दल समाजाच्या सर्व स्तरांमधील लोकांना वाटत असलेली काळजी अतिशय स्पष्टपणे आपल्या नजरेस आणून देते. राजकारणाचे गुन्हेगारीकरण हे देशाच्या सत्त्वालाच निश्चितपणे पोचे पाडते असे म्हणता येईल.

एखाद्या कारच्या बंपरला पाडता यावे तसे सत्त्वाला पोचे पाडता येतात? यानंतर न्यायालयाने आपले लक्ष 'सध्याच्या परिस्थितीतील भ्रष्टाचार' या विषयाकडे वळवले. त्यानंतर न्यायालयाने भ्रष्टाचारामुळे संस्था, निवडणुका, कायद्याचे राज्य या सगळ्यावरच कसा हानिकारक परिणाम होतो याचे वर्णन केले. आणि असे खरोखरच घडते याच्या पुष्टीसाठी सर्वोच्च न्यायालयाने पूर्वीच्या दोन निकालपत्रांमध्ये

---

१८. (२०१४) ९ एससीसी १

नमूद केलेल्या गोष्टींचा आधार घेतला.

यानंतर न्यायालय खासदार, आमदार आणि नगरसेवकपदांसाठीच्या पात्रता निकषांसंबंधीच्या तरतुदींकडे वळले. या संदर्भात घटनेमध्ये दिलेल्या तरतुदी आणि भारतीय दंडविधान संहितेमध्ये या बाबतीत काय म्हटले होते, त्या सर्व तरतुदी त्यांनी संपूर्णपणे पुन्हा उद्धृत केल्या. त्यानंतर सर्वोच्च न्यायालयाने पूर्वीच्या दोन निकालपत्रात या विषयासंदर्भात व्यक्त केलेले विचार पुन्हा उद्धृत केले.

यानंतर त्यांनी मंत्रिपदासंदर्भातील घटनेतील तरतुदी, आणि पदग्रहण करण्यापूर्वी व्यक्तीने घ्यावयाच्या शपथेबद्दलच्या तरतुदी पुन्हा उद्धृत केल्या.

फक्त निवडणूक जिंकणे या एकाच निकषाव्यतिरिक्त पात्रतेचे आणखीही काही कडक निकष मंत्रिपदाच्या निवडीसाठी आवश्यक असल्याचे आणि न्यायालयानेदेखील केशवानंद भारती खटल्यामध्ये असे अध्याहृत निकष-निर्बंध तत्त्वतः स्वीकारले होते, असे वकिलांनी प्रतिपादन केले.

आणि या ठिकाणी त्या खटल्यामध्ये न्यायमूर्ती सिक्री यांनी काय म्हटले; मग न्यायमूर्ती शेलाट आणि ग्रोव्हर काय म्हणाले, त्यानंतर न्यायमूर्ती हेगडे आणि मुखर्जी काय म्हणाले; मग न्यायमूर्ती जगमोहन रेड्डी काय म्हणाले; त्यानंतर न्यायमूर्ती पालेकर काय म्हणाले; त्यानंतर न्यायमूर्ती चंद्रचूड काय म्हणाले; आणि सरतेशेवटी न्यायमूर्ती खन्ना या खटल्यासंदर्भात काय म्हणाले ते सगळे पुन्हा तपशीलवार उद्धृत करण्याची नामी संधीच मिळाली.

यानंतर वेळ आली मिनर्व्हा मिल्स[१९] खटल्यातील अवतरणे घालण्याची. त्यानंतर बी. आर. कपूर[२०] खटल्यातले उतारे. शिवाय आय. आर. कोलेहो[२१] खटल्यातील उतारे होतेच.

यानंतर वेळ होती घटना जेव्हा एखाद्या विषयावर प्रत्यक्षपणे काही भाष्य करत नसेल तेव्हा घटनेतील तरतुदींमधून कोणता अर्थ काढता येऊ शकतो आणि पुढे केला जाऊ शकतो या संदर्भातील घटनेच्या मौनाबद्दल किंवा अर्थनिश्चिती करण्यापासून दूर असण्याच्या तत्त्वाबद्दल विचार मांडण्याची.

त्यानंतर सर्व गोष्टींच्या घटनेवर होऊ शकणाऱ्या परिणामाच्या तत्त्वप्रणालीवर विस्तारपूर्वक विवेचन करणे न्यायालयास आवश्यक वाटले.

---

१९. (१९८०) ३ एससीसी ६२५; (१९८६) ४ एससीसी २२२; (१९८८) ४ एससीसी १३०

२०. कपूर बी. आर. वि. तामिळनाडू राज्य (२००१) ७ एससीसी २३१.

२१. कोलेहो आय. आर. वि. तामिळनाडू राज्य (१९९९) ७ एससीसी ५८०.

यानंतर आले 'सुशासन तत्त्वप्रणाली'वरचे विचार. म्हणजे शासनव्यवस्था चांगली आणि स्वच्छ कारभार करणारी असावी. ती तशी असण्यासाठी त्यात काम करणाऱ्या व्यक्तींचे वर्तन चांगले असावे व त्या कार्यक्षम असाव्या. या विचारांच्या पुष्टीसाठी, सर्वोच्च न्यायालयाने पूर्वीच जाहीर केलेल्या, निश्चितपणे विलक्षण वेगळे विचार मांडणाऱ्या पाच निकालपत्रांचा घेतलेला आधार. आणि मग अशा व्यवस्थेमध्ये आणखी काय हवेसे वाटते त्या अपेक्षांची उजळणी :

> लोकशाही पद्धतीच्या शासनव्यवस्थेमध्ये जनतेच्या हिताला प्रथम प्राधान्य दिले जाईल आणि इतर कोणत्याही गोष्टीला दुय्यम स्थान दिले जाईल अशीच नागरिकांची रास्त अपेक्षा असते. सालस पॉप्युली सुप्रीमा लेक्स (समाजाचे आरोग्य हाच सर्वोच्च कायदा असला पाहिजे) अशी एक म्हण आहे त्याचा अर्थ लक्षात घेऊन, 'समाजाचे भले (किंवा सुरक्षितता) हाच सर्वोच्च (किंवा सर्वोत्तम) कायदा' किंवा 'समाजाचे कल्याण हाच सर्वोच्च कायदा' या तत्त्वांच्या विचाराने फक्त काम केले जावे असे नाही तर त्या तत्त्वांचा योग्य आदर केला जावा. सुशासनाच्या संकल्पनेच्या मुळाशी नागरिकांचा व्यवस्थेवरील विश्वास जडलेला आहे, म्हणजेच नागरिकांच्या हक्कांचा आदर, घटनादत्त मूलभूत हक्कांचा आदर आणि कोणत्याही शासकीय कार्यवाहीमध्ये कायदेशीर हक्कांचादेखील आदर करणे, घटनेतील अलिखित परंतु ध्वनित मूल्यांचादेखील मान राखणे, संस्थांच्या प्रामाणिकपणाचा सन्मान करणे आणि देशाच्या नागरिकांप्रति बाळगण्याच्या जबाबदारीची जाणीव मनावर ठसवलेली असणे या सर्व अपेक्षा पूर्ण करण्याचा त्यात अंतर्भाव असेल तर तो विश्वास दृढ राहील. याशिवाय निर्णयक्षम प्राधिकरणे अतिशय प्रामाणिकपणे व गांभीर्यपूर्वक निर्णय घेतात, जनतेच्या कल्याणाचे उद्दिष्ट डोळ्यांसमोर ठेवून धोरणे आखली जातात, आणि त्यासाठी सर्व नागरिकांचा एकजिनसी विचार केला जातो असेही सूचित व्हावे. सुशासनाचा विचार ही काही केवळ आदर्श संकल्पना किंवा अमूर्त संकल्पना नाही. लोकशाही तत्त्वांचे पोषण होत असणाऱ्या समाजाची ही प्रथम प्राधान्याची मागणी राहिली आहे. लोकशाही वृद्धिंगत होणे प्रत्यक्षात साकारलेल्या सुशासनावर अवलंबून आहे आणि त्याची व्यवस्था पाहणाऱ्या यंत्रणेने ते काम जबाबदारीच्या भावनेने आणि सेवाभावनेने करावे अशी जनतेची प्राथमिक अपेक्षा असते.

परंतु प्रत्येक बाबतीतल्या तपशिलात शिरून असा काही काटेकोर नियम ठरवता येत नाही. त्यात विश्वासाची भावना असावी लागते, 'घटनेवरचा विश्वास' – म्हणजे संबंधित अधिकारी व्यक्तीवरचा विश्वास, आत्ताच्या संदर्भात पंतप्रधान किंवा मुख्यमंत्री योग्य तीच कृती करतील यावरचा विश्वास महत्त्वाचा असतो. हा विश्वासाचा मुद्दा अधिक दृढ करण्यासाठी न्यायालय डॉ. आंबेडकरांनी विधानसभेच्या घटनाविषयक परिचर्चांमध्ये मांडलेल्या विचारांचा आधार घेते. तसेच डॉ. राजेन्द्र प्रसाद यांच्या वक्तव्यांचा आधार घेते. पूर्वीच्या तीन निकालपत्रांमध्ये सर्वोच्च न्यायालय काय म्हणाले याचीदेखील मदत घेते. त्यानंतर श्री. एच. एम. सिरवई यांच्या वक्तव्याचा आधार घेते. आणि मग घटनात्मक आणि प्रशासकीय कायद्यातील मजकुराचा आश्रय घेते. त्याही उपर घटनात्मक प्रथा-पद्धती या विषयावरील पाठ्यपुस्तकातला संदर्भदेखील घेते. त्यात एडमंड बर्कच्या वक्तव्यांची भर घालते. आणि मग पुन्हा एकदा सर्वोच्च न्यायालय काय म्हणाले, त्याकडे वळते.

आता या मंत्री लोकांनी एकत्रितपणे 'सल्ला' द्यायचा होता. त्यामुळे 'सल्ला' या विषयावर भाष्य केले जाणे क्रमप्राप्तच झाले. त्यानुसार आधी त्या शब्दाचा ऑक्स्फर्ड इंग्लिश डिक्शनरीच्या नव्या लघुरूप आवृत्तीतला अर्थ सांगितला गेला. नंतर रामनाथ अय्यर यांच्या लॉ लेक्सीकॉन - कायदे शब्दकोश (दुसरी आवृत्ती) यातील अर्थ विषद केला गेला. तसेच वेब्स्टर कॉम्प्रिहेन्सिव्ह डिक्शनरीमधील (आंतरराष्ट्रीय आवृत्ती) अर्थ सांगण्यात आला. शिवाय सर्वोच्च न्यायालयाने एका पूर्वीच्या निकालपत्राद्वारे सांगितलेला अर्थ सांगण्यात आला. मग आयव्होर जेनिंग्जची मदत घेतली गेली. नंतर लोव्हे-हेड्सच्या कॉन्स्टिट्यूशनल लॉ, अ क्रिटिकल इन्ट्रोडक्शन, या पुस्तकाचा आधार घेतला गेला. डॉ. राजेन्द्र प्रसाद घटनात्मक विधानसभा परिचर्चेमध्ये काय म्हणाले होते त्याचीदेखील मदत घेतली गेली. आणि इतके झाल्यावरदेखील 'सल्ला' या शब्दाचा जो अर्थ मला आणि तुम्हाला सर्वसाधारणपणे लक्षात येतो, तोच अर्थ प्रत्यक्षात प्रचलित राहिला.

निष्पत्ती काय? मंत्रिपदासाठीच्या पात्रतेच्या संदर्भात न्यायालय आणखी एका अपात्रतेच्या निकषाची भर घालू शकत नाही; केवळ एखादा गंभीर, निंदनीय गुन्हा केल्याचा आरोप केलेला असण्यामुळे निवडणुकीत निवडून आलेल्या व्यक्तीला मंत्रिपद न देण्याबाबतचे निकष न्यायालय निश्चित करू शकत नाही हेच. म्हणजे आता पंतप्रधान आणि मुख्यमंत्र्यांच्या विवेकबुद्धीवर या मुद्द्याचा निकाल सोपवणे एवढेच काम आपल्या हाती राहिले.

> याचा अर्थ असा, की कलम ७५(१) चा अर्थ लावताना अपात्रतेचा निकष त्यात जोडता येणार नाही. परंतु पंतप्रधान, त्यांच्यावर दाखवलेल्या विश्वासाला

जागून, मंत्रिपरिषदेमध्ये मंत्र्याने निभावायच्या भूमिकेचा विचार करून आणि निवडून आलेल्या व्यक्तीने घेतलेल्या शपथेचे पावित्र्य लक्षात घेऊन, घृणास्पद व गंभीर गुन्ह्याचे आरोप असलेल्या किंवा आरोप केल्या गेलेल्या व गुन्हेगारी पूर्वेतिहास असलेल्या व्यक्तीची मंत्रिपरिषदेमधील एक मंत्री म्हणून निवड करण्याचा विचार करणार नाहीत, अशी रास्त अपेक्षा बाळगता येऊ शकते. हेच घटनेद्वारे सुचवले गेले आहे आणि पंतप्रधानांकडून घटनेद्वारे सूचित झालेल्या याच कृतीची अपेक्षा आहे. शेवटी पंतप्रधानांच्या बुद्धिमत्तेवर भरवसा ठेवायचा. आम्ही यापेक्षा जास्त, किंवा कमी, काहीच बोलत नाही.

केंद्र सरकार आणि राज्य सरकार या दोन्ही स्तरांवर – सर्वांनाच दिसणारे परिणाम काय – तर : 'आम्ही यापेक्षा जास्त, किंवा कमी, काहीच बोलत नाही.'

आणि आता या अल्प भाष्याच्या तुलनेत याच सर्वोच्च न्यायालयाने उत्तम कारणमीमांसा करून लोकप्रतिनिधित्व अधिनियम १९५१ चे स्वयंसेवी उपकलम ८(ई) कसे रद्द केले, आणि पर्यायाने निवडणुकीसंबंधीच्या कायद्यांमध्ये दूरगामी परिणाम करणारे बदल कसे प्रस्थापित केले ते पहा.[२२] अधिनियमाच्या उपकलम ८(ई) मध्ये विविध प्रकारच्या गुन्ह्यांची एक यादीच दिली जाते आणि ते कलम असे म्हणते, की या यादीत दिलेल्या कोणत्याही गुन्ह्यासाठी एखाद्या व्यक्तीस दोषी ठरवले गेले असेल, तर ती व्यक्ती आपले वैधानिक मंडळातील पद तत्काळ गमावेल, तसेच दोषी ठरवले गेल्याच्या तारखेपासून सहा वर्षे अपात्र ठरेल, आणि तुरुंगात टाकली गेल्यास, तुरुंगातून सुटल्याच्या तारखेपासून पुढे आणखी सहा वर्षे अपात्र ठरेल.[२३] परंतु त्यापुढील उपकलमाद्वारे लगेचच या कलमाला बाद ठरवले जाते आणि एक पळवाट पुरवली जाते : 'यापूर्वीच्या उपकलमांद्वारे केलेल्या तरतुदी काहीही असल्या. तरी, ज्या दिवशी दोषी ठरवले गेले त्या दिवशी व्यक्ती संसद किंवा राज्याच्या वैधानिक मंडळाची सदस्य असेल तर अपात्रतेच्या निकषाची कारवाई त्या दिवसापासून तीन महिनेपर्यंत, किंवा त्या कालावधीत दोषी ठरवल्याच्या

---

२२. लिली थॉमस वि. भारत सरकार, (२०१३) ७ एससीसी ६५३.

२३. घटना पुनरवलोकन आयोगाने एका विसंगतीकडे बोट दाखवले होते. उदाहरणस्वरूपात एखादा लोकप्रतिनिधी समजा, बलात्काराच्या गुन्ह्याबद्दल दोषी ठरवला गेला असेल, तर तो सहा वर्षे अपात्र ठरणार होता. त्याला दहा वर्षे तुरुंगवासाची शिक्षा झाली असती. म्हणजेच तुरुंगवासातल्या शेवटच्या चार वर्षांदरम्यान तो तुरुंगातूनच निवडणुकीला उभाही राहू शकणार होता, आणि पुन्हा लोकप्रतिनिधीदेखील बनू शकत होता!

किंवा शिक्षा सुनावल्याच्या आदेशाविरुद्ध अपील किंवा याचिका दाखल केली गेल्यास, त्या अपिलावर किंवा याचिकेवर न्यायालयाने अंतिम निर्णय देईपर्यंत, करता येणार नाही.' याचा परिणाम असा झाला, की खुनाचा आरोप सिद्ध झालेल्या व्यक्तीदेखील वैधानिक मंडळांमध्ये सदस्य म्हणून राहिल्या : दोषी ठरवले गेल्यानंतर त्यांनी फक्त एक अपील करायचं, आणि मग तो खटला कायमचा टांगवत पुढे ढकलत राहायचं, बास.[२४] घटनाबाह्य असल्याचे कारण सांगून सर्वोच्च न्यायालयाने उपकलम ८(४) रद्द केले – घटना घडवताना घटनाकारांच्या मनात असा विचार असणे शक्यच नव्हते तसेच कायद्याने सिद्ध केलेला अपात्रतेचा मूलभूत निकष पूर्णत: व्यर्थ ठरवण्याचा वैधानिक मंडळांचादेखील हेतू नसणारच, हा त्यामागचा पायाभूत विचार होता. कायद्यात सांगितले म्हणून न्यायालयावर त्याच्या मर्यादेत शब्दश: राहण्याची आणि 'ध्वन्यर्थाच्या तत्त्वप्रणाली'ने त्याचा जो संकुचित अर्थ दिला होता, त्याचे अनुसरण करण्याची सक्ती नव्हतीच. परिणामी, न्यायालयाने थेटपणे कायद्यातच बदल केला.

---

२४. या संदर्भात आणि स्वयंसेवी उपकलम ८(४) बाद करण्याच्या अनिवार्यतेबद्दल अधिक माहितीसाठी माझे दी पार्लमेंटरी सिस्टिम, व्हॉट वुई हॅव मेड ऑफ इट, व्हॉट वुई कॅन मेक ऑफ इट, एएसए आणि रूपा, नवी दिल्ली, २००७, पीपी.१००-०२; पहा.

आणि तरीही मी स्तंभित झालो

ही अशा प्रकारची उदाहरणे आता माझ्या चांगलीच अंगवळणी पडली होती, तरीदेखील नुकत्याच वाचनात आलेल्या एका गोष्टीमुळे मला चांगलाच धक्का बसला. दी वायर या नियतकालिकात आलेल्या एका गोष्टीमुळे मला हिमाचल प्रदेश उच्च न्यायालयातील एका न्यायाधीशांच्या निकालपत्रांवर नजर टाकणे भाग पडले. काही ठरावीक ढाचा दिसून येतो का, हे पाहण्यासाठी मी त्या न्यायाधीशांनी २०१६ सालच्या पूर्वार्धात आणि २०१७ सालच्या उत्तरार्धात दिलेल्या काही निर्णयांच्या प्रती नेटवरून उतरवून घेतल्या. मग त्यातलेच एक कुठले तरी निकालपत्र उघडले. ते होते त्या न्यायाधीशांनी मे २०१६ मध्ये न्यायनिर्णय दिलेले हिमाचल प्रदेश सरकार वि. नरोत्तम सिंग आणि इतर, या खटल्यासंबंधीचे निकालपत्र.[१]

'क्ष' व्यक्तीने 'य' व्यक्तीवर तलवारीने दोनदा प्रहार केला होता. 'य' ने ते वार चुकवले होते. पण तसे करताना 'य'ची तर्जनी आणि अंगठ्याला जखम झाली होती. निम्नस्तरीय न्यायालयाने भारतीय दंडविधान संहितेच्या कलम ३०२ – ज्यात 'खुनाचा प्रयत्न' करण्याच्या गुन्ह्याबद्दल दहा वर्षांच्या तुरुंगवासाची तरतूद होती, –

---

१. हिमाचल प्रदेश उच्च न्यायालय, हिमाचल प्रदेश राज्य सरकार वि. नरोत्तम सिंग आणि इतर, २० मे २०१६ रोजी निकाल घोषित झाला. पुढील लिंक पहा : http://164.100.138.228/casest/generatenew.php?path=data/judgment/2016/&fname=CRCR.R201742015.pdf&smflag=N

त्याऐवजी 'घातक हत्यारांनी किंवा पद्धतीने आणि स्वेच्छेने इजा करण्या'च्या गुन्ह्याबद्दल तीन वर्षांच्या तुरुंगवासाच्या शिक्षेची तरतूद असलेल्या कलम ३२४ नुसार हल्लेखोरावर कारवाई करण्याचा निर्णय घेतला होता. न्यायाधीशांना राज्य शासनाच्या पुढील युक्तिवादात तथ्य दिसले : 'क्ष'वर खुनाचा प्रयत्न केल्याच्या आरोपाखाली कारवाई केली जावी – हल्ल्यासाठी वापरलेल्या शस्त्राकडे लक्ष दिले जावे, तसेच 'य'च्या एका बोटावर व अंगठ्यावर झालेल्या कापल्याच्या जखमा किरकोळ स्वरूपाच्या आहेत असे म्हणण्यापेक्षा आरोपीने 'य'वर दोनदा वार केले होते हेदेखील लक्षात घ्यावे. 'य'ला तो हल्ला चुकवता आला नसता, तर त्याचा मृत्यू ओढवू शकला असता. यापेक्षा जास्त काही या खटल्याबद्दल आणि त्यावरील निकालपत्राबद्दल सांगण्यासारखे नव्हतेच.

आता हे प्रकरण न्यायाधीशांनी कसे मांडले ते पहा[२] :

> पोलीस ठाण्यामध्ये घटनेसंदर्भात नोंदवलेल्या पहिल्या खबरीमधील वर्णनावर आधारित आरोपांच्या बळावर विद्वान महाअधिवक्त्यांनी परिश्रमपूर्वक प्रयत्न करत असा युक्तिवाद केला, की आरोपीने त्याच्याकडील 'कृपाण' परजत बळीवर वार करण्याचा प्रयत्न केला, बळीने ते वार आपल्या हातांनी दोनदा कृपाण बाजूला ढकलून निष्फळ केले आणि त्या वारांपासून आपल्याला इजा होऊ नये म्हणून ते परतवत असताना प्रथम त्याचा उजव्या हाताच्या अंगठ्याला इजा झाली मग आरोपीने दुसऱ्यांदा 'कृपाणा'ने वार केला, तेव्हा बळीने पुन्हा एकदा आपल्या हाताने तो चुकवण्याचा प्रयत्न केला त्यामुळे दुसरा वारदेखील बळीने निष्फळ केला, पण तसे करताना त्याच्या तर्जनीला जखम झाली. वर उल्लेख केलेल्या जिवावरील हल्ल्यासंदर्भात बळीतर्फे दाखल करण्यात आलेल्या पहिल्या खबरीमध्ये घडलेल्या घटनेबाबत सांगण्यात आलेल्या गोष्टी घटनेनंतर डॉक्टरने उत्स्फूर्तपणे व त्वरेने तयार केलेल्या बळीच्या कायदेशीर वैद्यक प्रमाणपत्राबरोबर पडताळल्यावर, प्रथमदर्शनी पाहता त्या खऱ्या असल्याचे दिसते आणि त्यात बळीच्या उजव्या हाताच्या तर्जनीबरोबरच अंगठ्यालादेखील इजा झाल्याचे नमूद केल्याचे आढळते. घडलेल्या घटनेचा वस्तुनिष्ठ पद्धतीने विचार करता आरोपीने बळीवर 'कृपाणा'चे एकामागून एक असे दोन वार करून केलेला हल्ला हा भारतीय दंडविधान

---

२. हे उतारे हिमाचल प्रदेश उच्च न्यायालयाच्या संकेतस्थळावरून जसेच्या तसे उतरवून घेतले आहेत, त्यामुळे वाक्यरचना, शब्द, एखाद्या शब्दाचे वेगळ्या पद्धतीने लिहिलेले स्पेलिंग, अवतरणचिन्हांमधील वैविध्य, हे सर्व जसे निकालपत्रात आहे, तसेच उतरवले गेले आहे.

संहितेच्या कलम ३०७ मधील तरतुदी लागू होण्यास पात्र ठरतो आणि म्हणून इथे घडलेल्या गुन्ह्यांना भारतीय दंडविधान संहितेच्या कलम ३२४ मधील तरतुदी लागू करण्याचा विद्वान अतिरिक्त सत्र न्यायाधीशांनी घेतलेला निर्णय पूर्णतः चुकीचा आहे, असा अतिरिक्त महाअधिवक्त्यांनी दावा केला.

आरोपीच्या वकिलांचे म्हणणेदेखील अशाच प्रकारच्या युक्तिवादातून व्यक्त झाले होते. आणि त्यानंतर आली न्यायाधीशांची कारणमीमांसा :

या न्यायालयासमोर विद्वान अतिरिक्त महाअधिवक्ता आणि आरोपी/ उत्तरवादीच्या वतीने युक्तिवाद करणारे विद्वान वकील, या दोघांचे युक्तिवाद विचारात घेता, अपर महाअधिवक्त्यांच्या युक्तिवादामध्ये तथ्य असल्याचे या न्यायालयाचे मत आहे. घडलेल्या प्रसंगाबाबत बळीतर्फे दाखल करण्यात आलेल्या पहिल्या खबरीद्वारे आरोपी त्या वेळी कृपाण परजत होता असे स्पष्टपणे दिसून येते. वर उल्लेख केल्यानुसार आरोपीने बळीवर एकामागून एक वार केले, परंतु बळीने आरोपीने लागोपाठ केलेले कृपाणाचे वार चुकवण्याचे प्रयत्न केले ही वस्तुस्थिती, आणि तसे करताना त्याच्या उजव्या अंगठ्याला आणि नंतर उजव्या तर्जनीस झालेल्या इजेची सत्यता ज्यांनी घटना घडल्यानंतर त्वरितपणे व उत्स्फूर्तपणे बळीची वैद्यकीय तपासणी केली त्या डॉक्टरने दिलेल्या कायदेशीर वैद्यक प्रमाणपत्राद्वारे पडताळून पाहता येणे, या सर्व गोष्टी प्रामुख्याने महत्त्वाच्या आहेत. इतकेच नव्हे, तर आरोपीने गुन्ह्यात वापरलेले 'कृपाण' गुन्ह्यात वापरलेले हत्यार म्हणून पुरावा स्वरूपात न्यायालयासमोर दाखल केले गेले असल्याने परिणामस्वरूपात, या टप्प्यावर अशा हल्ल्याची आणि त्यामुळे होऊ शकणाऱ्या दुखापतीची हल्ल्याचा बळी ठरलेल्या व्यक्तीला पूर्वकल्पना होती आणि म्हणून आरोपीने केलेले गुन्हेगारी स्वरूपाचे गैरवर्तन हे भारतीय दंडविधान संहितेच्या कलम ३०७ च्या तरतुदींऐवजी कलम ३२४ च्या तरतुदींनुसार निवाडा करण्यास पात्र आहे, असा आरोपीच्या वतीने बाजू लढवणाऱ्या विद्वान वकिलांनी केलेला आणि अपर सत्र न्यायाधीशांनी स्वीकारलेला दावा ग्राह्य मानणे निर्बुद्धपणाचेच ठरेल. आरोपीच्या विद्वान वकिलांनी केलेला युक्तिवाद ग्राह्य मानता येत नसल्याचे कारण असे होते, की त्यांनी हल्ल्याच्या संभाव्य परिणामाचा विचार बाजूलाच ठेवला होता आणि कलम ३०७ च्या तरतुदी लागू होण्यासाठी आरोपीने केलेली कृती त्या कलमाच्या तरतुदींनुसार पात्र ठरत असण्यावर विचार करणे आवश्यक होते, आरोपीने केला असे म्हटले

गेलेल्या हल्ल्याला बळी पडलेल्या व्यक्तीला अंतत: कशा स्वरूपाची इजा झाली यावर पात्रतेचा निकष अवलंबून नव्हता किंबहुना अंती बळी पडलेल्या व्यक्तीला सामान्य स्वरूपाच्या दुखापती सोसाव्या लागल्या असल्या, तरीदेखील आरोपीने वापरलेल्या हत्याराच्या स्वरूपामुळे बळी पडलेल्या व्यक्तीच्या जिवाला प्रकर्षाने जाणवणारा धोका निर्माण झाला होता किंवा नाही या एकाच गोष्टीवर तो गुन्हा कलम ३०७ अंतर्गत कार्यवाहीस पात्र ठरवला जाणे उचित होते. परिणामी, प्रथमदर्शनी असे दिसते, की आरोपीच्या हातात 'कृपाण' होते, ते आरोपीने गुन्ह्यास बळी पडलेल्या व्यक्तीच्या जिवाला धोका होईल, अशा पद्धतीने परजले होते, तसेच त्या हत्याराने गुन्ह्यास बळी पडलेल्या व्यक्तीवर घातक वार केले होते, आणि ते त्या दुसऱ्या व्यक्तीने चुकवण्याचा प्रयत्न केला होता; म्हणून, संदर्भित प्रकरण जिल्हा दंडाधिकाऱ्याकडे सोपवताना विद्वान अतिरिक्त सत्र न्यायाधीशांनी दाखवलेल्या तर्कसंगतीमुळे गंभीर स्वरूपाची कायदेशीर त्रुटी निर्माण झाली कारण तसे करताना त्यांनी संदर्भित वेळेला आरोपी 'कृपाण' परजत होता, त्याच्या वापरामुळे गुन्ह्यास बळी पडणाऱ्या व्यक्तीच्या जिवाला धोका उत्पन्न होत होता याकडे दुर्लक्ष करून त्याऐवजी बळी पडणाऱ्या व्यक्तीला आरोपीने 'कृपाणा'ने केलेल्या वारांमुळे झालेल्या जखमा किरकोळ स्वरूपाच्या होत्या यावर जोर देणे व त्याद्वारे गुन्हा गंभीर नसल्याचा दावा मान्य करणे, यामुळे भारतीय दंडविधान संहितेच्या कलम ३०७ मधील तरतुदींमध्ये अध्याहृत असलेला अर्थ आणि त्या तरतुदी प्रस्थापित करण्यामागचा विचार पूर्णपणे समजून घेण्यात त्यांची चूक झाली; ज्या तरतुदी खरे म्हणजे या गुन्ह्यास निश्चितच लागू होतात. परिणामत: अतिरिक्त सत्र न्यायाधीशांनी हे प्रकरण आरोपीवर भारतीय दंडविधान संहितेच्या कलम ३२४ अंतर्गत शिक्षेस पात्र असलेला गुन्हा केल्याचे आरोपपत्र दाखल करण्यासाठी जिल्हा दंडाधिकाऱ्यांकडे पाठवण्याद्वारे एक कायद्याच्या दृष्टीने अनुचित अशी कृती केली आहे, असे या न्यायालयाचे मत आहे.

हा खटला अपर सत्र न्यायाधीशांच्या अधिकारक्षेत्रात येतो की नाही, या प्रश्नाव्यतिरिक्तच्या मुद्द्यावरील जिल्हा दंडाधिकाऱ्यांचा निष्कर्ष चुकीचा होता, त्यामुळे न्यायाधीशांनी असा निकाल दिला :

आरोपी/उत्तरवादीच्या वतीने उपस्थित वकिलांनी सन्माननीय सर्वोच्च न्यायालयाच्या विवेकबुद्धीच्या ऐरणीवर, ज्या संदर्भातले परिच्छेद वर उल्लेखिण्यात आले

आहेत, असे प्रचंड जोरदार समर्थनाचे घणाचे घाव घालून, अपर सत्र न्यायाधीशांनी योग्य आदेश दिला असल्याचा दावा केला आहे. परंतु, खटल्यासंदर्भात नोंदवण्यात आलेल्या पुराव्याचा तौलनिक अभ्यास किंवा छाननी करणे तसेच त्याच्या पुरावा म्हणून असलेल्या मूल्याचे अवलोकन करण्याचे काम त्या न्यायालयाच्या अधिकारक्षेत्रात येत असण्याचा संदर्भ वर उल्लेख केलेल्या संदर्भित परिच्छेदाद्वारे घुसडण्यामध्ये विकृती आणि विपर्यस्तपणा दिसून येतो, त्यामुळे आरोपीचे प्रतिनिधित्व करणाऱ्या विद्वान वकिलांचा दावा या न्यायालयास ग्राह्य मानता येत नाही.

काय बरे झाले होते? ज्ञानकोशाने सगळ्या निकालपत्राचाच ताबा घेतला होता का? मी आणखी काही निकालपत्रे वाचली. पण तो खटाटोप अगदीच अनावश्यक ठरला : कारण ढाचा एकसारखाच होता. तेव्हा दी वायर या नियतकालिकाने ज्यामधून काही विधाने उद्धृत केली होती त्या निकालपत्राकडे वळले तरी पुरेसे होते- कारण त्याचा शेवट विशेष प्रकारे केलेला होता.

निकालपत्र इथे सादर आहे. काही मित्र गोळा करा, आणि याचे जाहीर वाचन करा – प्रयत्न अर्ध्यातच सोडून देऊ नका, नेटाने शेवटपर्यंत वाचा :

२०१६ एससीसी ऑनलाइन एचपी २६९९
हिमाचल प्रदेश उच्च न्यायालय, सिमला
(न्यायमूर्ती सुरेश्वर ठाकूर यांचे न्यायालयात)
श्री. पवन कुमार शर्मा... याचिकाकर्ता / न्या.

विरुद्ध

सरला सूद आणि इतर... उत्तरवादी / न्याध
याचिकाकर्त्याच्या वतीने : श्री. दीपक भसीन, वकील
उत्तरवादीच्या वतीने : श्री. बी. सी. वर्मा, वकील
सन २०११ चा सी. आर. क्र. १८४
५ डिसेंबर, २०१६ रोजी निर्णय झाला.

सुरेश्वर ठाकूर, न्या. : – न्यायनिर्णीत धनको / जागेच्या मालकाने दाखल केलेल्या अंमलबजावणी याचिकेविरुद्ध अंमलबजावणी न्यायालयापुढे संदर्भित भाडेतत्त्वावरील जागेत भाडेकरू असलेल्या

न्यायनिर्णीत ऋणको/याचिकाकर्त्याने नोंदविलेल्या हरकतींबाबतच्या खटल्यात – ज्यामध्ये न्यायालयीन निर्णयाच्या अंमलबजावणीला त्याच्या असलेल्या विरोधासंदर्भात उघड झालेल्या गोष्टी अंमलबजावणी न्यायालयाने अस्वीकृत केल्या होत्या, – अंमलबजावणी न्यायालयाने जाहीर केलेल्या निकालामुळे न्यायनिर्णीत ऋणको/याचिकाकर्ता अन्यायग्रस्त झालेला आहे.

२. न्यायनिर्णीत ऋणको/याचिकाकर्त्याच्या वतीने उपस्थित असलेल्या वकिलांचे अंमलबजावणी न्यायालयाने जाहीर केलेल्या निर्णयावर न्यायालयीन ऋणको/भाडेकरूने त्यापूर्वी दाखल केलेल्या यथोचित हरकतींच्या अनुषंगाने अंमलबजावणीसाठीच्या हुकूमनाम्याबाबत असे म्हणणे आहे, की त्यासंदर्भात त्याची खातरजमा करणारे आदेश मिळवण्याची गरज नाही, कारण संबंधित अटींची पूर्तता झाली आहे; पण या वक्तव्याला एक नकारात्मक रंग चिकटलेला आहे व तो या संदर्भातील त्यापूर्वीच्या नोंदींमधून उघड होणाऱ्या वस्तुनिष्ठ परिस्थितीतून उद्‌भवला आहे, जो पुराव्याच्या स्वरूपात सन २००३ च्या भाडेपट्टी याचिका क्र.१०/२ या खटल्यामध्ये जागामालकाच्या एका सर्वसाधारण मुखत्यारपत्राच्या रूपाने दिनांक २९.१०.२००४ रोजी नोंदवला गेला आहे, त्यामध्ये त्यांनी संदर्भित भाडेतत्त्वावरील जागेसंदर्भातली दिनांक ०१.०९.२००० ते दिनांक ३१.०३.२००३ या कालखंडाव्यतिरिक्तची भाड्याची सर्व थकबाकी न्यायनिर्णीत ऋणकोतर्फे फेडली गेली असल्याचे अगदी स्पष्टपणे वर्णन केले आहे, ज्यामध्ये त्यांनी विद्वान अंमलबजावणी न्यायालयासमोर सन १९९६ च्या भाडेपट्टी याचिका क्र.१-२ संदर्भातील निकाल अंमलबजावणीसाठी दाखल केला गेला, तेव्हा त्या वेळी अंमलबजावणीपात्र निकालासंदर्भात न्यायनिर्णीत ऋणकोबद्दल असेही म्हटले आहे, की सन १९९६ च्या भाडेपट्टी याचिका क्र.१-२ मध्ये भाडे भरण्याबाबतची जी जबाबदारी भाडेकरूवर खटल्याच्या निकालान्वये टाकण्यात आली आहे, त्याद्वारे दिनांक ०१.०९.१९९५ पासून प्रत्यक्षात रक्कम दिल्याच्या तारखेपर्यंतची भाडेरक्कम समाधानकारकरीत्या अदा करण्यात आल्याचेदेखील दाखवले आहे, त्या आधारे संदर्भित आदेश अंमलबजावणीसाठी दाखल झाला, तेव्हाच ऋणको त्याच्या जबाबदारीतून मुक्त झाला हे अधिक स्पष्ट होते. परंतु, भाडेकरू/न्यायालयीन ऋणको/याचिकाकर्त्याची बाजू मांडणाऱ्या वकिलांना वर उल्लेखिल्यानुसार

हुकूमनामाधारक / जागेच्या मालकाच्या वटमुखत्यारपत्राच्या पुराव्याच्या आधारे जबाबदारीतून मिळणाऱ्या मुक्तीचा पुरेपूर फायदा घेता येणार नाही कारण भाडेपट्टी याचिका क्र.१-२/१९९६ या खटल्यासंदर्भात विद्वान अपीलीय प्राधिकरणासमोर भाडेकरू/न्यायालयीन ऋणको ने केलेल्या अपिलाच्या सुनावणीदरम्यान भाडेकरू/न्यायालयीन ऋणकोने मर्यादा कायद्याच्या कलम ५ अंतर्गत भाडेपट्टीच्या थकबाकीची भाडे नियंत्रक अधिकाऱ्याने ०६.११.१९९९ रोजी जाहीर केलेल्या आदेशाद्वारे निश्चित केलेली व कायद्याने देय असलेली रक्कम जमा करण्यासाठी मुदतवाढ मिळण्यासाठी केलेल्या अर्जासंबंधात भाडे नियंत्रक अधिकाऱ्याने प्राधिकरणासमोर केलेल्या निवेदनामुळे भाडेकरू/न्यायालयीन ऋणकोची बाजू कमकुवत होत होती व भाडेकरू/न्यायालयीन ऋणकोने कायद्यानुसार निश्चित झालेल्या कालावधीत थकबाकीची रक्कम भरली नव्हती असा अर्थ निघत होता, त्यामुळे त्याचा अर्ज अपीलीय प्राधिकरणाकडून १६.१२.२००० रोजी नोंद झालेल्या आदेशाद्वारे फेटाळला गेला होता. याचाच अर्थ असा, की या सगळ्याचा अंतत: परिणाम होऊन भाडेपट्टी याचिका क्र.१-२/१९९६ या खटल्यासंदर्भात भाडेकरू/न्यायालयीन ऋणकोने भाडे नियंत्रक अधिकाऱ्याने निश्चित केलेली भाडे-थकबाकीची रक्कम दिलेल्या मुदतीत न भरण्यामुळे भाडेकरूची जबाबदारीतून सुटका होण्याऐवजी भाडे थकवल्याकारणाने भाड्याच्या जागेतून करावयाच्या हकालपट्टीचा आदेश अंमलबजावणीस पात्र ठरतो, आणि त्यामुळे हुकूमनामाधारक / जागेच्या मालकाच्या वटमुखत्यारपत्राच्या माध्यमातून मिळणाऱ्या जबाबदारीतून मुक्तीचा फायदा घेण्यास भाडेकरू / न्यायालयीन ऋणकोस प्रतिबंध केला जात आहे तसेच वटमुखत्यारपत्राद्वारे मिळू शकणारा इतर कोणताही फायदा घेण्यासदेखील प्रतिबंध करण्यात येत आहे, त्याही पुढे जाऊन आता अंमलबजावणीच्या आदेशाला संलग्नपणे भाडेकरूला संदर्भित भाड्याच्या जागेतून काढून टाकण्याची कारवाई करण्यासाठी व त्याच्याकडून जागेचा ताबा घेण्यासाठी वॉरन्ट काढली जातील.

३. भाडेकरू/न्यायालयीन ऋणकोवर जागामालकाप्रति दिनांक १.०९.१९९५ पासून भाडे रक्कम प्रत्यक्षात देण्याच्या तारखेपर्यंतचे भाडे देण्याची जबाबदारी उरली नसल्याचे आढळणाऱ्या हुकूमनामाधारकाच्या वटमुखत्यारपत्राच्या पुराव्यात दिसत असलेल्या माहितीचा परिणाम होण्यास न्यायालयाने प्रतिबंध केला असला तरी न्यायनिर्णीत ऋणकोवर

संदर्भित जागेचा ताबा घेण्यासाठी वॉरन्टच्या कारवाईचा आदेश काढण्यापूर्वी अंमलबजावणी न्यायालयाने तो आदेश जाहीर करावा, आणि तसा आदेश काढताना भाडेपट्टी याचिका क्र.१-२/१९९६ या याचिकेसंदर्भात भाडे नियंत्रक अधिकाऱ्याने भाडेवसुलीसंदर्भात एक आदेश काढला होता या वस्तुस्थितीकडे डोळेझाक करू नये,

तसेच याच क्र.१-२/१९९६ या याचिकेसंदर्भात जागामालकाने त्याच्या बाजूने मिळवलेल्या निकालाचादेखील विसर पडू देऊ नये आणि संदर्भित भाडेतत्त्वावरील जागेसंदर्भात भाडे नियंत्रक अधिकाऱ्याकडे सन २००३ ची भाडेपट्टी याचिका क्र. १०/२ दाखल केली होती, आणि त्या याचिकेच्या कारवाईदरम्यान सादर केलेल्या वटमुखत्यारपत्राद्वारे भाडेकरूने क्र.१-२/१९९६ या याचिकेमधील निकालाद्वारे भाडे रक्कम भरण्याची जबाबदारी पार पाडली आहे असे जागामालकाने म्हटले होते असा या न्यायालयाचा निष्कर्ष आहे. जागामालकाच्या वटमुखत्यारपत्राद्वारे जबाबदारीतून सुटका झाल्याचे दिसत असले, तरी त्यामुळे पालन करणे अनिवार्यच असलेल्या कायद्याच्या तरतुदींचा प्रभाव कोणत्याही प्रकारे कमी होत नाही आणि भाडेकरूने कायद्याने निश्चित केलेल्या कालावधीदरम्यान न्यायप्रक्रियेद्वारे निश्चित केलेल्या भाडे – थकबाकीची रक्कम संबंधित न्यायालयाकडे जमा करणे अनिवार्यच होते, आणि भाडेकरूने ही जबाबदारी कायद्यानुसार आदेशित केलेल्या कालावधीत पार पाडली नाही, आणि त्याचा परिणाम म्हणून अंमलबजावणी न्यायालयाने त्याच्याकडून जागेचा ताबा घेण्यासाठी वॉरन्ट बजावण्याची कारवाई करणे क्रमप्राप्तच झाले. परंतु १९९६ सालच्या भाडेपट्टी याचिका क्र.१-२ संदर्भातला आदेश जाहीर झाल्यानंतर दाखल करण्यात आलेल्या सन २००३ च्या भाडेपट्टी याचिका क्र.१०/२ मध्ये जागामालकाने त्याच्या वटमुखत्यारपत्रामध्ये भाडेरक्कम भरण्याच्या जबाबदारीतून भाडेकरूस मुक्त करत असल्याचे नमूद केल्यामुळे जागामालकाने कायदेशीर मार्गाऐवजी अन्य मार्गाने भाडेकरू/न्यायालयीन ऋणकोकडून भाडेरक्कम स्वीकारली असल्याचे सूचित होते. कायद्यानुसार विहित पद्धतीने भाडेरक्कम स्वीकारण्याऐवजी जागामालकाने अशी रक्कम व्यक्तिश: / थेटपणे स्वीकारल्याचा परिणाम म्हणून जागामालकाने १९९६ सालच्या भाडेपट्टी याचिका क्र.१-२ अन्वये प्राप्त झालेला भाडेकरूची संदर्भित भाडेतत्त्वावरील

जागेतून हकालपट्टी करविण्याचा हक्क गमावला आहे, १९९६ सालच्या भाडेपट्टी याचिका क्र.१-२ संबंधात भाडे नियंत्रक अधिकाऱ्याने जाहीर केलेल्या आदेशानंतर सन २००३ मध्ये जागामालकाने न्यायालयीन ऋणको ला संदर्भित भाडेतत्त्वावरील जागेतून घालवून देण्यासाठी आणखी एक याचिका दाखल केली; परंतु या दोन्ही वस्तुनिष्ठ घटनांचा व जागामालकाने १९९६ सालच्या भाडेपट्टी याचिका क्र.१-२ संबंधात अंमलबजावणीपात्र आदेश मिळवण्यासाठी अंमलबजावणी न्यायालयाकडे ३०.०८.२०१० रोजी, म्हणजे उशिरा सादर केलेल्या अर्जाचा सर्वसमावेशक पद्धतीने विचार केल्यावर जागामालकाने भाडेकरूकडून थेटपणे भाडे रक्कम स्वीकारली असा अर्थ निघतो, आणि ती तशी स्वीकारण्याद्वारे त्याने संदर्भित भाडेतत्त्वावरील जागेसंदर्भात त्या भाडेकरूबरोबर एक नवा भाडेकरार केला असल्याचे संदर्भित कायद्यातील तरतुदींनुसार निश्चित होते, आणि त्यामुळे जागामालकाने न्यायालयीन ऋणकोला १९९६ सालच्या भाडेपट्टी याचिका क्र.१-२ संदर्भात नोंदवलेल्या अंमलबजावणीपात्र हुकूमनाम्यानुसार भाडेकरूची संदर्भित जागेतून हकालपट्टी करविण्याचा हक्क सोडून दिला असल्याचे सिद्ध होते. याचबरोबर १९९६ सालच्या भाडेपट्टी याचिका क्र.१-२ संदर्भात दिनांक ०६.११.१९९९ रोजी दिल्या गेलेल्या अंमलबजावणीपात्र हुकूमनाम्याची अंमलबजावणी करून घेण्याबाबत जागामालकाने इतकी दिरंगाई केली, की त्याच्याच २००३ सालच्या भाडेपट्टी याचिका क्र.१०/२ संदर्भातला आदेश घोषित होण्याच्या वेळेपर्यंत म्हणजे दिनांक २९.०९.२००५ पर्यंत अंमलबजावणी झालीच नव्हती, आणि त्यामुळेदेखील संदर्भित भाडेतत्त्वावरील जागेबाबत त्याने न्यायालयीन ऋणकोबरोबर नव्याने भाडेकरार केल्याचे सिद्ध होते.

४. वरील चर्चेचा तथ्यांश हाच, की वर उल्लेखिलेले सर्व तपशील अंमलबजावणी न्यायालयासमोर प्रस्थापित झालेले होते, पण त्यांच्याकडे त्यांनी दुर्लक्ष केले होते आणि त्याचा परिणाम असा झाला, की विद्वान अंमलबजावणी न्यायालयाने प्रकरणाशी संबंधित व सुसंगत पुराव्याकडे लक्ष न देता आणि त्याचे उचित मूल्य जाणून न घेताच आपला या प्रकरणासंबंधीचा आदेश काढला. परिणामी नोंद झालेल्या पुराव्यांचे गैरमूल्यांकन करणारा हा आदेश अनाकलनीयता व विकृतीने बाधित आहे. यानुसार, सध्याची याचिका दाखल करण्यास परवानगी

> दिली जात आहे आणि वर उल्लेखिलेला आदेश रद्द केला जाऊन कार्यवाही प्रक्रियेतून बाहेर काढला जात आहे. याचा परिणाम म्हणून १९९६ सालच्या भाडेपट्टी याचिका क्र.१-२ संदर्भातल्या निकालाची अंमलबजावणी करण्यासंबंधीची याचिकादेखील रद्द केली जात आहे, आणि न्यायालयीन ऋणको/सांप्रतच्या याचिकाकर्त्याने/भाडेकरूने हकालपट्टी केली जाण्याच्या विरोधात दाखल केलेल्या हरकती स्वीकारल्या जात आहेत. या आदेशाद्वारे सर्व संदर्भित प्रलंबित अर्जदेखील निकाली काढले गेल्याचे जाहीर केले जात आहे.

निव्वळ भाषापाटवावर मात करणारं नक्कीच काहीतरी होतं इथे! नुकसान होत असलेल्या पक्षाने हे प्रकरण सर्वोच्च न्यायालयात नेले. दोन न्यायाधीशांच्या खंडपीठासमोर दोन्ही बाजूच्या वकिलांनी आपली बाजू मांडली. न्यायाधीशांनी पुढीलप्रमाणे निर्णय दिला :

> दोन्ही बाजूच्या विद्वान वकिलांचे म्हणणे ऐकल्यानंतर उच्च न्यायालयाने या संदर्भात दिलेल्या आदेशाचा अर्थ लागत नाही. त्यामुळे उच्च न्यायालयाने संमत केलेला आदेश बाजूस काढला जात आहे, आणि प्रकरणाच्या योग्यतेनुसार त्यावर नव्याने विचार करण्यासाठी पुन्हा उच्च न्यायालयाकडे सोपवीत आहे.
>
> म्हणजेच विशेष अनुज्ञा याचिका रद्द झाल्या आहेत. आणि उच्च न्यायालय या प्रकरणाची पुन्हा पहिल्यापासून नव्या दृष्टिकोनातून सुनावणी घेईल.

कुणी सांगावं, संदर्भित न्यायाधीश सगळ्यात चांगले न्यायाधीश असतीलदेखील. पण उपयोगात आणल्या जाणाऱ्या भाषेवरून काही प्रमाणात तरी त्या व्यक्तीची विचार करण्याची पद्धत नक्कीच लक्षात येते. ही अशा प्रकारच्या भाषेत लिहिणारी व्यक्ती उच्च न्यायालयाची न्यायाधीश कशी काय होऊ शकते?

खरे म्हणजे या उदाहरणातच न्यायाधीशांची निवड करण्याच्या पद्धतीसाठीचा एक धडा आहे. आपल्याला जयललिता प्रकरणातील निकालामुळे प्रसिद्ध झालेले न्यायमूर्ती कुमारस्वामी दिसतात, आणि ते निम्नस्तरीय न्यायालयातून पायरी-पायरी वर चढत उच्च पदावर पोहोचताना दिसतात, तेव्हा आपण न्यायाधीशांची नेमणूक थेट बार असोसिएशनमधून व्हावी असे म्हणतो. थेट बारमधून नेमणूक झालेल्या न्यायमूर्ती कर्नन यांना पाहतो, तेव्हा आपण अखिल भारतीय न्यायिक सेवेकडे याचना करतो, आणि सेवेत असलेल्या न्यायाधीशांमधूनच निवड व्हावी असे म्हणतो. आता सध्याच्या प्रकरणाबाबत म्हणायचं, तर संदर्भित न्यायाधीश हे

न्यायाधीश डिकून्हा – आणि सांगायचंच ठरवलं तर न्यायमूर्ती कुमारस्वामी यांच्याप्रमाणेच – निम्नस्तरातील न्यायालयांमध्ये विविध कार्यक्षेत्रात विविध स्तरामध्ये सेवा पुरवल्यानंतर उच्च न्यायालयात पोहोचले होते. त्यांच्या वडिलांनीदेखील उच्च न्यायालयात न्यायाधीश म्हणून काम केले होते. ते स्वतः २००१ साली एक अतिरिक्त जिल्हा आणि सत्र न्यायाधीश म्हणून न्यायिक सेवेत सामील झाले होते. २००५ साली त्यांना जिल्हा आणि सत्र न्यायाधीशपदावर बढती मिळाली होती. २०१३ साली त्यांची हिमाचल प्रदेश उच्च न्यायालयाचे प्रबंधक म्हणून नेमणूक झाली होती. २०१४ साली त्यांची उच्च न्यायालयातील अपर न्यायाधीशपदावर नेमणूक झाली. आणि उच्च न्यायालयाच्या संकेतस्थळावरील नोंदीनुसार, '३० नोव्हेंबर २०१४ रोजी सकाळी त्यांनी हिमाचल प्रदेश उच्च न्यायालयाचे न्यायाधीश म्हणून शपथ ग्रहण केली.'

थोडक्यात म्हणजे या बाबतीत – थेट बारमधून नियुक्ती किंवा जिल्हास्तरीय न्यायाधीशांमधून निवड करणे – असा कोणताही यंत्रवत केलेला, प्रशासकीय साच्यातला उपाय कामाचा नाही. यापेक्षा कितीतरी जास्त गोष्टी आवश्यक आहेत. तरी पण या सगळ्यातून एक सर्वोत्तम उपाय आहे असे मला वाटते.

परंतु फक्त उच्च न्यायालय नव्हे

परंतु अशाप्रकारे सगळ्या कथानकाचा उलगडा करणारे तात्पर्यच उघड करण्यासाठी कुठल्याही एका न्यायाधीशाला किंवा तसे म्हटले तर उच्च न्यायालयांनादेखील वेगळे काढणे चुकीचे ठरेल. वाचकांनाही आठवत असेल, आणि मी माझ्या यापूर्वीच्या एका अभ्यासलेखात अलीकडच्या काळात जबरदस्त अहमहमिकेने लढवल्या गेलेल्या अल्पसंख्याकांच्या संस्थांबाबतच्या खटल्यांच्या संदर्भात काय घडले, त्याबद्दल लिहिलेही होते.[३]

सेंट स्टीफन्स कॉलेज वि. दिल्ली विद्यापीठ खटल्याबाबतची गोष्ट अशी होती की अल्पसंख्याकांच्या संस्थांना मोठ्या प्रमाणात सूट दिली गेल्याचा मुद्दा चर्चेसाठी होता.[४] १९९३ मध्ये कर्नाटक राज्य सरकार करत असलेल्या निर्देशनाविरोधात इस्लामिक ॲकेडेमी ऑफ एज्युकेशन या नावाच्या संस्थेने सर्वोच्च न्यायालयाकडे धाव घेतली होती. पाच न्यायाधीशांच्या खंडपीठाकडे हे प्रकरण सोपवण्यात आले. केवळ एखादी संस्था अल्पसंख्याकांची आहे, म्हणून त्यांना घटनेच्या कलम ३०चा

३. यापूर्वीच उल्लेख केलेल्या फॉलिंग ओव्हर बॅकवर्ड्स मध्ये मी जो घटनाक्रम दाखविला होता, त्यामधून हे घेतले आहे.

४. सेंट स्टीफन्स कॉलेज वि. दिल्ली विद्यापीठ (१९९२) एससीसी ५५८.

आधार घेऊन, प्रवेश देण्यासाठी विद्यार्थ्यांची निवड करण्याची त्यांची जुनीच पद्धत निवडण्याचा अधिकार वा हक्क आहे, असा अर्थ काढता येत नाही, असे खंडपीठाचे अगदी सुरुवातीपासूनच मत होते. सेंट स्टीफन्स कॉलेज प्रकरणाबाबतच्या न्यायालयाच्या निकालाचे पुनर्परीक्षण व्हायला हवे असे खंडपीठास वाटत होते. पाच न्यायाधीशांच्या खंडपीठाने या खटल्यावरचा निकाल दिला – परंतु न्यायमूर्ती एन. एम. कासलीवाल यांनी आपले असहमती दर्शवणारे मत ठामपणे मांडले. त्यानुसार इस्लामिक ॲकेडेमीच्या रिट अर्जावर विचारविनिमय करण्यासाठी स्थापलेल्या पाच न्यायाधीशांच्या खंडपीठाने हे प्रकरण सात न्यायाधीशांच्या खंडपीठापुढे विचारार्थ ठेवले जावे अशी शिफारस केली. त्यांनी दोन्ही दावेदारांच्या वकिलांनी केलेल्या युक्तिवादाच्या आधारे या प्रकरणावर निवाडा करण्यासाठी अकरा न्यायाधीश-सदस्यांच्या खंडपीठाची स्थापना करण्याची शिफारस केली.

आणि मग अकरा न्यायाधीशांचे खंडपीठ स्थापन करण्यात आले. टी. एम. ए. पै फाउन्डेशन वि. कर्नाटक राज्य या खटल्यासंबंधातील त्यांचे निकालपत्र २००२ साली दिले गेले.[५] जवळपास ९२,००० शब्दांचे हे निकालपत्र माझ्या लेखांपेक्षाही जास्त लांबलचक आहे! खरे म्हणजे ती चार निकालपत्रे आहेत–आणि सहमती दर्शवण्यालादेखील एक निकालपत्रच मानत असाल, तर पाच निकालपत्रे आहेत.

इतर न्यायाधीशांनी काय म्हटले ते एकवेळ बाजूला ठेवले, तरी न्यायाधीशांनी बहुमताने दिलेल्या निकालातूनदेखील वेगवेगळ्या राज्य सरकारांनी वेगवेगळे अर्थ काढले, आणि अर्थातच अल्पसंख्याकांच्या म्हणवणाऱ्या विविध संस्थांनीदेखील काढले. टी.एम.ए. पै खटल्याच्या निकालाच्या आडोशाने नंतरच्या काळात या विषयावरील दावे इतक्या प्रमाणात वाढले, की टी.एम.ए. पै खटल्याच्या निकालपत्रात सांगितलेल्या गोष्टी अधिक स्पष्ट करून सांगण्यासाठी न्यायाधीशांचे एक पाच सदस्यीय खंडपीठ स्थापन करावे लागले! या खंडपीठाने इस्लामिक ॲकेडेमी ऑफ एज्युकेशन वि. कर्नाटक राज्य या खटल्यासंदर्भातला आपला निकाल २००३ साली दिला.[६]

प्रत्यक्षात झाले असे, की स्पष्टीकरणांमुळे घोटाळे वाढले! पुढल्याच वर्षी, म्हणजे२००४/०५ मध्ये हे विषय पुन्हा एकदा सर्वोच्च न्यायालयापुढे आले. त्यानुसार अकरा न्यायाधीशांच्या खंडपीठाने काय म्हटले, ते पुन्हा एकदा निश्चित करण्यासाठी आणि त्यानंतर स्पष्टीकरण करण्यासाठी स्थापन झालेल्या पाच न्यायाधीशांच्या खंडपीठासमोरच्या प्रश्नांचे – ते खंडपीठ जे करू शकले नव्हते ते

---

५. टी.एम.ए. पै फाउन्डेशन वि. कर्नाटक राज्य, (२००२) ८ एससीसी ४८१.
६. इस्लामिक ॲकेडेमी ऑफ एज्युकेशन वि. कर्नाटक राज्य, (२००३) ६ एससीसी ६९७.

- स्वरूप निश्चित करण्यासाठी – म्हणजे अकरा न्यायाधीशांच्या खंडपीठाने निकालपत्राद्वारे व्यक्त केलेल्या विचारांपासून त्यांनी कुठे फारकत घेतली होती ते निश्चित करण्यासाठी एक सात न्यायाधीशांचे खंडपीठ स्थापन करण्यात आले. आणि या खंडपीठाकडून आपल्याला पी. ए. इनामदार वि. महाराष्ट्र राज्य या खटल्यासंदर्भातले सर्वोच्च न्यायालयाचे निकालपत्र मिळाले.[७]

पी. ए. इनामदार खटल्यात सुरुवातीलाच न्यायाधीशांनी स्वत:च सांगितल्याप्रमाणे ज्या मर्यादांचे पालन करून या विषयावर निर्णय द्यायचा होता, तो काही या विषयावरच्या विचारमंथनाचा अंत नव्हता.

> ... पै फाउन्डेशन [(२००२) ८ एससीसी ४८१] या खटल्याद्वारे विचारार्थ सामोऱ्या आलेल्या अनेक-विविध विषयांवर आमचे स्वत:चे स्वतंत्र मत जाहीर करणे हे इथे आमचे काम नाही, हे आम्ही सुरुवातीलाच नमूद करू इच्छितो. पै फाउन्डेशन [(२००२) ८ एससीसी ४८१] या खटल्यात काढण्यात आलेल्या निष्कर्षांशी आमच्या असहमती दर्शवण्यामुळे एखादा कायदाच अस्तित्वात येण्याची शक्यता असली, तरी आम्ही तसे करू शकत नाही; अकरा न्यायाधीशांच्या खंडपीठाने जाहीर केलेला निर्णय असल्यामुळे, आम्ही त्याला बांधील आहोत. आम्ही मतभेद किंवा असहमती दाखवू शकत नाही, पण कोणत्याही विषयासंदर्भात आम्ही तसे करू शकतो. पै फाउन्डेशन [(२००२) ८ एससीसी ४८१] या खटल्यातील निर्णयामागची तर्कसंगत कारणमीमांसा समजून घेणे हे आमच्यासमोरचे खरे कठीण काम आहे आणि त्यानंतर इस्लामिक ॲकेडेमी [(२००३) ६ एससीसी ६९७] या खटल्यातील विवरण वा स्पष्टीकरण पै फाउन्डेशन [(२००२) ८ एससीसी ४८१] या खटल्यातील निर्णयाच्या कारणमीमांसेच्या विरोधात आहे का, असल्यास किती प्रमाणात आहे, हे तपासून पाहायचे आहे. जर आम्हाला इस्लामिक ॲकेडेमी [(२००३) ६ एससीसी ६९७]या खटल्यासंदर्भात बोलल्या गेलेल्या वा निष्कर्ष म्हणून मांडल्या गेलेल्या कोणत्याही गोष्टी पै फाउन्डेशन [(२००२) ८ एससीसी ४८१] खटल्यामध्ये निश्चित केल्या गेलेल्या तत्त्वांच्या विरोधात असल्याचे दिसले, तर पै फाउन्डेशन [(२००२) ८ एससीसी ४८१] या खटल्याद्वारे प्रस्थापित करण्यात आलेल्या कायद्यापासून फारकत घेतली गेल्याचे आम्ही नमूद करू, आणि पूर्वीच्या निकालांद्वारे प्रस्थापित कायद्याच्या बांधिलकीच्या

७. पी. ए. इनामदार वि. महाराष्ट्र राज्य, (२००६) १३ एससीसी २९३.

तत्त्वानुसार, इस्लामिक ॲकेडेमी [(२००३) ६ एससीसी ६९७][८] या खटल्यासंदर्भात घटना-खंडपीठाने व्यक्त केलेले मत, घेतलेल्या फारकतीच्या प्रमाणात कायदेबाह्य असल्याचे जाहीर करू.

फक्त अकरा-विरुद्ध-पाच एवढीच गोष्ट नसती, तर न्यायाधीशांचा निर्णय वेगळा झाला असता याची कुणालाही आणखी स्पष्ट सूचना आवश्यक होती का?

---

८. पी. ए. इनामदार वि. महाराष्ट्र राज्य, यात दर्शविल्याप्रमाणे

वारेमाप विज्ञान

२९ एप्रिल २०१५ रोजी राजस्थानमधल्या बुंडी जिल्ह्यातल्या एका गावामधील प्राथमिक शाळेच्या आवारात बारा मोर मृत अवस्थेत आढळले. अपराधी माणसाने या मोरांना खायला घातले जात असलेल्या गहू आणि मक्याच्या दाण्यांवर कीटकनाशक शिंपडले असल्याचे शवविच्छेदन अहवालांद्वारे उघडकीस आले. मोरांवर विषप्रयोग केल्याच्या आरोपाखाली एका १७ वर्षांच्या मुलाला अटक करण्यात आली. त्याला केवळ संशयाच्या बळावर अटक करण्यात आले आहे आणि घडलेल्या गुन्ह्याशी त्या मुलाचा थेट संबंध दाखवणारा कोणताही पुरावा नव्हता असे त्याच्या वकिलाचे म्हणणे होते. निम्नस्तरीय न्यायालयाने जामिनाचा अर्ज फेटाळला होता. हे प्रकरण राजस्थान उच्च न्यायालयात काम करणारे, कृष्णाचे परमभक्त असणारे न्यायाधीश श्री. महेश शर्मा यांचेकडे सुनावणीसाठी आले. मोर हा आपला राष्ट्रीय पक्षी आहे आणि तो लुप्त होण्याचा धोका आहे. त्यांनी जामिनाचा अर्ज फेटाळला, पण या प्रकरणाचा तत्परतेने निकाल दिला जावा असे त्यांनी बाल न्यायालयाला आदेश दिले.[१]

उच्च न्यायालयाच्या उदात्त न्यायासनावर बसून न्यायाधीशांनी या खटल्याचे

---

१. बंटी ऊर्फ संदीप वि. राजस्थान राज्य, रिट ७१/२०१६ या खटल्यासंबंधीचा आदेश. न्यायमूर्ती महेश शर्मा यांचे आदेश हिंदीमध्ये लिहिले आहेत. अन्य स्वरूपात सूचित केले नसेल, तर हे परिच्छेद मूळ हिंदी भाषेतील परिच्छेदांचा अनुवाद आहेत.

महत्त्व स्पष्ट केले, आणि ते महत्त्व लक्षात घेऊन त्यांनी जो निर्णय दिला त्याचे महत्त्व विषद केले :

> मोर हा भगवान श्रीकृष्णाचा आवडता पक्षी आहे आणि त्याच्याकडे आदराने पाहिले जाते. मोराचा सगळ्यात महत्त्वाचा गुण म्हणजे तो ब्रह्मचारी असतो. मोराचे अश्रू प्यायले की लांडोर गर्भवती होते. इतक्या शुद्ध पक्ष्याचे पीस श्रीकृष्ण धारण करतो. अशा पक्ष्याला मारणे ही खरोखरच राष्ट्रीय समस्या आहे. मोर हा आपला राष्ट्रीय पक्षी आहे आणि तो नष्ट होण्याच्या मार्गावर आहे. अस्तंगत होत चाललेल्या वनस्पती, वन्य जीव आणि पक्ष्यांचे संरक्षण केले नाही, तर संपूर्ण पर्यावरणाचा समतोलच बिघडून जाईल, आणि शेवटी माणसाचे अस्तित्वदेखील धोक्यात येईल. हिंदूंच्या जवळजवळ सर्वच पवित्र ग्रंथांमध्ये मोराबद्दल आदरभावानेच बोलले गेले आहे. अशा प्राण्यांच्या आणि पक्ष्यांच्या जिवाशी खेळ करणाऱ्यांवर कठोर निर्बंध घातले जाणे अत्यावश्यक आहे. पर्यावरणविषयक कायद्याच्या तरतुदींमध्येदेखील ते अत्यावश्यक मानले गेले आहे.

मोर या प्राण्याचे पुनरुत्पादन कसे होते, त्यांच्या गर्भधारणेची वैशिष्ट्यपूर्ण पद्धत, ते अश्रू प्राशन करणे... या गोष्टींचे न्यायाधीशांना असलेले ज्ञान, या सगळ्याचे प्रसारमाध्यमांमध्ये ठळक मथळे झाले.

गायींचे विज्ञान

आणखी काही महिन्यांनंतर न्यायमूर्ती महेश शर्मा गायींच्या आश्रयस्थानाशी संबंधित असलेल्या एका प्रकरणाची छाननी करत होते. राजस्थान हे गुराढोरांच्या कल्याणासाठी एक विशेष खाते स्थापन करणारे एकमेव राज्य आहे. या राज्याने १९९५ मध्ये गायींच्या कत्तलीवर बंदी घातली.[२] परिणाम असा झाला की दूध देणे थांबलेल्या भाकड गायींचे मालक त्यांना बिनधास्तपणे मोकळे सोडू लागले. अशा सोडून दिलेल्या गायींसाठी राज्य शासनाने २००२ साली हिंगोनिया गोशाळा नावाचे आश्रयस्थान उभारले. जयपूर महानगरपालिकेकडे या गोशाळेच्या देखरेखीची जबाबदारी सोपवण्यात आली. गायींच्या निगराणीसाठी पैशांची तरतूददेखील करण्यात आली. नोव्हेंबर २०१० मध्ये जागो जनता सोसायटी या खासगी संस्थेने एक रिट अर्ज

---

२. राजस्थान भाकड प्राणी (वधप्रतिबंध आणि तात्पुरत्या स्थलांतराचे किंवा निर्यातीचे नियमन) अधिनियम, १९९५ या कायद्यानुसार

दाखल केला, व त्यात असा दावा केला, की आश्रयस्थानाला पैसे पुरवले जात होते, तरीदेखील गोशाळेची अवस्था इतकी वाईट होती, की चारा आणि पाणीदेखील मिळत नसल्यामुळे तेथील गायी मोठ्या संख्येने मृत्युमुखी पडत होत्या.[३]

२२ नोव्हेंबर २०१० या रिट अर्ज दाखल केल्याच्या तारखेपासून न्यायमूर्ती शर्मा यांनी त्यांचे १३९ पानी निकालपत्र जाहीर केले त्या ३१ मे २०१७ या तारखेपर्यंतच्या काळात, उच्च न्यायालयाने या प्रकरणाच्या शहाऐंशी सुनावण्या घेतल्या. यातल्या प्रत्येक सुनावणीनंतर : कोणत्या अधिकाऱ्याने काय काम करायचे, कोणत्या खात्याने काय काम करायचे, प्रत्यक्ष आश्रयस्थानावर जाऊन गोशाळेमधील कामे कशा प्रकारे चालली आहेत हे कुणी तपासायचे, कोणत्या तारखेपर्यंत अहवाल सादर करायचा, – असा सर्व तपशील असलेले आदेश संमत केले...

दरम्यान, अर्थातच, गायींचे मृत्यू होत राहिले. प्रसारमाध्यमांनी हे मृत्यू नियमितपणे लोकांच्या निदर्शनास आणून दिले, आणि ते न्यायालयाच्या निदर्शनासदेखील निश्चितच आले. परिणामी २० एप्रिल २०१६ रोजीच्या न्यायालयाच्या निकालपत्राची सुरुवात अशी झाली,

> आज विद्वान वरिष्ठ वकील, श्री. एस. आर. सरना यांनी या न्यायालयासमोर मुख्यत्वे असे निवेदन केले, की हिंगोनिया गोशाळेमध्ये २५० ते ३०० गायी मृत्यू पावल्या आहेत. त्यांच्या मृत्यूचे कारण समजलेले नाही. प्रसारमाध्यमांमध्ये या मृत्यूंसंदर्भातल्या बातम्या नित्यनेमाने येत आहेत... आज, या न्यायालयात उपस्थित असलेल्या या न्यायालयाने नामनिर्देशित केलेल्या सात वरिष्ठ अधिकाऱ्यांना. या न्यायालयाने मानवतावादी दृष्टिकोन स्वीकारून, इशारा दिला आहे...

याचप्रमाणे ४ ऑगस्ट २०१६च्या कार्यवाहीची सुरुवातदेखील अशी झाली :

> मागील दोन दिवसांपासून मुद्रित माध्यमांमध्ये अनेक बातम्या प्रसिद्ध होत आहेत. आजदेखील हिंगोनिया गोशाळेमध्ये गेल्या दोन दिवसांपासून ९० गायींचा आणि गेल्या दोन आठवड्यांदरम्यान ५०० पेक्षाही जास्त गायींचा मृत्यू झाल्याची बातमी छापण्यात आली आहे...[४]

---

३. या सगळ्या मुद्द्यांबाबत, जागो जनता सोसायटी वि. राजस्थान राज्य, दिवाणी रिट क्र. १५५८५/२०१०. न्यायमूर्ती महेश शर्मा यांनी ३१ मे २०१७ रोजी दिलेला निकाल.

४. मूळ मजकूर इंग्रजीमध्ये

याच आदेशामध्ये आपल्या आदेशांच्या होत असलेल्या पायमल्लीबद्दल न्यायालयाने उद्विग्नता व्यक्त केली :

> या न्यायालयाच्या यापूर्वीच्या तारखांच्या आदेशांचे जयपूर नगर निगम पालन करत नाही तसेच राजस्थान राज्य शासनाच्या निर्देशांचेदेखील पालन करत नाही ही दुर्दैवाची गोष्ट आहे आणि त्यांच्या अशा कार्यपद्धतीद्वारे या न्यायालयाच्या आदेशांची अंमलबजावणी न केली गेल्यामुळे राज्य शासनाच्या प्रतिष्ठेला हानी पोहोचते, आणि म्हणून या प्रकरणातील वस्तुस्थिती व सत्य परिस्थितीचे आकलन करून घेण्यासाठी आज हे प्रकरण हाती घेण्यात आले आहे.[५]

पुन्हा एकदा अधिकाऱ्यांना गोशाळेत जाऊन पाहणी करण्याचे व अहवाल सादर करण्याचे आदेश वगैरे दिले गेले.

गायींना गोशाळेतून आदिवासी भागांसह अन्य भागांमध्ये गुप्तपणे नेले जात होते या वस्तुस्थितीचा काही दिवसांतच न्यायालयाला सामना करावा लागला. मग न्यायालयाच्या परवानगीशिवाय कोणत्याही गायीला गोशाळेतून बाहेर नेले जाऊ नये असा न्यायालयाने आदेश दिला. न्यायालयाचा आदेश कळवला असूनदेखील संबंधित अधिकाऱ्यांनी आवश्यक ती कारवाई केली नसल्याचा अहवाल न्यायालय आयुक्तांनी न्यायालयाला केवळ पाच दिवसांतच सादर केला. तसेच त्यांनी पुन्हा एकदा गोशाळेतील परिस्थिती दर्शवणारी अनेक छायाचित्रांचीदेखील अधिकृतरीत्या नोंद केली. या विषयावर एक सभा घेतली जावी...

सगळं काही होतं तसंच चालू राहिलं. सुनावण्या होत राहिल्या. आदेशामागून आदेश काढले गेले. गायी मृत्युमुखी पडत राहिल्या. २८ सप्टेंबर २०१६ रोजी हरे कृष्ण धर्मादाय न्यासाबरोबर एक करार करण्यात आला : यापुढे गोशाळेचे व्यवस्थापन न्यासातर्फे पाहिले जाईल. जयपूर नगरपालिका आणि राज्य शासन आवश्यक तो निधी उपलब्ध करून देतील, तसेच मूलभूत सुविधांची खातरजमा करतील... या वेळेपर्यंत गोशाळेत १३,४०० गुरे दाखल झाली होती.

न्यायमूर्ती महेश शर्मा यांनी आपल्या निकालपत्रातील ११८ पानांमध्ये एकामागून एक काढलेल्या आदेशांचा इतिहास सुरुवातीपासून थेट शेवटच्या न्यासाबरोबर करार करण्याच्या स्थितीपर्यंत वर्णन करतानाच, त्या आदेशांच्या पालनाबाबतची दयनीय स्थितीदेखील वर्णन केली.

---

५. मूळ मजकूर इंग्रजीमध्ये

गाय हा इतका महत्त्वाचा प्राणी आहे, की तिला या पृथ्वीतलावर प्रत्यक्ष श्रीकृष्णाने स्वत: गो-अष्टमीच्या दिवशी आणले असे त्यांनी नमूद केले. गायीच्या शरीरात ३३ कोटी देवांचा अधिवास असतो अशी श्रद्धा बाळगली जाते. आणि म्हणूनच गाय ही संपूर्ण विश्वाची माता आहे असे समजतात. प्रयाग हे जसे सर्वोत्तम तीर्थस्थान आहे, तसेच देवदेवतांमध्येदेखील गायीला सर्वोच्च स्थान आहे. समुद्रमंथनातून देवी लक्ष्मीबरोबर गायदेखील वर आली. श्वास घेताना प्राणवायू घेतो, आणि नि:श्वास सोडतानादेखील प्राणवायूच सोडतो असा हा एकमेव प्राणी आहे, असे न्यायाधीशांनी आपल्या निकालपत्रात नमूद केले.

न्यायाधीश असेही म्हणतात, की गाय म्हणजे एक मोठे औषधालय आहे. तिच्या दूध आणि तुपाची तुलना फक्त अमृताशीच होऊ शकते. गोमूत्र हे अनेक प्रकारे वरदान ठरते :

१. सर्व प्रकारच्या कीटकांचा नाश करण्याची अद्भुत शक्ती त्यात आहे.
२. ते त्रिदोषांचे[६] संतुलन करते आणि आजार समूळ नष्ट केले जातात.
३. ते यकृत निरोगी राखण्याद्वारे आणि रक्तशुद्धी करून, प्रत्येक आणि कोणत्याही आजाराचा प्रतिकार करण्याची शक्ती प्रदान करते.
४. आजारांचा सामना करण्यासाठी आपल्यामध्ये ज्या घटकांची कमतरता असते ते सर्व घटक यामध्ये असतात.
५. यामध्ये अनेक खनिजद्रव्ये असतात, शरीरातील खनिजद्रव्यांची, विशेषत: तांब्याची कमतरता त्यामुळे भरून निघते.
६. यामुळे मेंदू आणि हृदयाला ताकद मिळते.
७. हे असे रसायन आहे, ज्यामुळे तारुण्य टिकून राहते, आणि ते आजार नष्ट करते.
८. (निकालपत्रात समावेश केलेला नाही)
९. आहारामधून मिळत नसणाऱ्या पोषक घटकांची यामुळे भरपाई होते.
१०. यामुळे सात्त्विक ज्ञान उत्पन्न होते.
११. गोमूत्र म्हणजे साक्षात गंगाजल आहे, गंगाजलाने सर्व पापे नष्ट होतात, आणि म्हणून गोमूत्र प्यायल्याने पूर्वजन्मांमधील गैरकृत्यांमुळे या जन्मात भोगावे लागणारे आजारदेखील नष्ट होतात.

---

६. आयुर्वेदामध्ये वात, पित्त आणि कफ या त्रिदोषांचे असंतुलन आजाराचे कारण ठरते.

लक्षात घ्या, हे सगळं विज्ञान उच्च न्यायालयाच्या निकालपत्रात – सरकारतर्फे चालवल्या जात असलेल्या गोशाळेच्या गलथान व्यवस्थापनासंदर्भातल्या निकालपत्रात - उद्धृत केले गेले आहे.

गायीचे तूप हेदेखील अनेक प्रकारचे वरदानच आहे, असे न्यायाधीश नमूद करतात :

१. नवजात बालकासाठी ते अत्यंत लाभदायक आहे. स्तनपान करवणाऱ्या मातेलादेखील याचे सेवन करावयास सांगितले जाते. यामुळे मातेच्या दुधामध्ये आरोग्यदायी घटकांची भर पडते.
२. डोळे व दृष्टीसाठीदेखील हे गुणकारी आहे. हा एक दृष्टी सुधारणारा पदार्थ असल्याचे आयुर्वेदात वर्णन आहे.
३. संधिरोग व संधिवात बरा करण्यातदेखील याची मदत होते.
४. ते तोंडातील व्रण बरे करून, दाह कमी करते.
५. बाह्य दुखपती बऱ्या करण्यासाठीदेखील याचा उपयोग केला जातो.
६. मेंदू आणि मन शांत करण्यासाठीदेखील हे उपयोगी आहे.
७. हे प्रतिकारशक्तीदेखील जास्त बळकट करते.

गायीचे दूध, दही, तूप, गोमूत्र आणि गोमय यांच्या साहाय्याने पंचगव्य तयार केले जाते, असेही न्यायाधीशांनी नमूद केले. पंचगव्यामुळे माणसाची प्रतिकारशक्ती जास्त सुदृढ होते, त्यामुळे आजार दूर पळवून लावले जातात.

शास्त्रीयदृष्ट्यादेखील गाय अत्यंत महत्त्वाची आहे असे न्यायाधीश जाहीर करतात. गाय हा उच्छ्वासाद्वारे प्राणवायू सोडणारा एकमेव प्राणी आहे, असे कृषिशास्त्रज्ञ डॉ. ज्युलियस आणि डॉ. बुक जर्मन यांनी म्हटले आहे. जर्मन शास्त्रज्ञ रुडेल स्टेन्नर यांच्या मते, गाय आपल्या शिंगांद्वारे वैश्विक ऊर्जा एकत्रित करते. सुप्रसिद्ध रशियन शास्त्रज्ञ शिरोविच यांच्या मते गायीच्या शेणाने सारवलेल्या जमिनी व भिंती असलेली घरे किरणोत्सर्गापासून सुरक्षित असतात. मद्रास येथील सुप्रसिद्ध शास्त्रज्ञ डॉ. किंग यांच्या मते गोमयामध्ये कॉलऱ्याचे रोगजंतू नष्ट करण्याची क्षमता आहे... इंग्लंडमधील डॉ. क्रॉफोर्ड हॅमिल्टन यांच्या मते, गोमूत्र पिण्यामुळे हृदयरोग बरा होतो, तसेच लघवी सहजपणे शरीराबाहेर टाकली जाण्यात मदत होते. थोडे दिवस गोमूत्र पिण्यामुळे रक्तवाहिन्यांमधील रक्ताचे वहन नियंत्रित होते, पचनशक्ती सुधारते. शरीरावर विवक्षित ठिकाणी होणाऱ्या त्वचारोगांवरचा हा एक आदर्श इलाज आहे. इंग्लंडमधील डॉ. सिमर्स यांच्या मते, गोमूत्रामुळे रक्तातील दोषकारक तत्त्वे

नष्ट होतात. कॉर्नेल विद्यापीठातील प्राध्यापक रोनाल्ड रायेटे यांचे असे मत आहे, की गायीच्या दुधातला विहमन सेरेब्रेसेस नावाचा घटक मेंदूची कार्यक्षमता व स्मरणशक्ती सुधारण्यास मदत करतो. त्याचबरोबर त्यात असलेल्या एमडीजीआय प्रथिनांमुळे रक्तपेशींमध्ये कर्करोगाच्या पेशी शिरकाव करू शकत नाहीत. तर डॉ. अनाम यांचे असे मत आहे, की गाय हा एकमेव प्राणी असा आहे, ज्याचे मोठे आतडे १८० फूट लांबीचे आहे. त्यामुळे गायीने खाल्लेल्या चाऱ्याचे केरॅटिनमध्ये रूपांतर होते, आणि याचा माणसाच्या शरीरात प्रवेश झाला, की उत्तम दृष्टीसाठी अत्यावश्यक असलेले अ जीवनसत्त्व तयार होते.

पर्यावरणासाठीदेखील गाय अतिशय लाभकारी असल्याचे न्यायमूर्ती पुढे नमूद करतात. रशियन शास्त्रज्ञ शेरोविच यांच्या मते गायीच्या हंबरण्यामुळे वातावरणातले जंतू नष्ट होतात. हवन करताना वापरलेल्या दहा ग्रॅम गायीच्या तुपामुळे एक टन प्राणवायू तयार होतो. प्लेगच्या आजारामध्ये गोमूत्र शिंपडणे आणि गायीच्या शेणाचा वापर करणे फायद्याचे ठरते... इतकेच नव्हे, तर एका गायीच्या शेणापासून ४५०० लिटर बायोमास मिळते... गायीच्या शेणाचा इंधन म्हणून वापर केला, तर देशासाठी सहा कोटी ऐंशी लाख टन जळाऊ लाकडाची बचत होईल, आणि त्यामुळे १४ कोटी झाडांची कत्तल टाळली जाईल.

अर्थातच, एखादी गोष्ट इंटरनेटच्या सर्च इंजिनांच्या दृष्टीने अस्तित्वात नाही असे दर्शविले जात असले, तरी ती प्रत्यक्षात अस्तित्वात नाहीच असा त्याचा अर्थ होत नाही. परंतु, न्यायमूर्ती महेश शर्मा यांनी ज्यांच्या वक्तव्यांची मदत घेतली त्यातल्या एकाही 'शास्त्रज्ञा'चा कुठेही कोणताही उल्लेखदेखील दिसत नाही ही खरोखरच एक विचित्र योगायोगाची गोष्ट म्हणावी लागेल : 'डॉ. ज्युलियस' नाही, 'बुक जर्मन' नाही, 'रुडेल स्टेन्नर' नाही, 'मद्रासचे डॉ. किंग' नाहीत, 'क्रॉफोर्ड हॅमिल्टन' नाही, 'रोनाल्ड रायेटे' नाही, की 'अनाम' देखील नाही. आपल्याला हे शास्त्रज्ञ सापडणार नाहीतही कदाचित. पण इतके महान ज्ञान शोधायला तरी फार त्रास पडू नये. ७ ऑगस्ट २०१६ रोजी इंडियन एक्स्प्रेसमध्ये छापून आलेली मुलाखत पुढे उद्धृत केली आहे – न्यायाधीश शर्मा यांनी ३१ मे २०१६ रोजी आपला न्यायनिर्णय जाहीर केला होता हे तुम्हाला आठवत असेलच.

सेलफोन प्रचंड ऊर्जा खेचतात, थोडं गोमय टाका : आरएसएस सुविचार

> 'गाय आपली माता आहे. तिचे शेण आणि मूत्र म्हणजे अमृतच आणि मानवाचे कोणत्याही आजारापासून संरक्षण करण्याची शक्ती त्यामध्ये आहे.'

ईशिता मिश्रा यांचे लेखन / प्रकाशन : ऑगस्ट ७, २०१६

आग्रा आणि मथुरा येथे गेले असताना आपल्या मोबाइल फोनच्या मागच्या बाजूला लावलेल्या गायीच्या शेणाबद्दल स्पष्टीकरण देताना आरएसएसचे अखिल भारतीय गोसेवा प्रमुख श्री. शंकर लाल सांगतात :

१. आपण आपल्या फोनवर गायीचे शेण का लावले आहे?
   – हे गायीचे शेण ताजे आहे. सेलफोनमधून होणाऱ्या किरणोत्सर्गापासून स्वत:चे रक्षण करण्यासाठी मी ते लावले आहे. माझ्यावर विश्वास ठेवा, ते खरोखरच गुणकारी आहे.
२. लोक फोनचे कव्हर बदलतात, तसे तुम्ही नेहमीच ताजे गायीचे शेण लावता का?
   – गाय आपली माता आहे. कोणत्याही आजारापासून माणसाचे संरक्षण करण्याची ताकद अमृतासमान असलेल्या गायीच्या शेणात आणि गोमूत्रात आहे. गायीच्या शेणामुळे कर्करोगावर इलाज होऊ शकतो, तर फोनमधील मायक्रोवेव्हजपासून ते आपले संरक्षण का बरे करणार नाही? जुनागढ (गुजरातमधील) येथील शास्त्रज्ञांना गोमूत्रामध्ये सोने (सोन्याचा अंश) सापडल्याचे तुम्ही ऐकले नाही का? मी दर आठवड्याला गायीचे ताजे शेण फोनवर लावतो.
३. गोसेवा संस्थेचे अन्य सदस्यदेखील असेच करतात का?
   – दाखवा रे, दाखवा तुमचे फोन (हाताने इशारा करत ते इतर चार जणांना सांगतात, ते लोक आपापले फोन काढून त्याच्या पाठीमागच्या बाजूला लावलेले शेण दाखवतात). माझ्या चमूपैकी मुले, पुरुष किंवा स्त्रिया, सगळ्यांच्या फोनवर गायीचे शेण लावलेले असते. न लावण्याचं कारणच काय? त्यांना तर त्याचे जादुई परिणाम माहीतच आहेत.
४. गायीच्या शेणामुळे खरोखरच 'फोनमधील घातक लहरी' थोपवल्या जातात, हे तुम्ही सिद्ध करू शकाल काय?
   – हा लंबकच पहा ना. या आरएसएसच्या कार्यकर्त्याच्या हातावर ठेवला,तर (लंबकाला हलकासा हेलकावा देत) त्याची आंदोलने चालू होतात. या माणसाच्या शरीरात असलेल्या ऊर्जेमुळे हा लंबक गतिमान झाला आहे. आता या माणसाने त्याचा फोन हातात धरला, तर हा लंबक हलणार नाही. कारण फोनमधल्या घातक लहरींनी त्याची सर्व ऊर्जा खेचून घेतलेली असेल. आणि आता गायीचे शेण लावलेला फोन हातात धरू द्या, आणि मग त्याच्या हातावर लंबक धरा पाहू. बघा, तो पुन्हा

हलायला लागला... म्हणजेच त्या माणसाची ऊर्जा सुरक्षित राहिली!

५. गायीच्या शेणाचा तुम्ही आणखी काय उपयोग करता?

– आम्ही गोमूत्र प्राशन करतो आणि गायीच्या शेणाचा अंश खातो, माझे आरोग्य वयाच्या ७६व्या वर्षीदेखील त्यामुळेच चांगले राहिले आहे. बाळंतपण नैसर्गिकरीत्या व्हावे म्हणून गर्भवती महिलांना आम्ही गोमूत्र आणि गायीचे शेण एकत्र करून त्याची खळ करून खायला देतो. सर्व घातक रोगांवर उपचारासाठी आम्ही गायीच्या शेणाचाच वापर करतो. परंतु हे शेण जर्सी किंवा होलस्टेनसारख्या विलायती गायींचे नाही, तर भारतीय देशी गायीचे असावे लागते. त्या विलायती गायींचे शेण किंवा दूधदेखील निव्वळ विषच असते.

वर्तमानपत्रातल्या बातमीमध्ये त्यांच्या या महान 'विज्ञान-दाना'बरोबर त्यांचे गायीचे शेण लावलेला फोन हातात धरलेले छायाचित्रदेखील छापले गेले.

अल्पावधीतच या आदर्शवादाने आणखी वरची पातळी गाठली. 'अपराधमुक्त भारत' निर्माण करण्यासाठी आरएसएस-संलग्न गोसेवा संस्थेतर्फे एक 'गो-जप महायज्ञ' आयोजिला जात असल्याची त्यांनी घोषणा केली. जनतेने म्हशी आणि जर्सी गाईचे दूध प्यायला सुरुवात केली तेव्हापासून देशात गुन्ह्यांचे प्रमाण वाढले असल्याचे त्यांनी दी इंडियन एक्स्प्रेसला सांगितले. या दुधामुळे क्रोध आणि असहिष्णुता वाढते, ते तामसिक स्वरूपाचे आहे असा दावाही त्यांनी केला. याउलट देशी गाईचे दूध सात्त्विक असते असेही ते म्हणाले. गोमयातील ४० ग्रॅम द्रव पदार्थामध्ये पाच तुळशीची पाने घालून ते प्राशन केल्याने महिलांचे बाळंतपण नैसर्गिकरीत्या होते असेही मत त्यांनी व्यक्त केले. तीन हजार महिलांनी हा अनुभव घेतला असल्याचेदेखील[७] त्यांनी सांगितले.

परंतु आपण पुन्हा एकदा त्या निकालपत्राकडे वळू या. निकालपत्रात पुढे न्यायमूर्ती शर्मा यांनी गोमूत्र आणि गायीच्या शेणाचे कृषी क्षेत्राला आणि पर्यायाने अर्थव्यवस्थेला होणारे अगणित फायदे सांगितले. गायीचे गुण गाण्यासाठी त्यांनी वेद, भागवत पुराण, स्कंद पुराण इत्यादींचा आश्रय घेतला. फलज्योतिषशास्त्र आणि धर्मशास्त्रानुसार शुभशकुनाच्या सांगितल्या गेलेल्या सांजवेळी गायी घराकडे परतून येतात तेव्हा, त्यांच्या खुरांमुळे उडणाऱ्या धुळीमुळे, अर्थात, गोधूलीमुळे

---

७. दी इंडियन एक्स्प्रेस, ६ फेब्रुवारी २०१८ – 'यज्ञाला बहुसंख्य उपस्थिती लाभावी यासाठी आरएसएस असा दावा करत आहे, की गायीच्या दुधामुळे दुष्कृत्यांना आळा बसतो.' लालमणी वर्मा.

अखिल पापांचे कसे क्षालन होते हेदेखील त्यांनी निकालपत्रात नोंदविले. गायीची सेवा केल्यामुळे मृत्यूचे भय नाहीसे होते असे शिव पुराण आणि स्कंद पुराणात सांगितले आहे... नवजात वासराचे अंग जेव्हा गाय चाटते, तेव्हा जमिनीवर पडणाऱ्या तिच्या लाळेमुळे माती शुद्ध होते आणि मातीतले सर्व दोष नाहीसे होतात...

आणि आणखी बरेच काही.

इतक्या वारेमाप विज्ञानाचा इतका मोठा घोट फक्त एकाच निकालपत्रातून दिलेला.

पण इतके झाल्यावरदेखील न्यायालयाच्या आदेशांची जशी व्हायला हवी होती तशी अंमलबजावणी झाली नाही हेदेखील खरे असल्याचे न्यायाधीशांनी नमूद केलेच.

मग ते आणखी एका विषयाकडे वळले. मोहम्मद सलीम वि. उत्तराखंड राज्य[८] या खटल्यासंदर्भात उत्तराखंड उच्च न्यायालयाने गंगा आणि यमुना या सजीव व्यक्तीच असल्याचे, व कायद्याच्या दृष्टीने पाहता एखाद्या व्यक्तीप्रमाणेच त्यादेखील सर्व हक्क सिद्ध असलेल्या व्यक्ती असल्याचे जाहीर केले होते, तोच धागा पकडून – गायी-गुरांना खाणाऱ्या, एवढेच म्हणायचे वगळून – वाघाऐवजी गायीला राष्ट्रीय प्राणी घोषित करावे असे न्यायाधीश महेश शर्मा यांनी प्रतिपादन केले. नेपाळ या हिंदुराष्ट्राने आपल्या राज्यघटनेत २० सप्टेंबर २०१५ रोजी तसे घोषितदेखील केले आहे...

निकालाच्या अनुषंगाने करावयाच्या कामांसंबंधी दिलेल्या काही निर्देशांद्वारे न्यायाधीशांनी निकालपत्राचा शेवट केला. म्हणजे हिंगोनिया गोशाळा चालवण्यासाठी २८ सप्टेंबर २०१६ च्या करारातील सर्व अटींची त्यांच्या बाजूने पूर्तता करण्यासाठी शासनाकडून हरे कृष्ण धर्मादाय न्यासाला काय आणि कशी मदत पुरवली जावी, हे सांगितले. शासनाने कोणते उपाय योजणे अनिवार्य आहे ते त्यात नमूद केले... राजस्थान राज्याचे मुख्य सचिव आणि महाअधिवक्ता यांना 'प्रतिपालक व्यक्ती' म्हणून नियुक्त करून त्यांच्यावर गायीला राष्ट्रीय प्राणी घोषित करावे यासाठी केंद्र सरकारकडे पाठपुरावा करण्यासाठी योग्य पावले उचलण्याची जबाबदारी सोपवली... हे साध्य करण्यासाठी राजस्थान राज्य सरकारच्या वतीने या विषयाशी संबंधित असलेल्या केंद्र सरकारच्या प्रत्येक खात्यापुढे हा मुद्दा परिपूर्णपणे मांडावा असेदेखील न्यायाधीश शर्मा यांनी जाहीर केले...

---

८. २०१७ (२) आरसीआर (दिवाणी) ६३६ २०१४ सालची (जहिया) क्र.१२६, २०.०३.२०१७ रोजी दिलेला निकाल.

हे त्यांचे शेवटचे निकालपत्र होते : न्यायालयातल्या कार्यकालाच्या शेवटच्या दिवशी त्यांनी हा निकाल दिला. न्यायमूर्ती महेश शर्मा हा दिवस उजाडेपर्यंतच्या दहा वर्षांच्या काळात उच्च न्यायालयाचे न्यायाधीश म्हणून या अशा विचारधारणेसह आणि 'शास्त्रीय' विचारांच्या मदतीने न्यायदानाचे कार्य करत होते.

अशा सर्वच बाबतीत असते, तशी इथेही एक तळटीप आहे. न्यायाधीशांनी उद्धृत केलेल्या शास्त्रज्ञांचे लेख वाचायला मी साहजिकच उत्सुक होतो. न्यायाधीशांशी संपर्क साधण्याचे प्रयत्न वाया गेले. परंतु जयपूर येथील एका वरिष्ठ वकिलांनी मला त्यांच्या मुलाचा, आदित्य शर्मा यांचा- फोन क्रमांक मिळवून दिला – तेदेखील एक वकीलच होते. दहा दिवसांनी मी त्यांना फोन केला. ज्या लेखांच्या आधारे त्यांच्या वडिलांनी त्यांच्या निकालपत्रातले 'विज्ञानसंबंधी' परिच्छेद लिहिले होते, त्या शास्त्रज्ञांच्या मूळ लेखांच्या प्रकाशकांचा ठावठिकाणा विचारण्याची मी त्यांना विनंती केली. निकालपत्रात सगळेच तर दिले आहे, असेच ते सुरुवातीला म्हणाले. निकालपत्रात शास्त्रज्ञांची फक्त नावेच लिहिली आहेत, आणि त्यांच्या प्रकाशकांबाबतचा कोणताही संदर्भ मला शोधूनही सापडला नाही असे जेव्हा मी त्यांना सांगितले, तेव्हा वडील सध्या बाहेरगावी गेले आहेत, आणि ते आठवड्याभराने परत येतील तेव्हा संपर्क करावा असे त्यांनी मला सांगितले.

त्याप्रमाणे मी आठवड्यानंतर फोन केला. त्यांचे वडील परतले होते. या विषयाबाबत आपण वडिलांशी बोललो असे आदित्य म्हणाले. न्यायाधीशांनी कोणत्याही शास्त्रज्ञाचे लेख स्वत: वाचलेच नव्हते, उलट अक्षय पात्र – न्यायाधीशांनीच गोशाळेचे व्यवस्थापन ज्यांच्या हाती सोपवले होते त्या – संस्थेच्या एका पुस्तिकेमध्ये दिलेल्या माहितीचा त्यांनी आधार घेतला होता. तसेच गायीपासून उत्पन्न होणाऱ्या मूत्र, शेण, तूप इत्यादीसारख्या पदार्थांपासून होणाऱ्या लाभासंबंधीची माहिती दाखवणारी एक चित्रफीत 'झी टीव्ही'तर्फे प्रसारित केली गेली होती असेही ते म्हणाले. आणि ही चित्रफीत ते व्हॉट्स ॲपद्वारे मला पाठवतील असेही सांगितले.

त्या पुस्तिकेची एक प्रत ते मला पाठवू शकतील का? मी विचारले. ते म्हणाले, एक प्रत त्यांच्याकडे आहे. ते दुसऱ्याच दिवशी ती प्रत मला पाठवतील असे त्यांनी मला आश्वासनही दिले. मी त्यांना माझा पत्ता कळवला. तो सुट्टीचा दिवस असल्यामुळे पुढच्या दिवशी मात्र ती प्रत ते नक्की पाठवतील असे कळवणारा संदेश त्यांनी मला दोन दिवसांनंतर पाठवला.

अर्थातच ती पुस्तिका माझ्यापर्यंत कधीच पोहोचली नाही. बराच काळ गेल्यानंतर मी त्यांना एकदा फोन केला. त्यांनी उत्तर दिले नाही. राजस्थान पत्रिका या वृत्तपत्रात काम करणाऱ्या एका वरिष्ठ पत्रकाराला त्यांच्याशी संपर्क साधण्याची मी विनंती केली. त्यांच्या फोनलादेखील आदित्य यांनी उत्तर दिले नाही.

ब्रह्मचर्याचे प्रत्यक्ष साक्षीदार

मग मी केरळमधील विचारवंतांकडे वळलो. या 'विज्ञान'कथेचे त्यांना अजिबातच आश्चर्य वाटल्याचे दिसले नाही! उदाहरणादाखल त्यांनी मला एस. महेन्द्रन वि. सचिव, त्रावणकोर देवस्वम बोर्ड[९] या खटल्यासंबंधी वाचण्याचा सल्ला दिला. भगवान अय्यप्पा यांच्या शबरीमला येथील देवळामध्ये प्रार्थना करण्यासाठी महिलांना प्रवेश देण्यावर असलेल्या बंदीचा प्रश्न न्यायालयासमोर होता. कोणत्या विशिष्ट कारणासाठी देवस्थानाच्या अधिकारी व्यक्तींनी ही बंदीची आज्ञा केली होती? न्यायालयाने निकालपत्रात हा प्रश्न विचारला. आणि पुढे त्याची अनेक कारणे विषद केली. पूर्वीच्या काळात देवळापर्यंत जाण्याचे वेगवेगळे मार्ग खडतर होते आणि ते जंगलातून जात. अर्थात, आता परिस्थिती खूपच सुधारली आहे, आणि पायी चालण्याचा भाग आता फक्त ५ किलोमीटर एवढाच उरला आहे, तरीदेखील... आणि त्याशिवाय, न्यायालय म्हणाले, 'यात्रेकरूंनी आपल्या कर्मासाठी प्रायश्चित्त घ्यावे अशी अपेक्षा असते. प्रायश्चित्त घेण्याच्या म्हणजे व्रतबद्ध राहण्याच्या काळात विचार, वाचा आणि कृती शुद्ध राखणे अनिवार्य मानलेले आहे. हा ४१ दिवसांचा व्रतकाल पूर्ण केल्यानंतरच तीर्थयात्री शबरीमलाच्या दिशेने चालायला सुरुवात करतो. वय वर्षे १० ते ५० मधील महिलांना शरीरधर्मामुळे ४१ दिवस व्रतपालन करणे शक्य होत नाही.' आणि तसेही ही बंदी कित्येक वर्षांपासून लागू आहे, आणि दीर्घ काळापासून चालत आलेल्या प्रथा अशा सहजासहजी मोडीत काढता येत नाहीत, असे मंदिरातील तंत्रींचे म्हणणे आहे.......

परंतु हे एवढ्यावरच संपणार नव्हते. 'तरुण महिलांवर अशी बंदी घालण्यामागे एक महत्त्वाचे कारण आहे. आणि ते जास्त मूलभूत स्वरूपाचे आहे,' न्यायालय नमूद करते. निकालपत्राचा हा भाग जरा तपशीलवार वाचणे महत्त्वाचे आहे.

'शबरीमला येथील दैवत नैष्ठिक ब्रह्मचारी स्वरूपात अधिष्ठित आहे असे मंदिराचे तंत्री आणि अन्य काही साक्षीदारांचे म्हणणे आहे.' असे न्यायालयाने नमूद केले. गुरुगृही राहून शिस्तबद्ध आणि तपस्वी जीवन जगून वेदांचे अध्ययन करणारा विद्यार्थी म्हणजे 'ब्रह्मचारी' असा अर्थ सांगितला आहे. मुद्दा जास्त विशेषरूपाने स्पष्ट करण्यासाठी भारताच्या भूतपूर्व सरन्यायाधीशांच्या अधिकारवाणीचा आधार घेत पुढील भागात नुसते ब्रह्मचारी म्हणजेच नव्हे, तर नैष्ठिक ब्रह्मचारी म्हणजे काय त्याचेदेखील वर्णन केले.

---

९. एस. महेन्द्रन वि. सचिव, त्रावणकोर देवस्वम बोर्ड. ५ एप्रिल १९९१ रोजी दिलेला निकाल : एआयआर १९९३ केईआर ४२.

धार्मिक व धर्मादाय न्यासांसंबंधीचा हिंदू कायदा या विषयावरील टागोर लॉ लेक्चर्स या नावाने प्रसिद्ध झालेल्या लेखांच्या दुसऱ्या आवृत्तीच्या पृष्ठ क्र. १६ वर भारताचे चौथे सरन्यायाधीश श्री. बी. के. मुखर्जी असे म्हणतात :

'सर्वसामान्यपणे आपली विद्यार्थिदशा संपल्यानंतर पुरुष विवाह करून गृहस्थ बनत असे, म्हणजेच वेदांनीदेखील कायमस्वरूपी आणि अनिवार्य स्वरूपात ब्रह्मचर्येला प्रोत्साहन किंवा मान्यताही दिलेली नव्हती. परंतु विवाह करण्याकडे कल नसलेला पुरुष नैष्ठिक ब्रह्मचारी किंवा कायमचा विद्यार्थी म्हणून राहू शकतो, आणि आपले सगळे आयुष्य बह्मचाऱ्यासारखे जगून विद्यार्जन करत राहू शकतो.'

ब्रह्मचाऱ्याने आपल्या संवेदनांवर नियंत्रण राखणे आवश्यक आहे. त्याने फाशांच्या साहाय्याने जुगार खेळणे, वायफळ गप्पांमध्ये वेळ घालवणे, लोकापवादाचे कारण होणे, खोटेपणा, स्त्रीकडे वासनेच्या नजरेने पाहणे, आलिंगन देणे, आणि इतरांना इजा करणे या गोष्टींपासून सदैव दूर राहण्याचे व्रत पाळणे आवश्यक आहे.

(स्थानिक भाषेतील मजकूर वगळला आहे) मनु स्मृती अध्याय दुसरा, श्लोक १७९.

परंतु, दैवत ब्रह्मचारी आहे असे मानले, तरी काय फरक पडतो? हे न्यायालयाने पुढल्या भागात स्पष्ट केले :

मंदिराच्या तंत्रींचे असे म्हणणे आहे, की शबरीमला मंदिरातील दैवत हे योगी किंवा ब्रह्मचारी आहे... तक्रारदाराच्या बाजूचा साक्षीदार क्र. १ म्हणून तपासणी करत असताना त्रावणकोर देवस्वम बोर्डाने ज्यांची ओळख तंत्रीमुख्य अशी सांगितली, त्या पुथमन नारायणन नंबूदिरी यांनी शबरीमला येथील दैवत नैष्ठिक ब्रह्मचारी स्वरूपात असल्याचे सांगितले. मंदिरामध्ये तरुण महिलांना प्रार्थनेसाठी प्रवेश करण्यास परवानगी नाकारण्याचे हेच कारण आहे असेही ते म्हणाले.

दैवत नैष्ठिक ब्रह्मचारी स्वरूपात असल्यामुळे तरुण स्त्रियांनी या मंदिरात पूजा-अर्चना करू नये म्हणजे मग दैवताच्या कठोर ब्रह्मचर्यव्रत-पालनाच्या तपस्येमध्ये अशा स्त्रियांच्या उपस्थितीमुळे जरादेखील बाधा उत्पन्न होणार नाही, असा लोकांचा विश्वास आहे.

हे पुन्हा एकदा वाचा : दैवत नैष्ठिक ब्रह्मचारी स्वरूपात असल्यामुळे तरुण स्त्रियांनी या मंदिरात पूजा-अर्चना करू नये म्हणजे मग दैवताच्या कठोर ब्रह्मचर्यव्रत-पालनाच्या तपस्येमध्ये अशा स्त्रियांच्या उपस्थितीमुळे जरादेखील बाधा उत्पन्न होणार नाही, असा लोकांचा विश्वास आहे.

एका मूर्तीबद्दल ही अशी श्रद्धा? एका मूर्तीची अशी आदिमानवी संकल्पना? देवळात प्रत्यक्षात आहे केवळ एक मूर्ती : आणि अशा दगडाच्या बनवलेल्या दैवताचा व्रतभंग होऊ शकतो? म्हणजे त्या दैवतावरदेखील इतका कमी विश्वास? भगवान स्वत: दैवी गुणसंपन्न असतात, आणि म्हणूनच त्यांचे ठायी अपार क्षमता दाटलेली असते असे समजले जाते. आणि तरीदेखील एखाद्या तरुण स्त्रीचा नुसता एक कटाक्षदेखील प्रत्यक्ष देवाला त्याच्या ब्रह्मचर्याच्या व्रत-नियमांपासून चळायला लावेल?

श्रद्धा? विज्ञान? न्यायपालिका? (म्हणजे काय रे भाऊ?)

एक चांगला नियम

मी अशा प्रकारची निकालपत्रे वाचायला बराच सरावलो होतो, तरीदेखील सर्वोच्च न्यायालयात वकिली करणाऱ्या एका वकिलाने मला न्यायालयाच्या एका आदेशाबद्दल सांगितले आणि त्या दिवशीच्या *लाईव्हलॉ.इन*[१०] या नियतकालिकातील अग्रणी लेख वाचायला सांगितला तेव्हा मला जबरदस्त धक्काच बसला. पहिल्यांदा वाचला, तेव्हा मला वाटले बहुधा माझी थट्टा केलीय, कारण त्या वकिलाने ज्या माहितीबद्दल माझी प्रतिक्रिया मागितली होती तो मजकूर मला सापडलाच नाही. आणि तरीही ते सगळे एका त्यापूर्वीच्या आदेशात होतेच.

एका माणसावर खुनाचा आरोप होता. तुरुंगवास चुकवण्यासाठी आपले अनेक राजकीय पुढारी लोक जे करतात, तेच त्यानेही केले होते – आजारी असल्याचा बहाणा करून स्वत:ला इस्पितळात दाखल करून घेतले होते. प्रकरणाची सुनावणी भारताच्या सरन्यायाधीशांच्या नेतृत्वाखालील तीन न्यायाधीशांच्या खंडपीठासमोर झाली. त्यांचा आदेश त्या व्यक्तीने धुडकावून लावला असा त्यांनी निर्णय दिला. खुनाचा आरोप असलेल्या व्यक्तीने बिनशर्त माफी मागितली. यावर न्यायाधीशांनी असे म्हटले, की 'न्यायालयाचा अवमान करणाऱ्याने बिनशर्त माफी मागितली आहे ही वस्तुस्थिती लक्षात घेता, ती जरी संपूर्णपणे स्वीकारली जात नसली, तरी न्याय

---

१०. अशोक एम. 'सर्वोच्च न्यायालयाने खुनाचा आरोप असलेल्या व्यक्तीला २ – महिने तुरुंगवासाची शिक्षा ठोठावली,' *लाईव्हलॉ.इन*, ४ डिसेंबर २०१७

झाला असे दिसून येण्यासाठी दोन महिने तुरुंगवासाची शिक्षा फर्मावणे आम्ही उचित समजतो.'

हे असे होणे एका परीने चांगलेच होतं – नाहीतरी जेव्हा पुढारी लोकांना तुरुंगात जावे लागल्याबरोबर लगेच आणि अचानक छातीत दुखायला लागते तेव्हादेखील असाच न्याय केला जावा अशीच लोकांची इच्छा असते.

परंतु याच्या आधीचा एक आदेश पाहून तर क्षणभर माझा श्वासच थांबला. कारण दोन डॉक्टरांनी त्या आरोपीबरोबर हातमिळवणी केली होती असे आढळून आले. पूर्वीच्या एका आदेशाद्वारे सर्वोच्च न्यायालयाने त्यांना रुपये १.४ कोटीचा दंड ठोठावला होता. आणि त्यांनी ती रक्कम रीतसरपणे न्यायालयाच्या प्रबंधक कार्यालयात जमादेखील केली होती.

आता या पैशांचा विनियोग कसा करायचा हा प्रश्न होता. सुनावणीदरम्यान काही शिफारशी करण्यात आल्या. त्या व्यवहार्य आहेत असे न्यायाधीशांना वाटले नाही. त्यानंतर काय घडले, ते त्याबद्दलचा आदेश वाचूनच जास्त चांगले कळेल :

> आज हे प्रकरण सुनावणीसाठी घेतले गेले, तेव्हा अनेक कारणांमुळे वैद्यकीय साहाय्याची गरज असलेले अनेक वकील आहेत असा एक मुद्दा पुढे आला. तोच धागा पकडून पैसे भरताच सॅनिटरी नॅपकिन्स पुरवणारी तीन यंत्रे आणि त्याचबरोबर वापरलेले सॅनिटरी नॅपकिन्स नष्ट करणारी तीन यंत्रे बसवणे अत्यावश्यक असल्याची विनंती सुप्रीम कोर्ट अ‍ॅडव्होकेट-ऑन-रेकॉर्ड असोसिएशन (एससीएओआरए) या संघटनेच्या सचिव सुश्री नंदिनी गोरे यांनी केली.
>
> सुप्रीम कोर्ट बार असोसिएशनचे (एससीबीए) अध्यक्ष श्री. आर. एस. सुरी, उपाध्यक्ष श्री. अजित कुमार सिन्हा, सचिव श्री. गौरव भाटिया आणि सुप्रीम कोर्ट अ‍ॅडव्होकेट-ऑन-रेकॉर्ड असोसिएशनचे अध्यक्ष श्री. गोपाल सिंग यांनी वैद्यकीय साहाय्याची गरज असणाऱ्या वकिलांसाठी अशा रकमेचा उपयोग केला जाईल म्हणून काही रक्कम बार असोसिएशन्सला द्यावी असे सुचविले आहे.
>
> याचबरोबर गुन्ह्यात बळी पडलेल्यावर अवलंबून असणाऱ्यांचे प्रतिनिधित्व करणाऱ्या विद्वान वकिलांनी काही रक्कम गुन्ह्यात बळी पडलेल्यांनादेखील मिळावी असा विनंती अर्ज केला आहे.
>
> सर्व संबंधितांचे म्हणणे ऐकल्यानंतर, पुढीलप्रमाणे निर्देशित करण्यात येत आहे :-
>
> (अ) सुप्रीम कोर्ट बार असोसिएशनला रु.८५,००,०००/- (रुपये

पंचाऐंशी लाख फक्त) देण्यात यावे व हे पैसे मुदत ठेव योजनेमध्ये गुंतवण्यात यावे, आणि योग्य छाननी केल्यानंतर त्याच्या व्याजातून एससीबीए चे सदस्य असलेल्यांना वैद्यकीय साहाय्य पुरवण्यासाठी वाटण्यात यावे. एससीबीएने ही रक्कम एका स्वतंत्र खात्यात ठेवावी.

(ब) सुप्रीम कोर्ट ॲडव्होकेट-ऑन-रेकॉर्ड असोसिएशनला रु.४५,००,०००/- (रुपये पंचेचाळीस लाख फक्त) दिले जावे व हे पैसे मुदत ठेव योजनेमध्ये गुंतवण्यात यावे, आणि योग्य छाननी केल्यानंतर त्याच्या व्याजातून एससीएओआरए चे सदस्य असलेल्यांना वैद्यकीय साहाय्य पुरवण्यासाठी वाटण्यात यावे. एससीएओआरए ने ही रक्कम एका स्वतंत्र खात्यात ठेवावी.

(क) उर्वरित रकमेपैकी रु.५,००,०००/- (रुपये पाच लाख फक्त) इतकी रक्कम या न्यायालयाच्या प्रबंधक कार्यालयाने सॅनिटरी नॅपकिन्स पुरवणाऱ्या यंत्रांच्या खरेदीसाठी व वापरलेले सॅनिटरी नॅपकिन्स नष्ट करण्याची यंत्रे खरेदी करण्यासाठी वापरावे. प्रबंधक कार्यालयानेच ही यंत्रे योग्य जागी बसवण्याची व्यवस्था करावी.

(ड) रु.५,००,०००/- (रुपये पाच लाख फक्त) बळी पडलेल्या व्यक्तीची विधवा पत्नी विमला हीस द्यावी व ही रक्कम विमलाच्या नावे मुदत ठेव योजनेत गुंतवावी म्हणजे तिला त्यावरील व्याजाची रक्कम तिच्या आयुष्यभरात वापरता येईल. योग्यप्रकारे ओळख पटवून घेतल्यानंतर ही मान्यताप्राप्त रक्कम तिच्या नावे काढलेल्या बँक ड्राफ्टद्वारे देण्यात यावी.

(ई) न्यायालयाच्या प्रबंधक कार्यालयाकडे जमा झालेल्या रु.१,४०,००,०००/- (रुपये एक कोटी चाळीस लाख फक्त) या रकमेवरील जमा झालेल्या व्याजाचे पैसेदेखील वरील आदेशांच्या प्रमाणात वाटले जावेत.

वर उल्लेख केल्यानुसार वाटप झाल्यानंतर काही रक्कम उरली असल्यास, प्रबंधक कार्यालय ही बाब पुढील मार्गदर्शनासाठी न्यायालयाच्या नजरेस आणून देईल. उत्तरवादी क्र.१ व २ असलेल्या डॉक्टरांवरील अवमान कारवाईचा खटला रद्द केला जात आहे हे वेगळे सांगायला नको.

वकिलांच्या संघटनांनी केलेल्या सूचनांबाबत न्यायालयाने स्वीकारलेल्या प्रतिसाद देण्याच्या भूमिकेकडे आपले सर्वप्रथम लक्ष जाते. दुसरे म्हणजे व्यक्तिगत स्वच्छतेबद्दल काळजी – सॅनिटरी नॅपकिन्स पुरवणारी आणि वापरलेले सॅनिटरी नॅपकिन्स नष्ट करणारी यंत्रे उपलब्ध करून देण्याचे काम, मला वाटते, पहिल्यांदाच झाले असावे.

तिसरी गोष्ट म्हणजे रुपये पाच लाख, – वकिलांच्या संघटनांसाठी निश्चित केलेल्या रकमेच्या सव्विसावा भाग – इतकी नगण्य रक्कम त्या विधवेसाठी राखून ठेवणे. यावर कडी म्हणजे गरीब बिचाऱ्या विधवेचे नाव लिहितानादेखील चूक केली गेली होती, आणि ती सुधारण्यासाठी आणखी एक आदेश काढावा लागला.[११]

सगळे राजकीय पक्ष सत्तेबाहेर असताना सत्तेमध्ये असलेले लोक जे काही करत असतील त्याला विरोध करतात, त्यांचे प्रयत्न थोपवताना, त्यांच्या विरोधात गदारोळ माजवतात असे आपण नेहमीच पाहतो. आणि ते स्वत: जेव्हा सत्ता धारण करतात, तेव्हा तेदेखील त्याच गोष्टी करतात, आणि त्या वेळेपर्यंत सत्तेत असताना जो पक्ष ज्या गोष्टी नेटाने पुढे नेण्याचा प्रयत्न करत होता, तोच सत्तेबाहेर आल्यानंतर त्याच गोष्टींना जोरदार आक्षेप घेतो, प्रयत्न थोपवतो, उचलल्या जाणाऱ्या पावलांबद्दल गदारोळ माजवतो हेदेखील आपल्याला दिसते. व्यक्तिगत ते राजकीय, सर्व बाबतीत माझ्या मते पाळण्यासारखा एकच चांगला नियम आहे, आणि न्यायदानक्षेत्रातही तो उपयुक्त ठरेल असे मला वाटते. सीमाशुल्क विभागाचे प्रमुख आणि त्यांच्या दोन सहकाऱ्यांचे उदाहरण पहा. त्यांच्या खात्यातील अधिकाऱ्यांनी एका कुप्रसिद्ध तस्कराला पकडले. त्याला पकडताना झालेल्या झटापटीत खात्यातील एक अधिकारी मारला गेला. खात्याच्या प्रमुखांनी आणि त्यांच्या दोन सहकाऱ्यांनी त्या तस्करावर – इथे अशी दंडाची मोठी रक्कम भरावयास लावणे न्याय्य होते असे आपण गृहीत धरू या – मोठ्या रकमेच्या दंडवसुलीची कारवाई केली. रक्कम भरली गेल्यावर, या तिघांनी ती रक्कम अधिकाऱ्यांच्या आणि कर्मचाऱ्यांच्या संघटनांमध्ये वाटून टाकण्याचा निर्णय घेतला; तसेच कार्यालयात काही सुविधा उपलब्ध करण्यासाठी काही रक्कम वेगळी काढली, आणि मारल्या गेलेल्या सहकाऱ्याच्या विधवेसाठी थोडे पैसे बाजूला काढून ठेवले. आता या त्यांच्या निर्णयाकडे न्यायाधीश कसे पाहतील असे तुम्हाला वाटते? दंडाचे पैसे भरले गेल्याबरोबर ते खातेप्रमुखांचे आणि त्यांच्या सहकाऱ्यांचे झाले होते का? की ते पैसे करदात्या जनतेचे होते? म्हणून अशा वेळी एक साधा नियम पाळण्याचा प्रयत्न करावा असे मला वाटते : तो म्हणजे तुम्ही कोणतीही गोष्ट करत असाल तेव्हा स्वत:ला एकच प्रश्न विचारा, 'इतर कुणी असं करत असता तर मी काय म्हटलं असतं?' आणि न्यायाधीशांनीदेखील असेच करावे असे मी त्यांना आवाहन करीन.

११. या सगळ्यावर अधिक माहितीसाठी वाचा, सीता राम वि. बलबीर @ बाली, फौजदारी अर्ज क्र. १८३४/२०१३ मधील अवमान याचिका © क्र.३७४/२०१४, भारताचे सरन्यायाधीश दीपक मिश्रा, न्यायाधीश ए. एम. खानविलकर, व न्यायाधीश डी. वाय. चंद्रचूड यांचे आदेश, दिनांक ३ ऑक्टोबर २०१७ व १ डिसेंबर २०१७.

आणि मग एक योगायोगाची, पण ज्यामुळे तसे घडण्यामागे काहीतरी काळेबेरे असावे असा दाट संशय येईल, अशी गोष्ट घडली. ओरिसा उच्च न्यायालयातील एका निवृत्त न्यायाधीशाने लाच देऊ करून आपल्याला हवा तसा निकाल मिळवून देण्याची व्यवस्था केल्याच्या आरोपाची चौकशी करण्यासाठी सर्वोच्च न्यायालयाने एक विशेष चौकशी पथक नेमावे अशा प्रशांत भूषण आणि कामिनी जैस्वाल यांच्या विनंती अर्जामुळे घडलेल्या घटना वाचकांना आठवत असतील. ते प्रकरण सरन्यायाधीशांच्या न्यायालयाने आपल्याकडे घेतले होते. ज्या संघटनांना अनुक्रमे रु.८५ लाख आणि रु.४५ लाख मिळाले होते, त्याच संघटनांचे पदाधिकारी, सूचना अगदी आयत्या वेळी मिळाली असूनदेखील न्यायालयात हजर झाले होते, आणि प्रशांत भूषण यांना बोलूच न देण्यासाठी मोठमोठ्या आवाजात आरडाओरड करून त्यांना खाली बसवण्यात पुढे होते. सरन्यायाधीश अग्रणी असलेल्या खंडपीठाने रु.८५ लाख व रु.४५ लाख वकील संघटनांना देण्याचा हुकूमनामा काढला ती तारीख होती ३ ऑक्टोबर २०१७. सरन्यायाधीशांच्याच न्यायालयात आत्ता सांगितलेला गदारोळ मांडला गेला १० नोव्हेंबर २०१७ रोजी. योगायोग? अर्थातच; पण मी म्हटले त्याप्रमाणे यामागे काहीतरी काळेबेरे असावे असा दाट संशय निर्माण व्हावा असा योगायोग.

विश्लेषणात्मक विचार

एका चित्रपटगृहामध्ये राष्ट्रगीत चालू असताना उभे न राहिल्याबद्दल एका अर्धांगवायू झालेला असल्यामुळे चाकाच्या खुर्चीत बसलेल्या व्यक्तीला मारहाण झाल्याची बातमी ऑक्टोबर २०१६ मध्ये वर्तमानपत्रांमध्ये छापून आली. सलील चतुर्वेदी ४८ वर्षांचे होते. १९८४ साली झालेल्या एका रस्तेअपघातापासून त्यांचे कमरेखालील शरीर लुळे पडले होते. त्यांनी आपल्या पंगुत्वावर मात करण्याचे कठोर प्रयत्न केले होते, आणि १९९० च्या सुमारास आंतरराष्ट्रीय व्हीलचेअर टेनिस स्पर्धांमध्ये त्यांनी भारताचे दोनदा प्रतिनिधित्वदेखील केले होते. त्यांच्या लेखनाबद्दलदेखील त्यांनी अनेक पारितोषिके जिंकली होती. त्यांचा भाऊ वीरता पुरस्कार विजेता होता. त्यांचे वडील हवाई दलात होते. त्यांच्या किंवा त्यांच्या कुटुंबातील कुणाच्याही राष्ट्रभक्तीबद्दल तिळभरदेखील शंका घेण्याचे कोणतेही कारण नव्हते. एक सहिष्णू राज्य म्हणून नावाजल्या गेलेल्या – गोव्यातील पणजी येथील एका बहुपटल चित्रगृहात चित्रपट पाहण्यासाठी ते गेले होते. राष्ट्रगीत चालू झाले, तरी ते उभे राहिले नाहीत, म्हणून श्री. चतुर्वेदी आणि त्यांच्या पत्नीच्या मागे बसलेल्या जोडप्याने त्यांना लगेच मारहाण करायला सुरुवात केली.

राष्ट्रगीताचा योग्य मान राखला जाण्यासाठी उचित स्वरूपाचे निर्देशन करण्याची विनंती करणारी याचिका सर्वोच्च न्यायालयात दाखल करण्यात आली. याचिकेत असेही म्हटले गेले, की 'परवानगी दिली जाऊ नये अशा वैविध्यपूर्ण परिस्थितींमध्येदेखील कधीकधी राष्ट्रगीत गायले जाते, आणि ते कायद्याच्या दृष्टीने क्षम्य नाही.'

न्यायालयाने याचिकेची सुनावणी २८ ऑक्टोबर २०१६ रोजी – म्हणजे चतुर्वेदींवर झालेल्या हल्ल्याची बातमी छापून आल्यानंतर फक्त एकच आठवड्याने – घेतली. न्यायाधीश दीपक मिश्रा व अमिताव रॉय यांनी सुनावणी घेतली. तत्कालीन महान्यायवादी आणि अन्य सात वकिलांनी कामकाजात भाग घेतला. ३० नोव्हेंबर २०१६ रोजी सर्वोच्च न्यायालयाने सात निर्देश काढले.[१] त्यापैकी तीन चित्रपटगृहांसंबंधीचे होते :

(ड) सर्व चित्रपटगृहांमध्ये मुख्य चित्रपट सुरू होण्यापूर्वी राष्ट्रगीत वाजवले जाईल आणि राष्ट्रगीताचा मान राखण्यासाठी चित्रपटगृहामध्ये उपस्थित असलेल्या सर्वांनी उभे राहावे.

(ई) कुणीही राष्ट्रगीताचा अवमान होईल अशा स्वरूपाचा कोणताही गडबड-गोंधळ निर्माण करू नये म्हणून चित्रपटगृहातील पडद्यावर राष्ट्रगीत गायन किंवा वादन दाखवले/केले जाण्यापूर्वी चित्रपटगृहाची सर्व प्रवेशद्वारे आणि बाहेर पडण्याचे दरवाजे बंद करण्यात यावे. राष्ट्रगीताचे गायन किंवा वादन झाल्यानंतर दरवाजे उघडण्याची मुभा आहे.

(फ) चित्रपटगृहात राष्ट्रगीत गायले/वाजवले जात असताना, पडद्यावर राष्ट्रध्वजच दाखवला जावा.

कोणत्याही परिस्थितीत राष्ट्रगीताचा मान राखला गेलाच पाहिजे या न्यायालयाच्या निर्धाराच्या आड चाकाच्या खुर्चीत बसलेली पंगु व्यक्ती उभी राहू शकणार नाही हा वस्तुनिष्ठ विचारदेखील उभा राहू शकला नाही. इतरांबरोबरच सरकारच्या वतीने बोलणारे महान्यायवादीदेखील या बाबतीत अतिशय ठाम होते. मग न्यायाधीश म्हणतात, 'भारताच्या महान्यायवादीपदावर विराजमान असलेले विद्वान श्री. मुकुल रोहटगी यांनी त्यांच्या ठायी असलेल्या विनम्र भावाने केलेल्या शिफारशीनुसार आम्ही असे निर्देशित करतो, की राष्ट्रगीताचा मान राखला गेलाच पाहिजे.'

निर्देशनामागची तर्कसंगती सांगताना न्यायालयाने असे निरीक्षण नोंदवले,

व्यक्ती जेव्हा राष्ट्रगीत आणि राष्ट्रध्वजाचा मान राखते, तेव्हा ती आपल्या मातृभूमीबद्दलचे आपल्या मनातले प्रेम व आदर व्यक्त करत असते, त्या अनुषंगाने हे निर्देशन आहे. याचबरोबर या कृतीतून राष्ट्रभक्ती आणि राष्ट्रीय एकात्मतेची

---

१. श्याम नारायण चोक्सी वि. भारत सरकार. रिट अर्ज (दिवाणी) क्र. ८५५/२०१६. ३० नोव्हेंबर २०१६ रोजी दिलेला निकाल.

भावनादेखील जोपासली जाईल.

अशाप्रकारे निर्देश काढणे अत्यंत आवश्यक असल्याची न्यायाधीशांना महाजाणीव झाली असावी आणि म्हणून त्यांनी निकालपत्राच्या शेवटच्या भागात आणि इतरत्रदेखील हा मुद्दा पुन:पुन्हा जोरकसपणे लोकांच्या मनावर बिंबवण्याचा प्रयत्न केला, मात्र तसे करताना न्यायालयाने एक नवी संकल्पना, 'सनदशीर राष्ट्रभक्ती'ची संकल्पना; आणि आपल्या व्यक्तिमत्त्वाचा एक नवा 'जन्मजात राष्ट्रीयतेचा गुणविशेष' उदयास आणला.

> इथे असे नमूद केले जात आहे, की आपण एका राष्ट्राचे नागरिक म्हणून राहतो आणि राष्ट्रगीताचा मान राखणे हे त्यांचे परमकर्तव्यच असून ते सनदशीर राष्ट्रभक्ती आणि जन्मजात राष्ट्रीयतेच्या गुणविशेषाचे प्रतीकच आहे. आपल्याला प्राप्त असावेत असे वाटत असलेल्या कोणत्याही वेगळ्या प्रकारच्या वैयक्तिक हक्का/अधिकारांना या बाबतीत थारा नाही. अशी कल्पनादेखील घटनाबाह्य आहे.

राष्ट्रभक्ती बिंबवण्याचा उत्तम उपाय? की तेवढ्यापुरते केलेले मुक्त चिंतन? महान्यायवादी मात्र राष्ट्रगीताचा मान राखला गेलाच पाहिजे यावर जितके ठाम होते तितकेच या आदेशाचे सर्वदूर कठोर पालन केले जाईल याची खातरजमा करण्यावरदेखील ठाम होते.

> हा आदेश केंद्र सरकारने सर्व राज्यांच्या आणि केंद्रशासित प्रदेशांच्या मुख्य सचिवांना परिपत्रित करण्याची श्री. रोहटगी यांनी विनंती केली. याशिवाय हा आदेश इलेक्ट्रॉनिक माध्यमांद्वारेदेखील दाखवला जावा व मुद्रित माध्यमांमध्येदेखील प्रसारित व्हावा, म्हणजे असा आदेश संमत झाल्याचे व तो शब्दश: आणि यथोचित भावनेसह पाळणे आवश्यक असल्याचे सर्वांना ज्ञात होईल, असेही ते म्हणाले.

एक अद्‌भुत घटना

हे निकालपत्र पाहून आपण सगळेच आश्चर्यचकित झालो होतो – राष्ट्रभक्तीची भावना बिंबवण्याचा पोटतिडिकेने केलेला प्रयत्न, प्रत्यक्ष कृती दर्शवून त्यातून केलेले समर्थन, तळमळीने लिहिलेला मजकूर, सगळेच विस्मयकारी होते. पण या आश्चर्याच्या धक्क्याला आपणच जबाबदार होतो : कारण न्यायालयांमध्ये जे काही

घडत असते त्याबद्दल आपण जाणून घेण्याचा प्रयत्नच करत नाही.

फार वर्षांपूर्वी 'कभी खुशी, कभी गम'[२] नावाचा एक चित्रपट आला होता. आणि श्याम नारायण चोक्सी नावाचा एक माणूस होता : हा माणूस 'काही विशिष्ट सामाजिक आणि आध्यात्मिक' संघटनांचा सदस्य होता, आणि राष्ट्रभावना जागृती करण्याची जबाबदारी त्याने स्वयंस्फूर्तपणे स्वतःच्या खांद्यावर घेतली होती, आणि त्यासाठी लोकांच्या मनात राष्ट्रभावना जागृत करण्यासाठी 'जीवन जागृती प्रयास' अशा नावाची मोहीम सुरू केली होती.

आपण हा चित्रपट पाहायला गेल्याचे त्याने न्यायालयास सांगितले. त्यात एक प्रसंग लंडनमध्ये घडताना दाखवला आहे. एका शाळेचा समारंभ सुरू असतो. मुले आपले कलागुण सादर करत असतात. मुलांपैकी एक मुलगा भारतीय असतो. त्याचे पालक प्रेक्षकात बसलेले असतात. त्याची पाळी येते तेव्हा तो दी साउन्ड ऑफ म्युझिक या चित्रपटातील एक गीत सादर करणार आहे, अशी उद्घोषणा त्याची आई करते. पण तो मुलगा मंचावर जातो, आणि आपले राष्ट्रगीत सादर करतो. मुलाचे पालक आणि इतर नातेवाईक उभे राहतात. सगळे भारतीय उभे राहिल्याचे पाहून इतर प्रेक्षकदेखील उभे राहतात. तो मुलगा राष्ट्रगीत गाता गाता शेवटचे चार पाच शब्द विसरतो. त्याला धीर देत त्याची आई राष्ट्रगीत गाऊन पूर्ण करते.

पडद्यावर जेव्हा राष्ट्रगीत दाखवले जात होते, तेव्हा चित्रपटगृहातले प्रेक्षक उभे राहिले नाहीत असे चोक्सी यांचे म्हणणे होते. तसे करण्याद्वारे राष्ट्रगीताबद्दल दाखवणे अनिवार्य असलेला आदर त्यांनी दाखवला नाही असे ते म्हणाले. या चित्रपटाबाबत, तसेच कोणत्या परिस्थितीत राष्ट्रगीत गायले किंवा दाखवले जावे, या व अशा स्वरूपाच्या विविध गोष्टींबाबत मार्गदर्शन करावे अशी त्यांनी मध्य प्रदेश उच्च न्यायालयाला विनंती केली. उच्च न्यायालयाच्या द्विसदस्यीय खंडपीठासमोर त्यांची याचिका सुनावणीस आली. न्यायाधीश दीपक मिश्रा आणि न्यायाधीश ए. के. श्रीवास्तव हे खंडपीठाचे सदस्य होते. न्यायाधीश दीपक मिश्रा यांनी न्यायनिर्णय जाहीर केला.

चित्रपट म्हणजे काय याच्या वर्णनाद्वारे न्यायाधीश मिश्रा यांनी सुरुवात केली. कालमानानुसार या माध्यमात कशा सुधारणा होत गेल्या तेही त्यांनी सांगितले. मग भाषण आणि निर्मितीस्वातंत्र्याच्या महत्त्वाची आठवण करून दिली. आणि मग कोणत्या संदर्भात या स्वातंत्र्याचा विचार केला जावा हेदेखील सांगितले :

---

२. मागोवा घेण्यासाठी, श्याम नारायण चोक्सी वि. भारत सरकार, एमएएनयू/एमपी/०२९२/२००३, अधिकृत न्यायाधीश दीपक मिश्रा व न्यायाधीश ए. के. श्रीवास्तव

ज्या क्षणी आपण जनसंपर्काच्या माध्यमांच्या क्षेत्रात प्रवेश करतो, त्या क्षणी लोकशाही, स्वायत्तता, राष्ट्रभक्ती, राष्ट्रीय भावना आणि एकात्मित कल्याणाच्या संकल्पना उदयाला येतात, काही धूमकेतूप्रमाणे अचानक समोर ठाकतात, तर काही डोळ्यांसमोर तत्काळ चमकायला लागतात. या ठिकाणी राष्ट्रभक्ती म्हणजे अल्प काळापुरता झालेला भावनेचा उद्रेक (तत्सम) नसून आयुष्यभर शांतपणे आणि शाश्वतरूपाने बाळगलेली समर्पणाची भावना होय असे अड्‌ली (तत्सम) स्टीव्हन्सन यांचे वचन आठवते. स्वातंत्र्य म्हणजे मौजमजा नव्हे याचीदेखील आठवण करून द्यावीशी वाटते. तसेच लोकशाही म्हणजे इतरांनी आपल्यावर शिस्त लादू नये म्हणून आपणच स्वत:ला शिस्त लावणे होय. चुकीचे वर्तन करणे हा लोकशाहीचाच भाग असल्याचे कुणाला वाटत असले, तरीदेखील शिस्तपालन हीच खरी लोकशाहीची अनिवार्य अट आहे.

त्यानंतर ज्या परिप्रेक्ष्यामध्ये गायल्या गेलेल्या राष्ट्रगीताबद्दल वादाचा मुद्दा उपस्थित केला गेला होता, त्याचा जास्त चांगला अंदाज घेण्यासाठी न्यायाधीशांनी एक विलक्षण गोष्ट – जी सर्वांनीच करावी असे आवाहन आपण सर्वच जण करू – ती गोष्ट केली, म्हणजे, त्यांनी तो चित्रपट स्वत: पाहिला. चित्रपटातील विवक्षित प्रसंगाच्या चित्रणात काय पाहिले, त्याचे न्यायमूर्ती मिश्रा यांनी पुढील शब्दात वर्णन केले :

(अ) मुलाने, म्हणजे चित्रपटात प्रमुख भूमिकेत असलेल्या पालकांच्या मुलाने राष्ट्रगीत गायला सुरुवात करण्यापूर्वी, पालकांच्या चेहऱ्यावर कौतुकाचे भाव दिसतात आणि आपल्या मुलाने चांगले सादरीकरण करावे म्हणून त्याला प्रोत्साहन देण्यासाठी त्याची आई शीळ वाजवायला लागते.

(ब) आपला मुलगा काही दशकांपूर्वी प्रदर्शित झालेल्या 'दी साउन्ड ऑफ म्युझिक' या इंग्रजी चित्रपटातील एक गाणे गाणार असल्याचे त्याची आई जाहीर करते.

(क) तो इयत्ता चौथीत शिकणारा मुलगा, पुढील प्रकारची घोषणा करतो 'आई, हे केवळ तुझ्यासाठी आहे.'

(ड) ते ऐकल्यावर आईच्या चेहऱ्यावर तिच्या मनातली अस्वस्थता दिसू लागते आणि ती अस्वस्थ झाल्याचे मुलाच्या वडिलांनादेखील जाणवते, आणि मग, ते दोघेही पुढे काय होणार याची अस्वस्थपणे वाट पाहू लागतात.

(ई) मुलगा भारताचे राष्ट्रगीत गायला सुरुवात करतो.

(फ) मुलाचे पालक, काका आणि मावशी ताबडतोब उठून उभे राहतात.

(ख) भारतीय नागरिक उठून उभे राहत असल्याचे पाहून कार्यक्रम पाहत असलेले इतर लोक टप्प्याटप्प्याने उभे राहतात. काही लोक राष्ट्रगीताची एक ओळ गाऊन झाल्यावर, काही दोन झाल्यावर तर काही तीन ओळी गाऊन झाल्यावर उभे राहतात.

(ह) मुलगा राष्ट्रगीत गात असताना मनातील साशंकतेचे भाव मुलाचे पालक व्यक्त करतात, पण ही साशंकता फक्त त्यांच्या चेहऱ्यावरील बदलत्या भावरेषांद्वारे दिसते.

(ऐ) त्यानंतर तो मुलगा राष्ट्रगीतातला शेवटचा भाग विसरतो आणि म्हणून तो ध्वनिक्षेपकातून 'सॉरी' असे म्हणतो. मुलाची आई राष्ट्रगीताचे शेवटचे शब्द गाऊन राष्ट्रगीत पूर्ण करते.

या अगदी साध्याशा वाटणाऱ्या प्रसंगचित्रणातून न्यायाधीशांनी राष्ट्रगीताचा मान राखण्याबाबत अनेक चुका शोधून काढल्या. एखाद्या शाळेचा विविध-गुण-दर्शनाचा कार्यक्रम हा काही राष्ट्रगीत गाऊन दाखवण्यासाठी उचित कार्यक्रम नाही. आणि त्यातही त्या मुलाचे शेवटचे काही शब्द विसरणे अजिबातच उचित नाही. त्यावर कडी म्हणजे त्याचे ते राष्ट्रगीत गायचे सोडून मध्येच 'सॉरी' म्हणणे...

राष्ट्रगीताचे गायन उच्च आदरपूर्वक केले जाणे आणि त्याचा परम आदरसन्मान करणे कुणालाही टाळता येणार नाही. आपल्यासमोरील प्रकरणामध्ये आम्ही यापूर्वीच नमूद केल्याप्रमाणे चित्रपटातील प्रमुख पात्रांचा मुलगा ज्याची अपेक्षा असते त्या गाण्याऐवजी दुसरेच, म्हणजे राष्ट्रगीत गायला सुरुवात करून श्रोत्यांना, पालकांना अनपेक्षिततेचा एक धक्काच देतो. हे सादरीकरण प्रसारमाध्यमांच्या आधारे झाले आहे. मुलाची भूमिका करणारा मुलगा ओळ विसरतो आणि 'सॉरी' म्हणतो. कुणी म्हणेल गाणं म्हणता म्हणता मुलगा फक्त अडखळला, कुणी म्हणेल भाषेची सवय नसल्याने जीभ अडखळली किंवा लहान मूल आहे, मंचावर इतक्या माणसांसमोर सादर करायच्या भीतीमुळे मोठ्या माणसांनादेखील शब्द विसरायला होतात, मुलाला क्षमा करायला हवी, परंतु ही सगळी गोष्ट सर्वसमावेशक प्रमाणात विचारात घेतली, तर हा पटकथा लिहिणाऱ्याच्या सुपीक कल्पनेचा आविष्कार आहे तसेच तो दिग्दर्शकाच्या कल्पनाशक्तीचादेखील आहे. मुळात तो हेतुपूर्वक घडवून आणलेला प्रसंग आहे. लेखकाची लेखणी जाणीवपूर्वकपणे घसरली

आहे. एका महान देशाच्या राष्ट्रगीताबद्दल आपण काहीतरी करू पाहत आहोत याचाच लेखक आणि दिग्दर्शकाला विसर पडला आहे.

ऋषींच्या मनामध्ये आपल्या देशाबद्दल किती महान संकल्पना होती हे पटवून देण्यासाठी न्यायाधीशांनी शास्त्रांमधले उतारे उद्धृत केले. पण मग त्या पटकथा-लेखक, निर्माता आणि दिग्दर्शकाचे काय?

त्यांनी 'लोकवाणी म्हणजेच देववाणी' ही म्हण लक्षात ठेवली नाही. चित्रपटाच्या निर्मात्याने आणि दिग्दर्शकाने भारताच्या राष्ट्रगीताला, देशाच्या मुळाक्षरांनाच दुय्यम दर्जाचे ठरवले आहे.

प्रथमदर्शनी पाहता तो प्रसंग म्हणजे राष्ट्रभक्तीचा एक महान आविष्कार वाटेल पण सखोल व लक्षपूर्वक पाहिले, तर ती केवळ एक प्रतिकृती आहे, पण ती पोकळ आहे, तिचा गाभा भरीव नाही असे दिसून येईल. इथे सीझरच्या नाटकी ढंगातील सुप्रसिद्ध उक्तीचा, 'तो आला, त्याने पाहिलं, त्याने जिंकलं' याचा आधार घेता येणार नाही. मुलाच्या निरागसतेच्या आडोशाने राष्ट्रीय अस्मितेचा बळी देऊन मुलाच्या पालकांना बढाया मारण्याची मुभा देता येत नाही. आमच्या मते हे राष्ट्रीय नीतिमत्तेच्या विरोधात आहे आणि राष्ट्रीय भावनेच्या पावित्र्याला लागलेला शाप आहे. तसेच हे अभिव्यक्तिस्वातंत्र्याचे गैरवाजवी प्रदर्शन आहे.

संपूर्ण घटनेकडे चुकीच्या दृष्टिकोनातून पाहिले गेले असावे, असे वाटत राहील :

राष्ट्रगीताचा वापर एका विविध-गुणदर्शन कार्यक्रमात केला गेला होता हे प्रत्यक्षपणे आणि ढळढळीतपणे दिसत होते यात वाद नव्हता. तो इयत्ता चौथीमधील विद्यार्थ्यांद्वारे सादर करण्यात आला. त्या मुलाने राष्ट्रगीत गायला सुरुवात केल्याक्षणी प्रेक्षक उठून उभे राहिले नाहीत हेदेखील स्पष्टपणे दिसले होते. ती हालचाल अगदीच संथपणे झालेली दिसते. चित्रपटातील प्रेक्षकांना आश्चर्याचा धक्का बसतो. त्यांचा गोंधळ उडतो. आम्हाला जसे दिसले, त्याप्रमाणे प्रेक्षकांपैकी काही जण तीन ओळी झाल्यावर उठून उभे राहतात, काही जण चार ओळींनंतर तर काही पाच ओळींनंतर उभे राहतात. राष्ट्रगीत एकसंधपणे, सलगपणे गायलेले दिसत नाही. मुलगा मध्येच 'सॉरी' म्हणतो आणि त्याची आई विसरलेले शब्द गात गाणे पूर्ण करते.

'हा प्रसंग पडद्यावर पाहिल्यावर अनेक प्रश्न मनात उभे राहतात,' न्यायाधीशांनी नमूद केले आहे :

(अ) एखाद्या शाळेच्या वार्षिक दिनानिमित्तच्या विविध-गुणदर्शनाच्या / संस्कृतीदर्शनाच्या कार्यक्रमात राष्ट्रगीताचा वापर करता येतो का?

(ब) एक आश्चर्याचा धक्का देणारा कार्यक्रम, अशा स्वरूपात तो दाखवता येईल का?

(क) नाटके-चित्रपटात भूमिका करणाऱ्या व्यक्तीलादेखील राष्ट्रगीत गायन मध्येच तोडण्याची परवानगी देता येऊ शकेल का? प्रत्यक्षात एखाद्या सांस्कृतिक कार्यक्रमाच्या शेवटी राष्ट्रगीत गायले जात असताना एखाद्याला विसर पडेल किंवा अपरिहार्य कारणांमुळे गायन पूर्ण करणे शक्य होणार नाही, पण चित्रपटामध्ये पुढे काय घडणार आहे, हे माहीत असते. रजतपटावरील चित्रपटामध्ये एखादा प्रसंग जेव्हा चित्रित केला जाणार असतो, तेव्हा काम करणाऱ्या मुलाला सूचना दिलेल्या असतात, पुन:पुन्हा प्रसंगाच्या तालमी घेतल्या जातात, पुन:पुन्हा चित्रीकरण केले जाते, त्यामुळे त्या प्रसंगाच्या चित्रीकरणाशी संबंधित असलेल्या सर्वांना पुढे काय होणार हे माहीत असते. या दृष्टिकोनातून हा प्रश्न महत्त्वाचा आहे आणि म्हणूनच परवानगी देणे शक्य आहे वा नाही हेदेखील महत्त्वाचे ठरते.

(ड) भारताचे राष्ट्रगीत गायले जात आहे हे स्पष्ट करताना लागलेल्या वेळामुळे चित्रपटातील प्रेक्षकांना सावकाश, त्यांना आवश्यक वाटतो तेवढा वेळ घेत उठायला परवानगी देता येईल का?

(ई) भारताच्या राष्ट्रगीताचा मान व प्रतिष्ठा समजत नसेल व त्यामुळे ते गायले जात असताना त्यांच्याकडून वेगळे वर्तन घडेल, अशा वातावरणातल्या लोकांसमोर राष्ट्रगीत गायले जाणे योग्य आहे का?

(फ) पुढचा, आणि जास्त महत्त्वाचा प्रश्न असा आहे, की व्यापारी दृष्टिकोनातून फायदा मिळवण्याच्या हेतूने राष्ट्रगीताचे असे चित्रीकरण करता येईल का?

'हे असे प्रश्न मनात उभे राहतात आणि आम्ही आधी म्हटल्याप्रमाणे, एखाद्या व्यापारी हेतूने जाहिरातबाजी करण्यासाठी गाणे म्हणावे तसे राष्ट्रगीताचे गायन होताना चित्रपटात दाखवले आहे असे आमचे मत आहे. आणि तसे करणे संपूर्णपणे निषेधार्ह आहे...'

राष्ट्रगीत हा भारताच्या स्वायत्ततेच्या आणि एकात्मतेच्या केंद्रीय संकल्पनेचा आस आहे. राष्ट्रगीत हे राष्ट्रभावनेचा गाभा, राष्ट्रप्रेमाचे रक्ताभिसरण, राष्ट्रीय वारशाचा केंद्रबिंदू, संस्कृतीचा पाया आणि राष्ट्रीय अस्मितेचे प्रतीक आहे...' असे ठरावीक साच्याच्या आपल्या परिच्छेदात न्यायाधीश मिश्रा म्हणतात. आणि यातूनच पुढे जे अवतरले, ते म्हणजे एक छोटेसे पाऊलच होते :

...राष्ट्रगीत हे आपल्या इतिहासाचे, स्वायत्ततेचे, एकात्मतेचे, अस्मितेचे आणि सन्मानाचे प्रतीक आहे. राष्ट्रगीताचा कोणत्याही प्रकारे अनादर करणारी व्यक्ती देशद्रोही कारवायांमध्ये गुंतलेली असल्याचेच मानले गेले पाहिजे.

चित्रपटाच्या निर्मात्यांच्या, दिग्दर्शकाच्या वकिलांनी राष्ट्रगीत दाखवले गेलेल्या चित्रपटातील दृश्यांचे मूल्यांकन करण्याबाबतच्या सेन्सॉर बोर्डाच्या नियमांकडे बोट दाखवले. राष्ट्रगीत एखाद्या माहितीपटाचा किंवा बातमीपटाचा भाग म्हणून दाखवले जात असेल तर प्रेक्षकांनी उठून उभे राहावे अशी अपेक्षा नसते, असे नियमांमध्ये स्पष्टपणे नमूद केले आहे याकडे लक्ष देण्याची त्यांनी विनंती केली. न्यायाधीशांनी त्यांची विनंती फेटाळली : म्हणाले, हा काही माहितीपट किंवा बातमीपट नाही, हा चित्रपट आहे. काहीही असलं तरी, त्यांनी यापूर्वीच स्पष्ट केलं आहे, की राष्ट्रगीताबद्दल योग्य तो आदर दाखवण्याच्या आड निव्वळ तांत्रिक गोष्टींचा अडथळा निर्माण होण्यास परवानगी देता येत नाही :

> देशहिताचा प्रश्न असतो, तेव्हा आपल्या पूर्वजांनी केलेला त्याग, आपल्या देशातील लोकांसाठी ज्यांनी परकीयांशी लढा दिला आणि प्रसंगी प्राणसुद्धा त्यागले आणि जी राष्ट्रभक्ती सोदाहरण दाखवली, ते निव्वळ तांत्रिकतेच्या बळाने उलथून फेकून देता येत नाही. राष्ट्रीय अस्मितेचा प्रश्न असेल आणि विकसनशील देशाच्या विकासामध्ये राष्ट्रीय भावनेला अनन्यसाधारण महत्त्व असेल; तेव्हा प्राथमिक स्वरूपाच्या तांत्रिक गोष्टींचा विचार केला तरीही त्या राष्ट्रीय महत्त्वाच्या गोष्टींपेक्षा जास्त प्रभावी मानता येत नाहीत. आपला प्रत्येक शब्द, कृती आणि विचार घटनेचा व राष्ट्रगीताचा आदर करणाराच असावा याची प्रत्येक नागरिकाने काळजी घेणे गरजेचे आहे. अभिव्यक्तिस्वातंत्र्याच्या नावाखाली संपूर्ण व्यक्तिस्वातंत्र्याचा पुरस्कार करणे व राष्ट्रीय प्रतीकांचा सन्मान करण्याच्या मार्गापासून दूर जाण्यास कोणालाही परवानगी नाही. तसे झाले, म्हणजे निर्मितिस्वातंत्र्य किंवा कलेच्या नावाखाली अभिव्यक्तिस्वातंत्र्याचा वापर केला गेला, तर – डॉ. बी. आर. आंबेडकरांची उक्ती उसनी घेऊन सांगायचे, तर ते 'अराजकाचे व्याकरण' लिहिण्यासारखेच ठरेल.

सेन्सॉर बोर्डाच्या मार्गदर्शनात असे म्हटले आहे, की कोणताही चित्रपट त्याच्या पूर्णांशाने होणाऱ्या परिणामाकडे लक्ष देऊन विचारात घेणे आवश्यक आहे, आणि सर्वसामान्य माणसाला त्याच्या सर्वसामान्य भावनिक जाणिवांनुसार चित्रपटाबद्दल काय वाटेल, याचा विचार केला जावा, असे मत वकिलांनी मांडले. मार्गदर्शक तत्त्वे तशी आहेत आणि ती स्वीकारार्ह आहेत असे न्यायाधीश म्हणाले, परंतु...

> सर्वसामान्य दृष्टिकोनातून चलचित्रपट संपूर्णपणे पाहिला जावा असे मार्गदर्शक तत्त्वांमध्ये सांगितले आहे. त्यात कल्पकता असणे आवश्यक आहे. परंतु कल्पक निर्मितिमूल्यांच्या नावाखाली चित्रपटामधे राष्ट्रगीत अशाप्रकारे वापरले जाऊ शकते का हा लाखमोलाचा प्रश्न आहे. संदर्भित चित्रपटात राष्ट्रगीताचे दोन भाग केले गेले आहेत. त्यातला मुलगा राष्ट्रगीताचा एक भाग गातो, आणि त्याची आई उरलेला, कदाचित शेवटचे पाच शब्द गाते.

मुलगा विसरतो, 'सॉरी' म्हणतो आणि त्यामुळे आपल्या राष्ट्रगीताचे दोन तुकडे होतात! म्हणूनच, हा सर्वंकष, आणि वेगळं सांगायला नकोच, पण ताकीद देणारा आदेश:

आमच्या वर उल्लेखिलेल्या मतानुसार आम्ही असे निर्देशित करतो की :

(अ) राष्ट्रगीत दाखवले जात असलेले दृश्य काढून टाकल्याशिवाय 'कभी खुशी, कभी गम' हा चित्रपट कोणत्याही चित्रगृहात दाखवला जाऊ नये.

(ब) उत्तरवादी क्र.४ व ५ हे हा चित्रपट सर्व चित्रगृहांमधून मागे घेतील आणि चित्रगृहांच्या मालकांवर हा चित्रपट सध्याच्या स्वरूपात दाखवण्यास मनाई करण्यात येत आहे.

(क) संदर्भित कायदे व नियमांनुसार उपरोल्लेखित दृश्य कापून त्यानंतरची चित्रपटाची आवृत्ती बोर्डाच्या सदस्यांना दाखवली जाईपर्यंत उत्तरवादी क्र. ३ (सेन्सॉर बोर्ड)ने या चित्रपटाचे प्रमाणपत्र मागे घ्यावे.

(ड) दृश्य कापल्याशिवाय उपरोक्त चित्रपट राष्ट्रीय चॅनेलवर तसेच उपग्रहाद्वारे चालणाऱ्या कोणत्याही चॅनेलवर प्रदर्शित केले जाऊ नये.

(इ) राष्ट्रगीतासंदर्भातले दृश्य न कापता कोणतीही व्हिडीओ कॅसेट/व्हीसीडी/डीव्हीडी बाजारात विकली गेली तर योग्य प्राधिकरण संदर्भित व्यक्तींविरुद्ध सेन्सॉर बोर्डातर्फे प्रमाणित नसलेल्या चित्रपटाबाबत व्यवहार करण्यासंदर्भातल्या कायद्यातील तरतुदींनुसार कारवाई करेल.

(फ) राष्ट्रगीतासंदर्भातले दृश्य जोपर्यंत कापले गेले नसेल, तोपर्यंत तो चित्रपट

दाखवणे म्हणजे सेन्सॉर बोर्डातर्फे प्रमाणित नसलेला चित्रपट दाखवणे होईल, म्हणून कोणत्याही केबल ऑपरेटरने हा चित्रपट दृश्य कापले न गेलेल्या स्वरूपात प्रदर्शित करू नये.

आणि या खटल्याच्या खर्चापोटी तक्रारदाराला रु.१५,००० देण्यात यावेत.

चित्रपटाचे निर्माते वगैरेंनी सर्वोच्च न्यायालयात या आदेशाविरुद्ध अपील करण्याची परवानगी मिळवण्यासाठी न्यायाधीशांकडे अर्ज केला. तोपर्यंत अपील करण्याच्या अधिकाराबाबतचे नियमन करणाऱ्या कलमामध्ये अशी तरतूद होती, की निकालपत्र जाहीर केले गेले, की त्यामुळे दुखावली गेलेली व्यक्ती अपील करण्याची परवानगी मागणारा अर्ज करेल, आणि उच्च न्यायालय ताबडतोब तशी परवानगी देईल.[३] संदर्भित प्रकरणातील निर्माते वगैरेनी अपील करण्याची परवानगी घेण्यासाठी लेखी अर्ज केला. न्यायाधीशांनी परवानगी नाकारली : अपिलावरील कारवाई जलदगतीने व्हावी म्हणून कायद्यामध्ये बदल केला आहे; निकाल दिल्यानंतर अपील करण्यास तत्काळ तिथल्यातिथे तोंडी परवानगी देण्याऐवजी काही काळ उलटल्यावर लेखी स्वरूपात अपिले दाखल करण्यास परवानगी दिल्यास, कायदा करण्यामागच्या मुख्य हेतूलाच हरताळ फासला जाईल. म्हणून अपील करण्यास परवानगी नाही. तसेच स्थगितीदेखील नाही.[४]

---

३. घटनेतील यासंबंधीचे कलम असे आहे :

१३४ अ. सर्वोच्च न्यायालयात अपील करण्यासाठी प्रमाणपत्र – कलम १३२ च्या उपकलम (१)मध्ये, किंवा कलम १३३ चे उपकलम (१) मध्ये, किंवा कलम १३४ च्या उपकलम (१) मध्ये नमूद केल्यानुसार निकालपत्र, हुकूमनामा, अंतिम आदेश, किंवा शिक्षादेश देणाऱ्या प्रत्येक उच्च न्यायालयाने –

(अ) तसे करणे उचित वाटत असल्यास, स्वयंस्फूर्तपणे; आणि

(ब) निकालपत्र, हुकूमनामा, अंतिम आदेश किंवा शिक्षादेश संमत केला गेल्यानंतर ताबडतोब दुखावलेल्या पक्षकाराच्या वतीने त्या स्वरूपाचा तोंडी अर्ज करण्यात आला असेल, तर संमत केल्यानंतर शक्य तितक्या लवकर, कलम १३२ च्या उपकलम (१)मध्ये, किंवा कलम १३३ चे उपकलम (१) मध्ये, किंवा कलम १३४ च्या उपकलम (१) मध्ये नमूद केल्यानुसार द्यावयाचे प्रमाणपत्र, त्या खटल्यासंदर्भात देण्याची शक्यता निश्चित करणे आवश्यक आहे.

चर्चा केली जात असलेल्या प्रकरणाला लागू होणारे कलम (ब) तिरक्या अक्षरात लिहिले आहे.

४. श्याम नारायण वि. भारत सरकार, सन २००३ चा एम.सी.सी. क्र.५९१, २८ जुलै २००३ रोजी दिलेला आदेश. एमएएनयू/एमपी/१०४४/२००३.

एवढे झाल्यावरदेखील निर्माते वगैरे सर्वोच्च न्यायालयात गेलेच. सरन्यायाधीशांच्या नेतृत्वाखालील एका त्रिसदस्यीय खंडपीठाने मध्य प्रदेश उच्च न्यायालयाचा आदेश बाजूला सारला :

> एखाद्या बातमीपटात किंवा माहितीपटात किंवा चित्रपटात राष्ट्रगीत दाखवले जात असताना प्रेक्षक उभे राहण्यामुळे राष्ट्रगीताच्या प्रतिष्ठेत भर पडत नाहीच, उलट चित्रप्रदर्शनात खंड पडतो व त्यामुळे अव्यवस्थितपणा व गोंधळ निर्माण होतो; म्हणून अशा परिस्थितीत प्रेक्षकांनी उभे राहणे अपेक्षित नाही अशा केंद्र सरकारने दिलेल्या सूचनांमुळे आमचे शंकासमाधान झाले आहे. आणि म्हणून आम्ही आव्हान देण्यात आलेला आदेश रद्द ठरवत आहोत.[५]

परंतु मार्क टुलीने आम्हाला शिकवले होते, त्याप्रमाणे भारतात कशालाही कधीच पूर्णविराम मिळत नसतो. काळ बदलतो, परिस्थिती बदलते. दीपक मिश्रा यांची सर्वोच्च न्यायालयाचे न्यायाधीश म्हणून बढती झाली. ज्यांनी न्यायमूर्ती मिश्रांच्या मध्य प्रदेश उच्च न्यायालयाच्या खंडपीठासमोर २००४ साली अर्ज केला होता, तेच श्याम नारायण चोक्सी नावाचे सद्गृस्थ, आता २०१६ मध्ये आपला मुद्दा घेऊन सर्वोच्च न्यायालयात आले. आणि अद्भुत संयोग म्हणावा, तसा त्यांचा अर्ज न्यायमूर्ती मिश्रा यांच्या न्यायालयातच दाखल झाला. आणि मग आपण अभ्यासत होतो ते राष्ट्रगीतासंबंधीचे निकालपत्र आपल्या हाती पडले!

या निकालपत्राने फक्त कभी खुशी, कभी गम या एका चित्रपटाचाच परामर्श घेतला नव्हता, तर त्यात सर्व चित्रपट आणि सर्व चित्रपटगृहांचादेखील परामर्श घेतला होता. काव्यमय बदलाच जणू! याचे परिणाम फारच व्यापक होते, आणि ते थोड्याच कालावधीत आपल्यावर आदळले.

पूर्वानुमान करता येतील असे परिणाम

राष्ट्रगीतासंदर्भातील आपल्या निकालाद्वारे सर्वोच्च न्यायालयाने – राष्ट्रगीत गायले जात असताना उभे न राहण्याचा, ज्याला प्रस्थापित कायद्याचा कोणताही आधार

---

५. करण जोहर वि. भारत सरकार. १९ एप्रिल २००४ रोजी दिलेला निर्णय, एमएएनयू/एससी/०५३५/२००४, (२००४) ५ एससीसी १२७. न्यायमूर्ती होते : सरन्यायाधीश व्ही. एन. खरे, न्यायाधीश एस. बी. सिन्हा आणि न्यायाधीश एस. एच. कपाडिया

नाही असा - एक नवीन गुन्हा निर्माण केला आहे असे मद्रास उच्च न्यायालयातील एक वकील राहुल उन्नीकृष्णन यांनी निदर्शनास आणून दिले.[६] त्यांनी असे दाखवून दिले, की,

> राष्ट्रीय ध्वज, राष्ट्रगीत आणि राज्यघटनेचा अपमान करणे हा राष्ट्रीय प्रतीक अनादर प्रतिबंध अधिनियम, १९७१ नुसार गुन्हा समजण्यात आला आहे. राष्ट्रगीत गाण्यास प्रतिबंध किंवा राष्ट्रगीत गात असलेल्या जमावाच्या गायनात अडथळे निर्माण करणाऱ्या व्यक्तीस तीन वर्षांपर्यंतचा कारावास किंवा दंड, किंवा दोन्हीची शिक्षा भोगावी लागेल असे या कायद्याचे कलम ३ सांगते. कलम २ मध्ये राष्ट्रध्वज आणि घटनेचा अपमान कोणत्या कृत्यांमुळे होतो याचे तपशीलवार वर्णन आहे, तर कलम ३ मध्ये राष्ट्रगीत गायनाचा अपमान होण्यास प्रतिबंध करण्यावर लक्ष केंद्रित केले गेले आहे. राष्ट्रगीत चालू असताना उभे राहिलेच पाहिजे असा दंडक कोणत्याच कलमान्वये घातला गेलेला नाही. तसेच भारतीय दंडविधान संहिता, १८६० नुसार राष्ट्रगीताचा अपमान करणाऱ्या कोणत्याही कृतीला गुन्हा ठरवण्यात आलेले नाही.

सर्वोच्च न्यायालयाने आदेश देण्यापूर्वी, चित्रपटगृहामध्ये राष्ट्रगीत वाजवले जात असताना उभे न राहिल्याबद्दल चाकांच्या खुर्चीत बसलेल्या एका पंगू माणसाला मारहाण करण्यात आल्याबद्दलचे वर्तमानपत्रांनी छापलेले वृत्त आपण पाहिले होते. आणि तरीही चित्रपटगृहांमध्ये राष्ट्रगीत वाजवले गेलेच पाहिजे, आणि प्रत्येकाने उभे राहिलेच पाहिजे असा हुकूमच सर्वोच्च न्यायालयाने काढला होता. आणि या निकालाचा मागोवा घेत जाता जाता उन्नीकृष्णन यांना घडलेली एक विचित्र घटना आठवली :

> केरळमध्ये झालेल्या आंतरराष्ट्रीय चित्रपट महोत्सवात (आयएफएफके) क्लॅश नावाचा एक इजिप्शियन चित्रपट दाखवला जाण्यापूर्वी राष्ट्रगीत वाजवले जात असताना उभे न राहिल्याबद्दल – काही पत्रकारांसह – सहा जणांना केलेल्या अटकेमुळे महोत्सवाला वाईट वळण लागले. असे म्हटले गेले, की पोलीस महासंचालक श्री. लोकनाथ बेहरा यांना भारतीय युवा

---

६. 'पहा २० डिसेंबर २०१६च्या 'द वायर' मधील राहूल उन्नीकृष्णन यांचा 'द सुप्रीम कोर्ट्स ट्राइस्ट विथ पॅट्रिऑटिझम लॅक्स लेजिस्लेटिव्ह बॅकिंग'

मोर्चा – भाजपमधील तरुण कार्यकर्ता संघटनेकडून एक तक्रार प्राप्त झाली व त्या तक्रारीच्या आधारे तपास करण्याचे त्यांनी सहायक पोलीस आयुक्तांना आदेश दिले. प्रेक्षकांमध्ये काही पोलीसदेखील होते असे अहवालांमध्ये सूचित केले गेले होते.

दररोज मोठ्या संख्येने चित्रपट दाखवले जाणार असल्यामुळे सर्वोच्च न्यायालयाच्या आदेशाचे पालन करण्यापासून सूट मिळावी यासाठी चित्रपट महोत्सवाच्या संयोजकांनी सर्वोच्च न्यायालयाकडे अर्ज केला होता. सूट नाकारताना सर्वोच्च न्यायालयाने केलेली नोंद अशी होती, 'जर चित्रपटांचे वेगवेगळे ४० खेळ होणार असतील, तर तुम्हाला, ४० वेळा उभे राहावेच लागेल.'

उभे राहण्याच्या आदेशाला कायद्याचे कोणतेही पाठबळ नाही, असे उन्नीकृष्णन यांनी निदर्शनास आणून दिले, त्यामुळे अटक केलेल्या सहा जणांवर कोणत्या गुन्ह्याचा आरोप लावायचा, अशी पोलिसांची पंचाईत झाली.

एका लोकसेवकाने संमत केलेल्या आदेशाचे पालन न करण्याच्या कृतीबद्दलच्या कारवाईच्या भारतीय दंडविधान संहितेच्या कलम १८८ नुसार आयएफएफके महोत्सवात अटक केलेल्या सहा जणांवर तिरुअनंतपुरम येथील पोलिसांनी आरोप लावले आहेत. या कलमातील तरतुदीनुसार 'लोकसेवकां'मध्ये न्यायाधीशांचादेखील समावेश आहे. म्हणून उभे न राहण्याची कृती करून राष्ट्रगीताचा अपमान करण्याच्या कृतीला गुन्हा ठरवणारी तरतूद दुसऱ्या कोणत्याही कायद्यामध्ये नसल्यामुळे पोलिसांना कलम १८८ चा आश्रय घेण्याशिवाय दुसरा पर्यायच उपलब्ध नव्हता. भारतीय दंडविधान संहितेसंदर्भातल्या कायदेविषयक समालोचनांमध्ये कलम १८८ अन्वये एखादी कृती गुन्हा स्वरूपाची असल्याचे सिद्ध होण्यासाठी पुढील गोष्टी दाखवल्या जाणे अत्यावश्यक आहे :

- एखादा कायदेशीर आदेश जाहीर करणाऱ्या लोकसेवकास तसा आदेश जाहीर करण्याचे असलेले अधिकार
- सर्वसाधारण किंवा विशेष आदेशाच्या स्वरूपाचे ज्ञान
- अशा आदेशाचे पालन न करणे; आणि
- अशा पालन न करण्याच्या कृतीचे संभाव्य परिणाम

एखाद्या आदेशाचे पालन न करण्याची कृती ही थेटपणे गुन्हाच ठरत

नसते असे अनेक उच्च न्यायालयांनी प्रस्थापित केले आहे. पालन न करण्याच्या कृतीमुळे एक विशिष्ट परिणाम होण्याची शक्यता, उदाहरणार्थ, उपद्रव निर्माण होणे, अडथळा निर्माण होणे इत्यादी स्वरूपाचा परिणाम होण्याची शक्यता आहे असे दाखवता येणे आवश्यक आहे. तसेच वस्तुत: उपद्रव निर्माण झाला हे सिद्ध केले जावे, असा प्रस्थापित कायदा आहे; संबंधित अधिकाऱ्यांना केवळ मानसिक त्रास झाला असे म्हणणे पुरेसे नाही. त्यामुळे पोलिसांनी कलम १८८वर विसंबून राहण्यामध्ये कायद्याच्या ज्ञानाचा अभावच दिसतो.

आणि अपेक्षेप्रमाणे लवकरच दूर तिकडे गुवाहाटीमध्ये याचे पडसाद उमटताना ऐकू आले. २ ऑक्टोबर २०१७ रोजी, म्हणजे गांधीजयंतीच्या दिवशी, दी टाइम्स ऑफ इंडियामध्ये बातमी आली :

राष्ट्रगीत सुरू असताना उभे न राहिल्याबद्दल अपंगाबरोबर गैरवर्तन

दिनांक : २ ऑक्टोबर २०१७
गौरव दास : टीएनएन

गुवाहाटी : एका बहुपटल चित्रपटगृहात राष्ट्रगीत सुरू असताना उभे न राहिल्याबद्दल शुक्रवारी अपंगांच्या हक्कासाठी भांडणाऱ्या, चाकांच्या खुर्चीत बसणे अनिवार्य असलेल्या एका माणसाबरोबर गैरवर्तन करण्यात आले.

राष्ट्रगीत सुरू असताना 'मान राखण्यासाठी' आपण 'अगदी ताठ' बसलो होतो, असे चित्रपटगृहातल्या पुढच्या रांगांपैकी एका रांगेत बसलेल्या अरमान अली (३६) याने निवेदन केले. परंतु, उभे न राहिल्याबद्दल राष्ट्रगीत संपताना दोन माणसांनी त्याच्याशी गैरवर्तन केले. त्यांच्यापैकी एक जण 'सामने एक पाकिस्तानी बैठा है' असे म्हणाला असे सांगण्यात आले.

'मी मागे वळून पाहिले, तेव्हा त्यांच्या चेहऱ्यावर मख्खपणा दिसत होता. 'पाकिस्तानी' म्हणून हेटाळणी करण्यापूर्वी तो माणूस उभा राहू शकतो की नाही हे जाणून न घेताच त्याला पाकिस्तानी म्हणणे किती सोपे असते नाही का? राष्ट्रगीत सुरू असताना माझ्या उभे न राहण्याबद्दल काहीतरी शेरेबाजी केली म्हणजे आपण मोठे राष्ट्रीय कर्तव्य केले असे त्यांना समाधान वाटत असावे; अशी आता आपल्या समाजाची मानसिकता झाली आहे. मी याबद्दल भारताच्या सरन्यायाधीशांना लेखी कळवणार

आहे.' असे शिशु सरोही नावाच्या एका भिन्न-क्षमताधारक व्यक्तींच्या सक्षमीकरणाचे कार्य करणाऱ्या एका अशासकीय संस्थेचे कार्यकारी संचालक असलेले अली यांचे म्हणणे होते.

आता चित्रपटगृहांमध्ये असे होते, तर नाट्यगृहांमध्ये तसे का नसावे? चित्रपटाचा खेळ सुरू होण्यापूर्वी राष्ट्रगीत वाजलेच पाहिजे, तर मग संगीत कार्यक्रमाच्या सुरुवातीला का नको? या सगळ्या ठिकाणी, प्रसंगी असेल, तर ओणम साजरा करतेवेळी होणाऱ्या कथकली नृत्याच्या कार्यक्रमाच्या आधी ते का नसावे? आणि या सगळ्या ठिकाणी असेल, तर रोज सकाळी कामकाज सुरू होण्यापूर्वी न्यायालयांमध्ये, त्यातही खासकरून, सर्वोच्च न्यायालयामध्ये ते का नसावे? आपण आदर्श घालून दिल्यामुळे इतरांना प्रोत्साहन मिळते हे नक्की.

राष्ट्रभक्ती मनात रुजवण्यासाठी तसे फर्मान काढणे हा योग्य उपाय आहे का, याचबरोबर कोणकोणत्या परिस्थितीत हा हुकूम पाळण्याची सक्ती करावी लागेल तेदेखील निश्चित करणे आवश्यक नाही का?

सर्वोच्च न्यायालयाच्या निकालपत्रातील मजकुरातून आणखी एक गोष्ट सूचित होते : किमान राष्ट्रगीताचा मान राखण्यासारख्या, आपण अत्यंत पवित्र मानत असलेल्या राष्ट्रीय कर्तव्याबद्दल निर्देशन करत असताना तरी भाषेचे व्याकरण आणि शब्द लिहिण्यातील शुद्धाशुद्धतेबाबत टागोरांप्रमाणे काटेकोर असायला हवे.

महान व्यक्ती जे करतात...

अर्थातच, हा घटनाक्रम इथेच संपत नाही. साक्षात भगवान श्रीकृष्णानेच गीतेमध्ये 'महान व्यक्ती जे करतात, त्याचे बाकीचे सगळे लोक अनुकरण करतात' असे सांगितले असल्याची आठवण करून द्यायला न्यायाधीश मिश्रा आहेतच आपल्याकडे. 'सनदशीर राष्ट्रभक्ती'ची नवी संकल्पना रूढ करणारा निकाल सर्वोच्च न्यायालयाने दिल्याला वर्षदेखील झाले नव्हते तोवर २०१३ मध्ये दाखल झालेली एक याचिका मद्रास उच्च न्यायालयातील न्यायमूर्ती एम. व्ही. मुरलीधरन यांनी सुनावणीसाठी घेतली.[७] याचिकाकर्त्याने २०१३ साली शिक्षक पात्रता चाचणी परीक्षा दिली होती. एकापेक्षा जास्त पर्यायातून योग्य उत्तर निवडावयाच्या प्रश्नपत्रिकेतील एक प्रश्न – वंदे मातरम् हे मुळात कोणत्या भाषेत लिहिले होते? बंगाली? मराठी? उर्दू? की संस्कृत? असा होता. याचिकाकर्त्याने बंगालीचा पर्याय निवडला होता. संगणकाने

७. के. वीरमणी वि. चेअरमन, टीचर्स रिक्रूटमेंट बोर्ड, कॉलेज रोड, चेन्नई – ६. २५ जुलै २०१७ रोजी दिलेला निर्णय.

योग्य उत्तर संस्कृत असे दर्शविले होते. त्यामुळे याचिकाकर्त्याला एक गुण गमवावा लागला होता. शिक्षक भरती मंडळाला आपल्या गुणांकनामध्ये एका गुणाची भर घालावयाचे निर्देश देण्यासाठी त्याने उच्च न्यायालयाकडे दाद मागितली.

न्यायाधीशांनी सुरुवातीलाच भाषेच्या महत्त्वावर भर दिला. आपण यापूर्वीदेखील अनुभवलेल्या भाषाशैलीची आठवण ताजी होईल अशाच गद्य भाषेत त्यांनी जाहीर केले,

> २९ राज्ये आणि ७ केंद्रशासित प्रदेशांमध्ये पसरलेले १.३२ अब्ज लोक आणि देशाच्या प्रत्येक भागात प्रचलित असलेली वेगवेगळी बोली आणि भाषा यामुळेच आपला देश लोकशाही राज्यव्यवस्था असलेला जगातला सर्वांत मोठा देश समजला जातो. नेल्सन मंडेला म्हणतात, 'समोरच्याला समजणाऱ्या भाषेत त्याच्याशी बोललात, तर तुमचे विचार त्याच्या डोक्यात शिरतील. तुम्ही त्याच्या भाषेत बोललात, तर ते त्याच्या हृदयात पोहोचतील'.
>
> भाषा हा नगरे, महानगरे, राज्ये, देश आणि खंडाखंडांमधील लोकांना सांधणारा पूल (तत्सम) समजला जातो. मानवी संस्कृतींच्या विकासाबरोबरच भाषांचादेखील विकास झाला आणि अशा अनेक भाषा आपल्या देशामध्ये हजारो वर्षांपासून अस्तित्वात आणि उपयोगात आहेत याचा आपल्याला अभिमान वाटतो.

यानंतर त्यांनी समोर आलेल्या प्रश्नाचे व्यामिश्र स्वरूप कथन केले :

> आपल्या देशात अनेक भाषा असल्यामुळे कोणत्या गोष्टीचा उगम कोणत्या भाषेत झाला हे निश्चित करणे कधी कधी अवघड असते. आपले राष्ट्रगान मुळात कोणत्या भाषेत लिहिले होते असा न्यायालयासमोर प्रश्न ठेवण्यात आला आहे. या प्रश्नाच्या उत्तरातच सांप्रतच्या रिट अर्जातील मुख्य वादाच्या मुद्द्याचे उत्तर आहे.

म्हणून एक संशोधन प्रकल्प सुरू केला गेला. 'परस्परविरोधी उत्तरे उपलब्ध असल्यामुळे या न्यायालयासमोर उपस्थित राहून उपरोक्त प्रश्नाचे अचूक उत्तर सांगावे' असे न्यायालयाने महाअधिवक्त्यांना निर्देश दिले. तसेच समोर आलेल्या रिट अर्जाद्वारे उपस्थित झालेल्या वादाच्या मुद्द्यावर वाद संपवण्यासाठी योग्य उत्तर देण्याच्या विनंतीद्वारे न्यायालयाने सर्व वकिलांचीदेखील मदत मिळवण्याचा प्रयत्न केला. याचा अर्थ वंदे मातरम् या गीताला परम आदराचे स्थान देणाऱ्या न्यायाधीशांना

बंकिम चंद्र चट्टोपाध्याय हे कोणत्या भाषेत लिहीत असत हे माहीतच नव्हते असे समजायचे का?

तरी पण अचूक उत्तर शोधण्यासाठी बार कौन्सिलमधले अनेक लोक स्वयंस्फूर्तपणे कामाला लागले. अशा संशोधनाने हाती आलेली माहिती घेऊन न्यायाधीश वादाच्या मुद्द्याकडे वळले :

> इंग्रजांपासून स्वातंत्र्य मिळवण्याचा आपला स्वातंत्र्यसंग्राम जगभरातला एक अतिशय खडतर स्वातंत्र्यलढा होता, त्यात अनेकांना आपले प्राण गमवावे लागले; परंतु तरीदेखील त्यामुळे हा देश शांततापूर्ण मार्गाने इंग्रजांचा निषेध करण्यासाठी आणि हा देश येथील मातीतच जन्मलेल्या स्थानिक लोकांच्या हाती सोपवून त्यांना हा देश सोडून जाणे भाग पडावे यासाठी एकजूट झाला. सर्व भारतीयांच्या मनामध्ये ही एकजुटीची, एकसंधतेची भावना जागृत व्हावी यासाठी अनेक प्रसिद्ध नेते आणि लेखकांनी वेगवेगळी गीते, कविता, लेख लिहिले, तसेच स्वातंत्र्याचा लढा दीर्घ काळ चालू राहण्याच्या हेतूने लोकांची एकजूट करण्यासाठी पथनाट्ये व नाटके सादर केली.
>
> अशाच गीतांपैकी एक जे हजारो लोकांच्या मनात एकतेचे प्रतीक बनून रुजले ते गीत होते 'वंदे मातरम्' म्हणजे 'मी या मातेसमोर नतमस्तक आहे' .

संशोधनातून वर आलेल्या यच्चयावत सर्व गोष्टी याचिकेच्या कामकाजाच्या अधिकृत नोंदीमध्ये घेतल्या गेल्या. त्या सगळ्यातून ते गीत मुळात बंगालीमध्ये लिहिले गेले होते अशी न्यायाधीशांची खात्री पटली. त्यानुसार, त्यांनी मंडळाला त्या याचिकाकर्त्याला प्रश्नाचे योग्य उत्तर दिल्याबद्दल एक गुण जास्त देण्याचे आदेश दिले. त्यांनी इतरही कारणे स्पष्ट केली, आणि 'मंडळाने याचिकाकर्त्यास अनुसूचित जाती (ग) वर्गात निर्माण झालेल्या रिक्त जागेवर सामावून घ्यावे आणि या आदेशाची प्रत मिळाल्याच्या तारखेपासून चार आठवड्यांच्या आत, अन्य निकषांनुसार पात्र असल्यास, बी.टी. असिस्टंट पदावरील नियुक्तीचा आदेश द्यावा.' असे आदेश दिले.

आता एवढ्याने वादाचा मुद्दा संपल्यातच जमा होता. पण या मुद्द्यावर जरा विस्ताराने विचार मांडणे आवश्यक आहे असा न्यायाधीशांनी विचार केला. म्हणून समोरचा विशिष्ट प्रश्न हातावेगळा केल्यानंतर ते त्यामागच्या सम्यक विचाराकडे वळले :

> या देशाच्या प्रत्येक नागरिकासाठी राष्ट्रभक्ती ही अत्यंत आवश्यक गोष्ट

आहे. आपला देश ही आपली मातृभूमी आहे ही गोष्ट प्रत्येक नागरिकाने कायम लक्षात ठेवली पाहिजे. या देशाच्या अनेक दशके चाललेल्या स्वतंत्र (तत्सम) संग्रामासाठी अनेक लोकांनी आपले जीवन आणि आपल्या कुटुंबाचादेखील त्याग केला आहे. त्या खडतर काळात 'वंदे मातरम्' सारख्या राष्ट्रीय गाण्यांनीच लोकांच्या मनामध्ये भरवसा आणि आत्मविश्वास निर्माण केला होता.

कदाचित आजच्या आधुनिक काळात आपण तंत्रज्ञानाच्या साहाय्याने खूपच प्रगती केली आहे, आणि आपल्या जीवनमानात खूपच फरक पडला आहे. आपण आपल्या आयुष्यात इतके व्यग्र झालो आहोत, की कधीकधी आपल्या देशाचाही आपल्याला विसर पडतो. याची जाणीव ठेवूनच राष्ट्रगीताचा मान सर्व नागरिकांनी राखलाच पाहिजे तसेच सर्व चित्रपटगृहांमध्ये चित्रपटाचा खेळ सुरू होण्यापूर्वी राष्ट्रगीत वाजवले गेलेच पाहिजे असे माननीय सर्वोच्च न्यायालयाने श्याम नारायण चोक्सी वि. भारत सरकार या सन २०१६ मध्ये नोंद झालेल्या एससीसी ऑनलाइन एससी १४११ या खटल्याच्या अनुषंगाने निर्देशित केले आहे.

यानंतर त्यांनी राष्ट्रगीतासंबंधीच्या निकालपत्रातील उतारेच उद्धृत केले. त्यानंतर मद्रास उच्च न्यायालयाने राज्य शासनाला शालेय अभ्यासक्रमात तिरुक्कुरल मधील सूत्रे समाविष्ट करण्याच्या दिलेल्या निर्देशांचीदेखील त्यांनी आठवण करून दिली.

सर्वसामान्य जनतेचा कल लक्षात घेऊन आणि प्रत्येक नागरिकाच्या मनात राष्ट्रप्रेमाची भावना दृढ करण्यासाठी सांप्रतच्या रिट अर्जासंदर्भात केलेल्या निर्देशनाबरोबरच त्यात भर म्हणून पुढील निर्देश करत आहे :

(अ) 'वंदे मातरम्' हे राष्ट्रीय गान सर्व शाळा/महाविद्यालये/विद्यापीठांमध्ये तसेच अन्य शैक्षणिक संस्थांमध्ये आठवड्यातून किमान एकदा (शक्यतो सोमवारी किंवा शुक्रवारी) तरी वाजवले जावे.

(ब) 'वंदे मातरम्' हे राष्ट्रीय गान सर्व शासकीय कार्यालये आणि संस्था/खासगी कंपन्या/कारखाने आणि उद्योगांमध्ये महिन्यातून किमान एकदा तरी वाजवले जावे.

(क) 'वंदे मातरम्' या गीताचे तमीळ आणि इंग्रजीमध्ये भाषांतर करून ते संकेतस्थळांवर उपलब्ध करावे तसेच भाषांतरित स्वरूप परिपत्रित करून त्याद्वारे ते शासकीय संकेतस्थळे आणि सामाजिक माध्यमांमध्ये उपलब्ध

करून द्यावे असे सार्वजनिक माहिती संचलन विभागाच्या संचालकांना निर्देशित करण्यात येत आहे.

(ड) या आदेशाची एक प्रत तामिळनाडू शासनाच्या मुख्य सचिवांना पाठवण्यात यावी, त्यांनी संबंधित प्राधिकरणांना योग्य त्या सूचना द्याव्या;

(ई) राष्ट्रीय गान गाण्यामध्ये किंवा वाजवण्यामध्ये एखाद्या व्यक्तीला/संस्थेला अडचण येत असल्यास, अशा न गाण्यामागे यथायोग्य व रास्त कारणे असल्यास, अशा व्यक्तीला ते गाण्याची सक्ती किंवा जबरदस्ती करू नये.

आजचे तरुण हे उद्याचा भविष्यकाळ आहेत. या महान देशाचे नागरिक या आदेशाचा उचित भावनेने स्वीकार करतील आणि त्याचे समर्पित भावनेने व शब्दश: पालन करतील अशी या न्यायालयाला आशा वाटते.

राष्ट्रभक्ती सनदशीर करणे हा 'उद्याचे भविष्य असलेल्या आजच्या तरुणांना' देशाप्रति समर्पित भावनेने काम करायला उद्युक्त करण्याचा मार्ग आहे का?

आता आपल्या मुद्द्यावर ठाम राहण्याची पाळी मंडळाची होती. न्यायमूर्तींच्या आदेशाच्या विरोधात त्यांनी अपील दाखल केले. मद्रास उच्च न्यायालयाच्या खंडपीठाने त्याची सुनावणी घेतली. त्यांनी (एक) दोन्ही उत्तरे – बंगाली व संस्कृत – बरोबर आहेत, (दोन) त्यामुळे, उमेदवारास एक गुण जास्त दिला जावा; (तीन) परंतु त्या वाढीव गुणानंतरदेखील उमेदवार पात्र ठरण्याच्या पातळीवर पोहोचण्यात कमी पडला आहे; (चार) असे असूनही उमेदवाराला संदर्भित जागेवर नियुक्त करायचे किंवा नाही हा प्रशासकीय व्यवस्थापनाचा मुद्दा आहे; (पाच) न्यायाधीशांच्या आदेशानुसार वंदे मातरम् अनिवार्यपणे गायलेच पाहिजे की नाही, या मुद्द्यावरचा निर्णय शासनाने घ्यावयाचा आहे.[८]

दरम्यान, सर्वांकडून राष्ट्रगीताचा आदर राखण्याचे काम चोखपणे केले जात असल्याची खातरजमा करण्यासाठी सर्व प्राधिकरणे झटत होती. अंबुर हे तामिळनाडूमधले एक छोटेसे शहर आहे. २०१७ सालच्या स्वातंत्र्यदिनी शासकीय रुग्णालयात ध्वजारोहण करण्यासाठी स्थानिक आमदार उपस्थित होते. राष्ट्रगीत गायले जात असताना, रुग्णालयाचे प्रमुख वैद्यकीय अधिकारी, डॉ. ए. केनेडी आपल्या मोबाइल

---

८. चेअरमन, टीचर्स रिक्रूटमेंट बोर्ड, कॉलेज रोड, चेन्नई, ६००००६ वि. के. वीरमणी, सन २०१७ चा डब्ल्यू.ए. क्र.१०४० आणि २०१७ चा सी.एम.पी. क्र. १४७७६, १२.१०.२०१७ रोजी दिलेला निकाल.

फोनवर बोलत असल्याचे चित्रित झाले. एका माणसाने पोलिसांकडे तक्रार केली. राष्ट्रगीताचा अपमान केल्याबद्दल पोलिसांनी डॉक्टरांविरुद्ध तक्रार नोंदविली. आपल्याला 'डीएमएस'च्या कार्यालयातून – म्हणजे डायरेक्टोरेट ऑफ मेडिकल अॅन्ड रुरल हेल्थ सर्व्हिसेस – तातडीचा फोन आला होता असे आरोपीने कबूल केले आणि राष्ट्रगीताचा अपमान करण्याचा आपला हेतू नव्हताच हेदेखील स्पष्ट केले. अटक होण्याची भीती वाटल्यामुळे त्यांनी उच्च न्यायालयाकडे अटकपूर्व जामिनासाठी अर्ज केला. जो गुन्हा घडल्याचा वहीम आहे, त्याबद्दलचा हाती असलेला पुरावा पाहता, चौकशी कोठडी सुनावण्याची गरज वाटत नाही, असे विचार मांडून, त्या आधारे, न्यायालयाने त्यांना अटकपूर्व जामीन मंजूर केला. परंतु तसे करताना त्यांनी सात अटी घातल्या. त्यामधील एक अट पुढीलप्रमाणे होती :

> (ब) याचिकाकर्त्याने अंबूर येथील शासकीय रुग्णालयापाशी एक आठवडाभर रोज सकाळी १०.०० वाजता राष्ट्रध्वजाचे आरोहण करावे, ध्वजवंदन करावे आणि राष्ट्रगीत गावे, आणि उत्तरवादी पोलिसांनी यावर लक्ष ठेवून त्याचा अहवाल अंबूर येथील न्याय दंडाधिकाऱ्यांना पाठवावा.[९]

हा असला दांडगा उत्साह पाहिल्यावर काही किरकोळ गोष्टींबाबत त्यांनी केलेल्या दुर्लक्षाबद्दल आपण आभारी असायला हवे. केवळ संदर्भित प्रकरणाची सुनावणी घेत असलेले सरन्यायाधीश निवृत्त झाल्यामुळेच 'सरदार-चुटकुले' प्रसारित करण्यास जवळपास बंदीच घातली जाण्याइतपत त्यावर नियंत्रण लादले जाण्यापासून आपण बचावलो.

राष्ट्रगीत : नंतरच्या घडामोडी

अशा सगळ्या महागलबला आणि गदारोळानंतर महिन्यामागून महिने जाऊ लागले, तसतसे चित्रपटगृहांमध्ये राष्ट्रगीत वाजवण्याची सक्ती, ते दरवाजे बंद करणे, प्रत्येकाने उभे राहणे, चित्रपट महोत्सवात प्रत्येक खेळाच्या आधी राष्ट्रगीतासाठी उभे राहावे लागण्यातली निरर्थकता, चित्रपटातल्या प्रसंगात असो वा माहितीपटात, राष्ट्रगीताच्या सुरावटी कानी पडल्याबरोबर तत्काळ उडी मारून उभे राहावे लागण्यातला विनोद – हे ठळकपणे दृष्टीस पडू लागले. दक्षतेचा राष्ट्रीय ठेका घेतल्यासारखे वागणाऱ्यांकडून याचा इतरांवर दबाव आणण्यासाठी केला जाणारा उपयोग, अपंग

९. डॉ. ए. केनेडी वि. पोलीस निरीक्षकाच्या प्रतिनिधित्वाने, अंबुर पोलीस ठाणे, वेल्लोर जिल्हा, सन २०१७ चा फौ.क्र.३९६

व्यक्तीवर हा आदेश पाळण्याची सक्ती करण्यातली निरर्थकता यांसारख्या गोष्टी प्रत्येकाच्या समोर आव्हान बनून उभ्या ठाकल्या. जी बाब कार्यपालिकेवर सोपवणेच इष्ट होते; संसदेच्या अधिकारक्षेत्रात निष्कारण नाक खुपसून – आणि आणीबाणीची परिस्थिती निर्माण होण्याइतक्या महत्त्वाच्या नसलेल्या मुद्द्याबाबत दिलेल्या निकालाद्वारे न्यायालयाने – जन्माला घालण्याची काहीच आवश्यकता नसताना एका नव्या गुन्ह्याला जन्म दिला गेला आहे, या विषयांवरची चर्चा कायदे-वर्तुळांमध्ये दिवसेंदिवस रंगू लागली.

इतका खणखणीत निकाल शब्दांकित केल्यामुळे न्यायालय सुरुवातीला तसूभरही हलले नाही, आणि अर्थातच, – राष्ट्रीय बाण्याची झूल बुद्ध्याच पांघरलेले सरकारदेखील ढिम्म राहिले. परंतु, पायरी-पायरीने या चिरेबंद वाटणाऱ्या निर्णयाच्या तटबंदीत छिद्रे पडू लागली. पहिले छिद्र ९ डिसेंबर २०१६ रोजी सुरू झालेल्या एका सुनावणीद्वारे पडले. उभे राहणे अजिबातच शक्य नसलेल्या व्यक्तींचा या आदेशपालनाबाबत अपवाद करावाच लागेल यावर सगळ्यांचेच एकमत झाले. मग आपली उदारमनस्कता दाखवत न्यायालयाने उभे राहणे अजिबातच शक्य नसणाऱ्या अपंग व्यक्तींना बसून राहण्याची मुभा दिली, 'परंतु राष्ट्रगीत सुरू असताना त्यांचे वर्तन राष्ट्रगीताचा सन्मान करण्यास साजेसेच असले पाहिजे' – असे नमूद केले, - हे वाचल्यानंतर माझ्या मनात आले, की अपंगांच्या अवस्थांबद्दल न्यायाधीशांना सुतरामही कल्पना नाही, म्हणजे उदाहरणार्थ, एखादी अपंग व्यक्ती आपले डोकेदेखील स्थिर ठेवू शकत नसेल, असा विचारही त्यांच्या डोक्यात शिरला नाही. पण किरकोळ बाबींकडे दुर्लक्ष केल्याबद्दल आपण त्यांचे आभारीच असायला हवे हे मी म्हटलेच आहे. आणि त्यानंतर न्यायालयाने आणखी एका मुद्द्याचा 'फडशा' पाडला – हे 'स्पष्टीकरण' त्यांच्या सुरुवातीच्या आदेशाचा परिणाम म्हणून काय घडत होते त्याविषयी होते. न्यायाधीश म्हणाले 'दारे बंद केली जावी असे आम्ही सांगितले, तेव्हा दिल्ली महानगरपालिका, दिल्ली वि. उपहार दुर्घटना बाधित व्यक्तींची संघटना आणि इतर [(२०११) १४ एससीसी ४८१] या खटल्यात झाले त्याप्रमाणे दारे कडीकोयंडे लावून बंद केली जावी असा अर्थ अभिप्रेत नव्हता, तर राष्ट्रगीत सुरू असताना माणसांचे आत-बाहेर जाणे नियंत्रित केले जावे एवढेच अपेक्षित होते.'

पुढच्या सुनावणीच्या वेळी – १४ फेब्रुवारी २०१७ रोजी – आणखी एक छिद्र दिसू लागले. कभी खुशी, कभी गम या चित्रपटातील एका प्रसंगात लंडनमधल्या कुठल्या तरी शाळेमध्ये एक छोटा मुलगा राष्ट्रगीत गायला लागतो तेव्हा चित्रपट पाहणारे प्रेक्षक उठून उभे राहिले नाहीत, म्हणून श्री. चोक्सी यांनी घातलेला गोंधळ आणि त्या मूळच्या खटल्यामध्ये काय घडले होते ते आठवा. न्यायासनाचे मित्र

आणि तत्कालीन महान्यायवादी यांच्या सल्ल्यानुसार, सरन्यायाधीश मिश्रा आणि त्यांच्या सहकाऱ्यांनी असे आदेश दिले,

> उपरोक्त सल्ल्यानुसार म्हणजे न्यायासनाच्या मित्रांनी दिलेला सल्ला आणि महान्यायवादींनी त्याचे केलेले समर्थन, यानुसार, दिनांक ३०.११.२०१६ रोजीच्या आदेशात सांगितलेल्या गोष्टींव्यतिरिक्त, असे स्पष्ट करण्यात येत आहे, की चित्रपटाच्या कथानकात गुंफलेल्या स्वरूपात, किंवा बातमीपटातला किंवा माहितीपटातला एक भाग म्हणून, राष्ट्रगीत गायले किंवा वाजवले जात असताना, प्रेक्षकांनी उभे राहण्याची गरज नाही.

हा खटला २३ ऑक्टोबर २०१७ रोजी पुन्हा एकदा त्रिसदस्यीय खंडपीठासमोर सुनावणीसाठी आला. या वेळेपर्यंत भारताचे सरन्यायाधीश बनलेले न्यायाधीश दीपक मिश्रा खंडपीठाचे नेतृत्व करत होते. न्यायमूर्ती ए. एम. खानविलकर आणि न्यायमूर्ती डी. वाय. चंद्रचूड हे त्या खंडपीठातले अन्य सदस्य होते. शिवाय एक बदलदेखील घडला होता : सरकार आपल्या भूमिकेवर ठाम होते, पण न्यायालयाला मात्र हे प्रकरण आता सरकारच्या हाती सोपवायचे होते.

२३ ऑक्टोबर २०१७ च्या आदेशात न्यायालयाने नोंदविल्यानुसार, इतर वकिलांबरोबर महान्यायवादी के. के. वेणुगोपाल, यांनीदेखील मूळचा आदेश मागे घेण्यास 'जोरदार विरोध' केला. आदेश मागे घेण्यामुळे समाजामध्ये चुकीचा संदेश जाईल, असे न्यायासनाच्या मित्राने प्रतिपादन केले. महान्यायवादी यांनी एक नवे कारण पुढे केले. न्यायालयाने या नव्या कारणाची नोंद अशी घेतली :

> देशामध्ये धर्म, वंश, जात आणि प्रदेशासारख्या मुद्द्यांवरूनदेखील प्रचंड प्रमाणात विविधता असल्याकारणानेच, भावनिक एकात्मता साधणे अत्यावश्यक ठरते आणि ते राष्ट्रगीत गायनाद्वारे साध्य करणे आवश्यकच आहे, म्हणजे मग लोक चित्रपटगृहातून बाहेर पडत असतील तेव्हा राष्ट्रगीतामुळे आपण सगळे भारतीयच आहोत ही भावना त्यांच्या मनात ठसवली जाईल, या कारणास्तव महान्यायवादींनी सदर विनंती केली आहे. या संदर्भात त्यांनी भारताच्या राज्यघटनेतील कलम ५१अ(अ) चा संदर्भ घेतला.

या युक्तिवादातील दोन्ही भागांबद्दल न्यायाधीश चंद्रचूड यांनी प्रश्न उपस्थित केले होते असे म्हटले जाते. प्रेक्षकांच्या उभे राहण्याद्वारे 'आपण सगळे भारतीयच आहोत' ही भावना ठसवली जाण्याबाबत वेणुगोपाल यांचे जे म्हणणे होते त्याच्या

उत्तरादाखल चित्रपटगृहातून बाहेर पडल्यावर आपण राष्ट्रगीतासाठी उभे राहिलो होतो याची आठवण ठेवतील, की चित्रपटाचे कथानक काय होते याची ठेवतील, असा प्रश्न न्यायमूर्ती चंद्रचूड यांनी विचारला. शिवाय राष्ट्रगीताचा उचित मान राखण्यासाठी केवळ उभे राहणे पुरेसे नाही असे कुणी म्हणायला लागले तर काय करायचे? उद्या कुणी राष्ट्रगीत सुरू असताना कुणीही अर्धी चड्डी घालून उभे राहू नये असे म्हणायला लागला तर? घटनेतील कलम ५१अ मध्ये लिहिल्यानुसार प्रत्येक जण आपली मूलभूत कर्तव्ये पार पाडत असण्याची, उदाहरणार्थ पाहायचं, तर 'आपल्या देशातील संमिश्र संस्कृतींचा समृद्ध वारसा जतन करण्या'साठी[१०] प्रत्येक नागरिक योग्य प्रकारचे, योग्य प्रमाणात प्रयत्न करत असल्याची खातरजमा करण्याबाबत शासनाने करावयाच्या कारवाईच्या अधिकारकक्षेची सीमा कुठपर्यंत आहे तसेच त्यांच्या प्रयत्नांचा विस्तार कुठपर्यंत आहे याची न्यायाधीश चंद्रचूड यांनी चौकशी केली होती असे समजते. आणि असे प्रश्न विचारणे रास्तच होते : नाहीतर, उत्तरेकडील प्रत्येकाला तो यक्षगानाच्या जतनासाठी आणि पुनरुज्जीवनासाठी पुरेसे प्रयत्न करत असल्याचे दाखवून द्यावे लागले असते; आणि दक्षिणेकडच्या प्रत्येकाला कव्वाली गाण्यात प्रावीण्य मिळवावे किंवा निदान प्रोत्साहन देत असल्याचे तरी दाखवावे लागले असते, नाही का?

निर्देशनानुसार ९ जानेवारी २०१८ रोजी खटला सुनावणीस आला. दोन्ही बाजूंनी जोरदार युक्तिवाद झाला – महान्यायवादींव्यतिरिक्त आणि न्यायासनाच्या मित्राव्यतिरिक्त, बावन्न वरिष्ठ वकील व अन्य वकिलांनी या खटल्यात भाग घेतला असे ऑक्टोबर २०१७ मधल्या या न्यायालयाच्या आदेशात नोंदवले आहे, त्याद्वारे एक देश आणि राज्य म्हणून आपल्याला कोणत्या गोष्टींना प्राधान्य द्यावेसे वाटते यावर परखड भाष्यच केले गेले आहे. न्यायाधीशांनी सर्व युक्तिवाद सहनशीलतेने ऐकला, आणि मग पुढील निष्कर्ष काढला,

> काही काळ दोन्ही बाजूंचा युक्तिवाद ऐकल्यानंतर, आम्हास असे वाटते, की या विषयाबाबत केंद्र सरकारने निर्णय घेणे उचित ठरेल आणि, त्यानुसार, आवश्यक असल्यास, आवश्यक स्वरूपाच्या अधिसूचना, परिपत्रक किंवा नियमावली प्रसृत करावी. 'निर्णय घ्यावा' असे आम्ही म्हणतो, तेव्हा, त्यासाठीचा विवेक-विचार करण्याची जबाबदारी केंद्र सरकारवरच आहे, हे वेगळे सांगण्याची गरज नाही. विवेक-विचार करताना आमच्या अंतरिम आदेशाच्या प्रभावाखाली राहण्याची आवश्यकता नाही. त्याही पुढे जाऊन

---

१०. तुलनेसाठी, दी वायर, २४ ऑक्टोबर २०१७.

> सर्वसमावेशक स्वरूपात नियमन करण्याचे उद्दिष्ट बाळगून विवेक-विचार करण्यावर, किंवा मग केंद्र सरकारच्या दृष्टीने जे योग्य असेल, तसे करण्यावर आम्ही जोर देत आहोत.

'... विवेक-विचार करण्याची जबाबदारी केंद्र सरकारवरच आहे,' 'विवेक-विचार करताना आमच्या अंतरिम आदेशाच्या प्रभावाखाली राहण्याची आवश्यकता नाही...,' '...किंवा मग केंद्र सरकारच्या दृष्टीने जे योग्य असेल, तसे' – हे शब्दप्रयोग म्हणजे मूळच्या आदेशातल्या खणखणीत शब्दांपासून फारकत घेत झालेला आमूलाग्र बदल होता : मूळचा खणखण घंटानाद करणाऱ्या शब्दातला आदेश न्यायाधीश दीपक मिश्रा यांनी लिहिला आणि जाहीर केला होता, आणि हे अंतिम निकालपत्रदेखील न्यायाधीश, आणि आता सरन्यायाधीश असलेल्या दीपक मिश्रा यांनीच लिहिले व जाहीर केले होते. हा मुद्दा पूर्णत: कार्यपालिकेच्या अखत्यारीतला आहे, कार्यपालिकेने या विषयासंदर्भात काहीच केलेले नाही असेही नाही, न्यायालयाने आपल्या आदेशाद्वारे एका नव्या गुन्ह्याला जन्म दिला आहे, शिवाय न्यायालयाच्या मूळच्या निकालामुळे अनपेक्षित असे परिणाम दिसू लागले आहेत, या सगळ्या पुन:पुन्हा चर्चिल्या जात असलेल्या मुद्द्यांचा खोलवर परिणाम झालेला दिसत होता. मग या विषयाचे सर्व पैलू अभ्यासण्यासाठी आपण एक समिती नेमली असल्याचे प्रतिज्ञापत्र सरकारने सादर केले. अतिरिक्त सचिव (सीमा व्यवस्थापन) हे या समितीचे अध्वर्यू असतील – जणू काही, आपल्या सीमांची स्थिती लक्षात घेता, याच कामासाठी त्यांनी आपला वेळ समर्पित करणे इष्ट असावे – आणि त्यांच्याबरोबर दहा अन्य खात्यांमधील प्रतिनिधी असतील असेही सांगितले गेले. आणि याने महान्यायालयाचे महासमाधान झाल्याचे दिसले, आणि म्हणून त्यांनी आपल्या अंतिम निर्देशांची यादी सादर करताना, पुढील मुद्द्यांवर पुन्हा जोर दिला,

> ... (तीन) केंद्र सरकारने प्रस्थापित केलेली समिती या विषयाच्या सर्व पैलूंचा अभ्यास करत आहे, तेव्हा या समितीने आमच्या २३ ऑक्टोबर २०१७ रोजीच्या आदेशात स्पष्ट केल्यानुसार, या न्यायालयाच्या अंतरिम निर्देशनांच्या प्रभावाखाली न राहता आपल्या शिफारशी कराव्या. तसेच सक्षम प्राधिकरण या विषयासंदर्भातला(ले) निर्णय घेत असताना त्यांच्यावर अंतरिम निर्देशनांच्या प्रभावाखाली घेण्याचे बंधन वा मर्यादा असणार नाही.

मूळच्या आदेशामध्ये असलेला 'जाईल' हा शब्द – चित्रपट सुरू होण्यापूर्वी चित्रपटगृहामध्ये राष्ट्रगीत वाजवले 'जाईल' असा जो शब्द होता – त्याऐवजी 'जावे'

असा शब्द घालण्याची सूचना महान्यायवादी यांनी केली. जे न्यायालय आपण लिहिलेले निकालपत्र म्हणजे काळ्या दगडावरची रेघ, त्यात बदल होणे नाही, अशा ताठर भूमिकेत काही महिन्यांपूर्वीच होते, त्याच न्यायालयाने आता मात्र महान्यायवादी यांनी केलेली सूचना आनंदाने स्वीकारली.

आणि अशा प्रकारे आपणा सर्वांना सनदशीर राष्ट्रभक्त बनवण्याच्या चोक्सी साहेबांच्या महाप्रयत्नांवर पाणी फिरवले गेले.[११]

वाहनचालक की रस्ते?

आपल्या देशात रस्ते-वाहन-अपघातांमध्ये मरण पावणाऱ्या लोकांची संख्या भयावह प्रमाणात मोठी आहे हे सर्वांनाच ज्ञात आहे. आणि त्यातले बहुतांश जण वाहनचालक मादक पदार्थ किंवा मद्याच्या नशेमध्ये असण्यामुळे मृत्युमुखी पडतात हेदेखील सर्वांना तितकेच माहीत आहे आणि ते अक्षम्यदेखील आहे. श्वासतपासणी यंत्रे किंवा तत्सम उपकरणांच्या मदतीने वाहनचालकांची तपासणी करणे हा उत्तम उपाय आहे, पण त्याचबरोबर नशा करून गाडी चालवणाऱ्या व्यक्तीला अत्यंत कठोर शिक्षा करणेदेखील तितकेच महत्त्वाचे आहे. आपण पाहणार आहोत, त्या तामिळनाडू राज्य वि. के. बालू[१२] – या खटल्यामध्ये, वाहन चालवायला सुरुवात करण्यापूर्वी वाहनचालकाला कुठूनही मद्य मिळवणे शक्य आहे आणि वाहन चालवत जाता जाता ते पिणेदेखील शक्य आहे असे स्वत: सर्वोच्च न्यायालयानेच म्हटले आहे.

---

११. या सर्व घडामोडींच्या अधिक माहितीसाठी पहा, श्याम नारायण चोक्सी वि. भारत सरकार, डब्ल्यूपी (सी) क्र.८५५/२०१६ मधील आय.ए.क्र.११/२०१७, २३ ऑक्टोबर २०१७ चा आदेश; आणि श्याम नारायण चोक्सी वि. भारत सरकार, सन २०१६ ची रिट याचिका (दिवाणी) क्र.८५५, ९ जानेवारी २०१८ रोजी जाहीर केलेले निकालपत्र.

१२. (२०१७) २ एससीसी २८१. तुलनात्मक प्रमाण समजण्यासाठी सर्वोच्च न्यायालयाने ज्या अधिकृत अभ्यासलेखांचा आधार घेतला होता त्याची नोंद घेणे मदतीचे ठरते. २०१५ सालातल्या अपघातांपैकी चालकाच्या चुकीमुळे झालेल्या अपघातांपैकी, चालक मादक पदार्थ किंवा मद्याच्या नशेमध्ये असल्यामुळे झालेल्या अपघातांचे प्रमाण ४.२ टक्के इतके होते. चालकांच्या चुकीमुळे जीवितहानी झालेल्या अपघातांपैकी चालक नशेत असल्यामुळे चूक झालेल्या अपघातांचे प्रमाण ६.४ टक्के होते. राष्ट्रीय महामार्गांवरील अपघातांपैकी ५१,२०४ व्यक्तींना जीव गमवावा लागलेल्या अपघातांपैकी २५९१ व्यक्तींसंदर्भातल्या साधारण ५ टक्के अपघाताचे कारण वाहनचालक मादक पदार्थ किंवा मद्याच्या नशेमध्ये असल्याचे आढळले.

आणि असे स्वत:च मान्य केल्यावरदेखील वाहनचालकावर लक्ष केंद्रित करण्याऐवजी, सरन्यायाधीशांच्या नेतृत्वाखालच्या त्रिसदस्यीय खंडपीठाने ज्याचे परिणाम आधीच माहीत होते, तो रस्त्यांच्या वर्गीकरणाच्या आधारे उपाय शोधून काढण्याचा घाट घातला. न्यायालयाने एकामागून एक निर्देश काढले. त्यापैकी काही पुढीलप्रमाणे:

- राष्ट्रीय किंवा राज्य महामार्गांच्या बाजूला मद्यविक्रीस परवानगी देणारे परवाने देऊ नयेत.
- हे निर्बंध 'महानगरपालिका, महानगर, शहर किंवा स्थानिक प्राधिकरणाच्या अखत्यारीतील जागेत येणाऱ्या महामार्गांसाठीदेखील लागू आहेत.'
- मद्यविक्रीचे कोणतेही दुकान (एक) राष्ट्रीय अथवा राज्य महामार्गांवरून दिसून येऊ नये; (दोन) राष्ट्रीय अथवा राज्य महामार्गावरून पोहोचता येण्यासारखे नसावे; आणि (तीन) राष्ट्रीय अथवा राज्य महामार्गांच्या किंवा महामार्गांलगत असलेल्या सेवामार्गिकेच्या बाहेरील किनाऱ्यापासून ५०० मीटरपर्यंतच्या अंतरात नसावे.

सर्वप्रथम चंदिगडसारख्या शहराच्या बाबतीत काय करायचं, असा प्रश्न उभा राहिला, कारण 'राष्ट्रीय महामार्ग' समजला जाणारा रस्ता चंदिगड शहराच्या अगदी मध्यातूनच जात होता. म्हणजेच या रस्त्याच्या बाजूबाजूने असलेली मद्यविक्रीचा परवाना असलेली हॉटेले आणि उपाहारगृहे एकतर बंद तरी करावी लागणार होती, किंवा त्यांचे मद्यविक्रीचे परवाने रद्द करावे लागणार होते. चंदिगड प्रशासनाने एक सोपा उपाय केला : त्यांनी रस्त्यांचेच पुनर्वर्गीकरण केले – महामार्गांचे नव्याने बारसे केले : आता ते फक्त 'महत्त्वाचे जिल्हास्तरीय रस्ते' म्हणून ओळखले जाऊ लागले. ही समस्या सर्वोच्च न्यायालयासमोर आणली गेली. न्यायालयाने एक 'स्पष्टीकरण' जारी केले.[१३] मूळ निकालपत्रात 'हे निर्बंध महानगरपालिका, महानगर, शहर किंवा स्थानिक प्राधिकरणाच्या अखत्यारीतील जागेत येणाऱ्या महामार्गांसाठीदेखील लागू आहेत.' असे जे म्हटले होते, त्याबद्दल न्यायालयाने 'स्पष्टीकरण' देत आता 'हे निर्देशन शहरे, महानगरे आणि गावांदरम्यान दळणवळणाचे माध्यम समजल्या जाणाऱ्या महामार्गांना लागू आहे.' असे सांगितले. 'महानगरपालिका क्षेत्रात येणाऱ्या परवानाधारक आस्थापनांना हे निर्बंध लागू नाहीत,' असेही न्यायालयाने सांगितले. 'अन्य महानगरपालिका क्षेत्रेदेखील या स्पष्टीकरणाच्या नियमनाखाली येतील.'

---

१३. अराईव्ह सेफ सोसायटी ऑफ चंदिगड वि. चंदिगड केंद्रशासित प्रदेश, २०१७ सालची विशेष मुभा याचिका (दिवाणी) क्र.१०२४३, ११ जुलै २०१७ रोजी दिलेला निकाल.

आणखी एक सहज अंदाज करता येणारी गोष्ट घडली होती. आपल्या निकालपत्राबाबत सर्वोच्च न्यायालय शक्य तितके ठाम राहिले होते. निर्देश करून झाल्यानंतर, त्यांनी असे नोंदवले,

> वरील निर्देशांची कठोर अंमलबजावणी करणे सर्व राज्य सरकारे आणि केंद्रशासित प्रदेशांच्या प्रशासनावर बंधनकारक आहे. राज्याच्या महसूल आणि गृह खात्यांबरोबर सल्लामसलत करून प्रमुख सचिव आणि सर्व ठिकाणचे पोलीस महासंचालक एक महिन्याच्या आत अंमलबजावणीची एक योजना तयार करतील. याचबरोबर प्रत्यक्ष जागेवरील अंमलबजावणीची जबाबदारी जिल्हाधिकारी व पोलीस अधीक्षकांवर तसेच अन्य सक्षम अधिकाऱ्यांवर सोपवली जाईल. केलेल्या कारवाईबद्दलचे दर पंधरवड्याचे अहवाल मागवून अंमलबजावणी कार्याचे नियोजन केले जाईल.

न्यायनिर्णय जाहीर होण्याचाच फक्त अवकाश होता, की लगेच न्यायालयाच्या निर्देशांना बगल देऊन आपले काम निर्वेधपणे चालू ठेवण्याच्या लोकांनी शोधलेल्या कल्पक उपायांच्या बातम्या प्रसारमाध्यमांमध्ये प्रसिद्ध होऊ लागल्या. एका हॉटेलने आपल्या प्रवेशद्वाराची जागाच बदलली आणि अशा नव्या जागी प्रवेशद्वार नेऊन उभे केले की ते महामार्गापासून ५०० मीटरपेक्षा कमी अंतरावर आहे असे म्हणताच येऊ नये. एका मद्यविक्री करणाऱ्या दुकानदाराने आपल्या दुकानापर्यंत पोहोचण्याचा मार्ग इतका वळणावळणाचा केला, (त्यासाठी त्याने दोन लाख रुपये खर्च केले) की ते अंतर महामार्गापासून ५०० मीटरपेक्षा जास्त ठरावे. वाहनचालक पूर्वी करत होते त्याहीपेक्षा आता जास्त मद्यपान करू लागले आहेत, – कारण आता ते वाहनाच्या चालक-वाहक कक्षामध्येच मद्याच्या बाटल्या आणून ठेवतात आणि वाहन चालवताना पितात, असे गोव्याचे मुख्यमंत्री म्हणाले.[१४] या सगळ्या जुगाडांवर पंजाब राज्य शासनाने कळस चढवला. त्यांनी पंजाब उत्पादन शुल्क (सुधारणा) अध्यादेश २०१७ संमत केला. यात अशी तरतूद होती,

---

१४. साचेबद्ध अहवाल, आणि त्या दुकानासमोरच्या वळणावळणाच्या रस्त्याचे कमी प्रतीचे छायाचित्र पाहण्यासाठी खालील संकेतस्थळाचा उपयोग करा. http://www.huffingtonpost.in/2017/04/08/this-kerala-bar-has-literally-built-a-maze-to-escape-supreme-cou_a_22031228/ ; http://www.hindustantimes.com/gurgaon/gurgaon-cyberhub-ambience-mall-change-entrances-to-beat-500-metre-sc-liquor-ban/story-YwWUzGQ5EavsZb2DxDc3oM.html

मुख्य कायद्यामधील कलम २६अ च्या जागी आता खालील कलम अस्तित्वात येत आहे :-

२६अ(१) : मद्य विक्री अथवा पुरवठा : (एक) जी परवानाधारक मद्यविक्री दुकाने राष्ट्रीय किंवा राज्य महामार्गाच्या किंवा त्यालगतच्या सेवामार्गिकेच्या बाहेरील किनाऱ्यापासून ५०० मीटर अंतराच्या आत नसतील तसेच राष्ट्रीय किंवा राज्य महामार्गावरून थेटपणे दिसून येत नसतील किंवा पोहोचता येत नसतील, त्याच दुकानांमधून मद्यविक्रीस परवानगी आहे.

हे एवढंच असतं तर ते ठीकच होतं – म्हणजे या अध्यादेशात सर्वोच्च न्यायालयाचा निर्देशच पुन्हा उद्धृत केला होता. पण त्यानंतर पुढे असं लिहिलं होतं,

(३) कोणत्याही न्यायालयाच्या, न्यायाधीकरणाच्या किंवा प्राधिकरणाच्या कोणत्याही निकालपत्रामध्ये, हुकूमनाम्यामध्ये किंवा आदेशामध्ये काहीही विहित असलं, तरीदेखील परवाना असलेल्या प्रत्येक क्लब, हॉटेल, उपाहारगृह किंवा सूचित स्थळांना, असा क्लब, असे हॉटेल, उपाहारगृह किंवा सूचित स्थळ राष्ट्रीय किंवा राज्य महामार्गावर किंवा त्याच्या जवळ असले, तरीही, आपल्या सभासदांना, पाहुण्यांना आणि इतर व्यक्तींना मद्य पुरवण्याचा अधिकार आहे.

याचा अर्थ, 'इतर व्यक्ती' देखील अशा क्लब, हॉटेल, उपाहारगृह किंवा सूचित स्थळी', अशी जागा 'राष्ट्रीय किंवा राज्य महामार्गावर किंवा त्याच्या जवळ' असली, तरीदेखील मद्यपान करू शकतील, फक्त ते त्यांनी त्या जागेत असतानाच करायला हवे. आता हे जुगाड किती ताणताणून वापरता येईल हे समजण्यासाठी कल्पक बुद्धीची फारशी गरजच नाही; उदाहरणार्थ, 'सभासद, पाहुणे किंवा इतर व्यक्ती' हे शब्दप्रयोग पहा. 'सभासद' याचा अर्थ एखाद्या 'पाट' लावून केलेल्या लग्नासारख्या तात्पुरत्या स्वरूपाचा सभासद असा समजायचा का? 'पाहुणे किंवा इतर व्यक्ती' मध्ये ज्या कुणाची इच्छा आहे त्याचा समावेश होऊ शकतो का? 'जागेत' मध्ये हॉटेल किंवा उपाहारगृहाची वाहने उभी करण्याची जागा समाविष्ट आहे का?

याचप्रमाणे, जिथे सर्वोच्च न्यायालयाने, 'अस्तित्वात असलेल्या परवान्यांचे नूतनीकरण हा आदेश काढला जाण्याच्या तारखेपूर्वीच झालेले असल्यास, ते नूतनीकरणाची मुदत संपेपर्यंत वैध राहतील, परंतु ते ०१.०४.२०१७ नंतर वैध असणार नाहीत.' असे काटेकोरपणे निर्देशित केले होते, त्याजागी अध्यादेशाने अशी तरतूद केली,

(४) कोणत्याही न्यायालयाच्या, न्यायाधीकरणाच्या किंवा प्राधिकरणाच्या कोणत्याही निकालपत्रामध्ये, हुकूमनाम्यामध्ये किंवा आदेशामध्ये काहीही विहित असले, तरीदेखील कोणत्याही क्लब, हॉटेल, उपाहारगृह किंवा अन्य सूचित जागेला देण्यात आलेला मद्यविक्रीचा परवाना हा नेहमीच मद्य पुरवण्यासाठीचादेखील परवाना होता आणि यापुढेही तो तसाच राहील तसेच मद्यविक्रीसंदर्भात लागू असलेल्या नियमांप्रमाणेच मद्य पुरवण्यासंबंधीचे नियमदेखील अशा ठिकाणी लागू असतील.

म्हणजे आता आणखी दावे-खटल्यांच्या फेऱ्यात आपण अडकणार का? का आणखी काही 'स्पष्टीकरणे' पाहावी लागणार?

परंतु न्यायनिर्णय जाहीर झाल्या क्षणापासूनच समस्येचं मूळ आणि त्यावरचा उपाय ढळढळीतपणे दिसत होता : न्यायालयाने आपले लक्ष रस्त्यांच्या वर्गीकरणाकडे केंद्रित करण्याऐवजी वाहनचालकांवर केंद्रित केले असते तर या सगळ्या भानगडी कराव्याच लागल्या नसत्या.

गोंधळलेली स्पष्टीकरणे

आपण देत असलेला न्यायनिर्णय प्रत्यक्षात देण्यापूर्वीच त्याच्या संभाव्य परिणामांचा विचार करण्याबाबतच्या आळसामुळे सर्वोच्च न्यायालयाला नुसतीच 'स्पष्टीकरणे' द्यावी लागली नाहीत, तर 'स्पष्टीकरणांची' 'स्पष्टीकरणे' द्यावी लागली. मी सर्वोच्च न्यायालयाने आरक्षणाबाबत दिलेल्या न्यायनिर्णयांचा अभ्यास करत होतो, तेव्हा माझे स्नेही अरविंद दातार यांनी त्यांच्या संदर्भातली काही ठळक वैशिष्ट्ये मला सांगितली होती आणि २००९ साली अभय नाथ वि. दिल्ली विद्यापीठ[१५] या प्रकरणासंदर्भात दिलेला न्यायनिर्णय वाचायचा सल्ला दिला होता. मी फॉलिंग ओव्हर बॅकवर्ड्स या माझ्या पुस्तकात लिहिल्याप्रमाणे, तो न्यायनिर्णय वाचल्यावर माझ्या लक्षात आलं, की त्याही खटल्यापूर्वीच्या बुद्धी प्रकाश शर्मा वि. भारत सरकार[१६] या खटल्यामध्ये न्यायालयाने जो न्यायनिर्णय चार वर्षांपूर्वी दिला होता त्याचे 'स्पष्टीकरण' करण्यासाठी हा न्यायनिर्णय देणे न्यायालयाला भाग पडले होते. आणि मग बुद्धी प्रकाश खटल्याबद्दल वाचल्यानंतर तो न्यायनिर्णय २००३ साली सर्वोच्च न्यायालयाने सौरभ चौधरी वि. भारत सरकार[१७] या खटल्यात दिलेल्या न्यायनिर्णयाचे 'स्पष्टीकरण'

---

१५. अभय नाथ वि. दिल्ली विद्यापीठ (२००९) १७ एससीसी २०५.

१६. बुद्धी प्रकाश शर्मा वि. भारत सरकार, (२००५) १३ एससीसी ६१.

१७. सौरभ चौधरी वि. भारत सरकार, (२००४) ५ एससीसी ६१८.

करण्यासाठी देणे अनिवार्यच झाले होते असे मला दिसले.

आणि तो न्यायनिर्णय देण्याची आत्यंतिक गरज दिनेश कुमार दुसरा या खटल्यासंदर्भात[१८] १९८६ साली दिलेल्या न्यायनिर्णयाबाबत स्पष्टीकरण करावे लागल्यामुळे निर्माण झाली होती, असेही दिसून आले. दिनेश कुमार दुसरा या खटल्याचा न्यायनिर्णय द्यावाच लागला, कारण त्याच्या आधीच्याच वर्षी दिनेश कुमार पहिला या खटल्याचा न्यायनिर्णय देताना न्यायालयाने विहित केलेल्या योजनेच्या अंमलबजावणीतून काही अशक्यप्राय अवस्था निर्माण झाल्या होत्या.[१९] आणि ही योजनादेखील न्यायालयाने १९८४ साली प्रदीप जैन वि. भारत सरकार[२०] या खटल्यात दिलेल्या न्यायनिर्णयाचा प्रत्यक्षात असलेला अर्थ 'स्पष्ट' करण्यासाठी प्रस्तावित केली होती. अर्थात शाळा-महाविद्यालयांमधल्या प्रवेशाच्या प्रश्नाला अनेक बाजू आहेत, आणि त्यात मौल्यवान गोष्टी – मुलांचे सारे भविष्य – पणाला लागलेले असते – त्यामुळे या मार्गाने होत नसेल तर त्या मार्गाने प्रयत्न करून पाहण्यासाठी लोक पुन:पुन्हा न्यायालयांकडे धाव घेणारच असतात. परंतु आत्तापर्यंत फक्त शैक्षणिक संस्थांबाबतच्या प्रश्नांवर सर्वोच्च न्यायालयातर्फे दिल्या गेलेल्या न्यायनिर्णयांच्या प्रकाशित झालेल्या सात जाडजूड महाखंडांद्वारे या विषयावर थेट भाष्यच केले गेल्याचे दिसते – न्यायदानाच्या अभ्यासातला हा एक विशेष उप-विभागच गणला जाण्यास पुरेसे ठरेल.[२१]

याची एक दुसरी बाजूदेखील आहे. इथे सर्वोच्च न्यायालयाच्या त्रिसदस्यीय खंडपीठाने आपल्या न्यायनिर्णयाद्वारे पाच सदस्यांच्या घटनापीठाने न्यायनिर्णयाद्वारे

---

१८. दिनेश कुमार वि. मोतीलाल नेहरू वैद्यकीय महाविद्यालय (१९८६) ३ एससीसी ७२७.

१९. दिनेश कुमार वि. मोतीलाल नेहरू वैद्यकीय महाविद्यालय (१९८५) ३ एससीसी २२.

२०. प्रदीप जैन वि. भारत सरकार, (१९८४) ३ एससीसी ६५४.

२१. अभय नाथ खटल्याच्या निकालपत्रातील परिच्छेद क्र.६ व ७ चे वाचन तर अरविंद दातार यांनी माझ्याकडून समक्षच करून घेतले. त्यानंतर त्यांनी मला त्यातल्या टंकितमुद्रणातल्या दोन अशा चुका दाखवल्या, ज्यांच्यासह आदेशाचा अर्थ काढायचा ठरवला तर तो संपूर्णपणे उलटाच ठरेल! परिच्छेद ६ मधले शब्द 'जर २२.५% अनुसूचित जाती/जमातीच्या विद्यार्थ्यांसाठी राखीव ठेवले' याऐवजी 'जर २२.५% अनुसूचित जाती/जमातीच्या विद्यार्थ्यांसाठी राखीव ठेवले नाही' असे असायला हवे, कारण तसे झाले नाही तर त्यात आंतरिक विसंगती दिसेल. आणि परिच्छेद ७ मध्ये शब्द होते 'अखिल भारतीय स्तरावरील विद्यार्थ्यांसाठीच्या जागांपैकी ५०% जागांमधून आरक्षण वगळलेले असेल,' त्याऐवजी ते 'अखिल भारतीय स्तरावरील विद्यार्थ्यांसाठीच्या जागांपैकी ५०% जागांमध्ये आरक्षण समाविष्ट असेल' असेच असायला हवे.

दिलेल्या आदेशात सुधारणा केली असे दिसत होते. तसेच न्यायालयाने स्वत:च्याच पूर्वी दिलेल्या आदेशाचे त्यानंतर अनेक वर्षांनी एका वेगळ्याच कार्यवाहीदरम्यान पुनरवलोकन केले होते. आणि या पुनरवलोकनाला 'स्पष्टीकरण' म्हटले गेले होते.

आपण चर्चा करत असलेल्या घटनेशी संबंधित विषयांसंदर्भातील आपल्या न्यायप्रक्रियेच्या धाटणीचे हे केवळ एक उदाहरण होते. पाच न्यायाधीशांच्या न्यायनिर्णयाचे स्पष्टीकरण तीन न्यायाधीशांच्या खंडपीठाने दिले. म्हणजे आता सर्वोच्च न्यायालयापुरतेच जरी बोलायचे ठरवले, तरी स्पष्टीकरण, सुधारणा, दुरुस्ती आणि तौलनिक तफावत, आणि अगदी पूर्णत: रद्दबातल ठरवणे – हे सगळे – त्या चंदिगडसारख्या शहरातल्या – मद्यविक्री केंद्रांच्या संदर्भातल्या आदेशाच्या बाबतीत घडले तसे – समानार्थी शब्दच ठरतात.

हा मुद्दा आणखी पुढे रेटायचा म्हटले, तर या धाटणीमध्ये आपल्या स्वत:च्याच निर्णयाच्या परिणामाने कोणत्या वैविध्यपूर्ण परिस्थितींचा भविष्यात सामना करावा लागेल याचा विचारच न करण्यापेक्षाही जास्त गंभीर परिणाम दडलेले आहेत. शिस्तबद्धतेला रामराम केल्याचे तर काही खटल्यांच्या माध्यमातून स्पष्टच दिसून येते. माझा स्वत:चाच अनुभव याचे चांगले उदाहरण आहे. हिंदुस्तान झिंक ही अशी एक कंपनी होती, ज्या कंपनीतली सरकारची गुंतवणूक अटलजींच्या काळात काढून घेतली गेली. आणि ही कंपनी सरकारच्या मालकीची होती त्या काळातल्यापेक्षा कितीतरी चांगली प्रगती या कंपनीने नंतरच्या काळात करून दाखवलेली आहे. सरकारच्या या निर्गुंतवणुकीला राजस्थान उच्च न्यायालयात आव्हान दिले गेले. नंतर तो दावा मागे घेतला गेला. पण तेच आव्हान नंतर सर्वोच्च न्यायालयात दाखल केले गेले. सरन्यायाधीशांच्या नेतृत्वाखालील त्रिसदस्यीय खंडपीठाने ते फेटाळून लावले. अनेक वर्षांनंतर, तंतोतंत या आव्हानासारखेच एक आव्हान द्वि-सदस्यीय खंडपीठाने दाखल करून घेतले.

या बेशिस्त कारभाराचे परिणाम सर्वोच्च न्यायालयालाच फेब्रुवारी २०१८ मध्ये भोगावे लागले. सार्वजनिक हिताच्या अगदी सर्वोच्च महत्त्वाच्या कार्यासाठी असलेल्या भूसंपादनाबाबतदेखील अनेक प्रकारचे तंटेबखेडे उभे राहू शकतात; जमिनीच्या मालकांसाठी तो जगण्या-मरण्याचा प्रश्न असू शकतो; तर राज्य शासनासाठी अगदी हाताच्या बोटांवर मोजता येतील एवढ्या लोकांनी त्यांची जमीन देण्यास दिलेला नकारदेखील अत्यावश्यक प्रकल्पाच्या कामांमधे अनेक वर्षांची खीळ घालू शकतो. जमिनींचे मालक आणि राज्य शासनाच्या गरजा यांचे योग्य ते संतुलन राखण्यासाठी २०१३ साली भूमी अधिग्रहण, पुनर्वसन व पुनर्व्यवस्थापनात योग्य भरपाई व पारदर्शकतेच्या हक्काचा कायदा संमत करण्यात आला. २०१४ साली सरन्यायाधीश आर. एम. लोढा, आणि न्यायाधीश कुरियन जोसेफ व मदन

बी. लोकूर[२२] यांचा समावेश असलेल्या सर्वोच्च न्यायालयाच्या एका त्रिसदस्यीय पीठाने असा निर्णय दिला, की जमिनीच्या मालकांच्या बँकेतील खात्यामधे मोबदल्याची रक्कम प्रत्यक्षात भरली गेली असेल तरच ते भूमिग्रहण अधिकृत ठरेल; मोबदल्याची रक्कम सरकारी तिजोरीत भरलेली असणे पुरेसे ठरणार नाही. या निकालपत्राचा आधार घेऊन निम्नस्तरीय न्यायालयांनीदेखील निकाल देण्यास सुरुवात केली. परंतु राज्य शासनाने मोबदल्याची रक्कम नुसती देऊ केली असली, किंवा अगदी सरकारी तिजोरीत भरली असली, आणि मोबदल्याची रक्कम जमीनमालकाला रास्त वाटत नसल्यामुळे त्याने ती घेण्यास नकार दिल्यामुळे ती त्याच्या खात्यात पुढील पाच वर्षांपर्यंतदेखील भरली गेली नसली, तरीदेखील ते भूमिग्रहण अधिकृत समजले जाईल, असा निर्णय ८ फेब्रुवारी २०१८ रोजी न्यायमूर्ती अरुण मिश्रा, ए. के. गोयल आणि मोहन एम. शंतनगौडर[२३] हे सदस्य असलेल्या आणखी एका त्रिसदस्यीय खंडपीठाने दोन विरुद्ध एक अशा मताधिक्याने दिला. एका न्यायाधीशाने विरोधी मत नोंदवले असल्याने खंडपीठाने पुढे असेही जाहीर केले, की पूर्वीच्या त्रिसदस्यीय खंडपीठाचा निर्णय कायद्याचा योग्य प्रकारे अर्थ न लावता दिला गेला होता. आता भूसंपादन करणाऱ्या अधिकाऱ्यांनी या निर्णयाचा आधार घेत त्यांनी केलेल्या भूसंपादनाला अधिकृती मिळवण्यासाठी निम्नस्तरीय न्यायालयांकडे धाव घेतली. साहजिकच हे प्रकरण पुन्हा एकदा सर्वोच्च न्यायालयात दाखल झाले – आणि तेदेखील ज्यांनी कायद्याचा योग्य प्रकारे अर्थ न लावता निर्णय दिला असल्याचे म्हटले गेले होते त्याच न्यायाधीश कुरियन जोसेफ, मदन लोकूर हेच सदस्य, आणि दीपक गुप्तांच्या रूपात एकमेव सदस्य-बदल असलेल्या खंडपीठापुढेच दाखल झाले. कायद्याचा योग्य प्रकारे अर्थ न लावता निकाल दिला गेला होता असे न्यायाधीश मिश्रा यांच्या खंडपीठाने जाहीर केल्यामुळे २०१४ च्या निकालाचा आधार घेत निर्णय दिला गेलेल्या सुमारे ५००० खटल्यांची पुन्हा सुनावणी सुरू केली जाण्याची गंभीर समस्या आपल्यापुढे उभी राहील असे महान्यायवादी श्री. मुकुल रोहटगी यांनी न्यायालयाला सूचित केले. खटल्यांच्या कामकाजात शिस्त पाळली नाही तर सर्वोच्च न्यायालयाला एक संस्था म्हणून कार्य करणे शक्यच होणार नाही असे न्यायाधीश कुरियन जोसेफ यांनी सुनावणीदरम्यान यथोचित प्रतिपादन केले; एखाद्या खंडपीठाला दुसऱ्या समसमान अधिकारक्षमतेच्या खंडपीठाने

---

२२. पुणे महानगरपालिका वि. हरकचंद मिश्रिमल सोलंकी (२०१४) ३ एससीसी १८३.

२३. इंदौर डेव्हलपमेंट ऑथॉरिटी वि. (द्वारे फसगत झालेले शैलेंद्र) एलआर, (२०१८) एससीसी ऑनलाइन एससी १००.

दिलेल्या निर्णयावर पुन्हा विचारमंथन केले जाण्याची गरज भासली, तर जास्त सदस्यसंख्या असलेल्या खंडपीठाकडे ते पुनरवलोकनासाठी सुपूर्द करण्याची शिफारस ते सरन्यायाधीशांकडे करू शकतात, इतकेच नव्हे, ती प्रस्थापित कार्यव्यवस्थाच होती. एक त्रिसदस्यीय खंडपीठ दुसऱ्या त्रिसदस्यीय खंडपीठाने दिलेला निकाल कायद्याचा योग्य अर्थ न लावता दिला गेला असल्याचे कसे काय जाहीर करू शकत होते? जास्त सदस्यसंख्या असलेल्या खंडपीठाकडे खटले सुपूर्द करण्याबाबतचा निर्णय त्यांच्या खंडपीठाद्वारे दिला जाईपर्यंत, सर्व राज्यांमधील उच्च न्यायालयांनी संदर्भित कायद्याच्या विवादास्पद ठरत असलेल्या भागासंदर्भातील खटले स्थगित ठेवावेत असे आदेश तातडीने काढले जाण्यासाठी न्यायमूर्ती कुरियन जोसेफ, मदन लोकूर आणि दीपक मिश्रा यांच्या खंडपीठाला सर्वोच्च न्यायालयाच्या सरचिटणिसांना निर्देशित करणे भाग पडले, तसेच या संदर्भातले कामकाज चालू असलेले खटले जास्त सदस्यसंख्येच्या खंडपीठाकडे पाठवण्याबाबतचा निर्णय होईपर्यंत पुढे न चालवण्याची विनंती सर्वोच्च न्यायालयाच्या इतर खंडपीठांनादेखील करावी लागली. न्यायमूर्ती कुरियन जोसेफ म्हणाले, 'एक गोष्ट स्पष्टपणे लक्षात ठेवायला हवी, की हा न्यायव्यवस्थेची योग्यायोग्यता आणि सातत्यपूर्णतेचा प्रश्न आहे.. ... व्यवस्था प्रस्थापित आहे, पण त्यात खोड्या करायला जाल तरी ती बंद पडणार नाही. ही संस्था संस्था म्हणून कार्य अविरतपणे करतच राहील. हे विद्वत्ता उपायोजनाचे काम आहे आणि त्यासाठी एक सुयोग्य कार्यपद्धत अवलंबली जाणे अत्यावश्यक आहे... ... न्यायपालिकेने एक संस्था म्हणून काम करावे अशी अपेक्षा असेल, तर ती ते करेलच आणि तिच्याकडून ते तसेच करून घेण्याची जबाबदारी तुमच्यावर आहे. त्यासाठी तुम्ही स्वतः न्यायिक शिस्तीचे पालन करणे आवश्यक आहे.'[२४] अशा घटनांमुळे खटल्यांच्या कामकाजामध्ये गोंधळ निर्माण होण्याबरोबरच इतरही काही, आणि माझ्या मते अधिक गंभीर परिणाम, होत असतात. अशा घटनांमुळे कायद्यातील तरतुदींबद्दलच अनिश्चितता निर्माण होते. याहूनही वाईट म्हणजे – 'हाती येणारा निकाल हा कायद्याच्या तरतुदी किंवा वस्तुस्थितीपेक्षाही तुम्हाला तुमची बाजू लढवायला वकील कसा मिळतो, आणि तुमचा खटला कुठल्या खंडपीठापुढे चालणार असतो, यावर अवलंबून असतो.' - असा उपरोधिक विचार जनमानसात बळावायला लागतो.

---

२४. हरियाणा राज्य सरकार वि. जी. डी. गोयंका टुरिझम कॉर्पोरेशन लि. २१ फेब्रुवारी २०१८चा आदेश; बार ॲण्ड बेंच, २२ फेब्रुवारी २०१८ आणि दी इंडियन एक्स्प्रेस, २२ फेब्रुवारी २०१८.

परिस्थिती, परिणाम, निष्पत्ती

आपल्यावर झालेल्या अन्यायावर उपाय शोधण्यासाठी आपण न्यायप्रक्रियेच्या प्रांतामध्ये अधिकाधिक खोलवर जाण्याचा प्रयत्न करणारच हे तर उघडच आहे, आणि त्यामुळेच न्यायालयांनी आपल्या निकालामुळे जो कायदा वा नियम अस्तित्वात येणार आहे, त्याच्या संभाव्य परिणामांचे परीक्षण करणे अनिवार्यपणे आवश्यक आहे – आणि आपल्या न्यायनिर्णयाचे समोरच्या तात्कालिक समस्येवर उपाय होण्यापलीकडे दूरगामी परिणाम होणार आहेत याचीही जाणीव ठेवणे आवश्यक आहे. आणि म्हणूनच आपल्याला ज्या परिस्थितीचा सामना करावाच लागणार आहे त्याची, आणि सामना करण्यासाठी आपण काय करायला हवे याची परिपूर्ण माहिती प्रत्येकानेच मिळवावी असे मला आवाहन करावेसे वाटते. आपण आपल्या समस्या सोडवण्याचे उपाय केले नाहीत, म्हणून दुसरे कुणीही त्यांचा कामाचा वेग कमी करणार नाहीत; उदाहरणार्थ एखाद्या प्रकल्पाच्या पर्यावरणावर होऊ शकणाऱ्या परिणामासंदर्भातील खटल्याबाबत न्यायनिर्णय मिळायला लागणारा वेळ पहा आणि याची तुलना आपल्या सैन्याला सहजपणे व जलदगतीने हालचाली करता याव्या म्हणून तिबेटमध्ये ज्या गतीने चीन पायाभूत सुविधा उभारत आहे त्याच्याशी करून पहा. त्याचप्रमाणे आरक्षणाबाबतच्या न्यायनिर्णयांचे परिणाम पहा – सेवाक्षेत्रामध्ये अर्ध्या नियुक्त्या आणि बढत्या क्षमतेऐवजी जन्माच्या निकषावर दिल्या जात आहेत – याचा परिणाम प्रकाशवेगाने बदलत असलेल्या जगाच्या स्पर्धेत राहण्याच्या आपल्या क्षमतेवर काय होणार आहे त्याचा विचार करा. होय, हे जग अनंत संधी

देणारे आहे परंतु हे जग एक हृदयशून्य जगदेखील आहे : इथे दुय्यम दर्जाच्या व्यक्तीला, दुय्यम दर्जाच्या आस्थापनेला अथवा दुय्यम दर्जाच्या देशालादेखील स्थान नाही. आणि असे असूनदेखील थॉमस[1], इंदिरा साहनी[2], नागराज[3], या खटल्यांकडे पाहिले, तर ते सगळे मिळून उत्कृष्टता आणि कामगिरीतील सर्वोत्तमतेच्या संकल्पनेवरच घणाचे घाव घालत आहेत याबद्दल सुतरामही शंका राहणार नाही. प्रत्येक फेरीदरम्यान सर्वोच्च न्यायालयाने राजकारणी वर्गाला वेसण घालायचा प्रयत्न केला, परंतु नंतरच्या फेऱ्यांमध्ये जेव्हा राजकारणी लोक घटनेच्या कलमांमध्येच दुरुस्त्या करून घेऊन आले, तेव्हा मात्र न्यायालय त्यांच्या मताने चालू लागले. परिणामी आज असभ्य वर्तन हा हक्क झाला आहे, अतिसामान्यपणा प्रमाणित झाला आहे, गरिबांना गरीबच ठेवायच्या कारस्थानाचाच एक भाग म्हणून दर्जात्मकतेकडे उपहासाने पाहण्याचा पायंडा पाडला गेला आहे, कशाचाही आधार नसलेल्या दृष्टिकोनाला चिकटून राहण्यासाठी वस्तुस्थितीच्या अज्ञानाची ढाल बनवली जात आहे, धाकदपटशाही हाच युक्तिवाद झाला आहे आणि हल्ला हाच पुरावा ठरतो आहे. आणि या सगळ्या सामग्रीनिशी आपण जगात स्पर्धा करायला निघालो आहोत? तसेच, 'राज्य' आणि 'इतर प्राधिकरणे' या संकल्पनांच्या व्याख्येची व्याप्ती वाढवून त्यात सरकारी कंपन्यांचादेखील समावेश करण्यामुळे त्यांच्यामध्ये सरकारी 'कार्यसंस्कृती' चा फैलाव होण्यास न्यायालयाने हातभारच लावला नाही का, आणि त्याद्वारे त्यांच्या विनाशाला कारणीभूत ठरले नाही का?

आणि यासाठीच जग कुठे आहे, कुठे चालले आहे – त्यातही आपले स्पर्धक आणि विरोधक कुठे चालले आहेत, हे अभ्यासण्यासाठी जरा जास्त मेहनत करावी असे मला न्यायाधीशांना आवाहन करायचे आहे. पत्रकारदेखील ज्या कारखान्यांबद्दल आणि प्रकल्पांबद्दल लेख लिहितात, त्या ठिकाणी जाऊन प्रत्यक्ष पाहणी करत नाहीत. त्यांच्या लेखांमुळे संबंधित प्राधिकरणांना अनावश्यक निर्णय घ्यावे लागू शकतात. पण न्यायाधीश तर त्याहीपेक्षा कमी वेळा कारखाने आणि प्रकल्पांची प्रत्यक्ष पाहणी करतात. आणि मग पत्रकारांच्या लेखापेक्षाही असंख्य कोटीचे विपरीत परिणाम न्यायाधीशांच्या एखाद्या विषयावर बनलेल्या मतामुळे होऊ शकतात. फरिदाबादच्या न्यायालयात बसून राहिलो असताना मी मलाच अनेक वेळा हा प्रश्न विचारला : इथे ७०० पेक्षा जास्त माणसे आपल्या खटल्याचे कामकाज चालवले

---

१. केरळ राज्य वि. एन. एम. थॉमस, (१९७६) २ एससीसी ३१०.

२. इंद्रा साहनी वि. भारत सरकार, (१९९२) एसयूपीपी (३) एससीसी २१७; आणि इंद्रा साहनी वि. भारत सरकार, (२०००) १ एससीसी १६८

३. एम. नागराज वि. भारत सरकार, (२००६) ८ एससीसी २१२.

जाण्याची वाट पाहत बसली आहेत, त्यांच्यापैकी अनेक जणांची स्थिती आमच्यासारखीच असणार आहे – त्यांनीदेखील अक्षरश: एखादी वीट इकडची तिकडे ठेवण्याइतकासुद्धा गुन्हा केला नसेल; आणि दुसरीकडे, जो खरा गंभीर प्रश्न आहे – बेकायदेशीर खाणकाम – राजरोसपणे भरदिवसा चाललेले असेल; तर मग न्यायाधीश महाशयांनी एखादा दिवस आपल्या खोलीतून बाहेर पडून अशा एखाद्या ठिकाणी अचानकपणे जाऊन पाहणी करण्याचे सत्कर्म का करू नये?

अर्थात, प्रत्येक प्रकरण महत्त्वाचे असते हे खरेच. परंतु भारतातल्या आपल्या जीवनामध्ये शासनव्यवस्थेचे असलेले अनन्यसाधारण महत्त्व लक्षात घेता, सार्वजनिक सेवापुरवठादारांबाबतच्या खटल्यांकडे विशेष लक्ष पुरवले जाऊन त्यांच्याबाबत त्वरेने न्यायनिर्णय दिला जायला हवा हे निश्चित. उदाहरणार्थ, एखादा लोकसेवक – म्हणजे मंत्री, विधायक, न्यायाधीश, एखादा अधिकारी किंवा पोलीस – यांच्यासारख्या व्यक्तीवर, त्याच्या उत्पन्नाच्या ज्ञात स्रोतांच्या तुलनेत अवास्तव प्रमाणात बेहिशेबी मालमत्ता जमा केल्याचा आरोप असेल, तर,

- न्यायाधीशांनी खटल्याच्या कामकाजाला स्थगिती देऊच नये. इमारती, जमिनी, रोकड – असा राजकारणातील पुढारी लोकांच्या बेहिशेबी मालमत्तेचा भरभक्कम पुरावा सापडल्यानंतरदेखील खटल्याचे कामकाज वर्षानुवर्षे चालूच राहते ही किती विदारक स्थिती आहे नाही का! आणि हेच लोक सरकार बनवण्याचे आणि पाडण्याचेही काम सुखेनैव करत राहतात हा आणखी एक दैवर्विलास!
- राज्यघटनेच्या कार्याबाबत विचारमंथन करणाऱ्या आयोगाच्या आवाहनानुसार, पुराव्याच्या ग्राह्यतेबाबत 'वाजवी शंकेच्या पलीकडे-सिद्ध' असा काटेकोर नियम लावण्यापेक्षा 'शक्याशक्यतेच्या प्राबल्या'चा नियम लावला जावा.
- कायदे-नियमांच्या आडोशाने लोकसेवकांना गुन्ह्यातून सुटण्याची संधी मोकळी ठेवण्याऐवजी न्यायाधीशांनी निखळ वस्तुस्थितीच्या आधारे कठोर निर्णय घेणे अनिवार्य समजले जावे.
- मुळातच साक्ष देताना त्यांच्यावर दबाव टाकला गेला असल्याचे सिद्ध होत असल्यास तो अपवाद समजून, आपली साक्ष उलटी फिरवणाऱ्या व्यक्तींना शपथेवर खोटे बोलण्याच्या गुन्ह्याबद्दल अत्यंत कडक शिक्षा केली जावी.

जसे स्थगिती नाकारण्याचे असतात, तसेच खोटी साक्ष दिल्याबद्दल शिक्षा करण्याचेदेखील न्यायालयांना अधिकार असतात. आणि तरीदेखील ते वापरले जाण्याचे प्रमाण

सर्वांत कमी आहे, आणि त्या अधिकारांचा वापर न करणे हे अनेक अनर्थांचे कारण बनलेले आहे. अनेक लोक ज्यात हकनाक मारले गेले त्या बॉम्बस्फोटांच्या खटल्यांमध्ये फिर्यादी पक्षाने दावे कसेकसे मागे घेतले आणि न्यायालयात शपथेवर दिलेल्या साक्षीबाबत साक्षीदारांनी कशी कोलांटीउडी मारली ते बघतच राहावे. याचप्रमाणे फिर्यादी पक्षच आपली बाजू कशी, केव्हां कमकुवत करत जातात ते शोधून काढायला कुण्या शेरलॉक होम्सची काहीच गरज नाही – बाजू कमकुवत होणे हे इतक्या जास्त प्रमाणात सत्तेमध्ये होणाऱ्या बदलाबरोबर होत असते, की यातली कुठलीही गोष्ट घडत असेल, तर न्यायाधीशांसाठी तो धोक्याचा पुरेसा इशाराच ठरावा.

व्यापक संदर्भ

तसेच एखाद्या खटल्यामध्ये जी काही समस्या निराकरणासाठी समोर आलेली असेल, तेवढ्याच समस्येवर उपाय शोधण्यावर लक्ष केंद्रित करणे योग्य नाही. न्यायालय जो निकाल देईल, तो नंतर ज्या अनेक वैविध्यपूर्ण घटनांबाबत लागू केला जाईल त्याचादेखील सखोल विचार निकाल देण्यापूर्वीच करायला हवा. इथे मी अहमदाबादमधील न्यायमूर्ती पी. डी. देसाई स्मृती व्याख्यानमालेत केलेल्या भाषणात दिलेले एका विद्वान न्यायाधीशांचे उदाहरण पुन्हा उद्धृत करू इच्छितो.[४] घटनेतील कलम २१च्या कक्षा विस्तारित करण्याबरोबरच, आपल्याला उपलब्ध असलेल्या विविध प्रकारच्या स्वातंत्र्यांचा विस्तार वाढवण्यासाठी सर्वोच्च न्यायालयाने कलम २२चा देखील उपयोग केला आहे.[५] या उपक्रमाचे स्वागत करत असतानाच,

४. माझ्या दी एक्स्प्रेस ग्रूप आणि रूपा प्रकाशनातर्फे प्रकाशित 'वुई मस्ट हॅव नो प्राइझ, ॲण्ड एव्हरीवन मस्ट नो दॅट वुई हॅव नो प्राइझ' या पुस्तकातील 'इंडिव्हिज्युअल लिबर्टी ॲन्ड नॅशनल सिक्युरिटी' या लेखामधील पृष्ठे १०-४५.

५. कलम २२ मधील तरतूद अशी आहे :

२२. काही विशिष्ट परिस्थितीमध्ये अटक होण्यापासून आणि स्थानबद्धतेपासून संरक्षण (१) शक्य तितक्या लवकरात लवकर अटकेबद्दलच्या आधारभूत कारणांची माहिती दिल्याशिवाय कोणत्याही अटक केलेल्या व्यक्तीला स्थानबद्ध केले जाऊ नये, तसेच अशी अटक झाल्याच्या कारणाच्या आधारे त्या व्यक्तीला प्राप्त असलेला त्याच्या पसंतीच्या वकिली व्यवसाय करणाऱ्या व्यक्तीशी सल्लामसलत करण्याच्या आणि त्या प्रतिनिधीच्या माध्यमातून आपले संरक्षण करण्याचा अधिकार नाकारता येणार नाही. (२) अटकेच्या ठिकाणापासून सर्वांत जवळ असलेल्या दंडाधिकाऱ्याच्या न्यायालयापर्यंतच्या प्रवासाला लागणारा वेळ वगळता, अटक झालेल्या आणि स्थानबद्ध केलेल्या प्रत्येक

या क्षेत्रात काम करणाऱ्या व्यक्तींवर न्यायालयाने अंगीकारलेल्या या सूत्रांचे काय परिणाम होत आहेत याकडेदेखील लक्ष देणे अत्यावश्यक आहे. कायदा भंग करण्याचा संशय असलेल्या व्यक्तींसंदर्भात अवलंबायच्या कार्यवाहीच्या पद्धतींबाबत

व्यक्तीला चोवीस तासांच्या आत दंडाधिकाऱ्यासमोर हजर केले जावे आणि दंडाधिकाऱ्यांच्या अधिकृतीशिवाय विहित काळापेक्षा जास्त काळ त्या व्यक्तीस कोठडीमध्ये स्थानबद्ध केले जाऊ नये.

(३) पुढील परिस्थितीत कलम (१) व (२) च्या तरतुदी लागू नाहीत :-

(अ) तत्कालीन परिस्थितीमध्ये शत्रू असलेल्या देशाची कोणतीही व्यक्ती; किंवा

(ब) प्रतिबंधात्मक स्थानबद्धतेसंबंधीच्या कायद्यानुसार अटक करण्यात आलेली किंवा स्थानबद्ध करण्यात आलेली कोणतीही व्यक्ती

(४) पुढील अपवाद वगळता, प्रतिबंधात्मक स्थानबद्धतेसंबंधीच्या कोणत्याही कायद्याद्वारे कोणत्याही व्यक्तीला तीन महिन्यांपेक्षा जास्त काळ स्थानबद्ध करण्यास अधिकृती नाही.

(अ) उच्च न्यायालयाचे न्यायाधीश म्हणून काम करत असलेल्या, पूर्वी काम केलेल्या, किंवा काम करण्यास पात्र असलेल्या व्यक्तींच्या सल्लागार मंडळाने उपरोक्त तीन महिन्यांचा कालावधी संपुष्टात येण्यापूर्वीच तीन महिन्यांपेक्षा जास्त कालावधीसाठी व्यक्तीस स्थानबद्ध राखण्याचे सबळ कारण असल्याचा अहवाल सादर केला असल्यास: परंतु कोणत्याही व्यक्तीला संसदेने केलेल्या कोणत्याही कायद्यात विहित असलेल्या कालावधीच्या कमाल मर्यादेपेक्षा जास्त काळ कलम (७) च्या उपकलम (ब) अनुसार स्थानबद्ध करण्यास या उपकलमान्वये अधिकृती नाही; किंवा

(ब) अशा व्यक्तीस संसदेने केलेल्या कोणत्याही कायद्यातील तरतुदींनुसार कलम (७) च्या उपकलम (अ) आणि (ब) अन्वये स्थानबद्ध करण्यात आले असल्यास.

(५) एखाद्या व्यक्तीस प्रतिबंधात्मक स्थानबद्धतेची तरतूद असणाऱ्या कोणत्याही कायद्यान्वये दिलेल्या आदेशानुसार स्थानबद्ध करण्यात आले असेल, तर तो आदेश काढणाऱ्या प्राधिकरणाने शक्य तितक्या लवकरात लवकर, त्या व्यक्तीला तो आदेश कशाच्या आधारे काढण्यात आला आहे याची माहिती द्यावी आणि त्या आदेशाविरुद्ध आपली बाजू मांडण्याची संधी लवकरात लवकर उपलब्ध करून द्यावी.

(६) उल्लेखिलेला आदेश काढणाऱ्या प्राधिकरणास आदेशाचे कारण उघड करणे जनहिताविरुद्ध असल्याचे वाटत असल्यास कलम (५) अन्वये त्या प्राधिकरणावर संदर्भित कारण उघड करणे बंधनकारक नाही.

(७) संसद कायदा करून पुढील गोष्टी निश्चित करू शकते –

(अ) कलम (४) च्या उपकलम (अ) च्या तरतुदींनुसार आवश्यक मानलेले सल्लागार मंडळाचे मत विचारात न घेतादेखील प्रतिबंधात्मक स्थानबद्धतेची तरतूद असणाऱ्या कोणत्याही कायद्यान्वये एखाद्या व्यक्तीला तीन महिन्यांपेक्षा जास्त काळ स्थानबद्ध करण्यायोग्य परिस्थिती आणि खटल्यांची वर्गवारी.

सर्वोच्च न्यायालयाने पाळणे अनिवार्य केलेल्या गोष्टींचे उदाहरण घ्या. 'स्वातंत्र्याचा इतिहास म्हणजे प्रक्रियेतील प्रतिबंधात्मक उपायांचा इतिहास होय.' या वाक्प्रचाराचा न्यायालय पुन:पुन्हा आधार घेत असते. हे खरे असले, तरी असे प्रतिबंधात्मक उपाय फार ताणले जाण्याचे परिणामदेखील विचारात घ्यायला हवे. कोठडीतच होणाऱ्या मृत्यूंमुळे सर्वोच्च न्यायालयास किती मनस्ताप सहन करावा लागला होता – ते सर्वांनाच आठवत असेल. या विषयासंबंधीच्या खटल्यावर विचार करण्यासाठी न्यायालयाने दहा वर्षे घेतली : याचा एक पैलू असा, की एखाद्या विषयाबाबत न्यायालय अगदी प्रक्षुब्ध झाले असले, एखादे वर्तन अगदी 'असंस्कृतपणाचे' असल्याचे मत असले, किंवा अगदी 'हिंसक वृत्तीची परिसीमा' वाटत असली, तरीदेखील निष्कर्ष काढायला न्यायालय दहा वर्षे घेते. परंतु या क्षणी तरी, मला या पैलूबद्दल बोलायचे नाही. न्यायप्रक्रियेच्या गैरवापराला प्रतिबंध करण्यासाठी सर्वोच्च न्यायालयाने केलेली निर्देशने हा आपल्या समोरचा सध्याचा काळजीचा विषय आहे.

एखाद्या व्यक्तीस अटक करायची असलेल्या क्षणापासून सुरक्षा दलांमधील व्यक्तींचे वर्तन कसे असावे याबद्दल सर्वोच्च न्यायालयाने पुढील स्वरूपाचे निर्देशन केले आहे :

१. अटक करण्याचे आणि अटक केलेल्या व्यक्तीच्या चौकशीचे काम करणाऱ्या पोलीस दलातील व्यक्तींकडे स्वत:ची अचूक, सहज आणि स्पष्टपणे दिसेल अशा स्वरूपात ओळख पटवणारी नाव व हुद्दा लिहिलेली पट्टी लावलेली असावी. अटक केलेल्या व्यक्तीबरोबर चौकशीचे काम करणाऱ्या पोलीस दलातील सर्व व्यक्तींची तपशीलवार माहिती एका नोंदवहीत नोंदविलेली असावी.
२. अटक करणाऱ्या पोलीस अधिकाऱ्याने अटक करतेवेळी त्या अटकेसंबंधीचा संक्षेपलेख तयार करावा आणि या संक्षेपलेखावर साक्षीदार म्हणून अटक केलेल्या व्यक्तीच्या कुटुंबातील एखादा सदस्य किंवा अटक केलेल्या ठिकाणाच्या आसपासच्या भागातील प्रतिष्ठित व्यक्तीसारख्या किमान

(ब) प्रतिबंधात्मक स्थानबद्धतेची तरतूद असणाऱ्या कोणत्याही कायद्यान्वये कोणत्याही वर्गवारीतील खटल्यांसंदर्भात कोणत्याही व्यक्तीला स्थानबद्ध करून ठेवण्याचा कमाल कालावधी

(क) कलम (४) च्या उपकलम (अ) नुसार चालणाऱ्या चौकशी प्रक्रियेमध्ये सल्लागार मंडळाने अनुसरावयाची कार्यपद्धत

एका व्यक्तीची स्वाक्षरी घ्यावी. तसेच अशा संक्षेपलेखामध्ये अटक केल्याची वेळ व दिनांक नोंदवावा आणि त्यावर अटक झालेल्या व्यक्तीने स्वाक्षरी करावी.

३. अटक झालेल्या किंवा स्थानबद्ध करण्यात आलेल्या आणि कोठडीत ठेवलेल्या किंवा पूसतपास केंद्रात किंवा अन्य प्रकारच्या कच्च्या कैदेत असलेल्या व्यक्तीला, जी अटकेची साक्षीदार आहे किंवा अटकेच्या संक्षेपलेखावर साक्षीदार म्हणून स्वाक्षरी करणार आहे अशा, अटक झालेल्या व्यक्तीच्या क्षेमकल्याणाची माहिती मिळवण्याची इच्छा असलेल्या मित्र किंवा नातेवाईक व्यक्तीला, आपल्या सोबत राखण्याचा अधिकार आहे.

४. पोलिसांनी व्यक्तीच्या नातेवाइकांना व्यक्तीस अटक केल्याची वेळ, ठिकाण आणि अटक केलेल्या व्यक्तीस ठेवण्यात आलेल्या कोठडीचे ठिकाण याबद्दलची माहिती अटक झाल्यापासून आठ ते बारा तासांच्या आत कळवणे अनिवार्य आहे. अटक झालेल्या व्यक्तीचा मित्र किंवा नातेवाईक दुसऱ्या जिल्हा किंवा शहरात राहत असल्यास, जिल्ह्यातील कायदेविषयक साहाय्य संस्था आणि त्या भागातील पोलीस ठाण्याच्या माध्यमाद्वारे ही माहिती तार-संदेश पाठवून कळवणे अनिवार्य आहे.

५. अटकेत घेतल्याबरोबर किंवा स्थानबद्ध केल्याबरोबर अशा अटकेबद्दल वा स्थानबद्धतेबद्दल कोणाला तरी कळवण्याचा अधिकार उपलब्ध असण्याची माहिती अटक केलेल्या व्यक्तीस देणे अनिवार्य आहे.

६. स्थानबद्ध केलेल्या जागी असलेल्या रोजनिशीमध्ये व्यक्तीस केलेल्या अटकेची माहिती नोंदविणे अनिवार्य आहे तसेच ज्या नातेवाईक किंवा मित्र व्यक्तीला अटकेसंबंधातील माहिती कळवली त्या व्यक्तीचे नाव आणि ज्यांच्या कोठडीमध्ये अटक झालेली व्यक्ती आहे, त्या पोलीस अधिकाऱ्यांची नावे आणि इतर तपशील नोंदविणे अनिवार्य आहे.

७. अटक केलेल्या व्यक्तीची, त्याने तशी विनंती केल्यास, अटक करतेवेळी, मोठी आणि किरकोळ अशा कोणत्याही स्वरूपाची दुखापत असण्याबद्दल तपासणी करावी व त्यांची नोंद करावी. 'तपासणी संक्षेपलेखा'वर अटक झालेल्या व्यक्तीने आणि अटक करणाऱ्या पोलीस अधिकाऱ्याने स्वाक्षरी करावी आणि त्याची प्रत अटक झालेल्या व्यक्तीस द्यावी.

८. संबंधित राज्याच्या किंवा केंद्रशासित प्रदेशाच्या आरोग्यसेवा संचालकांनी नियुक्त केलेल्या मान्यताप्राप्त डॉक्टरांच्या पथकातल्या प्रशिक्षित डॉक्टरद्वारा अटकेत असलेल्या व्यक्तीची कोठडीतील काळादरम्यान दर ४८ तासांनी

वैद्यकीय तपासणी करण्यात यावी. आरोग्यसेवा संचालकांनी सर्व तालुके आणि जिल्ह्यांसाठी अशा प्रकारचे पथक तयार करावे.

९. वर उल्लेख केल्याप्रमाणे अटकेच्या संक्षेपलेखासह सर्व संबंधित दस्तऐवजांची प्रत संबंधित इलाख्याच्या दंडाधिकाऱ्यांकडे माहितीसाठी पाठवण्यात यावी.

१०. पूसतपास चालू असताना अटक करण्यात आलेल्या व्यक्तीस आपल्या वकिलाला भेटण्यास परवानगी देणे शक्य आहे, परंतु पूसतपास चालू असतानाचा संपूर्ण वेळ वकिलाने तिथे उपस्थित असण्याची गरज नाही.

११. सर्व जिल्हा आणि राज्य स्तरावर एक पोलीस नियंत्रण कक्ष स्थापन करण्यात यावा. अटक करणाऱ्या अधिकाऱ्याने अटक केल्यापासून बारा तासांच्या आत अटकेबद्दलची आणि अटकेतील व्यक्तीस कोठडीत ठेवण्यात आलेल्या ठिकाणाची माहिती अशा नियंत्रण कक्षाला कळवणे अत्यावश्यक आहे, आणि, पोलीस नियंत्रण कक्षामध्ये ती माहिती सहज दिसून येईल अशा सूचना फलकावर प्रदर्शित करावी.[६]

आता तुम्ही एखाद्या सुरक्षादलात काम करत आहात अशी कल्पना करा. स्वत:ला कल्पनेनेच काश्मीर खोऱ्यात घेऊन जा. एक चकमक झडते आहे. पाकिस्तानमध्ये प्रशिक्षित झालेल्या पण स्थानिक अतिरेक्यांनी तुमच्या काही सहकाऱ्यांना ठार केले आहे. अतिरेक्यांपैकी दोन मारले गेले आहेत. आणि आणखी दोघांना जिवंत पकडण्यात आले आहे. आता सर्वोच्च न्यायालयाच्या निर्देशांचे पायरी-पायरीने पालन करत कामाला सुरुवात करा :

- अतिरेक्यांना अटक करायला जात असताना सर्वप्रथम तुम्ही तुमच्या अंगावर तुमचे नाव व हुद्दा अचूकपणे आणि स्पष्टपणे दिसेल असा बाळगला असल्याची खात्री करा. तुमच्या नावाचे, हुद्द्याचे लेबल सर्व बघ्या लोकांच्या गर्दीलादेखील स्पष्टपणे दिसेल याची काळजी घ्या, त्या बघ्या लोकांमध्ये त्या अतिरेक्यांशी संबंध असलेल्या व्यक्तीदेखील असतील

---

६. डी. के. बासू वि. पश्चिम बंगाल राज्य (१९९७) १ एससीसी ४१६, पृष्ठ क्र.४३५-३६. तसेच डी. के. बासू वि. पश्चिम बंगाल राज्य (१९९८) ९ एससीसी ४३७ पहा, तसेच सर्वोच्च न्यायालयात या खटल्याने कोणते वळण घेतले ते समजण्यासाठी अरविंद दातार यांच्या वाधवा आणि कंपनी, नागपूर यांनी प्रकाशित केलेल्या कॉन्स्टिट्यूशन ऑफ इंडियाच्या दुसऱ्या आवृत्तीमधील पृष्ठ क्र.२४६ पहा.

याची खूणगाठ बाळगा.

- स्थानिक पोलीस ठाण्यामधील नोंदपुस्तिकेमध्ये तुमची ओळख आणि तुमच्या कुटुंबीयांच्या ठावठिकाण्याबद्दलची सर्व माहिती रीतसरपणे नोंदवली जाण्याची खात्री करा, ही सर्व माहिती अतिरेक्यांना पुरस्कृत करणाऱ्या आणि त्यांच्या हालचालींचे समन्वयन करणाऱ्या व्यक्ती सहजपणे मिळवू शकतात, हे तुम्हाला वेगळे सांगायला नकोच.
- अटक केलेल्या प्रत्येक अतिरेक्याच्या अटकेसंबंधीचा प्रत्येकी एक संक्षेपलेख तयार करा. मग त्या कुटुंबीयांपैकी एक सदस्य किंवा स्थानिक प्रतिष्ठित व्यक्तीची अटकेसंबंधीची साक्ष नोंदवून घ्या. संक्षेपलेखावर त्या व्यक्तीला स्वाक्षरी करायला लावा. ज्या व्यक्तीला अटक करत आहात त्या व्यक्तीलाही संक्षेपलेखावर स्वाक्षरी करायला लावा. साक्षीदार म्हणून स्वाक्षरी करणारी व्यक्ती अतिरेक्याची मित्र किंवा नातेवाईक नसेल, तर शक्य तितक्या लवकरात लवकर त्या अतिरेक्याच्या मित्राला किंवा नात्यातल्या व्यक्तीला अटकेची माहिती कळवण्याची खबरदारी घ्या.
- मित्र किंवा नातेवाईक दुसरीकडे कुठे राहत असतील, तर जिल्ह्याच्या कायदेविषयक साहाय्य संस्थेद्वारे आणि स्थानिक पोलीस ठाण्याद्वारे अटकेची माहिती तार-संदेशाने त्यांना कळवा.
- अटक केलेल्या व्यक्तीच्या मित्राला किंवा नातेवाइकाला अटकेची माहिती कळवणे हे तुमचे कर्तव्य असल्याची आणि तुम्ही ते पार पाडल्याची माहिती तुम्ही अटक केलेल्या व्यक्तीला द्या.
- नावे, ठिकाणे, कोणत्या गोष्टी कधी केल्या त्या सर्व वेळा आणि संबंधित सर्व गोष्टींची – रोजनिशीत नोंद करा.
- अटक केलेल्या व्यक्तीची दुखापतींसंदर्भात चाचणी करून घ्या. त्याची नोंद करून ठेवा. तपासणी अहवालावर स्वाक्षरी करण्याची त्यास विनंती करा. तुम्ही स्वत: त्यावर स्वाक्षरी करा. अहवालाची एक प्रत त्या अतिरेक्याला द्या.
- दर ४८ तासांनी श्रीनगरमधील आरोग्यसेवा संचालकांच्या मान्यताप्राप्त पथकातल्या प्रशिक्षित डॉक्टरकरवी अतिरेक्याची वैद्यकीय तपासणी करून घ्या.
- तुम्ही आणि तुमचे सहकारी पूसतपास करत असतील, तेव्हा – तुमचे नाव व हुद्दा दर्शवणारी लेबले त्या व्यक्तीस स्पष्टपणे दिसतील अशी लावण्यासारखे – वर उल्लेख केलेले सर्व उपाय केले असण्याची खातरजमा करा.

- ज्यामध्ये स्वाभाविकपणेच तुमचे नाव व हुद्दा लिहिलेला असेल तसेच इतर पोलीस अधिकारी आणि डॉक्टरचेदेखील नाव नोंदवलेले असेल – अशासर्व दस्तावेजांच्या प्रती स्थानिक दंडाधिकाऱ्याकडे पाठवा.
- अतिरेक्याची इच्छा असल्यास, तुम्ही त्याची पूसतपास करत असताना अतिरेक्याला त्याच्या वकिलाची भेट घेण्याची सोय वेळोवेळी उपलब्ध करून द्या.
- श्रीनगर येथील जिल्हा मुख्यालयातील पोलीस नियंत्रण कक्षाला या अटकेबद्दलची माहिती पोहोचल्याची खात्री करा तसेच ती माहिती सहज दिसून येईल अशा सूचना फलकावर दर्शविली जाण्याची खातरजमा करा.

आणखी एक शेवटची मार्गदर्शनपर अट न्यायालयाने घालायला हवी होती, ती म्हणजे 'आणि हे सर्व केल्यावर तुम्ही आणि तुमच्या कुटुंबीयांवर सूड घेतला जाण्याची वाट पाहत थांबा'!

हे सगळं काय फक्त दूषित परिस्थितीचं फळ म्हणायचं का? की कलम २२ (३) मधील पहिल्या दोन कलमांच्या तरतुदी परकीय शत्रूंना लागू नाहीत असे त्या कलमातच स्पष्टपणे लिहिले असल्याचा हा परिणाम असावा – पण आपण तर अतिरेकी स्थानिक आहेत असे उदाहरणात गृहीत धरले आहे; तसेच प्रतिबंधात्मक स्थानबद्धतेची तरतूद असलेल्या कायद्यांतर्गत स्थानबद्ध केलेल्या व्यक्तीबद्दलचेदेखील आपण उदाहरण घेतलेले नाही, शिवाय अतिरेकी कारवायांशी संबंधित कायद्यांमध्ये अशा स्थानबद्धतेविषयी काही तरतूद आहे का? कृपया डी. के. बासू खटल्यासंबंधीची माहिती वाचा, आणि मग, सर्वोच्च न्यायालयाची ही निर्देशने फक्त कलम २२ अंतर्गत संरक्षणाचा अधिकार प्राप्त असणाऱ्या व्यक्तींवर करावयाच्या कारवाईबद्दल आहेत, आणि म्हणूनच ती तुम्ही अटक करणार असलेल्या व्यक्तींसंबंधात लागू होत नाहीत, असे गृहीत धरून पुढील कारवाई करण्याची जोखीम, एक भीतिग्रस्त सुरक्षा अधिकारी या भूमिकेतून तुम्ही घेऊ शकाल का, याचा विचार करा.

परंतु कलम २२ हे 'परकीय शत्रूं'ना आणि प्रतिबंधक स्थानबद्धतेस परवानगी देणाऱ्या कायद्यांतर्गत गुन्हेगार म्हणून न्यायालयासमोर संदर्भित कायद्यानुसार हजर केल्या जात असलेल्या व्यक्तीला लागू होत नसले, तरीदेखील कलम २१ मात्र त्यांनादेखील लागू होतेच. म्हणजे मग एखाद्या संशयिताबाबत आणि स्थानबद्ध व्यक्तीबाबत कारवाई करण्यासंबंधीचे मार्गदर्शन हे थेटपणे कलम २१ मधून आणि त्या संदर्भात दिल्या गेलेल्या अनेक न्यायनिर्णयांच्या अनुकरणाद्वारे होत असल्याचे न्यायालय मान्य करू शकत नाही काय? एखाद्या व्यक्तीच्या जीवित राहण्याच्या आणि स्वातंत्र्याच्या हक्काचाच अविभाज्य भाग असलेल्या शारीरिक व मानसिक

सुरक्षिततेची काळजी घेणे या दोन्ही गोष्टींमध्ये सर्वोच्च न्यायालयाने निर्देशित केलेल्या सर्व घटकांचा समावेश झालेला नाही का? कारण एरवीदेखील न्यायालयाच्या निकालांद्वारे प्रत्येक संशयित व स्थानबद्ध व्यक्तीला केवळ एक 'सजीव प्राणी' म्हणून नव्हे, तर एक सन्मानाचे जीवन जगण्याचा अधिकार असल्याचे मान्यच केले गेले आहे. परंतु इथे, डी. के. बासू प्रकरणातील मार्गदर्शनानुसार आपण फक्त व्यक्तीच्या शारीरिकदृष्ट्या जिवंत राहण्याची खातरजमा करत आहोत.[७]

---

७. डी. के. बासू प्रकरणातील संदिग्धतेमुळे एक साचेबद्ध पण अनावश्यक असा कयास मांडला जातो. न्यायमूर्ती पी. डी. देसाई स्मृती व्याख्यानमालेतले माझे भाषण झाल्यानंतर भाषण करायला मंचावर आलेल्या गुजरात उच्च न्यायालयाच्या एका वरिष्ठ न्यायाधीशांनी या खटल्यासंदर्भातल्या सर्वोच्च न्यायालयाच्या निकालपत्रातील काही 'नोंदींची दुरुस्ती' करण्याच्या केलेल्या विचाराद्वारे ही गोष्ट अधिकच स्पष्ट झाली. सर्वोच्च न्यायालयाने डी. के. बासू खटल्यातच ही मार्गदर्शक तत्त्वे अतिरेक्यांच्या बाबतीत लागू नसल्याचे स्पष्टपणे नमूद केले होते. या निकालपत्राचा आपण चांगला अभ्यास केला आहे, आणि खरे सांगायचे तर, त्यांनी सर्वोच्च न्यायालयाने या संदर्भात केलेल्या भेदाभेद-विचारावर अंशत: आधारून त्यांचा स्वत:चा लोक अधिकार संघ वि. गुजरात राज्य [१९९८ (१) जी.एल.एच. ७६८] या खटल्यातील न्यायनिर्णय दिला होता असे आग्रही प्रतिपादन त्यांनी केले. यासाठी त्यांनी डी. के. बासू प्रकरणातील परिच्छेद क्र.३२ चा संदर्भ दिला. परंतु त्यांना परिच्छेद ३३ म्हणायचे असावे, कारण परिच्छेद ३२ मध्ये अमेरिकेतील सर्वोच्च न्यायालयाने मिरांडा वि. ॲरिझोना राज्य या खटल्यात दिलेल्या बरोब्बर विरुद्ध स्वरूपाच्या निकालपत्रातला एक उतारा आहे. व्यक्तिगत स्वातंत्र्यापेक्षा राज्याची सुरक्षा जास्त महत्त्वाची असल्याचे जोरदार समर्थन डी. के. बासू प्रकरणातील परिच्छेद क्र.३३ मध्ये सर्वोच्च न्यायालयाने केले आहे; आणि त्याचबरोबर 'एखाद्या सर्वसामान्य गुन्हेगाराच्या आणि अशा अतिरेकी कारवाया करणाऱ्या व्यक्तीच्या पूसतपास पद्धतीमध्ये दर्जात्मक फरक असणे निसर्गत:च स्वाभाविक आहे' असेदेखील म्हटले आहे. परंतु पुन्हा त्याच परिच्छेदात अशा पूसतपास करण्याच्या पद्धती कलम २१ चे कठोर पालन करणाऱ्या स्वरूपाच्या असाव्यात याबद्दलदेखील न्यायालय तितकेच आग्रही दिसते. त्याहूनही महत्त्वाचे म्हणजे, मार्गदर्शक तत्त्वे प्रस्थापित करतानादेखील – न्यायालय त्यांचा उल्लेख *'आवश्यकता,'* अशा शब्दात करते, आणि त्या शब्दाचे महत्त्व अधोरेखित करण्यासाठी तो तिरक्या अक्षरात लिहिते – परिच्छेद ३४ व ३५ मध्ये सर्वोच्च न्यायालय 'अटकेच्या आणि स्थानबद्धतेच्या' सर्व प्रकरणांबाबत या तत्त्वांचे पालन करणे अनिवार्य ठरवते – इथे एका बाजूला अतिरेकी, त्यांचे मदतनीस आणि त्यांना उद्युक्त करणारे आणि दुसऱ्या बाजूला सर्वसामान्य गुन्हेगार यांमध्ये काहीच फरक करत नाही. जसे आहे तसे तुलनेसाठी पहा डी. के. बासू, परिच्छेद ३२-३५.

काही वकिलांना या संदर्भात विचारले, तर ही मार्गदर्शक तत्त्वे तांत्रिकदृष्ट्या बंधनकारकच आहेत असे त्यांनी मला सांगितले. नंतरच्या कोणत्याही न्यायनिर्णयाद्वारे त्यांच्यावर कुरघोडी केली गेलेली नाही, किंवा त्यांचे प्रभावक्षेत्र संकुचित करण्याचादेखील प्रकार घडलेला नाही. कोठडीतील मृत्यू माफ केले जावेत का हा इथे मुद्दाच नाही. न्यायालये एका दुष्कृत्याचा बंदोबस्त करण्यासाठी काही उपाय प्रस्थापित करू पाहतात – उदाहरणार्थ व्यक्तीचे जीवन आणि स्वातंत्र्य पायदळी तुडवले जाण्यापासून वाचवण्याचा उपाय करू पाहतात – तेव्हा त्याचा – देशाचे विभाजन होण्यासारखा – जास्त गंभीर स्वरूपाचा परिणाम होऊ शकतो, हा यातला महत्त्वाचा मुद्दा आहे. आणि या नंतरच्या मुद्द्यावर न्यायालयांनी विचार करणे किती आवश्यक आहे, नाही का! तो केला नाही, तर दोनपैकी एक परिणाम होणे अटळ आहे. एकतर सुरक्षा दलांचे हात इतके घट्ट बांधले जातील की शत्रूशी लढण्याची देशाची ताकदच कमजोर पडू लागेल. किंवा मग सुरक्षा दलांना प्रत्यक्ष कृती करताना या मार्गदर्शक तत्त्वांकडे दुर्लक्ष करणे भाग पडेल. दोन्ही प्रकारे कायद्याचा आणि न्यायालयांचा मान राखण्यावर प्रश्नचिन्ह निर्माण होईल.

मला श्री. के.पी.एस. गिल यांचा फोन आला होता तो दिवस अगदी स्पष्ट आठवतो. ते मला भेटायला माझ्याकडे येऊ इच्छित असल्याचे ते मला सांगत होते. नको, नको साहेब, असे मी त्यांना लगेच म्हणालो होतो आणि तुम्ही कुठे यायचे ते सांगा, मीच तिथे भेटायला येतो असेही मी त्यांना म्हणालो होतो. नको, माझ्याबरोबर काही अधिकारीदेखील असतील : आम्हीच तुमच्याकडे येऊन तुम्हाला आणि तुमच्या वडिलांना भेटणे जास्त सोपे होईल असे ते म्हणाले होते.

पंजाब राज्य पाकिस्तानने चिथावणी दिलेल्या-शस्त्रपुरवठा-अर्थपुरवठा केलेल्या अतिरेक्यांच्या प्रभावाखाली आले होते. प्रशासन हवेत विरले होते. पोलीस यंत्रणेचे अस्तित्व दिसतच नव्हते. न्यायपालिकापण लयाला गेलेली दिसत होती – अतिरेकी आणि त्यांचे समर्थक खुले आम न्यायालयामध्ये त्यांना पाहिजे त्या स्वरूपाचे आदेश देण्याचे दंडाधिकाऱ्यांना निर्देश देत असत. अशा परिस्थितीमध्ये पंजाब राज्याला पुन्हा देशाच्या मुख्य प्रवाहात आणण्याची जबाबदारी श्री. ज्युलियस रिबेरो आणि श्री. के.पी.एस. गिल यांच्यावर सोपवण्यात आली. त्यांनी हे कार्य हाती घेतले तेव्हा पंजाब पोलीस खाते खिळखिळे झालेले होते. अधिकाऱ्यांनी व्यक्तिगत स्तरावर हे आव्हान स्वीकारले. श्री. गिल यांनी आपल्या धोरणाद्वारे, आपल्या प्रभावी नेतृत्वाद्वारे आणि निखळ व्यक्तिगत शौर्याद्वारे हातातून गेलेला पंजाब भारताला परत मिळवून दिला.

अतिरेक्यांना मागे रेटण्यात यश येत असल्याचे पाहून ज्या अधिकाऱ्यांनी पंजाब परत भारतात आणण्यासाठी जीतोड मेहनत घेतली होती, त्या विशिष्ट

अधिकाऱ्यांच्या विरोधात न्यायालयांमध्ये खटले दाखल करण्यास लोकांना उद्युक्त करण्यासाठी अतिरेक्यांच्या पाठीराख्यांनी राज्यभर फिरायला सुरुवात केली. श्री. के.पी.एस. गिल आणि त्यांच्या माणसांनी जे कार्य केले, ते केले नसते तर राज्यात शांतता प्रस्थापित झाल्यावर सत्ता काबीज करणाऱ्या राजकारण्यांना सत्ता मिळवणे आणि पुन्हा एकदा मंत्रिपदे मिळवणे कधीच शक्य झाले नसते. परंतु या राजकारण्यांचा संधिसाधूपणा आणि भेकडपणा इतका पराकोटीचा होता, की ते पाठीराख्यांच्या भलावणीत वाहवत गेले, त्यांनी 'चौकश्या' स्थापित केल्या आणि खटले खरोखरच दाखल केले गेले. अनेक अधिकाऱ्यांना अटक करण्यात आले, आणि ज्या तुरुंगात अतिरेकी होते त्याच तुरुंगात यांनादेखील डांबले गेले. त्यांच्यापैकी काही अधिकाऱ्यांना अतिरेक्यांनी इतके बदडून काढले, की त्यांना त्यातून सोडवण्याची पाळी आली. अजित सिंग संधू या त्यांच्यापैकीच एक असलेल्या शूर अधिकाऱ्याने तर आत्महत्या केली. आणि या सगळ्यावर कडी म्हणजे या अधिकाऱ्यांची बाजू लढवण्यासाठी वकील मिळवणे श्री. गिल यांना अतिशय दुरापास्त झाले होते.

सत्ताधाऱ्यांच्या संधिसाधूपणाला आणि भेकडपणाला आणखी एका गोष्टीची जोड होती : आणीबाणीच्या काळात आणि त्यानंतर घडवलेल्या घटनाक्रमाची आता पुनरावृत्ती होत होती. ज्या न्यायालयांची सगळी कार्यशक्तीच काढून घेतली गेली होती, तीच न्यायालये आता व्यक्ती, स्वातंत्र्य आणि 'कायद्याने निर्धारित केलेली प्रक्रिया' तंतोतंत पाळण्याबाबत कठोर झाली होती. शेवटी त्यांच्या सहमतीनेच तर अधिकाऱ्यांना तुरुंगात टाकले गेले होते ना. तेव्हा सत्ताधाऱ्यांच्या बथ्थड डोक्यात विवेकबुद्धीचा प्रकाश पाडण्यासाठी महत्प्रयास करावे लागले.

म्हणूनच, इतरांना कोणत्या परिस्थितीत काम करावे लागते आहे याची जाणही प्रत्येकाने ठेवली पाहिजे. आपल्यासमोर मांडण्यात येत असलेल्या प्रश्नाच्या पलीकडे जाऊन, दिल्या जाणाऱ्या निर्णयाचे कोणत्या परिस्थितीत काय परिणाम होतील याबाबत दूरदृष्टीचा विचार करणे अत्यंत महत्त्वाचे आहे.

परंतु मला आणखी एक आवाहन करावेसे वाटते : आपल्या न्यायनिर्णयाचे परिणाम काय होतील एवढ्याच गोष्टीकडे लक्ष देणे महत्त्वाचे नाही, तर त्यातून व्यापक स्वरूपाची फलनिष्पत्ती काय होईल याकडेदेखील लक्ष पुरवणे अतिशय महत्त्वाचे आहे. एका विद्वान न्यायाधीशांचे उदाहरण पुन्हा एकदा देऊन दुसऱ्या एका ठिकाणी अधिक विस्तारपूर्वक विचार मांडलेल्या एका घटनाक्रमाकडे मला लक्ष वेधावेसे वाटते.

कार्यकर्त्यांची बांधिलकी

सामाजिक कारणासाठी हिरिरीने काम करू पाहणाऱ्या कार्यकर्त्यांबरोबर बरीच वर्षे असल्यामुळे त्यांच्या कार्यशैलीबद्दलची एक अनपेक्षित गोष्ट माझ्या ध्यानी आली आहे : होते असे, की सामाजिकदृष्ट्या चुकीची असलेली एखादी गोष्ट थांबवण्याचा किंवा दुरुस्त करण्याचा प्रयत्न करणारे कार्यकर्ते दुसरे कुणी दुसऱ्या एखाद्या सामाजिक कारणासाठी त्यांच्याइतक्याच बांधिलकीच्या भावनेने आणि उत्साहाने कार्य करत असतील तरी ते क:पदार्थ ठरवून त्यांच्या कार्यालाच निष्प्रभ करायचा प्रयत्न करतात. एखादी सामाजिकरीत्या चुकीची गोष्ट सुधारण्याच्या त्यांच्या निर्धाराचे असे परिणाम होणे अटळच वाटू लागले आहे, म्हणजे दुसऱ्या एखाद्या समाजावर विपरीत परिणाम करणाऱ्या गोष्टीमध्ये बदल झाला नाही किंवा गरज असली तरी ती कुणी थांबवली नाही, तर आपणही त्याच समाजाचे घटक असल्यामुळे आपल्यावरदेखील विपरीत परिणाम होतच राहतील हे कळूनदेखील आपण हाती घेतलेल्या सामाजिक कार्यासाठी आपल्याला जो त्याग करावा लागणार आहे, त्याचाच हा एक भाग आहे अशी भूमिका कार्यकर्ते घेताना दिसतात. कुणी आपला नोकरी-धंदा, कुटुंब वगैरे त्यागून हिमालयाचा होत असलेला ऱ्हास थांबवण्यासाठी झटतो. दुसरा कुणी खोट्या 'चकमकीं'मध्ये मारले जाण्यापासून लोकांना वाचवण्याच्या कामात नोकरी-धंदा, कुटुंबाच्या जबाबदाऱ्या त्यागून सारी ताकद पणाला लावतो. पण तुम्ही हिमालयासंदर्भातले काम करणाऱ्याचा उल्लेख केलात, की लगेच खोट्या 'चकमकीं'मध्ये मारले जाणाऱ्यांसदर्भात काम करणारा 'तो चांगले काम करतोय हे खरे आहे, पण तो खऱ्या महत्त्वाच्या गोष्टीकडे लक्ष केंद्रित करत नाही,' असा शेरा मारतो. आणि हे उलट पक्षीदेखील खरेच आहे. असे घडते हे काही त्यांच्या कोत्या मनोवृत्तीचे द्योतक नाही. ही माणसे जो असीम त्याग करत असतात, आणि स्वयंस्फूर्तीने स्वीकारलेल्या एका कार्यावरच इतक्या समर्पित वृत्तीने काम करतात की जणू काही तो मंत्रचळच वाटावा. त्यामुळे मग त्यांच्या दृष्टीने इतर कोणतेही सामाजिकदृष्ट्या महत्त्वाचे असलेले कार्यदेखील गौणच ठरते, किंबहुना आपण सोडवू पाहत आहोत त्याव्यतिरिक्तची समस्या ही खरी समस्याच नाही असे त्यांना वाटू लागते.

एखाद्या खटल्यातून सामोऱ्या आलेल्या समस्येचा विषय डोक्यात भिनला की न्यायाधीश लोकांचेदेखील असेच होत असावे अशी मला भीती वाटते : मग ते आपल्यासमोरील समस्येवर इतक्या एकाग्रतेने विचार करायला लागतात की या समस्येवर आपण देऊ पाहत असलेल्या निर्णयाचा दुसऱ्या तितक्याच महत्त्वाच्या समस्यांच्या निराकरणावर काय परिणाम होऊ शकेल याकडे त्यांचे लक्ष जातच

नाही. एखाद्या सामाजिक कारणानिमित्ताने काही न्यायनिर्णय दिल्यानंतर – उदाहरणार्थ कलम २१ च्या मर्यादांचा विस्तार करणारा निर्णय – 'जीवन' या शब्दाच्या अर्थाची व्याप्ती वाढवल्याबद्दल आणि त्या अनुषंगाने एकामागून एक सेवा पुरवण्याचे कर्तव्य शासनव्यवस्थेचे असल्याचे निश्चित केल्याबद्दल त्यांना प्रसिद्धी मिळते. अशा प्रसिद्धीमुळे आपण म्हणजे प्रत्येक व्यक्तीच्या जगण्याच्या आणि सामाजिक प्रतिष्ठेच्या हक्काचे कोणत्याही परिस्थितीत संरक्षण करणारी महान व्यक्ती असल्याची स्व-प्रतिमा तयार होते. आणि नंतरच्या फेऱ्यांमध्ये या स्व-प्रतिमेच्या आहारी जाऊन त्याच दिशेने विचार करून तसेच निकाल देण्याची अनिवार्यता वाढीस लागते. 'प्रागतिक' समजल्या जाणाऱ्या न्यायाधीशांच्या बाबतीत – विशेषत: आणीबाणीनंतरच्या काळात त्यांनी जे निर्णय दिले ते पाहता, असे घडत गेले हे समजण्यासाठी फारसे कष्ट घ्यावे लागत नाहीत. सर्वोच्च न्यायालय आणीबाणीच्या काळातली आपली मलीन झालेली समाजातली प्रतिमा स्वच्छ करायचा प्रयत्न करत असावे असेच वाटत होते.

फॉलिंग ओव्हर बॅकवर्ड्स[८] या माझ्या पुस्तकात आरक्षणाबाबतच्या निकालांद्वारे सर्वोच्च न्यायालयाने केलेल्या मार्गक्रमणेचा तपशील दिला आहे, तसेच या न्यायनिर्णयांच्या परिणामस्वरूप आपल्या हाती काय पडले – केवळ स्पर्धात्मकता आणि रास्तपणाबाबतच नाही, पण हुकूमशाही करणाऱ्या पुढाऱ्यांच्या अतिरेकापासून आपले संरक्षण करणाऱ्या – मूलभूत संरचनेच्या तत्त्वाच्या – सर्वोच्च न्यायालयाने उभारलेल्या एका बंधाऱ्याबाबतदेखील लिहिले आहे.

पुन्हा एकदा त्या भाषापटू न्यायाधीशांचे लखलखीत उदाहरण देण्याची मुभा घेऊन, आणि पूर्वीच्या अभ्यासलेखातील दोन/तीन उतारे उद्धृत करून, न्यायालय तीन आघाड्यांवर कसे पुढे जात आहे ते पाहू या.

प्रथमत: प्रत्येक फेरी-दर-फेरीदरम्यान घटनेतील मार्गदर्शक तत्त्वांना मूलभूत हक्कांपेक्षाही अधिकाधिक वरचा दर्जा दिला गेला. आधी असे म्हटले गेले, की या दोन्ही गोष्टींचे परस्परांशी समन्वय राखून सुसंगतपणे वाचन करणे अत्यावश्यक आहे. नंतर असे म्हटले गेले की त्यांचे वाचन एकमेकांना पूरक आणि साहाय्यकारी स्वरूपात करण्याव्यतिरिक्त अन्य कोणत्याही प्रकारे केले जाऊ नये. मग मूलभूत हक्कांचे वाचन मार्गदर्शक तत्त्वांच्या प्रकाशातच केले जावे असा विचार पुढे आला. मग त्याच्या उलट विचार, म्हणजे मार्गदर्शक तत्त्वांचे वाचन मूलभूत हक्कांच्या प्रकाशात केले जावे असे म्हटले गेले. त्यानंतर मूलभूत हक्क हे मार्गदर्शक तत्त्वांद्वारे निश्चित केलेली उद्दिष्टे साध्य करण्याची साधने आहेत असे म्हटले गेले.

---

८. फॉलिंग ओव्हर बॅकवर्ड्स, ॲन एसे अगेन्स्ट रिझर्व्हेशन्स ॲन्ड अगेन्स्ट ज्युडिशियल पॉप्युलिझम, हार्पर कॉलिन्स, २०१२. प्रथम आवृत्ती २००६.

मग मार्गदर्शक तत्त्वे आणि मूलभूत हक्क यामध्ये भेदभाव केला जाऊ नये असे म्हटले गेले. घटनेच्या एखाद्या कलमाची किंवा एखाद्या कायद्याची वैधता तपासून पाहायची असेल, तर न्यायालयांनी मार्गदर्शक तत्त्वांना पुरस्कृती मिळेल अशा प्रकारचे 'अर्थनिष्पत्तीचे तत्त्व' किंवा एखादे पर्यायी तत्त्व अनुसरावे असे सांगण्यात आले. आणि अशाप्रकारे मार्गदर्शक तत्त्वे कायदे आणि त्यांच्या कलमांमधील बदल किंवा घटनेतील सुधारणांची वैधता पारखण्याचा कस लावण्याचा दगड ठरली: त्यामुळे कोणत्याही उद्देशाने कशावरही कसलेही बंधन घालावयाचे असेल तर त्याची भाषा, – 'पुढील विहित उद्देश साध्य करण्यासाठी' अशी असावी – मार्गदर्शक तत्त्वे अमलात आणण्यामध्ये ते सार्वजनिक हितासाठी असणे गृहीतच धरलेले असावे आणि त्यानुसार एखाद्या कायद्यामुळे नाममात्र असले तरी घटनेच्या कलम १४ अन्वये सिद्ध असलेल्या समानतेच्या तत्त्वाला काहीशी मुरड पडत असली तरीदेखील तो वैध मानला जावा असा निकाल न्यायालयांनी दिला.

दुसरे म्हणजे समान संधी उपलब्ध असाव्यात असे मान्य केल्यावर निर्णयाच्या निष्पत्तीमध्येदेखील समानता असावी असे न्यायाधीश आपल्या निकालांद्वारे म्हणू लागले. आणि मग ग्लॅनरॉक[९] या खटल्याच्या निकालाद्वारे 'निर्णयाच्या निष्पत्तीमध्येदेखील समानता'चे स्वरूप अधिक व्यापक होते ते 'समानतावादी तत्त्वांवर आधारित परिणामांची समानता' असे झाले.

तिसरी गोष्ट अशी झाली, की कायदे किंवा घटनेतील सुधारणादेखील वैधतेसाठी ज्या कसोटीच्या दगडावर घासून पाहावयाच्या, त्या कसोट्यांमध्येच आमूलाग्र बदल झाला :

- मूलभूत हक्काचा भंग होणे ही कसोटी होती - मूलभूत हक्काचा भंग होत असेल तर ज्या कायद्यामुळे किंवा घटनेतील दुरुस्तीमुळे असे होत असेल तो कायदा व ती दुरुस्ती वैध मानता येणार नव्हती.
- या कसोटीमध्येच बदल झाला आणि मूलभूत हक्कांचा भंग होणे ही कसोटी न राहता 'हक्कामागचे सारभूत तत्त्व' भंग पावणे ही कसोटी झाली.
- कालांतराने यातही बदल होऊन 'हक्कामागचे सारभूत तत्त्व' भंग पावणे ही कसोटी न राहता सारभूत तत्त्व मुळापासून नष्ट होणे ही कसोटी ठरली.
- यामध्येदेखील बदल झाला आणि हक्कामागचे सारभूत तत्त्व हे कोणत्याही

---

९. ग्लेनरॉक इस्टेट प्रा. लि. वि. तामिळनाडू, (२०१०) १० एससीसी ९६.

एकाच हक्काबाबत समजले न जाता, घटनेमधील विविध तरतुदींचा पाया असलेल्या 'सर्वसमावेशक तत्त्वांचा' भंग होणे ही कसोटी मान्य झाली.

- पुढे इंडियन मेडिकल असोसिएशन[१०] या खटल्याच्या निकालाद्वारे 'सर्वसमावेशक तत्त्वे' मुळापासून नष्ट होणे या कसोटीतदेखील बदल होऊन सर्वसमावेशक तत्त्वांचे सारभूत तत्त्व मुळापासून नष्ट केले जाणे असे त्याचे नवे स्वरूप झाले.
- सर्वसमावेशक तत्त्वांचे सारभूत तत्त्व मुळापासून नष्ट केले जाण्याची व्याप्ती इतकी वाढली, की याची निष्पत्ती म्हणून आपल्याला एक नवी राज्यघटनाच मिळाली.

इंडियन मेडिकल असोसिएशनच्या खटल्यासंदर्भात विचार करताना सर्वोच्च न्यायालयाच्या खंडपीठाने 'अंशात्मक कसोटी'चा अर्थविस्तार केला होता – त्यानुसार, थिससच्या जहाजाच्या चाचणीचा प्रयोग करून नुसतेच एखाद्या मूलभूत हक्काचा भंग झाला आहे का असे न पाहता तो हक्क किती अंशात भंग पावला आहे या कसोटीवर एखादा कायदा किंवा घटनेतील दुरुस्तीच्या वैधतेचा निर्णय घेणे अनिवार्य आहे, असे म्हटले गेले. एखाद्या जहाजाची एखादी फळी खराब होते किंवा कुजते, तेव्हा ती बदलली जाते. इथे प्रश्न असा होता, की जहाजाच्या मूळ स्वरूपात ते मुळातले जहाज उरलेच नाही इतपतचा बदल नेमका कधी झाला असे म्हणता येईल? मी यावर असे म्हणालो होतो, की ही जहाजाची चाचणी लावली, तर ज्या घटनादुरुस्तीद्वारे श्रीमती इंदिरा गांधी यांना भ्रष्ट निवडणूक पद्धतींचा अवलंब केल्याबद्दल दोषी ठरवणारा अलाहाबाद उच्च न्यायालयाचा न्यायनिर्णय निष्प्रभ करण्याचा – आणि राष्ट्रपती, उपराष्ट्रपती, सभापती आणि पंतप्रधानपदांसाठीच्या निवडणुकांना कायदेशीर आव्हान देण्याच्या अधिकारालाच कायदेबाह्य ठरवण्याचा प्रयत्न केला गेला ती ३९वी घटनादुरुस्ती – आणि त्याचप्रमाणे ४२वी घटनादुरुस्तीदेखील वैध ठरली असती.

पहिल्या घटनादुरुस्तीनुसार देशभरातील हजारो लोकसेवकपदांच्या निवडणुकांपैकी फक्त चार पदांच्या निवडणुका कायद्याच्या कक्षेबाहेर राखल्या जात होत्या. तर दुसऱ्या घटनादुरुस्तीद्वारे घटनेचा भरपूर मोठा हिस्सा जसाच्या तसा राखला जात होता. जहाजाच्या कित्येक फळ्या एकामागून एक बदलल्या गेल्यानंतरदेखील थिससचे जहाज जसे मूळ स्वरूपात होते तसेच बाह्यांगी तरी दिसत होतेच,

---

१०. इंडियन मेडिकल असोसिएशन वि. भारत सरकार, (२०११) ७ एससीसी १७९.

त्याचप्रमाणे झिया उल हक यांनी पाकिस्तानच्या १९७३ सालच्या घटनेमध्ये केलेल्या मोठ्या फेरफारांनंतरदेखील घटनेच्या मूळ स्वरूपाला धक्का लागला नव्हता असेच म्हणावे लागले असते.[११]

थोडक्यात सांगायचं, तर न्यायनिर्णय देताना, त्यातही कोणत्याही मुद्द्यावर विद्वत्ताप्रचुर भाष्य करणारे उतारेच्या उतारे लिहिताना आणि सुनिश्चित असलेल्या तत्त्वांचादेखील अर्थविस्तार करताना, आपल्या हाती असलेल्या समस्येपलीकडेदेखील आपल्या न्यायनिर्णयाचा काय परिणाम होणे शक्य आहे याचा न्यायाधीशांनी खरोखरच गांभीर्याने विचार करणे आवश्यक आहे. त्याचबरोबर त्यांच्या निकालपत्रातील भाष्याद्वारे आणि अर्थविस्ताराद्वारे कोणकोणत्या वैविध्यपूर्ण परिस्थितीमध्ये ते उपयोगात आणण्याचा प्रयत्न केला जाऊ शकतो याची दूरदृष्टी राखणेदेखील गरजेचे आहे. परंतु हे इतकेच पुरेसे नाही. त्यांनी केलेल्या भाष्याचा आणि अर्थविस्ताराचा घटनेच्या बंदिस्त स्वरूपावरदेखील काय परिणाम होऊ शकेल हेदेखील त्यांनी लक्षात घ्यायलाच हवे.

हे असे धडे न्यायाधीशांसाठी असले, तरी आपल्यासाठीदेखील यामधून शिकण्यासारखे काही धडे आहेत.

वकील आणि आपल्यासारख्या सर्वसामान्य नागरिकांनी शिकावयाचे धडे

व्यवसायांनी – आहे त्या परिस्थितीत आपले काम चालू राहण्यासाठी आपल्या कामाशी सुसंगत अशी 'तत्त्वे' विकसित केली आहेत. नागरी सेवा पुरवणारा म्हणतो, 'तो तर लोकांनी निवडलेला, लोकांचा प्रतिनिधी आहे. त्याच्या निर्णयांची अंमलबजावणी करणे हे माझे कर्तव्य आहे,' आणि असे म्हटल्यामुळे आणि म्हटल्यानंतर – तो नागरी सेवक – म्हणजे नागर समाजाला सेवा पुरवणारा – न राहता, जी कुणी व्यक्ती वेळोवेळी लोकसेवकपदावर असेल त्या व्यक्तीचा अतिनम्र नागर सेवक बनतो. पत्रकार म्हणतो, मला निष्पक्ष राहून वार्तांकन करायला हवे, म्हणून तो आग लावणाऱ्यालादेखील आग विझवणाऱ्यांइतकीच प्रसिद्धी देतो. न्यायप्रक्रियेच्या पहिल्याच पायरीवरील निर्णयकर्ता, किंवा न्यायालयाचा प्रथम अधिकारी अशी भूमिका न बाळगता वकील म्हणतो, 'जो कुणी त्याचे प्रतिनिधित्व करायला सांगेल त्याची बाजू लढवणे हे माझे काम. न्यायनिर्णय करणे हे माझे काम नाही – ते न्यायाधीशांचे

---

११. या घटनाक्रमाबद्दल, फॉलिंग ओव्हर बॅकवर्ड्स, विशेषत:, पृष्ठे ३६९-४९० येथे जसे आहे तसे.

काम आहे. माझी सर्वोत्तम क्षमता पणाला लावून माझ्या पक्षकाराच्या हिताचे संरक्षण करणे हे माझे काम आहे.' परिणामी जितका जास्त कपटी माणूस, तितका जास्त कल्पक कायदेतज्ज्ञ वकील त्याची बाजू लढवण्यासाठी तो उभा करू शकतो.

या सगळ्या शब्दच्छलीय तर्कतर्कटशास्त्रामुळे न्यायदानाचे दुर्दैव तर ओढवतेच, पण त्याव्यतिरिक्त वकिलांनादेखील एक भुर्दंड व्यक्तिगतरीत्या सोसावा लागतो. व्यक्तिस्वातंत्र्याचा अत्यंत जोरदार पुरस्कार करणारे माझे स्नेही, श्री. के. जी. कन्नबिरन यांनी मला 'वकिलांचा आजार' म्हणजे काय हे फार चांगल्या प्रकारे शिकवले. ते म्हणतात, अनेक वर्षे काम करताना आम्ही इतक्या असंख्य गुन्हेगारांना कायद्याच्या कचाट्यातून वाचवण्याचा प्रयत्न करतो, त्यांना वाचवण्यासाठी आम्ही कायद्याचे इतके नानाविध कल्पक उपाय आणि शब्दच्छल करतो, शब्दाशब्दांचा अगदी कीसच पाडतो, की तसे करता करता आणि केल्याचा परिणाम म्हणून खरोखरच काय बरोबर आणि काय चूक याची नैसर्गिक जाणीवदेखील आमच्या मनातून पुसली जाते. शेवटी आम्हीदेखील ज्यांची बाजू लढवतो त्या गुन्हेगारांसारखेच बनतो.

प्रक्रियेत असलेल्या सगळ्यांच्या सहभागाचादेखील मुद्दा आहेच. एखादा न्यायाधीश एखाद्या चांगल्याच कचाट्यात सापडलेल्या आरोपीला वारंवार स्थगितीची खिरापत वाटतोय अशी तक्रार केली जाते, तेव्हा त्या स्थगित्यांचे आदेश मिळवण्यासाठी त्या आरोपीच्या वकिलाने तसा युक्तिवाद प्रत्येक वेळी केलेला असतो. आणि प्रत्यक्ष कृती करण्यात सहभाग नसला, तरीदेखील वकिलाला माहीत असल्याशिवाय एखाद्या न्यायाधीशाला लाच देता येऊ शकते काय?

वर उल्लेख केलेले तर्कतर्कटशास्त्र आपल्याकडून हीच किंमत वसूल करत असते.

आपल्यासारख्या सर्वसामान्य नागरिकांना, आणि विशेषत: जे प्रसारमाध्यमांमध्ये काम करतात त्यांना शिकण्यासारखे अनेक धडे आतापर्यंत आपल्यासमोर आलेल्या घटनाक्रमांच्या अभ्यासामध्ये आहेत. न्यायालयांमध्ये काय घडत आहे, यावर आपले ससाण्यासारखे लक्ष असले पाहिजे. अगदी न्यायालयामध्ये एखाद्या खटल्याची नोंद कोणत्या तारखेला झाली, त्या खटल्याला किती वेळा स्थगिती मिळाली, कोणत्या साक्षीदारांनी आपली साक्ष कधी उलटी फिरवली, सुनावण्या पूर्ण झाल्याची तारीख आणि त्यानंतर ज्यामुळे दरम्यान किती काळ वाया गेला हे समजेल, ती निकालपत्र जाहीर करण्याची तारीख, या सगळ्या गोष्टींची नोंद दाखवणारी एक दिनदर्शिकाच प्रकाशित करण्यासारखे सोपे कामदेखील न्यायालयांच्या कामकाजाच्या पद्धतींमध्ये चांगला बदल घडवण्यास कारणीभूत ठरेल.

दुसरा धडा म्हणजे, अनिताच्या खटल्याद्वारे जे आपल्याला समजलेच आहे, त्याप्रमाणे सर्वोच्च न्यायालय आणि उच्च न्यायालयांमध्ये चाललेल्या कामकाजावर

आणि दिल्या जात असलेल्या न्यायनिर्णयांवर बारीक नजर ठेवणे तर आवश्यक आहेच, पण आपण पत्रकारांना वेळोवेळी स्थानिक न्यायालयांमध्येदेखील काय चालले आहे ते प्रत्यक्ष पाहून त्याची माहिती प्रसिद्ध करण्यासाठी पाठवले पाहिजे. त्यांच्या प्रत्यक्ष पाहणीतून न्यायालयात काय चालले आहे याचे सोप्या भाषेतले वर्णन वाचून एकूणच परिस्थितीच्या खऱ्या स्वरूपाबद्दल लोकांचे डोळे उघडतील आणि असे लोक खऱ्या सुधारणा घडवून आणण्यासाठी उपयुक्त ताकद ठरतील असा माझा विश्वास आहे.

तिसरी आवश्यक गोष्ट म्हणजे वरिष्ठ दंडाधिकारी आणि उच्च न्यायालयांमधील न्यायाधीशांबाबतची सर्व आवश्यक माहिती संपादित करत राहणे आवश्यक आहे, अर्थात यात प्रयत्नांमधल्या नैतिकतेचा प्रश्न विचारात घ्यावाच लागेल, पण हेच लोक पुढल्या काळात आणखी वरच्या स्तरावर जाणार असतात यालासुद्धा तितकेच महत्त्व द्यावे लागेल. उच्च न्यायालयातील पदावरील नियुक्तीसाठी नामांकन झालेला अमेरिकी उमेदवार जेव्हा अधिसभेसमोर उभा राहतो तेव्हा त्या व्यक्तीच्या गत कारकिर्दीबद्दलची संकलित केलेली प्रचंड माहिती उपलब्ध असते. नागरी स्वातंत्र्य, वर्ण-वंश-सामाजिक नातेसंबंध इत्यादीसारख्या सामाजिकदृष्ट्या महत्त्वाच्या विषयांवर काम करणाऱ्या संस्था, कायदेशिक्षण देणाऱ्या महाविद्यालयांमधील विद्वान, यांसारखे लोक निम्नस्तरांवरील न्यायालयांमधील न्यायाधीशांच्या कार्यावर, त्यांनी दिलेल्या न्यायनिर्णयांवर बारीक लक्ष ठेवून असतात, त्यामुळे इतकी माहिती सहजपणे उपलब्ध होते. आपल्याकडे भारतातील एखाद्या उच्च न्यायालयात काम करणाऱ्या व्यक्तीची जेव्हा सर्वोच्च न्यायालयात काम करण्यासाठी निवड होते तेव्हा यातला मोठा फरक आपल्याला कळतो. कारण अशा व्यक्तीने आत्तापर्यंत काय काम केले किंवा काय करत होती याची जवळपास काहीच माहिती उपलब्ध नसते. या बाबतीत प्रसारमाध्यमे निश्चितच काहीतरी करू शकतात. कायदा-शिक्षण-अध्यापन-क्षेत्रात काम करणाऱ्या व्यक्ती या बाबतीत अधिक भरीव आणि अधिक माहितीपूर्ण योगदान देऊ शकतात.

अधिक चांगले न्यायनिर्णय मिळण्याची खातरजमा करण्याचा आणि न्यायपालिकेला त्यांच्या जबाबदारीची सतत जाणीव करून देण्याचा सर्वोत्तम उपाय मात्र अगदी सोपा आहे. आपण निकालपत्रांचे विश्लेषण करायला हवे, आणि निकालांना प्रसिद्धी द्यायला हवी. आपल्याला आत्तापर्यंत पाहायला मिळालेले न्यायनिर्णय दिले जात राहतात; कारण अगदी थोडे लोक निकालपत्रे वाचतील – वाचणाऱ्यांपैकी बहुतेक जण वकील असतील, आणि उद्या कदाचित याच न्यायाधीशासमोर आपल्यालादेखील उभे राहावे लागेल याची कल्पना असलेलेच असतील, – आणि जे वाचतील तेदेखील त्याबद्दल मौनच बाळगतील याची न्यायाधीशांना खात्री असते.

आपल्यापैकी प्रत्येक जण हे भंपक सुरक्षा कवच फोडू शकतो. निकालपत्रांचा जितका मोठा बागुलबुवा निर्माण केला जातो तितकी काही ती समजून घ्यायला अवघड नसतात. एक एक जण एकेक विषय घेऊन त्या विषयाबाबत दिल्या गेलेल्या न्यायनिर्णयांचा अभ्यास करू शकतो, आणि आपल्या अभ्यासातून काढलेले निष्कर्ष प्रकाशित करू शकतो. सर्वसामान्य जनतेच्या संपर्कमाध्यमांमध्ये जरी करू शकलो नाही, तरी इंटरनेटसारख्या माध्यमाद्वारे आपण ते प्रसारित करू शकतो. इतकेच नव्हे, तर आपल्या अभ्यासलेखाच्या थोड्या प्रती काढल्या आणि त्या संदर्भित न्यायालयातल्या न्यायाधीशांना आणि प्रभावशाली वकिलांना पाठवल्या, तरीदेखील आपण लक्षणीय सुधारणा घडून येण्यास हातभार लावू शकतो असा माझा ठाम विश्वास आहे.

इंग्रजी वर्णमालेनुसार खटल्यांची सूची

अभय नाथ वि. दिल्ली विद्यापीठ (२००९) १७ एससीसी २०५.

ऑल इंडिया जजेस असोसिएशन वि. भारत सरकार (१९९२) १ एससीसी ११९.

ऑल इंडिया जजेस असोसिएशन वि. भारत सरकार (२००२) ४ एसीसी २४७.

अन्बझगन के. वि. कर्नाटक राज्य (२०१५) ६ एससीसी १५८.

अन्बझगन के. वि. पोलीस अधीक्षक, (२००४) ३ एससीसी ७६७.

अन्बझगन के. वि. कर्नाटक राज्य २०१५ मधील रिट अर्ज क्र. २६० ११.२.२०१५ रोजी निर्णय दिला (केएआर)

अराईव्ह सेफ सोसायटी ऑफ चंदिगड वि. चंदिगड केंद्रशासित प्रदेश, सन २०१७ ची विशेष याचिका (दिवाणी) क्रमांक १०२४३, ११ जुलै २०१७ रोजी निकाल दिला गेलेला खटला.

अशोक कुमार मित्तल वि. राम कुमार गुप्ता (२००९) २ एससीसी ६५६.

बासु डी. के. वि. पश्चिम बंगाल राज्य (१९९७) १ एससीसी ४१६, ४३४-३६ येथे.

बासु डी. के. वि. पश्चिम बंगाल राज्य, (१९९८) ९ एससीसी ४३७

बोम्मई एस. आर. वि. भारत सरकार (१९९४) ३ एससीसी १.

ब्रिज मोहन लाल वि. भारत सरकार, (२०१२) ६ एससीसी ५०२.

बुद्धी प्रकाश शर्मा वि. भारत सरकार (२००५) १३ एससीसी ६१.

बंटी ऊर्फ संदीप वि. राजस्थान राज्य,

रिट याचिका ७१/२०१६, राजस्थान उच्च न्यायालय

सेंटर फॉर एन्क्वायरी इनटू हेल्थ ॲन्ड अलाईड थीम्स (सीईएचएटी) आणि इतर वि. भारत सरकार आणि इतर, (२००१) ५ एससीसी, ५७७.

सेंटर फॉर एन्क्वायरी इनटू हेल्थ ॲन्ड अलाईड थीम्स(सीईएचएटी) आणि इतर वि. भारत सरकार आणि इतर (२००३) ८ एससीसी ३९८.

सेंट्रल ब्यूरो ऑफ इन्व्हेस्टिगेशन वि. अमितभाई अनिलचंद्र शाह आणि सेंट्रल ब्यूरो ऑफ इन्व्हेस्टिगेशन वि. डाह्याजी गोबारजी वंझारा (२०१२) १० एससीसी, ५४५.

चेअरमन, टीचर्स रिक्रूटमेंट बोर्ड, कॉलेज रोड, चेन्नई ६००००६ वि. के. वीरमणी सन २०१७ चा डब्ल्यू.ए. क्र.१०४० आणि सन २०१७ चा सी.एम.पी. क्र.१४७७६, १२.१०.२०१७ रोजी दिलेला निकाल

चौधरी, सौरभ वि. भारत सरकार (२००४) ५ एससीसी ६१८.

चोक्सी, श्याम नारायण वि. भारत सरकार, एमएएनयू / एमपी / ०२९२ / २००३.

चोक्सी, श्याम नारायण वि. भारत सरकार, रिट याचिका (दिवाणी) क्र.८५५/२०१६, ३० नोव्हेंबर २०१६ रोजी निकाल दिलेला.

चोक्सी, श्याम नारायण वि. भारत सरकार, आय. ए. क्र.११/२०१७ डब्ल्यू.पी. (सी) क्र.८५५/२०१६, २३ ऑक्टोबर २०१७ चा आदेश

चोक्सी, श्याम नारायण वि. भारत सरकार, रिट याचिका (दिवाणी) सन २०१६ ची क्र.८५५, ९ जानेवारी २०१८ रोजी दिलेला निकाल.

कोलेहो आय. आर. वि. तमिळनाडू राज्य (१९९९) ७ एससीसी ५८०.

कॉमन कॉज वि. भारत सरकार (२०१५) ७ एससीसी १, आणि पुनर्आढावा आदेश (२०१६) १३ एससीसी.

दत्तात्रेय डॉ. वि. महाराष्ट्र राज्य सरकार आणि श्रेणी – १ वैद्यकीय अधीक्षक, येथील तालुका अधिकारी, २०१४ एएलएलएमआर (फौ.) ३९७७.

दिनेश कुमार वि. मोतीलाल नेहरू मेडिकल कॉलेज, (१९८५) ३ एससीसी २२.

दिनेश कुमार वि. मोतीलाल नेहरू मेडिकल कॉलेज, (१९८६) ३ एससीसी ७२७.

गुप्ता एस. पी. वि. भारत सरकार (१९८१) एसयूपीपी एससीसी ८७.

हुसेनआरा खातून वि. गृह सचिव, बिहार राज्य, एआयआर १९७९ एससी १९६९.

इम्तियाझ अहमद वि. उत्तर प्रदेश राज्य, सन २०१२ च्या फौजदारी याचिका क्र.२५४-२६२ संदर्भात २ जानेवारी २०१७ रोजी दिलेला निकाल.

इनामदार पी. ए. वि. महाराष्ट्र राज्य (२००६) १३ एससीसी २९३.

इंडियन मेडिकल असोसिएशन वि. भारत सरकार (२०११) ७ एससीसी १७९.

इंदौर डेव्हलपमेंट ऑथॉरिटी वि. (द्वारे फसगत झालेले शैलेंद्र) एलआर, (२०१८) एससीसी ऑनलाइन एससी १००.

इंद्रा साहनी वि. भारत सरकार (१९९२) एसयूपीपी (३) एससीसी २१७; आणि इंद्रा साहनी वि. भारत सरकार (२०००) १ एससीसी १६८.

इंद्रा साहनी वि. भारत सरकार, एआयआर २००० एससी ४९८.

इस्लामिक अॅकेडेमी ऑफ एज्युकेशन वि. कर्नाटक राज्य (२००३) ६ एससीसी ६९७.

जे. जयललिता वि. कर्नाटक राज्य (२०१४) २ एससीसी ४०१.

जे. जयललिता वि. भारत सरकार (१९९९) ५ एससीसी १३८.

जागो जनता सोसायटी वि. राजस्थान राज्य, दिवाणी रिट याचिका क्र.१५५८५/ २०१०, ३१ मे २०१५ रोजी दिलेला निकाल.

जैन, प्रदीप वि. भारत सरकार (१९८४) ३ एससीसी ६५४.

कल्पना, पुंडलीक जमदाडे, कल्पना पुंडलीक वि. महाराष्ट्र राज्य, २०१५ एएलएलएमआर (फौ.) १७.

कपूर बी. आर . वि. तमिळनाडू राज्य (२००१) ७ एससीसी २३१.

करण जोहर वि. भारत सरकार, १९ एप्रिल २००४ रोजी दिलेला निकाल. एमएएनयु/एससी/०५३५/२००४, (२००४) ५ एससीसी १२७.

केनेडी डॉ. ए. वि. अंबूर टाउन पोलीस स्टेशन येथील पोलीस इन्स्पेक्टरने प्रतिनिधित्व केलेले तमिळनाडू राज्य, वेल्लोर जिल्हा, सन २०१७ चा सी. आर. क्र.३९६ .

केशवानंद भारती वि. भारत सरकार, (१९७३) ४ एससीसी २२५.

कृष्णानंद अग्निहोत्री वि. मध्य प्रदेश राज्य (१९७७), १ एससीसी ८१६.

लिली थॉमस वि. भारत सरकार (२०१३) ७ एससीसी ६५३.

लोक अधिकार संघ वि. गुजरात राज्य, (१९९८) १ जी. एल. एच. ७६८.

लुथ्रा आर. पी. वि. भारत सरकार, २७ ऑक्टोबर २०१७ रोजी दिलेला निकाल, (२०१७) एससीसी ऑनलाइन १२५४.

महेन्द्रन एस. वि. सचिव, त्रावणकोर देवस्वम बोर्ड, ५ एप्रिल १९९१ रोजी दिलेला निकाल, एआयआर १९९३ केईआर ४२.

मिनर्व्हा मिल्स वि. भारत सरकार, (१९८०) ३ एससीसी ६२५.

मिनर्व्हा मिल्स वि. भारत सरकार, (१९८६) ४ एससीसी २२२.

मिनर्व्हा मिल्स वि. भारत सरकार,

(१९८८) ४ एससीसी १३०.
मजग्वई, अजित सावंत वि. कर्नाटक राज्य (१९९७) ७ एससीसी ११०.
मोहम्मद सलीम वि. उत्तराखंड राज्य, २०१७ (२) आरसीआर (दिवाणी) ६३६ सन २०१४ ची (जहिया) क्र.१२६, २०.०३.२०१७ रोजी दिलेला निकाल.
मुंबई ग्राहक पंचायत वि. महाराष्ट्र राज्य, सन २००१ ची जहिया १५६, सन २०१५ ची दिवाणी याचिका १५५, सन २०१५ ची दिवाणी याचिका १५७ आणि अन्य अनेक, ५ मे २०१७ रोजी मुंबई उच्च न्यायालयाच्या खंडपीठाने दिलेले निकाल.

नागराज एम. वि. भारत सरकार (२००६) ८ एससीसी २१२.
निर्मला, डॉ. सौ. वि. महाराष्ट्र राज्य, राज्याचे सचिव, पात्र अधिकारी आणि बीड येथील वैद्यकीय अधीक्षक डॉ. एस. ए. साबळे यांच्या प्रतिनिधित्वाद्वारे, २०१६, एएलएलएमआर (फौ.) १०३४.
निरुला, मनोज वि. भारत सरकार (२०१४) ९ एससीसी १ .

पै, टी. एम. ए. फाउन्डेशन वि. कर्नाटक राज्य (२००२) ८ एससीसी ४८१.
प्रकाश सिंह वि. भारत सरकार, सन १९९६ ची रिट याचिका (दिवाणी) ३१०, २२ सप्टेंबर २००६ रोजी दिलेला निकाल; (२००६) ८ एससीसी १.
पुणे म्युन्सिपल कॉर्पोरेशन वि हरकचंद मिसरीमल सोळंकी (२०१४) ३ एससीसी १८३
राधाकृष्ण वि. महाराष्ट्र राज्य, २०१६ एएलएलएमआर (फौ.) १५५६
रामरामेश्वरी देवी वि. निर्मला देवी (२०११) ८ एससीसी २४९.
रामलीला मैदान घटनेसंदर्भात, न्यायाधीकरणाने स्वतः दाखल केलेली सन २०११ ची रिट याचिका (फौ.) क्र.१२२, २० जून २०११ रोजी दिलेला निकाल, (२०१२) ५ एससीसी १२५.
रवीन्द्र, डॉ. आणि डॉ. सुदर्शन वि. महाराष्ट्र राज्य, डॉ. बी. आर. सोनवणे द्वारा, २०१६ एएलएलएमआर (फौ.) १८७६.

सालेम ॲडव्होकेट बार असोसिएशन वि. भारत सरकार (२००५) ६ एससीसी ३४४.
संजीव कुमार जैन वि. रघुवीर सरन चॅरिटेबल ट्रस्ट, (२०१२) १ एससीसी ४५५.
शर्मा, पवन कुमार वि. सरला सूद आणि इतर, सन २०११ चा सी. आर. क्र. १८४, ५ डिसेंबर २०१६ रोजी दिलेला निकाल, २०१६ एससीसी ऑनलाइन एचपी २६९९.
श्याम नारायण वि. भारत सरकार, सन २००३ चा एम. सी. सी. क्र.५९१, २८ जुलै २००३ चा आदेश एमएएनयू/एमपी/१०४४/२००३.
सीता राम वि. बाली, येथे बलबीर,

सीआरएल. ए. क्र.१८३४/२०१३ मधील कॉन्मन्ट याचिका क्र.३७४/२०१४, दिनांक ३ ऑक्टोबर २०१७ आणि १ डिसेंबर २०१७ चे आदेश.
सोनोवाल, सर्बानंद वि. भारत सरकार (२००७) १ एससीसी १७४.
श्रीवास्तव, प्रियांका आणि इतर वि. उत्तर प्रदेश राज्य, (२०१५) ६ एससीसी २८७.
सेंट स्टीफन्स कॉलेज वि. दिल्ली विद्यापीठ, (१९९२) एससीसी ५५८.
हिमाचल प्रदेश राज्य सरकार वि. नरोत्तम सिंह आणि इतर, २० मे २०१६ रोजी दिलेला निकाल.
हरियाणा राज्य वि. अनिता शौरी, पहिली खबर खटला क्र. ३६३/०९
हरियाणा राज्य वि.जी.डी. गोएंका टूरिझम कॉर्पोरेशन लि., २१ फेब्रुवारी २०१८चा आदेश.
कर्नाटक राज्य वि. सेल्वी जे. जयललिता, (२०१७) ६ एससीसी २६३.
केरळ राज्य वि. एन. एम. थॉमस (१९७६) २ एससीसी ३१०.
पंजाब राज्य वि. सुरजित सिंह, एआयआर १९६७ एससी १२१४
तमिळनाडू राज्य वि. के. बालू (२०१७) २ एससीसी २८१.
सुब्रमणियन स्वामी वि. भारत सरकार आणि इतर (२०१६) ७ एससीसी २२१.
पोलीस अधीक्षक वि. जे. जयललिता आणि इतर, सन २००४ चा स्पे. सी. सी. २०८, २७ सप्टेंबर २०१४ ला दिलेला निकाल.
http://164.100.138.228/casest/generatenew.php?path=data/judgment/2016/&fname =CRCR.R201742015.pdf&smflag=N

सुप्रीम कोर्टअॅडव्होकेट्स-ऑन-रेकॉर्ड असोसिएशन, (२०१६) ५ एससीसी १.

वीरमणी के. वि. चेअरमन, टीचर्स रिक्रूटमेंट बोर्ड, कॉलेज रोड, चेन्नई - ६. २५ जुलै २०१७ रोजी दिलेला निकाल.
वीरस्वामी के. वि. भारत सरकार, १९९१ (३) एससीसी ६५५.
विनायक वि. महाराष्ट्र राज्य, २०१४ एएलएलएमआर (फौ.) ३३९३.
विनीत नारायण वि. भारत सरकार, एआयआर १९९८ एससी ८८९.
विनोद सेठ वि. देविंदर बजाज, (२०१०) ८ एससीसी.
व्हॉलंटरी हेल्थ असोसिएशन ऑफ पंजाब वि. भारत सरकार आणि इतर, (२०१६) १० एससीसी २६५
व्हॉलंटरी हेल्थ असोसिएशन ऑफ पंजाब वि. भारत सरकार (२०१३) ४ एससीसी १.

यादव, सौ. निर्मल वि. सेंट्रल ब्यूरो ऑफ इन्व्हेस्टिगेशन, सन २०११ चा फौजदारी संकीर्ण क्र. एम-१४२८९
जाहिदा वि. महाराष्ट्र राज्य, २०१६ एएलएलएमआर (फौ.) २०४९